காஃப்கா: இறுதி நாட்கள்
(நாவல்)

லொரா(ன்) செக்சிக்

தமிழில்
எஸ். ஆர். கிருஷ்ணமூர்த்தி

தடாகம்

காஃப்கா: இறுதி நாட்கள்

- ***ஆசிரியர்:*** *லொரா(ன்) செக்சிக்*
- ***தமிழில்:*** எஸ். ஆர். கிருஷ்ணமூர்த்தி
- ***முதல் பதிப்பு:*** *ஜூலை 2024*
- ***வடிவமைப்பு:*** கி. ஆஷா
- ***அட்டை ஓவியம்:*** பி. மணிவண்ணன்

Kafka iruthi natkal a Tamil translation of ***Franz Kafka ne veut pas mourir*** by ***Laurent Seksik*** in French, published by ***Editions Gallimard,*** Paris, in ***2023*** translated in Tamil by R.Kichenamourty.

© *Editions Gallimard, Paris, 2023*

Tamil translation © *Thadagam, Chennai, 2024*

© All rights reserved. No part of this publication may be reproduced or transmitted in any form or by any means, electronic or mechanical, including photocopy, recording, or any information storage and retrieval system, without permission in writing from the publisher.

Published by:

THADAGAM
No.112, First Floor, Thiruvalluvar Salai
Thiruvanmiyur, Chennai 600 041
Mob: +91-98400-70870
www.thadagam.com | info@thadagam.com

ISBN: 978-93-93361-42-4

Published in July 2024

Price: ₹ 400

என்
மனைவிக்கும்
பிள்ளைகளுக்கும்

நூலாசிரியர் குறிப்பு

லொரா(ன்) செக்சிக் (Laurent Seksik) பிரான்சில் நீஸ் (Nice) எனும் நகரில் 1962ஆம் ஆண்டு பிறந்தவர். மருத்துவராகத் தன் பணியைத் தொடங்கியவர் பின்னர் நாவலாசிரியராகவும் நாடகக் கலைஞராகவும் புகழ் பெற்றார்.

இவருடைய படைப்புகளில் 20ஆம் நூற்றாண்டில் மாபெரும் மேதைகளாகத் திகழ்ந்த ஃப்ராய்ட் (Freud), ஐன்ஸ்டைன் (Einstein) போன்றோரின் வாழ்க்கை வரலாற்றுச் செய்திகள் தெளிவாகவும் அறிவியல் அடிப்படையிலும் எடுத்துரைக்கப் படுகின்றன.

லொரா(ன்) செக்சிக் மருத்துவம், இலக்கியம் சார்ந்த ஏராளமான விருதுகள் பெற்றிருக்கிறார்.

இவரின் பிற நூல்கள்:

Albert Einstein (2008) - வாழ்க்கை வரலாறு.

Les Derniers jours de Stephan Zweig (2010) - நாவல்.

La Légende des fils (2011) - நாவல்.

Le cas Eduard Einstein (2013) - நாவல்.

Modigliani (2016) - நாடகம்.

நூல் அறிமுகம்

லொரா(ன்) செக்சிக்கின் இந்த நூல் மாபெரும் ஜெர்மன் எழுத்தாளர்களில் ஒருவரான காஃப்காவின் வாழ்க்கையில் நிகழ்ந்த சம்பவங்களை நாவலாகக் காட்சிப்படுத்துகிறது.

1883 ஜூலை 3ஆம் தேதி பிறந்து, 1924 ஜூன் 3ஆம் தேதி மறைந்த காஃப்கா, 20ஆம் நூற்றாண்டு மேற்கத்திய இலக்கியத்தில் மிகப் பெரிய ஆளுமையாக அனைவராலும் போற்றப்பட்டவர். கடுமையான காச நோயால் மறைந்த காஃப்கா இலக்கியத்தில் மட்டுமன்றி, அவரைச் சுற்றியிருந்தவர்களின் மீதும் மிகப் பெரிய தாக்கத்தை ஏற்படுத்தியிருந்தார்.

அவர்களில் முக்கியமானவர்கள் மூவர்.

ராபர்ட் – இவர் ஒரு மருத்துவ மாணவர். இலக்கியத்திலும் ஈடுபாடு கொண்டவர். உடல்நலம் பாதித்திருந்த இவர் காஃப்காவைச் சந்தித்தது ஒரு சானடொரியத்தில். இருவருக் குள்ளும் ஓர் ஆழ்ந்த நட்பு ஏற்பட்டது. காஃப்கா இறக்கும்வரை அவருடன் இணைபிரியாமல் இருந்து பணிவிடைகள் செய்திருக் கிறார்.

ஓட்லா – காஃப்காவின் மூன்று சகோதரிகளில் இவள்தான் இளையவள். தன் சகோதரனின் மீது அவள் கொண்டிருந்த பாசம் அளவில்லாதது, ஆதர்சமானது.

டோரா – காஃப்காவின் காதலி. காஃப்கா அவளை முறைப் படித் திருமணம் செய்துகொள்ள முடியாமல் போனாலும், அவளே அவருடைய துணைவியாகக் கருதப்படுகிறாள்.

தன் மரணத்திற்குப் பின்னும் காஃப்கா இவர்களது வாழ்க்கையில் ஏற்படுத்திய தாக்கத்தைத் தத்ரூபமாகப் படம் பிடித்துக் காட்டுகிறது இந்த நாவல்.

இந்நாவலின் வரலாற்றுப் பின்புலம் குறிப்பிடத்தக்க வகையில் சித்தரிக்கப்பட்டிருக்கிறது. கதை நிகழும் காலம் 20ஆம் நூற்றாண்டின் முதல் பகுதி. ஒரு புறம் நாஜிசமும், மற்றொரு புறம் பொதுவுடைமைத் தத்துவமும் தனிமனித உரிமைகளுக்குச் சவாலாக அமைகின்றன.

துயர நிகழ்ச்சிகள் தொடர்கின்றன. அவை காஃப்காவின் மறைவுக்குப் பின்னால் நிகழ்ந்தாலும், அவற்றையெல்லாம் தன் படைப்புகளில் தீர்க்கதரிசனமாக வெளிப்படுத்தி இருப்பதுதான் காஃப்காவின் பன்முகத்தன்மை கொண்ட படைப்பாற்றலுக்கு எடுத்துக்காட்டாகத் திகழ்கிறது.

மொழிபெயர்ப்பாளர் அறிமுகம்

பேராசிரியர் எஸ். ஆர். கிருஷ்ணமூர்த்தி புதுவைப் பல்கலைக்கழக முன்னாள் பிரெஞ்சுத்துறைத் தலைவர்.

பிரெஞ்சு அரசின் ஷெவலியே (Chevalier), ஓஃபிசியே (Officier), கொம்மாந்தெர் (Commandeur) என்னும் ஃபிரான்ஸ் நாட்டின் உயரிய விருதுகள் பெற்றிருக்கிறார்.

மொழிபெயர்ப்புக்காக விகடன் விருதும், பிரெஞ்சு அரசின் ரொமேன் ரொலான் (Romain Rolland) விருதும் பெற்றிருக்கிறார்.

தமிழ், பிரெஞ்சு, ஆங்கிலம் ஆகிய மொழிகளில் சிறுகதைகள், கட்டுரைகள் ஆகியவை வெளியிட்டிருக்கிறார். பிரெஞ்சிலிருந்து தமிழில் மொழிபெயர்ப்புகள் செய்திருக்கிறார். மொழிபெயர்ப்புப் பணியில் தீவிரமாக ஈடுபட்டுவருகிறார்.

இதயமே கொடையானால் (மைலிஸ் தெ கெராங்கால்) என் தந்தையைக் கொன்றவர் யார் (எதுவார் லூயி) ஆகிய மொழிபெயர்ப்புகள் தடாகம் வெளியீடாக வந்திருக்கின்றன.

காஃப்காவை ஒரு காவியத் தலைவனாகப் படைக்கலாம்...

- வால்டர் பெஞ்சமின்

தொடக்கவுரை

கியெர்லிங், ஜூன் 4, 1924

வியென்னா பல்கலைக்கழகப் பட்டம்பெற்ற மருத்துவரும், கியெர்லிங் சானடோரியத்தின் நிர்வாகியுமான டாக்டர் ஹ்யூகோ ஹாஃப்மனாகிய நான், நிலையத்தின் 29ஆவது விதிப்படி பின்வருவதை அறிவித்து அதனை உறுதியும் செய்கிறேன்.

(அலுவலகத்தின் கவனத்திற்கான குறிப்பு: இந்த மருத்துவ ஆவணத்தின் நகல் பிராகா நகரிலுள்ள டாக்டர் பிக் என்பவருக்கும், நோயாளிக்குச் சிகிச்சையளிக்கும் மருத்துவரும் நோயாளியின் உறவினருமான டாக்டர் சிக்ஃப்ரீடுக்கும் அனுப்பி வைக்கப்படுகிறது.)

நேற்றைய தினம், ஜூன் 3, 1924, நோயாளி ஃபிரான்ஸ் காஃப்கா மரணம் அடைந்துவிட்டார். பிறந்த தேதி: ஜூலை 3, 1883. பிறந்த ஊர்: பிராகா. பெற்றோர்: ஹெர்மன், ஜூலி காஃப்கா. ஃபிரான்ஸ் காஃப்கா சட்டத்துறையில் முனைவர் பட்டம் பெற்றவர். பொஹீமியாவில் ‘தொழில்வழி விபத்துக் காப்பீட்டுத்’ துறைக்காக பிராகா நகரில், வீட்டிலிருந்தபடியே வேலை செய்து வந்தார். அவர் தற்போது விடுமுறையில் இருக்கிறார்.

இறப்புக்கான காரணம் - போதுமான உணவின்மையும், உடல் நீர்க் குறைவை ஏற்படுத்திய குரல்வளை காச நோயும்.

நோய் குரல்வளை மட்டுமன்றி, நுரையீரல்கள், குடல், மூளையின் மேற்புறம் ஆகியவற்றையும் பாதித்திருந்தது.

பல நாட்களாக நோயாளியால் உணவு உட்கொள்ள முடிய வில்லை.

திரு. காஃப்கா அவர்கள் எங்கள் மருத்துவமனைக்கு 1924 ஏப்ரல் 19ஆம் தேதி வந்துசேர்ந்தார்.

அதற்கு முன் அவர் வியென்னா பல்கலைக்கழக மருத்துவ மனையில், மருத்துவர் மார்கஸ் அஜேக் என்பவரின் பிரிவில் சிகிச்சை பெற்றுவந்தார். அங்குச் சிகிச்சை பெறுபவர்கள் காச நோய் முற்றி கைவிடப்பட்ட நிலையில் இருப்பவர்களே. மருத்துவ ஆலோசனைக்குழு அனுமதிக்காத நிலையிலும், அவருடைய உறவினர்களின் வேண்டுகோள்படி, காஃப்கா அதை விட்டு வெளியேறி எங்கள் சானடோரியத்தில் வந்து சேர்ந்தார்.

அவர் இங்கு வந்ததும் பரிசோதித்துப் பார்த்தோம். அப் பரிசோதனையின் அடிப்படையில் பின்வரும் மருத்துவ அறிக்கையை வெளியிடுகிறோம்.

காசநோய் சிக்கலான குரல்வளை எலும்புருக்கி நோயாகப் படர்ந்துவிட்டது.

மருத்துவமனை சோதனை விவரம்:

வலது நுரையீரலில் மேல்பக்கத் துடிப்பு, நடுப்பக்க 'உஸ்' ஒலி, கீழ்ப்பக்கக் கரகரப்பு.

இடது நுரையீரலில், மூன்றாவது விலா எலும்புக் கூட்டுக்குள் துடிப்பு, கீழ் தொங்கு சதையில் 'உஸ்' ஒலி.

ஊடுகதிர் ஆய்வில், குரல்வளை நீட்சியால் தொண்டை முழுவதுமாக அடைக்கப்பட்டிருந்தது.

எங்கள் சிகிச்சை முறைப்படி, நோயின் வளர்ச்சியைத் தடுப் பதற்கு, பின்வருவனவற்றைப் பரிந்துரைத்தோம்:

- தினம் 5 கிளாஸ் பால்.

- உணவுகளுக்கிடையே இரண்டு கிளாஸ் புதிதாகத் தயாரிக்கப் பட்ட கிரீம்.

- 6 மணி நேரம் படுக்கையில் ஓய்வு.

- உடல்நிலை அனுமதிக்குமானால், தினம் அரை மணிநேர நடைப் பயிற்சி.
- எச்சில் உமிழ்வை சேகரித்து ஆய்வு.
- காலையும் மாலையும் எடை பார்த்தல்.
- ஒவ்வொரு நாளும் நான்கு முறை உடல் வெப்பச் சோதனை செய்து வரைபடத்தில் குறிப்பிடுதல்.
- வலி குறைவதற்காக குரல் வளை மேல்பகுதி நரம்பு மட்டத்தில் 10 மில்லி 'எத்தனால்' ஊசி போடுதல்.

சைவ உணவு மட்டுமே உட்கொள்ளும் நோயாளியான காஃப்கா, சிகிச்சைக்குப் பரிந்துரைக்கப்படும் சத்துணவான சிவப்பு இறைச்சியைத் தவிர்த்தார். இங்கு ஒன்றைக் குறிப் பிடுகிறோம் - நோயாளியின் தொண்டை நிலையைக் கருத்தில் கொண்டு இரண்டு வாரங்களாக இதுபோன்ற உணவை நாங்களே கொடுப்பதில்லை.

நோயாளியான காஃப்காவுக்குத் தன் நோயைப் பற்றிய தெளிவான புரிதல் இருந்தது.

அவரிடம் விசாரித்தபோது, அவருடைய நோய் பத்தாண்டு களுக்கு முன், அதாவது 1913 அல்லது 1914 ஆண்டு வாக்கில் தொடங்கியிருக்கிறது என்று தெரியவந்தது. கொஞ்ச நாள் அது பிரச்சினையாக இல்லாதிருந்தது. பின்னர், மூச்சுத் திணறலும், கடுமையான வயிற்று வலியும் ஏற்பட்டிருக்கின்றன. ஒருவேளை காச நோயால் குடல் பாதிக்கப்பட்டு, நிணநீர் சார்ந்த நரம்பு முடிச்சுகள் ஏற்பட்டிருக்கக் கூடும். நோயின் வெளிப்பாடு 1917ஆம் ஆண்டு ஆகஸ்டு மாதம் தோன்றியது. இரவு நேரத்தில் பெரும்படியான இரத்தக் கபம் எற்பட்டு, தொடர்ந்து பல நாட்கள் நோயாளி இரத்த வாந்தி எடுத்திருக்கிறார். அப்போது நோயாளியின் வயது 34.

கோச்ஸ் நுண்ணுயிர்த் தொற்றுக்கு, தலைநகரில் வசிப்பது, காய்ச்சாத, பதப்படுத்தாத கறந்த பாலை விருப்பத்துடன் அப்படியே குடிப்பது (கறந்த பாலை அப்படியே குடிக்கும் போது மாட்டுக்குக் காச நோய் இருந்தால் உடனே அது

மனிதனுக்குத் தாவி விடும் என்பது அனைவருக்கும் தெரிந்த விஷயம்) போன்ற பல காரணிகள் உண்டு.

நோயாளி உடனே பிராகா நகரில், பொது மருத்துவர் டாக்டர் மூல்ஸ்டைன் என்பவரை அணுகி இருக்கிறார். அவர் சாதாரண மார்புச் சளிதான் என்று கூறியிருக்கிறார்.

அறிகுறிகள் தொடர்ந்ததால், நோயாளி டாக்டர் ஃபிரீட்ல் பிக் என்பவரிடம் சென்றிருக்கிறார். அவர்தான் அது நுரை யீரல் காசநோய் என்று கண்டுபிடித்தார். ஊடுகதிர் மூலம் நோயாளியின் வலது நுரையீரல் பாதித்திருப்பது தெரியவந்தது. மருத்துவர் காச நோய்க்கான ஊசி பரிந்துரைத்ததை நோயாளி தவிர்த்துவிட்டார்.

1917 – 1921 காலகட்டத்தில் நோய் ஓரளவு கட்டுப்பாட்டி லிருந்தது. ஜீரண உறுப்புகள் பாதிப்புக்குள்ளானதால், அடி வயிற்றில் கடும் வலியும், மூளைப் பகுதியில் பாதிப்பு இருந்ததால் தாங்க முடியாத தலைவலியும் வந்து போயின.

காஃப்காவின் தனிப்பட்ட வாழ்க்கையும், தொழிலும் நோயி னால் பெரும் பாதிப்படையவில்லை.

ஜனவரி 1921ஆம் ஆண்டு முதல், நோய் முற்ற ஆரம்பித்தது. அதன் காரணமாக காஃப்கா மெரானோ (வட இத்தாலி), மட்லியாரி (மேல் டட்ரஸ்) போன்ற பல்வேறு சானடோரியங் களில் தங்கி சிகிச்சை பெற நேர்ந்தது.

1923ஆம் ஆண்டு செப்டம்பர் மாதத்தோடு முடிந்த ஒன்பது மாதங்களில் அவருக்கு ஸ்பானிஷ் ஃப்ளூ ஜுரம் வந்துவிட்டது. நோய்க் கிருமி புண்களைப் பாதித்ததால், இரண்டு தடவை நிமோனியா காய்ச்சல் வந்து 72 மணி நேரம் கோமா நிலைக்கு அவர் தள்ளப்பட்டார். ஆனால், யாரும் எதிர்பாராத நிலையில் அவரது நோய் கட்டுப்பாட்டுக்குள் வந்துவிட்டது.

ஜுரம் தணிந்தபின் அவர் நீண்ட நாள் பெர்லின் நகரில், அதுவும் கடும் பனிக்காலத்தில் வசித்தார். உடல்நலம் நிலை யற்றதாயிற்று. மெல்லமெல்ல அது குரல்வளை அழற்சியில் கொண்டுபோய் விட்டுவிட்டது.

சென்ற மே மாதம் 3ஆம் தேதியன்று, டாக்டர் ஆஸ்கர் பெக் நோயாளியைச் சோதித்துவிட்டு அறிக்கை ஒன்றை எனக்குத் தபால் மூலம் அனுப்பிவைத்தார். காஃப்கா மருத்துவ சோதனை ஆவணங்களோடு சேர்க்கப்பட்டிருந்த அந்த அறிக்கை கூறுவதாவது:

நேற்று கியெர்லிங்கிலிருந்து மிஸ் டோரா டைமண்ட் என்னை அழைத்தார்.

முனைவர் திரு. காஃப்கா அவர்களுக்குக் குரல்வளையில் குறிப்பாக இருமலின்போது கடுமையான வலி ஏற்பட்டது. சாப்பிடும்போது, வலி அதிகரித்து அவரால் உணவை விழுங்க முடியவில்லை.

காச நோயால் அவர் குரல்வளையில் ஏற்படும் சிதைவு எனக்குத் தெரிந்தது. உள்நாக்கையும் அது பாதித்திருந்தது. இந்நிலையில், எந்த அறுவைச் சிகிச்சையும் சாத்தியப்படப் போவதில்லை. ஆகையால், ஊசி மூலம் குரல்வளையின் மேல் பகுதியில் கொஞ்சம் போதை மருந்தை ஏற்றச் சொன்னேன்.

இன்று மிஸ் டோரா டைமண்ட் தொலைபேசியில் தொடர்பு கொண்டு நோயாளிக்கு அவள் அளித்த சிகிச்சை தற்காலிக நிவாரணத்தைத் தந்ததாகவும், ஆனால், வலி அதே அளவுக்குத் திரும்பி வந்துவிட்டதாகவும் கூறினாள்.

நான் மிஸ் டோரா டைமண்டிடம் நோயாளியைப் பிராகா நகருக்கு அழைத்து வரும்படி ஆலோசனை கூறினேன். ஏனென்றால், டாக்டர் நியூமான் நோயாளிக்கு இன்னும் மூன்று மாதம்வரை தாக்குப்பிடிக்கக்கூடிய வாய்ப்பு இருந்ததென்று நினைத்தார்.

ஆனால், மிஸ் டோரா டைமண்ட் மறுத்துவிட்டாள், அப்படிச் செய்தால் நோயாளிக்கு நோயின் கடுமை தெரிந்துவிடும் என்ற பயம் அவளுக்கு இருந்தது.

ஆகையால், அவருடைய பெற்றோர்களுக்கு நிலைமை மோசமடைவதைப் பற்றி அனைத்து விளக்கங்களையும் கொடுத்து விடுவது நல்லது என்று நினைத்தோம்.

உளவியல் அடிப்படையில், மிஸ் டோரா டைமண்ட் விருப்பத்தை என்னால் புரிந்துகொள்ளமுடிகிறது. சுயநலமின்றி நோயாளியைக் கவனித்து வரும் அவள் கியெர்லிங்கில், சிறப்பு மருத்துவர்கள் கூட்டத்துக்கு ஏற்பாடு செய்ய விரும்பினாள்.

நோயாளியின் நுரையீரல், குரல்வளை ஆகியவை அச்சமயம் இருந்த நிலையில் எந்த ஒரு சிறப்பு மருத்துவராலும் எதுவும் செய்ய இயலாது என்றும், கொஞ்சம் வலி குறைய வேண்டுமானால் அது பாண்டொபன் அல்லது மார்ஃபினால்தான் முடியும் என்றும் விளக்கினேன்.

நோயாளி கடைசிவரை தன் நிதானத்தை இழக்கவில்லை, ஆனால், குரல்வளை பாதிக்கப்பட்டதால் அவரால் பேச முடியவில்லை. அவருடைய எண்ணங்களை எழுதிக் காண்பித்துக் கொண்டிருந்தார்.

அவர் ஜூன் 3ஆம் தேதியான இன்று மரணமடைந்ததற்கு இரண்டு காரணங்கள் உண்டு. ஒன்று, வலியைக் குறைப்பதற்காகத் தொடர்ந்து அவருக்கு மார்ஃபின் ஊசி செலுத்தியது; இரண்டு, குரல்வளை அடைப்பினால் அவருக்கு ஏற்பட்ட மூச்சுத் திணறல்.

எங்கள் மையத்தின் பதிவேடுகளில் குறிப்பிடப்பட்டிருக்கும் நபர்களின் அடையாளங்கள்:

- திருமதி & திரு காஃப்கா, நோயாளியின் அப்பாவும் அம்மாவும். வருகை - 28 ஏப்ரல் 1924.

- திரு மேக்ஸ் பிராட், நோயாளியின் நண்பர், பலதடவை வந்திருக்கிறார். கடைசி வருகை : 11 மே 1924.;

- டாக்டர் சிக்ஃப்ரீட் லோவி, நோயாளியின் மாமன். வருகை - 11 மே 1924; (தொடர் கவனிப்பு. எங்கள் நிறுவனத்தில்தான் தூக்கம். அறைகள் 14, 15 அவர் சிகிச்சையைத் தொடர்வதிலும் கண் காணிப்பதிலும் பெரும் பங்கு வகித்தன)

- மிஸ் டோரா டைமண்ட் (திமான் அல்லது தியாமான்), மறைந்தவரின் பெண் நண்பர்;

- திரு ராபர்ட் குளோப்ஸ்டோக், நோயாளியின் நண்பன், புடாபெஸ்டில் மருத்துவ மாணவன்.

திரு ராபர்ட் குளோப்ஸ்டோக் மருத்துவத் துறையில் தகுதி பெற்றிருந்ததால், முனைவர் காஃப்காவின் அனுமதியுடன் அவரைப் பார்த்துக்கொள்ளும் பொறுப்பு அவருக்கு ஒப்படைக்கப் பட்டிருந்தது.

அவர்தான் கடைசியாக நோயாளிக்குச் சிகிச்சை அளித்து, மார்ஃபின் ஊசி செலுத்தி விட்டு நோயாளி இறந்ததை அறிவித்தார்;

எங்கள் நிறுவனத்தின் அருகில் இருக்கும் வழிபாட்டிடத்தில் இறந்தவரை வைத்து மிஸ் டோரா டைமண்ட் காவலிருந்தாள்.

திரு. ராபர்ட் குளோப்ஸ்டோக் கேட்டுக்கொண்டதன் பேரில் குடும்பத்தாருக்குச் செய்தி சொல்லும் பொறுப்பு அவருக்கு அளிக்கப்பட்டது.

இறந்த நோயாளி காஃப்கா ஜூன் 11, 1924 பிராகாவில் அடக்கம் செய்யப்படுவார்.

தடாகம் | 19

முதல் பாகம்

பிப்ரவரி 2, 1921

ராபர்ட்

ரயில் வண்டி விட்டுச் சென்ற புகை மண்டலம் அவனுக்கு ஒரு கெட்ட சகுனமாகப் பட்டது. ரயில் பெட்டி கண்ணாடி வழியே மலைச் சிகரங்களையும், செங்குத்துப் பாறைகளையும் பார்த்துக்கொண்டே சென்றான். டட்ராஸ் தொடர்ச்சி மலை 2500 மீட்டர் உயரம் கொண்டது. கர்பாத்தைவிட உயரமானது என்று படித்திருக்கிறான். பள்ளத்தாக்குப் பக்கம், ஊசியிலைக் காடுகள் விரித்த கறுப்புக் கம்பளம் கீழுள்ள பனி மலைகளோடு சென்று சலிப்பூட்டும் வகையில் ஐக்கியமானது. சானடோரியத்தில் தான் எத்தனை நாள் தங்கவேண்டியிருக்கும் என்று எரிச்சலோடு தன்னையே கேட்டுக்கொண்டான் - 'என் சிறைவாசம் நீடிக்கும்' என்று திருத்திக்கொண்டான். மருத்துவக் கல்லூரிப் பேராசிரியர் களில் ஒருவரான இம்ரே தியேஸிடம் அதுபற்றிக் கேட்டபோது அவர் மௌனம் சாதித்தது அவனுக்கு நெருடலாக இருந்தது. அவர்தான் தன் காசநோய் சிகிச்சைக்கு இந்த மட்லியாரி மருத்துவ மனையைப் பரிந்துரைத்தவர். பின்னர், “இந்த நோய் என்ன செய்யும் என்று யாருக்குத் தெரியும்?” என்று சொல்லிவிட்டு, வருத்தத்தோடு தொடர்ந்தார்: “குளோப்ஸ்டோக், தைரியமாக இருங்கள். இதிலிருந்து மீண்டுவிடுவீர்கள்”.

பாறையொன்றின் மீது ஓர் ஒட்டகம் நிற்பதைப் பார்த்ததும் அவன் முகத்தில் ஒரு புன்னகை. இம்ரே தியேஸும், பூடபெஸ்ட் கல்லூரிப் பேராசிரியர்களும் எக்கேடாவது கெட்டுப் போகட்டும். மலை முகடுகளில் கிடைப்பதாகச் சொல்லப்படும் சுகாதாரமான பிராண வாயுவினால் தன் நுரையீரல்களில் ஏற்பட்டிருக்கும் புண்கள் குணமாகட்டும் என்று அவன் தன் கைகளைக் கட்டிக் கொண்டு சும்மா இருக்கப் போவதில்லை என்று முடிவெடுத்தான்.

தனக்குத் தற்போது கிடைத்திருக்கும் நல்வாய்ப்பைத் தான் முழுவதுமாகப் பயன்படுத்திக்கொள்ள வேண்டுமென்று தீர்மானித்து விட்டான். மருத்துவத் துறைத் தலைவர், அவனுடைய உடல் நிலையைக் கருத்தில் கொண்டு, அவன் எழுதவேண்டிய தேர்வுகளைத் தள்ளிவைத்திருந்தார். அவனுடைய இரும்புப் பெட்டி முழுவதும் மருத்துவப் பாடங்களும், உடல் உட்கூறு அமைப்பியல் நூல்களும், அறுவைச் சிகிச்சைக் கையேடுகளும் நிறைந்திருந்தன. 'என் நினைவாற்றல் எனக்குக் கிடைத்த வரப் பிரசாதம்' என்று தனக்குள் சொல்லிக்கொண்டு பெருமைப் பட்டான். பூடபெஸ்ட் திரும்பியதும் தன் நோயைப் பற்றிக் கேள்விப்பட்டுத் தன்னை உயிரோடு புதைத்துவிட்ட தன் சக வகுப்பு நண்பர்களிடம் அதனை நிரூபித்துக் காட்டுவான்.

அவன் பயணப் பெட்டி முழுவதையும் ரஷ்ய எழுத்தாளர் தஸ்தயேவ்ஸ்கி புத்தகங்கள் ஆக்கிரமித்துக்கொண்டிருந்தன. தஸ்தயேவ்ஸ்கிதான் அவனுடைய தனிமையையும், சோர்வையும் தீர்த்துவைப்பான். தஸ்தயேவ்ஸ்கி மனிதத் துணை இல்லாத குறையைத் தீர்க்கக்கூடியவன். அவன் புத்தகங்கள் அனைத்தையும் ராபர்ட் படித்துவிடத் தீர்மானித்து அதனை அவன் ஒரு சவாலாகவே ஏற்றிருந்தான். சவால்கள் அவனுக்குப் பிடிக்கும். மருத்துவ நூல்களைப் படிப்பதும், தஸ்தயேவ்ஸ்கியின் அனைத்து நூல்களைப் படிப்பதும், ஒரு தனிமனிதன் மகிழ்ச்சிக்குப் போதுமானது. மற்றவர்களுக்கு எப்படியோ, அவனுக்கு அது போதுமானது! காச நோயைப் போக்க டன் கணக்கில் பாலையும், கிலோ கணக்கில் கிரீமையும் விழுங்குவதைத் தவிர, அவன் வேறு என்ன செய்யப் போகிறான்? ஆகவே தஸ்தயேவ்ஸ்கியைப் பற்றிப் படிப்பதும், அவனைப் பற்றி எழுதுவதும்தான் இனி அவனுக்கு வேலை.

நீண்ட பகல் பொழுது ஒருவேளை அவன் எழுதிக்கொண்டிருந்த நாவலைத் தொடர போதுமான அவகாசம் கொடுக்கலாம். அவன் அதனைத் தொடராமல் இருக்க எவ்வளவோ சாக்குப் போக்குகள் தேடிக்கொண்டிருந்தான். எழுதுவதைத் தொடர்ந்து தள்ளிப்போட்டுக்கொண்டே போனான். இப்போது போகும் இடத்தில் எந்த ஒரு சாக்கும் கிடைக்காது. புரிந்துகொள்ளாத

காதல் இருக்காது. இரவுப் பனி இருக்காது. மலை உச்சிகளில் நேரம் நீண்டுகொண்டே போகும். எழுத்தாளனாகும் கனவு அவனிடம் எப்போதுமே இருந்துவந்தது. ஒரு நாவல் எழுதாமல் போனால் தன் வாழ்க்கை முழுமையடையாது என்று நினைத் தான். பத்து நாவல்கள் எழுத வேண்டும் என்ற பேராசை அவனிடம் இருந்தது. ரஷ்ய எழுத்தாளர் செக்காவ் போல் இருக்க வேண்டும், இல்லையேல் வாழ்வதில் பலனில்லை. மற்றவர் உடலையும் ஆன்மாவையும் அமைதிப்படுத்துவதற்கே அவன் வாழ்க்கையை அர்ப்பணிக்க வேண்டினான். ஆனால், எழுதுகோலை எடுத்தவுடனேயே, ஏதோ ஒரு சந்தேகம் அவனை ஆட்கொண்டுவிடும். அவன் எதிரில் ஒரு வெறுமை வந்து சூழ்ந்துவிடும். ஒவ்வொரு வரியும் அவனை வாட்டியெடுக்கும். வார்த்தைகள் தொடர்ந்து வருவதில்லை. உரையாடல்கள் செயற்கையாகத் தோன்றும். ஏராளமான கேள்விகள் எழும். தன்னுடைய துயரத்தில் முழுமையாக ஒன்றிவிட்டால்தான் எழுத முடியுமா? அல்லது, எழுதுவதற்கு அவன் தன்னையே மறக்க வேண்டுமா? கதையை எப்படிச் சீரமைப்பது? தன் கதாபாத்தி ரங்களுக்கு எவ்வாறு உயிர் கொடுப்பது? கதையை எப்படி முடிப்பது? இதுபற்றியெல்லாம் அவனுக்குத் தெரியவில்லை. இந்நிலையில், எப்படித் தொடர்ந்து எழுத முடியும்? அவன் கதையில் பன்னிரண்டு அத்தியாயங்கள் இருந்தன. ஆனால், ஒன்றுகூட அவனுக்குத் திருப்தியளிக்கவில்லை. கதைக்கான உந்துதல் மற்ற புத்தகங்களில் கிடைக்குமா? அல்லது, அன்றாட நிஜவாழ்க்கையில் கிடைக்குமா? அவனால் படிக்க முடிந்ததை யெல்லாம் படித்துவிட்டான். இருபது வயதுக்கும் சற்றே அதிக மான நிலையில் வாழ்க்கையைப் பற்றிப் போதுமான அளவுக்குக் கற்றுக்கொண்டானா?

அவன் கேள்விகளுக்கு முற்றுப்புள்ளி வைக்கக்கூடிய புண்ணிய ஆத்மா ஒன்றைத் தேடினான். அவனுடைய பேராசிரியர்களோ, அவன் மருத்துவத்துக்கு அப்பால் வேறொன்றில் திறமை வளர்த்துக்கொள்வதைப் பார்த்து ஏளனமாகச் சிரித்தனர். அதே போலத்தான், அவன் சகநண்பர்களும். அவர்களில் சிலர் தங்கள் துறையில் மட்டுமே மூழ்கி இருந்தனர். இன்னும் சிலர், அதைவிட மோசமாக, தங்கள் பொழுதை மகிழ்ச்சிகரமாகப்

போக்குவதிலேயே உன்னிப்பாக இருந்தனர். மகிழ்ச்சியான எதிர்காலம் வாய்க்குமா என்று நினைக்கும்போது, ராபர்ட்டுக்குப் பயமாக இருந்தது.

ஒருவேளை, அவன் தன் விழைவுகளை மிதமாகத் தெரிவிக்க வேண்டுமோ என்று நினைத்தான். அவன் கேட்டுக்கொண்டதன் பேரில், பூடபெஸ்ட்டில் ஓர் இரண்டாம் தர பத்திரிகையொன்று அவனிடம் ஒரு கட்டுரையைக் கேட்டிருந்தது. அவன் இலக்கியப் பற்றுகொண்ட மருத்துவ மாணவன் என்பதால் ஆல்ஃபிரெட் டாப்லின் என்னும் மருத்துவம் படித்த எழுத்தாளர் பற்றி எழுதும்படிக் கேட்டுக்கொண்டது. அதனை எழுதுவதோடு நிறுத்திக்கொள்ளலாம் என்று நினைத்தான்.

புகைவண்டியின் ஆட்டத்தால் அவன் தூங்கிவிட்டான். அது ஆழ்ந்த துக்கமில்லைதான், ஆனால், டட்ரா லோம்னிஸ் நிலையம் வந்ததும் அந்தத் தூக்கம் கலைந்துவிட்டது. கண்களை அகல விரித்துப் பார்த்தான். வரவேண்டிய இடத்துக்குத்தான் வந்திருந்தான். வீடுகள் பனியால் மூடப்பட்டிருந்தன. வானத்திலும் பனிமூட்டம். இருந்தும், லோம்னிஸ் உச்சியைப் பார்க்க முடிந்தது. 'ஆகாய வெளியில்தான் என் சாவு' என்று ஆயாசப் பட்டான்.

சனடோரியத்தின் நிர்வாகி திருமதி ஃபோர்பெர்ஜர் எழுதி யிருந்த கடிதத்தில், அவனுக்காக ரயில் நிலையத்தில் ஒருவர் காத்திருப்பார் என உறுதியளித்திருந்தாள். ரயில் பெட்டியி லிருந்து தன் பெட்டியை எடுத்துக்கொண்டு கீழே இறங்கினான். ரயில் நிலையம் வெறிச்சோடிக் கிடந்தது. வேறொரு முனையி லிருந்து ஒருவர் அவனை நோக்கிக் கையசைத்தார். அவர் நீண்ட அங்கியும், தலையில் ஒரு கம்பளிக் குல்லாவும் அணிந்திருந்தார். அவன் அவருக்கு வணக்கம் சொன்னான். அந்த நபர் வேகமாக வந்து அவனிடம் கை குலுக்கிவிட்டு தன்னைப் பின்தொடருமாறு கேட்டுக்கொண்டார்.

அவனிடமிருந்த பயணப் பெட்டியை வாங்கிக்கொண்டு "இதில் என்ன வைத்திருக்கிறீர்கள் - பிணமா?" என்று திடீரெனக் கேட்டார்.

ராபர்ட் அவரைத் தொடர்ந்து சென்று, வெளியில் காத்திருந்த வண்டியின் பின்புறத்தில் ஏறிக்கொண்டான். வந்திருந்தவர் சாட்டையைச் சொடுக்கினார். லகானை இழுத்தார். வண்டி பனி நிறைந்த பாதையில் நகர்ந்தது. ஒரு கிராமத்தைக் கடந்து சென்றார்கள். கிராமத்தின் கடைக்கோடி வீடு தாண்டிய பின் வண்டி ஒரு காட்டுக்குள் நுழைந்தது. ராபர்ட் தன் கோட்டுக்குள் வெடவெடத்துக்கொண்டிருந்தான். அவன் மெல்லிய கோட்டு பூடபெஸ்ட் குளிரைச் சமாளிக்க வேண்டுமானால் சிறிதளவு உதவியிருக்கக்கூடும். வண்டி ஓட்டியவர் பேச்சுக் கொடுத்தார்.

"நீங்கள் இங்கு இப்போதுதான் முதல் முறையாக வருகிறீர்கள் என்று நினைக்கிறேன். உங்களுக்கு இந்த இடம் நிச்சயம் பிடிக்கும். நிறுவனம் நன்றாகக் நிர்வகிக்கப்படுகிறது. சாப்பாடு நன்றாக இருக்கும். பணியாளர்களிடம் எந்தக் குறையையும் பார்க்க முடியாது. நோயாளிகளின் எண்ணிக்கை கணிசமானதுதான். இப்போது அதிகபட்சம் முப்பது பேர் இருப்பார்கள். அவர்கள் இரண்டு கட்டடங்களில் வசிக்கிறார்கள். உங்களுக்கு அதிர்ஷ்டம் இருந்தால், பெரிய கட்டடத்தில் தங்குவீர்கள். இல்லையென்றால், பரவாயில்லை, நான் ஏதாவது செய்கிறேன். நீங்கள் அதிகம் பேசாதவராக இருந்தாலும் உங்களை எனக்குப் பிடித்திருக்கிறது. மேலும், அங்கு ஸ்டெர்லிங்கர் எனும் ஓர் உள்ளுறை மருத்துவர் இருக்கிறார். உங்களுக்குத் தைரியம் சொல்வதற்கு அவரைப்போல் வேறொருவரைப் பார்க்க முடியாது. நோயாளிகளில் பலதரப்பட்டவர்கள் இருக்கிறார்கள். உங்களைப் போல் பூடபெஸ்ட் ஹங்கேரியர்கள் இருக்கிறார்கள். ஆனால், அவர்கள் சற்று அதிகப் பணம் படைத்தவர்கள். பிராகைச் சேர்ந்த 'செக்' பிரஜைகளும் உண்டு. ஜெர்மானியர்கள் இல்லை. அவர்களுக்குள்ள வசதியை வைத்துக்கொண்டு அவர்கள் ஏன் இங்கு வரவேண்டும்? யூதர்கள் உண்டு. நீங்கள் யூதர் இல்லையே? குளோப்ஸ்டோக் எனும் பெயர் ஜெர்மன் பெயர்போல் இருக்கிறது. எப்படி இருந்தாலும், இங்கிருப்பவர்கள் நல்லவர்கள். போகப்போகத் தெரிந்து கொள்வீர்கள். உங்கள் வயதைப் பார்க்கும்போது, முக்கியமான ஒன்றைச் சொல்ல மறந்துவிட்டேன். இளம்பெண்கள் இருக்கிறார்கள். குறிப்பாக, அரன்கா எனும் ஹங்கேரியப் பெண். பேரழகி. இலோங்கா

என்றொரு அற்புதமான பெண், ஆனால், எப்போதும் ‘லொக்’ ‘லொக்’ என்று இருமிக்கொண்டிருப்பாள்... நீங்கள் ‘வேறு மாதிரி’ ஆளாக இல்லாமல் இருந்தால், உலகத்தில் எல்லோரும் ஒரே மாதிரி இருக்க மாட்டார்கள் என்று உங்களுக்குத் தெரியும். இங்கு ஒரு கேப்டன் இருக்கிறார். அவர் இப்போது இங்கிருக் கிறாரா என்று தெரியவில்லை. அவர் ஓவியம் வரைவதிலேயே பொழுதைப் போக்குவார். அழகுணர்ச்சியும் ஒரு நல்ல விஷயம் தானே... ஒரு பல் மருத்துவர் இருக்கிறார். பெயர் குளோபர். சின்ன கட்டடத்தில் இருப்பார். அவர் ஒரு ஷேக். வயது ஐம்பது இருக்கும். அவர் உடல்நிலை அவ்வளவு நன்றாக இல்லை. தொண்டையில் ஏதோ அடைப்பு. பார்த்து பழகுங்கள். ஆ, சொல்ல மறந்துவிட்டேனே. மேல் மாடி அறையில் ஒரு விசித்திரமான மனிதர் இருக்கிறார். நல்ல உயரம், ஆனால் ஒல்லி. கெட்டவரல்ல. ஆனால், மற்றவர்களைவிடத் தான் மேலானவரென்ற எண்ணத்துடன் ஒதுங்கியே இருப்பார். அவர் ஏதோ புத்தகம் எழுதுகிறார் என்று சொல்கிறார்கள்... சரி, நாம் போகவேண்டிய இடம் வந்துவிட்டது. ஃபோர்பெர்ழே அம்மாள் காத்துக்கொண்டிருப்பாள். கொஞ்சம் சிடுமூஞ்சி. ஆனால், நல்லவள். உங்களிடம் பேசிக்கொண்டு வந்ததில் மகிழ்ச்சி. எவ்வளவுதான் சொன்னாலும், மருத்துவர்கள் மற்றவர்களை விட அதிக மனித நேயம் மிக்கவர்கள்தான்.

“அவர் பெயர் என்ன?” என்று ராபர்ட் கேட்டான்.

“யார்?”

“எழுத்தாளர்.”

“காஃப்கா. ஃபிரான்ஸ் காஃப்கா. உயரமானவர். ஒல்லி. அவரைக் கண்டுபிடிப்பதில் சிரமம் இருக்காது... சரி, மீண்டும் சந்திப்போம். மீண்டும் மீண்டும் சந்திப்போம். குளோப்ஸ்டோக் அவர்களே. அதுதான் இங்கு வேலையே.”

ராபர்ட் வண்டியிலிருந்து இறங்கி கட்டடம் நோக்கி நடந்தான். அது இருளில் மூழ்க ஆரம்பித்துக்கொண்டிருந்தது. அவன் கால்கள் பனியில் அமிழ்ந்தன. அவனுக்கு மூச்சு வாங்கியது. சில படிகளின் மீது ஏறி ஹாலில் காலெடுத்து வைத்தான். ‘ஓக்’

மரத் தரையும், அங்குப் போடப்பட்டிருந்த ஆங்கில மாடல் நாற்காலிகளும் அவனுக்கு ஒரு நம்பிக்கையைத் தந்தன. உயரம் குறைவான மேசையொன்றில் பல்வேறு பத்திரிகைகள் பார்வைக்கு வைக்கப்பட்டிருந்தன. ஹங்கேரிய பத்திரிகையொன்று அவன் கவனத்தை ஈர்த்தது. அதில் கொட்டை எழுத்தில் சோவியத் யூனியனுக்கும் எஸ்டோனியாவுக்கும் நடந்த ஒப்பந்தம் குறிப்பிடப்பட்டிருந்தது. அதன்படி எஸ்டோனியா தன் நிலப்பரப்பை அப்படியே சோவியத் யூனியனுக்குத் தாரைவார்த்துக் கொடுத்திருக்கிறது. பெரிய பூத்தொட்டியொன்றில், புதிதாக வெட்டிக் கொண்டுவந்திருந்த பூக்கள் வைக்கப்பட்டிருந்தன. ஒரு பெரிய, ஆளுயர சன்னல் வழியே வெளியுலகம் தெரிந்தது. தணலடுப்பு ஒன்றில் நெருப்பின் தழல் கனிந்துகொண்டிருந்தது. பனி பொழியும் மாலை வேளைகளில் அங்கு ஒரு கோப்பை மதுவுடன் அமர்ந்து பல்வேறு விஷயங்கள் பேச வசதியாக இருக்கும் என்று நினைத்தான். திடீரென ஒரு களைப்பு அவனை ஆட்கொண்டது. ஆனால், நாற்காலியில் உட்காரலாம் என்ற எண்ணத்தை முறியடித்துவிட்டு விடுதியில் கதவருகில் போய் மணியை அழுத்தினான்.

ஒரு கதவு திறந்தது. உள்ளிருந்து ஒரு பெண்மணி அவனை நோக்கி வந்தாள். அவள்தான் திருமதி ஃபோர்பெர்ஜராக இருக்கும் என்று யூகித்தான். அவன் தன்னை அறிமுகப்படுத்திக்கொள்ளும் முன்பே, அவள் அவன் பெயரைச் சொல்லி அழைத்து பயணம் எப்படி இருந்தது என்று கேட்டாள். அவனை அவன் அறைக்கு அழைத்துப் போகும்பொருட்டு, பணியாள் ஒருவனைக் கூப்பிட்டு அவன் பயணப் பெட்டியைத் தூக்கிவரச் சொன்னாள். "அதற்குள், உங்கள் புதிய இருப்பிடத்தைக் காட்டுகிறேன், வாருங்கள்" என்றாள். அவன் அவளைப் பின்தொடர்ந்தான்.

ஓர் இரட்டைக் கதவு வழியே ஒரு பெரிய ஹாலில் நுழைந்தனர். அங்கு மேசைகளெல்லாம் சிவப்பும் வெள்ளையுமான துணிகளால் மூடப்பட்டிருந்தன. ஒரு மேலாளர் பார்வையில், இரண்டு பணிப்பெண்கள் வேலையில் ஈடுபட்டிருந்தார்கள். திருமதி ஃபோர்பெர்ஜர் கம்பீரத்தோடு "ஆறு மணிக்கு எழ வேண்டும். மதிய உணவு பதினொன்றரை மணிக்கு. மாலை

தடாகம் | 29

உணவு பத்தரை மணிக்கு. காலை உணவு காலை ஆறு மணிக்கும் ஏழு மணிக்கும் இடையில்" என்று அறிவித்தாள். அதனைத் தொடர்ந்து இன்னொரு ஹால். அதில் ஒரு 'பிலியர்ட்' மேசை. அதனருகில் ஒரு பியானோ. அதன் முன் ஏராளமான நாற்காலிகள். பின்னர், அவள் சொன்னாள் : "உங்களுக்கு இதிலெல்லாம் ஆர்வம் இருந்தால், எங்களிடம் இப்போது சில பயிற்சி பெற்றவர்கள் இருக்கிறார்கள், அவர்களோடு நீங்கள் பயிற்சி எடுக்கலாம்" என்று அன்புடன் சொன்னாள். சுவருக் கருகில் நிலைச் சட்டங்கள்மீது மலை சம்பந்தப்பட்ட இயற்கைக் காட்சிகள் ஓவியங்களாகத் தீட்டப்பட்டுக் காட்சிக்கு வைக்கப் பட்டிருந்தன.

"தற்போது இதுதான் உங்கள் அறை!" என்று சொல்லிக் கொண்டே திரும்பிச் சென்றாள்.

அவள் வேகத்திற்கு ஈடுகொடுக்க முடியவில்லை. ஹாலைக் கடந்ததுமே அவன் களைப்படைந்துவிட்டான். தொடர்ந்து இருமல் வந்தது. "இது ஒரு குகைபோல் இருப்பதால்தான் இந்த இருமல்" என்றாள். இதையெல்லாம் நன்றாகத் தெரிந்து வைத்திருந்தவள்போல் அவள் பேசினாள் – ஓர் உணவை அதன் சமையல் வல்லுநரை வைத்து அதில் அதிக உப்பிருக்கிறதா, சமையல் பொடி அதிகம் தூவப்பட்டிருக்கிறதா என்று சொல்பவள் போல்!

அவள் ஒரு மாடிப்படியில் ஏறினாள். அவன் அவளைப் பின் தொடர்ந்தான். "உங்கள் அறை இரண்டாவது மாடியில் இருக் கிறது. அறை எண் 215" என்றாள். அவளை மெதுவாகப் போகும்படிச் சொல்ல வேண்டும்போல் இருந்தது அவனுக்கு. "உங்கள் அதிர்ஷ்டம் உங்கள் பால்கனி தெற்குப் பக்கம் பார்த் திருக்கிறது." அந்த சமயத்தைப் பயன்படுத்திக்கொண்டு, அந்த அம்மையார் சானடோரிய மருத்துவர் பற்றிப் பேச ஆரம்பித்தாள். அந்த மருத்துவர் பெயர் லெயோபோல் ஸ்ட்ரெலிங்கர். 'வில்லா திரிஸ்தா' என்ற பக்கத்து இணைப்பில் வசித்தார். அங்குச் சில நோயாளிகளும்கூட வசித்தனர். அவர் ஒரு நாள் விட்டு ஒரு நாள் ஆலோசனை சொல்வார். அவர் பரிந்துரைகள் கண்டிப்பானவை. ஒவ்வொரு நாளும் எடை பார்த்துக்கொள்ள வேண்டும் (எடை

பார்க்கும் கருவி இருக்கும் இடத்தை அவள் விரலால் சுட்டிக் காட்டினாள்). ஒவ்வொரு நாளும் ஆறு தடவை உடல் வெப்பம் பார்க்க வேண்டும் – வெப்பமானி ஒரு கறுப்புப் பையில், கைகழுவும் இடத்தில் இருக்கும்.

"ஒவ்வொரு நாள் காலையிலும், பால்கனியில் ஒரு பணிப் பெண் உங்களுக்குப் பாலும், புதிதாகத் தயாரிக்கப்பட்ட கிரீமும் கொண்டுவந்து கொடுப்பாள். இதுவும் ஸ்ட்ரெலிங்கர் பரிந் துரைத்ததுதான்." திருமதி ஃபோர்பெர்ஜர் எல்லாவற்றையும் ஓர் அருங்காட்சியக வழிகாட்டிப்போல் மனப்பாடமாக ஒப்பித்தாள்.

இரண்டாவது மாடிப் படிக்கட்டில் ஏறும்போது, அவள் அங்கிருந்த இன்னொரு குறுகலான, இருண்ட நடைக்கூடத்தில் அடியெடுத்து வைத்தாள். அவனுக்கு மூச்சு வாங்கியது. ஸ்ட்ரெலிங்கரைப் போய்ப்பார்க்க முடிவெடுத்தான். அறை எண் 211இலிருந்து வந்த பயங்கரமான இருமல் சத்தம் சுவர்களைக் கிடுகிடுக்க வைத்தது. "ஹார்ட்மனின் இன்னொரு கைங்கரியம்" என்று தயவு தாட்சண்ணியம் இன்றி சொன்னாள் திருமதி ஃபோர்பெர்ஜர்.

சில மீட்டர் தூரத்தில் நின்றுகொண்டு அவள் தன் கோட்டுப் பைகளிலிருந்து ஒரு கொத்து சாவியை எடுத்தாள். அச் சாவிகளை தன் விரல்களுக்கிடையே தவழவிட்டாள். அதுபோன்ற நீண்ட மென்மையான விரல்களை அவன் இதுவரை சந்தித்த இளம் பெண்களிடம்கூடப் பார்த்ததில்லை. சாவி ஒன்றை எடுத்துப் பூட்டைத் திறந்தாள்: "இதுதான் உங்கள் அறை இளைஞரே" என்று சொல்லிவிட்டு அவனை அதில் நுழையச் சொன்னாள்.

தரையிலிருந்த லினோலியம் மின் விளக்கில் மின்னியது. அங்கு ஓர் அகலமான மரக்கட்டில். சுவரையொட்டி ஒரு பிரம் மாண்டமான அலமாரி. அதனுள் அவன் வைக்கப்போவது அவன் கோட்டும், நான்கு சட்டைகளும், ஒரு கம்பளி பனியனும் தான். மேசை 'ஓக்' மரத்தாலானது. அதன் மேல் அந்த நிறுவனத்தின் பெயர் பொறிக்கப்பட்ட லெட்டர் பேட் ஒன்றும் ஒரு பேனாவும் இருந்தன. இங்கு அவன் தான் எழுதிவந்த நாவலை முடித்துவிடுவான். வரும் வருமானத்தில் தனக்கு நிதி உதவி செய்த அறக்கட்டளைக்குக் கடன் தீர்த்துவிடுவான்.

கைகழுவுமிடம் அலமாரி அளவுக்குப் பெரிதாக இருந்தது. அதில் இரண்டு குழாய்கள் 'நிக்கலா'ல் ஆனவை. சுவரில் ஒரு பெரிய கண்ணாடி. அதற்குக் கீழிருந்த பலகையில் ஒரு வெப்ப மானி, எச்சில் துப்புவதற்கு இரண்டு வெள்ளி மூடிபோட்ட குவளைகள் - இவைதான் அவன் எதிர்காலத்தை நிர்ணயிக்கப் போகின்றன.

"ஒரு முக்கியமான விஷயம்" என்றாள் திருமதி ஃபோர்பெர்ஜர். "எங்கள் சானடோரியம் இருபாலரும் வசிக்கும் நிறுவனம். ஒரு மாடி ஆண்களுக்காகவும், இன்னொரு மாடி பெண்களுக்காகவும் ஒதுக்கப்பட்டிருக்கின்றன. வயதுவந்தவர்களிடையே தடைகள் ஏற்படுத்துவது எங்கள் நோக்கமல்ல. இருந்தாலும், நிறுவனத் துக்குள் எந்த வித உறவுகளும் ஏற்படக் கூடாது என்பது விதி. மேலும், உங்களுக்கே தெரியும், உங்களைப் பொறுத்தவரை, எந்தவித உறவுகளையும் பரிந்துரைக்க இயலாது. இருந்தாலும், நாங்கள் காவல் துறையோ நீதித் துறையோ அல்ல. ஆகவே, புரிந்து நடந்துகொள்ளுங்கள்…"

அறையில் ஒரு பால்கனி இருந்தது. அதில் ஒரு சாய்மான நாற்காலி போடப்பட்டிருந்தது. "காலை 8 மணியிலிருந்து 10.30 வரையிலும், பின்னர் மாலை 5 மணியிலிருந்து 8.30வரையிலும் பனிப் பொழிவு இல்லாதபோது, கட்டாயமாக வெளியில் ஓய் வெடுக்க வேண்டும். அலமாரியில் ஒரு பெரிய துண்டும், குளிப் பதற்கான உடையும் இருக்கின்றன." அவள் அவனைத் தலை முதல் கால்வரை கவனித்துப் பார்த்தாள். "குளிப்பதற்கான உடை மிகவும் சின்னதாக இருக்கும் என்று நான் நினைக்க வில்லை… உள்ளே போய்விடுவோம். நீங்கள் உறைந்துபோய் விட்டதுபோல் இருக்கிறீர்கள்."

உள்ளே வந்ததும், ஒருவாறாக அவன் கேட்டான்:

"என்னை அழைத்துவர நீங்கள் அனுப்பிய ஆள்…"

"ஃபிரிட்ஸ்?"

"ஆம், அவர்தான். இங்கு யாரோ ஒரு எழுத்தாளர் சிகிச்சை பெற்றுவருவதாகச் சொன்னார்…"

"டாக்டர் காஃப்காவா?"

"ஆமாம்."

"நீங்கள் அவரை நாளைக்குப் பார்க்கலாம். இங்கு நாங்கள் சுமார் முப்பதுபேர்தான் இருக்கிறோம். வெகு விரைவிலேயே ஒருவரையொருவர் தெரிந்துகொள்ளலாம். வேறு கேள்விகள்?"

இல்லை என்று தலையசைத்தான்.

"அப்படியென்றால், வணக்கம். போய் ஓய்வெடுத்துக் கொள்ளுங்கள். உங்களுக்கு ஓய்வு தேவைபோல் தெரிகிறது."

அவள் வெளியில் செல்லும்போது கதவைச் சாத்திக்கொண்டு சென்றாள்.

அவன் அவனது புதிய உலகின் சுவர்களைக் கவனித்தான். பின்னர், கண்ணாடி முன் போய் நின்றான். ஜுரம் வந்தது போன்ற அவனது கண்கள், வெளுத்துப் போன நிறம், குழிவிழுந்த கன்னங்கள் – இவையெல்லாம் அவனுக்கு அச்சத்தை ஏற் படுத்தின. பின்னால் ஓர் அடி எடுத்துவைத்து, கட்டிலில் சாய்ந் தான். உறக்கம் உடனே அவனை ஆட்கொண்டுவிட்டது.

திடுக்கிட்டு எழுந்தான். ஏதோ ஒரு பெரிய தவறு நடந்து விட்டதுபோல் தோன்றியது. அவன் கைக்கடிகாரத்தில் மணி 6.45. அலாரம் அடித்தது அவன் காதில் விழவில்லை. இரண்டு மாடிகளுக்குக் கீழே, காலைச் சிற்றுண்டி அருந்தும் இடத்தில் நிகழ்ந்த களேபரம்தான் அவனை விழிக்க வைத்திருக்கிறது. தண்ணீரால் முகத்தைக் கழுவினான். புது சட்டை ஒன்றைப் போட்டுக்கொண்டான். அவசரஅவசரமாக தலைமுடியைச் சரி செய்துவிட்டு, மேற்கோட்டை அணிந்துகொண்டான். கதவைச் சாத்தும்போது, ஏதோ நினைத்துக்கொண்டு, உள்ளே போய் உமிழ்நீர் பாத்திரத்தை எடுத்து தன் பைக்குள் வைத்துக் கொண்டான்.

மாடிப்படியில் இறங்கி வந்ததும், தன் சட்டை பொத்தானைச் சரி செய்துகொண்டான். மேல்கோட்டையும் சரி செய்துகொண் டான். சமையலறைக்குச் செல்லவேண்டிய சில தூரத்தை அமைதியாகவும், தன்னம்பிக்கையுடனும் கடந்து சென்றான். அறையின் வாயிற்படியில் நின்றான். பாத்திரங்கள் ஒலியும் அங்கிருந்தவர்கள் எழுப்பிய ஒலியும் அதிகரித்திருந்தன. மூச்சை நன்றாக இழுத்துவிட்டுக்கொண்டு உள்ளே நுழைந்தான்.

அவன் உள்ளே நடந்துபோகப் போக, கரண்டிகள் சத்தமும், கோப்பைகள் சத்தமும் குறைய ஆரம்பித்தன. ஒவ்வொன்றாக குரல்களும் அமைதியாகின. அனைவரின் பார்வையும் அவன்மீது பாய்ந்தது. அடங்கிக்கொண்டிருந்த சத்தமும், அவன்மீது குத்திட்டிருந்த பார்வையும் அவனை உறைய வைத்தன.

பின்னாலிருந்து ஒரு குரல் "குளொப்ஸ்டோக் ஐயா, நான் உங்களை உட்காரவைக்க அனுமதியுங்கள்!" என்றது. அவன் தான் தலைமைப் பொறுப்பாளி. அவன் ஓர் அடி முன்னால் சென்று குளொப்ஸ்டோக்கை சுமார் பத்து பேர் அமர்ந்திருந்த மேசைக்கு அழைத்துச் சென்றான்.

அங்கிருந்தவர்கள் குளொப்ஸ்டோக்கைப் புன்னகையோடு வரவேற்றனர். அவன் தலையசைத்து வணக்கம் சொன்னான். அவனை உட்காரச் சொன்னார்கள். உட்கார்ந்தான். அது என்னவோ 'லோம்னிட்ஸ்' மலையுச்சிக்குச் சென்றதுபோன்ற உணர்வை அவனிடம் ஏற்படுத்தியது.

அவன் கோப்பைமீது தலை சாய்த்தபோது, மற்றவர்களின் பார்வை அவன்மீது பதிவதை உணர்ந்தான். அவர்கள் அவனை மௌனமாக எடைபோட்டார்கள். சற்று நேரத்தில் அவனது வலதுபக்கத்திலிருந்த வயது முதிர்ந்த ஒருவர் அவருக்குப் பக்கத்திலிருந்த ஒரு பெண்மணியுடன் பேச்சைத் தொடரலாம் என்று சமிக்கை செய்தார். அவனுக்கு எதிரில் சற்று விறைப்பான ஒருவர் பழத்தட்டில் தலை சாய்த்திருந்தார். வயது சுமார் நாற்பது இருக்கும்.

வலதுபக்கம் இருந்தவர் கையை நீட்டி "நீங்கள்தான் குளோப்ஸ்டோக்கா? நான் குளோபர். உங்களைச் சந்தித்ததில் மகிழ்ச்சி. ஃபோர்பெர்ஜர் அம்மையார் சொல்லியிருந்தார். இந்த இடம் எப்படி இருக்கிறது?" என்றார்.

அவனுக்கு அதுபற்றிச் சொல்வதற்குப் போதுமான அவகாசம் தேவை என்றும், ஆனால், முதல் அனுபவம் நன்றாக இருந்தது என்றும் பதில் சொன்னான்.

இடதுபக்கத்தில் அமர்ந்திருந்த ஒரு பெண்மணி, "முதல் அனுபவம் எப்போதும் சரியாகத்தான் இருக்கும்" என்றாள்.

அருகிலிருந்த ஓர் இளம்பெண் பார்வையை உயர்த்தினாள்.

எதிரிலிருந்தவர், "என்னைப் பொறுத்தவரையில், முதல் நாளி லிருந்து இன்றுவரை எனக்கு இந்த இடம் மோசமானது என்று தான் நினைத்து வருகிறேன்" என்றார்.

"என் முதல் அனுபவம் பற்றி நானும் அதைத்தான் சொன்னேன்" என்றாள் அந்தப் பெண்மணி.

குளோபர் சொன்னார், "இவர்தான் கேப்டன். சற்றுக் கண்டிப் பானவர். எதிலும் நாட்டமில்லாதவர். ஆனால், மிகப் பெரிய ஓவியர். பிரசித்திப் பெற்ற ராம்பிரானும், போனாப்பார்த்தும் இவருள் இருக்கிறார்கள்."

"நீங்கள் என்னை வானளாவப் புகழ்கிறீர்கள். இருந்தாலும், என்னுடைய எந்த ஒரு ஓவியமும் உங்களுக்குக் கிடைக்காது... இளைஞரே, நீங்கள் ஏதாவது ஓவியம் வரைகிறீர்களா?"

"அவர் ஒரு மருத்துவ மாணவர் என்று திருமதி ஃபோர்பெர்ஜர் சொன்னாள்" என்று அங்கிருந்த பெண்மணி நினைவுபடுத்தினாள்.

"திருமதி ஃபிஷ்மான், கலை என்பது எல்லைகளற்றது. நான்கூட ஒரு போராளியாகவும், போர்வீரனாகவும், அதிகாரி யாகவும் இல்லையா?"

"உண்மையான வீரன்," என்றார் குளோபர்.

"ராணுவ அதிகாரியாகவும், ஓவியராகவும் இருக்கிறேன். ஒரு வாழ்ந்துகொண்டிருக்கும் சாட்சியாக... அதாவது...கலைக்கு எல்லைகள் கிடையாது என்பதற்கு... உங்களுக்குப் புரிந்திருக்கும்."

"எப்படி இருப்பினும் இந்த ஆண்டு இங்குக் கலைஞர்கள் இருக்கிறார்கள். சென்ற ஆண்டு, நிறைய கணக்காளர்கள் இருந்தார்கள். ஏன் அத்தனை கணக்காளர்கள் வந்து குவிந்தார்கள் என்று தெரியவில்லை! சாப்பிடும்போதெல்லாம், அவர்கள் எப் போதும் கணக்கு வழக்குகள், வரி ஆகியவற்றைப் பற்றித்தான் பேசிக்கொண்டிருப்பார்கள். ஒரு கணக்காளரைவிடச் சோர் வடையச் செய்பவர் உலகில் வேறு யாராவது உண்டா என்று கேட்கத் தோன்றுகிறது" என்றாள் அவர் மனைவி.

"எனக்குத் தெரிந்த வழக்குரைஞர் ஒருவர் எப்போதும் தூங்கிக்கொண்டே இருப்பார்" என்றாள் இளம் மாது. அவள் முதல் தடவையாக உதிர்த்த வார்த்தைகள் இவைதான்.

ராபர்ட் எங்கு வந்துசேர்ந்திருக்கிறோம் என்பது தெரியாமல் விழித்தான். இது ஒரு சானடோரியமா அல்லது ஒரு மன நோயாளிகள் காப்பிடமா என்ற கேள்வி அவனுக்குள் எழுந்தது. சாப்பிடாமல் எழுந்து தன்னுடைய பயணப் பெட்டியை எடுத்துக்கொண்டு ஓடிவிடலாமா என்று எண்ணத் தோன்றியது. ஆனால், களைப்பு மிகுதியால் ஹாலைத் தாண்டும்போதே விழுந்துவிடுவோமோ என்று பயந்தான்.

"எப்படி இருந்தாலும், கலைஞர்களோடு சேர்ந்திருப்பது போல் வராது" என்றாள் திருமதி ஃபிஷ்மான். "வேறு ஏதாவது செய்தி உண்டா?" என்று கேட்டாள்.

"அவர் இன்னும் குணமடையவில்லை என்று நினைக்கிறேன்" என்று குளோபர் சொன்னார்.

கேப்டன் கேட்டார்: "இதுபோன்ற வியாதி அவருக்கு எப்படி வந்தது? சானடோரியத்தில் நிமோனியாவா?"

அங்கிருந்த பெண்மணி பதில் சொன்னாள்: "வியாழக்கிழமை வெளியில் சுற்றி வந்தது காரணமாக இருக்கலாம். எப்படிப் போர்த்திக்கொண்டு வந்தார் தெரியுமா? தன்னுடைய பலவீனம் தெரிந்து அவர் வந்திருக்கக் கூடாது. பனிக்கட்டியின் மீது அவர் ஒரு தூசுபோல் இருந்தார். மொத்தத்தில் அறுபத்தைந்து கிலோதான். அவர் உயரமோ 1.82 மீட்டர். உடலில் கொஞ்சம் கூட சதையில்லாமல் பனியில் எப்படி நடக்க முடியும்?"

"நல்ல வேளை மூன்றாவது மாடி நபர் வரவில்லை."

"நீங்கள் 'மூன்றாவது மாடி நபர்' என்பது சால்டோவ்ஸ்கி யையா? அவருக்குக் குரல்வளை அடைப்பு" என்றார் குளோபர்.

"அது குரல்வளையாய் இருந்தால் சரி..." என்றார் ஃபிஷ்மான்.

"குரல்வளை பாதிக்கப்பட்டால், மற்ற பகுதிகளும் பாதிக்கப் படும் என்பது நாம் அனைவருக்கும் தெரிந்த உண்மையே. சால்டோவ்ஸ்கியைப் போய்ப் பாருங்கள். அவர் அதன்

ரணங்களைக் காண்பிப்பார். அவருக்கு அதில் ஏதோ ஓர் அற்ப சந்தோஷம் இருப்பதுபோல் தெரிகிறது. தொண்டையில் ஏற்பட்டிருக்கும் ரணங்கள் பார்ப்பதற்கு அவ்வளவு அழகாக இருக்காது" என்றார் குளோபர்.

"அவர் அவற்றை உங்களிடம் காட்டினார் அல்லவா?" இளம் பெண் கேட்டாள்.

"அது எனக்கு நிகழாமல்கூட போயிருக்கலாம். நான் அன்று சொல்லிவைத்தாற்போல் அவருக்கு நேர் கீழ் மாடியிலிருக்கும் காஃப்காவுடன் இருந்தேன். சால்டோவ்ஸ்கி தன் தொண்டையைப் பார்க்க வேண்டுமென்று வலியுறுத்தினார். அவர் உண்மையில் வற்புறுத்தினார்! வாயை அகல விரித்து, ஒரு கண்ணாடியின் உதவியுடன் அவர் பார்க்க வைத்தார். அப்போது அவரது சதைக் கோளங்களில் நீர் உமிழும் ஐந்து ஓட்டைகள் தென்பட்டன."

"சரி சாப்பிடுவோம்!"

"மன்னிக்கவும், திருமதி ஃபிஷ்மான். சால்டோவ்ஸ்கி வாயை மூடியதும், காஃப்காவுக்குத் தலை சுற்றும்போல் இருந்தது."

"குரல்வளை காயங்களுக்கு ஸ்ட்ரெலிங்கர் பயன்படுத்தும் தொழில்நுட்பம் குறித்து உங்கள் அபிப்பிராயம் என்ன? அது புரட்சிகரமானது என்று பேசிக்கொள்கிறார்கள்."

"மருத்துவர்கள் அதனைப் பரிந்துரைக்கும்போது, எதற்காக நாம் அதன்மீது நம்பிக்கை வைக்கக் கூடாது?"

குளோபர் அந்தத் தொழில்நுட்பத்தை விளக்க முற்பட்டார். கோட்பாட்டு ரீதியில், வெப்பம் காசநோய் தழும்புகளை எரித்து விடும். இரண்டு கண்ணாடிகள் பயன்படுத்துவார்கள். ஒன்று கையளவு இருக்கும். மற்றொன்று அதைவிடச் சின்னது. நோயாளியை சூரிய ஒளியில் ஒரு கட்டில்மீது சாய்த்து வைத்து, பெரிய கண்ணாடியை உதடுகளின் ஓரத்தில் வைத்து சூரிய கதிர்களைத் தொண்டைக்குள் அனுப்ப வேண்டும்."

"அந்தச் சின்னக் கண்ணாடியின் பயன் என்ன?" என்று கேப்டன் கேட்டார்.

“நண்பர் காஃப்கா மயங்கி விழப்போனதற்கு முன்னால், சால்டோவ்ஸ்கி செய்து காட்டியதுபோல, அந்தச் சின்னக் கண்ணாடியைத் தொண்டைக்குள் நுழைக்க வேண்டும்...”

எவ்வளவு ஆழத்துக்கு முடியுமோ அவ்வளவு ஆழத்தில் அந்தக் கண்ணாடியை வைத்து சூரியக் கதிர்களை ஒருமுகப் படுத்தி காயங்கள்மீது பாயும்படிச் செய்ய வேண்டும். ஐந்தைந்து நிமிடங்களாக அது நடக்கும். அப்போது ஆடாமல் அசையாமலிருந்தால் புண்களைச் வெப்பத்தால் குணமடையச் செய்யலாம்.

“இப்படித்தான் சால்டோவ்ஸ்கி குணப்படுத்தப்படுவார். அறிவியல் என்றும் வெற்றிபெறும்” என்று சொல்லி முடித்தார்.

மேசையைச் சுற்றி ஆர்வத்துடன் சிலர் கைத்தட்டினார்கள். ‘பைத்தியக்காரர் விடுதி’ என்று ராபர்ட் தனக்குள் சொல்லிக் கொண்டான்.

குளோபர் பேசினார்: “காஃப்காவுக்கு வருவோம். அவர் உடல்நலம் தேறி வருகிறார் என்று திருமதி ஃபோர்பெர்ஜர் உறுதியாகச் சொன்னாள்.”

ராபர்ட் உன்னிப்பாகக் கேட்டுக்கொண்டான். ஒருவேளை அந்த மனிதர்தான் தனக்கு ஒரு மீட்பராக இருக்கக்கூடும் என்று நினைத்தான். இல்லையேல், பெட்டிப் படுக்கையை எடுத்துக் கொண்டு புடாபெஸ்டுக்குக் கிளம்பிவிடுவான். இங்கு சலிப்பில் சாவதைவிட அங்குப் போய் கிருமியால் சாவது மேல் என்று நினைத்தான்.

குளோபர் சொன்னார், “நமது எழுத்தாளரை எனக்கு ரொம்பவும் பிடிக்கும்.”

“மன்னிக்கவும். அவர் எனக்கு எரிச்சல் மூட்டுகிறார். மனிதர் களை வெறுக்கும் தன்மை கொஞ்சம் அவரிடம் இருக்கிறது” என்று ஃபிஷ்மான் சொன்னார்.

“கூச்ச சுபாவமும், மனிதர்களை வெறுக்கும் தன்மையும் ஒன்றல்ல. அவரைப் போல சாதுவானவரையும், மரியாதை யுடையவரையும் வேறெங்கும் பார்க்க முடியாது.”

“அவர் ஓர் எழுத்தாளர் என்கிறார்கள். அவர் எழுதிய ஏதாவ தொன்றை நீங்கள் படித்திருக்கிறீர்களா?” கேப்டன் கேட்டார்.

“ப்ஃரௌலென் ஃபெயின்கோல்ட் என்னும் பெர்லினைச் சேர்ந்த பெண் நண்பர் ஒருவர் காஃப்கா சில குழுக்களால் பாராட்டப்படுவதாகச் சொன்னார். அவருடைய எழுத்துகளை கிளெய்ஸ்ட் எழுத்துகளுடன் ஒப்பிடலாமாம்.”

“ஏன், ஹெய்னோடு ஒப்பிடக்கூடாதாம்!” என்றார் கேப்டன்.

“எழுத்தாளரோ இல்லையோ, டாக்டர் காஃப்கா மிகவும் அழகானவர்” என்றாள் அங்கிருந்த இளம் பெண்.

எல்லோரும் வாயைப் பிளந்துகொண்டு அவளையே பார்த் தார்கள்.

“மிதமிஞ்சிய அறிவு. கனிவான பார்வை. சட்டென்று புரிந்து கொள்ளும் தன்மை. அத்துடன் அழகு. உண்மையைச் சொல்லப் போனால், அவர் எழுத்தாளரா இல்லையா என்பதுபற்றி எனக்குக் கவலையில்லை.”

“என்னைச் சொல்ல அனுமதித்தீர்களானால், அதுதான் காதல் என்பேன்” என்று குளோபர் மெதுவாகச் சொன்னார்.

“அதை எப்படி வேண்டுமானாலும் சொல்லிக்கொள்ளுங்கள்!”

இப்படிச் சொல்லிவிட்டு அவள் உடனே வெளியேறினாள்.

“இந்த இலோன்கா ஒரு மாதிரி பெண்” என்றார் குளோபர்.

“உங்களைப் பற்றிச் சொல்லுங்கள், குளோப்ஸ்டோக்... ஆக, நீங்கள் மருத்துவராகப் போகிறீர்கள்...” என்றாள் திருமதி ஃபிஷ்மான்.

“மருத்துவர்கள்தானே மனித இனத்தைக் காப்பாற்றுபவர்கள்!” கேப்டன் சொன்னார்.

“அவர்களே நோயில் படுத்துவிடக் கூடாது,” என்று ஃபிஷ்மான் முணுமுணுத்தார்.

“குளோப்ஸ்டோக் குணமடைந்துவிடுவார். அவர் பலசாலி!” என்றார் குளொபர்.

“ஆனாலும், கொஞ்சம் வெளுத்துப் போய் இரத்த சோகை பிடித்தவர்போல் இருக்கிறார்.”

”உண்மைதான். கண்கள் சிவந்திருக்கின்றன. அடிக்கடி ஏதோ மாதிரி இருமிக்கொண்டிருக்கிறார். ஆனால், மட்லியாரி அவரைக் குணப்படுத்திவிடும்! ஸ்ட்ரெலிங்கரும் குணப்படுத்தி விடுவார். குளோப்ஸ்டோக், இந்த அறிவியல் துறைக்கு நீங்கள் உங்களை அர்ப்பணித்துக்கொள்ளப் போகிறீர்கள். உங்கள் இனிமையான இளமையை அதற்காகத் தியாகம் செய்யப் போகி றீர்கள். அது உண்மையான, உயர்வான பலனை உங்களுக்கு அளிக்கும்! ஒரு நாள் மத்லாவிலுள்ள அனைவரின் முன்னிலை யிலும், அவர்கள் வியக்கும்படி வெறும் கையால் லோம்னிட்சை ஏறப்போகிறீர்கள்.”

“ஆமென்!” என்றார் கேப்டன்.

“அங்குப் போகவேண்டிய நேரம் வந்துவிட்டது என்று நினைக்கிறேன்” என்றார் ஃபிஷ்மான். “நாம்தான் கடைசியாகச் சாப்பிடப்போகிறோம். திருமதி ஃபொபெர்ஜர் மீண்டும் நம்மீது கோபப்படப் போகிறாள்.”

”இன்னும் ஒரு மணி நேரத்தில் நாம் பூங்காவில் சந்திப்போம். இதுபோன்ற அற்புதமான நேரத்தில், நாம் இதுபோல் பால் கனியில் சாய்ந்து கிடப்பதைத் தவிர்க்க வேண்டுமென்று மருத்துவர் ஸ்ட்ரெலிங்கர் ஆலோசனைக் கூறியிருக்கிறார். பூங்காவில் நமக்காக சாய்மான நாற்காலிகள் போட்டு வைத்திருக்கிறார்கள்” என்று குளோபர் முடித்தார்.

ராபர்ட் வந்திருந்தவர்கள் எழுந்திருப்பதைப் பார்த்தான். காலை உணவை அவன் தொட்டுக்கூடப் பார்க்கவில்லை. அந்தக் காப்பகத்தைவிட்டு எப்படியும் கூடிய சீக்கிரம் வெளியேறிவிடுவது என்று தீர்மானித்துவிட்டான்.

பூங்காவுக்கு மற்றவர்கள் போன பின்னர்தான் வந்தான். அங்கு நிறைய டெஸ்க்சேர்கள் காலியாகக் கிடந்தன. ஒன்றுக்கும் மற்றொன்றுக்கும் இடையே போதுமான இடைவெளி இருந்தது. அவற்றில் ஒன்றின்மீது போய் அமர்ந்தான். பெண்கள் அதிக இறுக்கம் இல்லாத உடைகளை அணிந்திருந்தனர். அந்த

பிப்ரவரி மாத தொடக்கத்திலேயே வசந்தம் வந்துவிட்டது போல், ஆண்கள் கோட் எதுவும் அணியாமல் வெறும் சட்டையோடு வந்திருந்தார்கள். எனினும், ஒரு கம்பளிப் போர்வையும் அருகில் வைத்திருந்தார்கள்.

காரசாரமான உரையாடல் நடந்துகொண்டிருந்தது. வெயில் காலத்தின் நன்மைகளைப் பற்றி விவாதித்துக்கொண்டிருந்தனர். இரண்டு நுரையீரலும் பாதிக்கப் பட்டவர்களுக்கு உகந்த மீன்களைப் பற்றி குளோபரும், கேப்டனும் பேசிக்கொண்டிருந்தனர். குளோபர் பல் மருத்துவம் பயின்றவர். அறிவியல் உண்மைகள் அவருக்கு அத்துப்படி என்பதுபோல் பேசுவார். கேப்டன் போர்முனையில் இருந்தவர். அவர் தன்னுடைய பங்கிற்குத் தன் அனுபவத்தை உயர்த்திப் பேசுவார். இருவருமே பைத்தியக்காரர்கள் போல்தான் தோன்றும்.

அவனது இடது பக்கத்தில் ஒரு பெண் வந்து அமர்ந்து அவனிடம் பேசத் தொடங்கினாள். அவள் டிரெஸ்லர் என்னும் பெயருடைய ஆங்கிலேயப் பெண்மணி. மேல்தட்டு மக்களைப் போல் பேசினாள். அவள் கணவன் பூடபெஸ்ட் தூதரகத்தில் ஆலோசகராகவிருந்தார். ராபர்ட் அங்கு வந்திருப்பதுபற்றிப் பேசும்போது, அந்நிகழ்வு ஓர் அற்புதம் என்று சொன்னாள். தற்செயல் நிகழ்வு என்று எதுவும் கிடையாது என்றும், மன ஆற்றல்தான் எல்லாவற்றையும் செயல்படுத்துகிறது என்றும் விளக்கினாள். இன்னும் ஒரு பைத்தியமா என்று ராபர்ட் மனதுக்குள் அங்கலாய்த்துக் கொண்டான். அவனை அவள் உற்றுப் பார்த்தாள். “நீங்கள் என் மகன்போல் இருக்கிறீர்கள்” என்றாள். அவன் கீழே பார்த்தான். அவளுக்குத்தான் தன் மகன் மீது எவ்வளவு பாசம்! இனிமேல் யாரிடமும் தன் மகனைவிட அதிக பாசம் வைக்க மாட்டாள். மேலும், இப்போது அவள் அன்பு மகன் மறைந்துவிட்டதால், ஒட்டு மொத்தமாக யாரிடமும் பாசம் வைக்க மாட்டாள். “அவன் வெர்தேன் நகரைக் காப்பாற்றும் முயற்சியில், போரில் உயிரை விடுவான் என்று யார் எதிர்பார்த்தார்? என் ஜேம்ஸ் கௌரவத்திற்காக இறந்தான். அதாவது, தேவையில்லாத ஒன்றுக்காக இறந்தான்” என்று முடித்தாள். ராபர்ட் பக்கம் திரும்பி அவன் ஏதாவது ஒரு போரில் பங்குகொண்டிருக்கிறானா என்று கேட்டாள். அவன்

பொய் சொல்லிவிட்டான். "சரி மற்றதைப் பற்றிப் பேசுவோம்" என்றாள். புடாபெஸ்டின் அழகு, 'பேஸ்ட்' குன்றுகளின் இனிமை, புடா உணவு விடுதிகளின் கலகலப்பு, ஜனோஸ் மலையிலிருந்து மாலை வேளையில் பார்க்கும்போது டன்யூப் நதியின் அற்புதக் காட்சி ஆகியவற்றைப் பற்றியெல்லாம் விவரித்தாள். ஆஸ்ட்ரோ – ஹங்கேரியன் பேரரசுக்காக, ரஷ்ய எல்லையில், ராபர்ட் தான் பங்குகொண்ட போரை நினைத்துப் பார்த்தான். அவன் தோற்றவர் படையில் இருந்தான். ஆனால், அந்த மனித மாமிச மேடாக இருந்த போர்க்களத்தில் யாரும் வெற்றி கொண்டதாகச் சொல்ல முடியாது. அவன் அதிலிருந்து உயிர் தப்பினான். ஆனால், நோயைத் தொற்றிக்கொண்டான். இறப்பதைவிட அது மேலானதா? அதற்குள் அப்பெண்மணி பேச்சைத் தொடர்ந்தாள். லண்டன் மாநகரை விட்டு வந்தது அவளுக்கு வருத்தம்தான். லண்டன் வாழ்க்கையைவிட மேலான வாழ்க்கை எந்த நகரிலும் கிடைக்காது... உடனே தன் பேச்சை நிறுத்திவிட்டு, வெகு தூரத்தில் பார்வையை நழுவவிட்டாள். எழுந்து கைகளை அசைத்து "நாங்கள் இங்கே இருக்கிறோம்" என்று கத்தினாள்.

யாரோ ஒரு நபர் வேகமாக பூங்காவைக் கடந்து வந்து கொண்டிருந்தார். உயரமாகவும் ஒல்லியாகவும் இருந்தார். வயது நாற்பது இருக்கும். முகம் அதிகம் வெளுத்துப் போய், குழி விழுந்திருந்தது. நீண்ட செம்பட்டை முடி. அவர் ஆடைகளில் மிதந்துகொண்டு வருவதைப்போல் இருந்தது. குளோபர் கையைப் பிசைந்துகொண்டு "காஃப்கா ஐயா! உங்கள் நண்பர் களெல்லாம் இங்கே இருக்கிறார்கள்" என்றார்.

ராபர்ட்டின் சிந்தனை சிறகடித்தது: ஓ, இவர்தான் எழுத்தாளரா! பேயறைந்தவர் போன்று மெலிந்து, வெளுத்துப் போன உருவம்!

அவர் அனைவரையும் பார்த்து வணக்கம் சொல்லிவிட்டு, அவனுக்கு இடதுபக்கத்திலிருந்த 'டெக் சேரி'ல் அமர்ந்தார். அவனைப் பார்த்து அன்பும் பண்பும் கூடிய குரலில் வணக்கம் சொன்னார். என்ன கம்பீரமான குரல்!

"உங்களை மீண்டும் பார்ப்பதில்தான் எத்தனை மகிழ்ச்சி" என்று குளோபர் சொன்னார்.

“அதுவும் நல்ல உடல்நிலையோடு” என்று கேப்டன் சேர்த்துக் கொண்டார்.

“உங்களுக்கு ஏதோ உடல்நலக் குறைவு என்று நினைத்தோம். அப்படியா?” என்று கேட்டாள் திருமதி டிரெஸ்லர். அவள் குரலில் ஒரு கரிசனம் இருந்தது.

அதற்குள் குளோபர் இடைமறித்தார்:

“நானே கூட, சென்ற வாரம், என் முப்பத்தொன்பது வயதில், தொடர்ந்து இரண்டு நாள் படுத்துவிட்டேன். ஆனால், இப்போது குணமாகிவிட்டேன்.”

“காஃப்கா அவர்களே. நீங்கள் வராதபோது இங்குப் பெரிதாக ஒன்றும் நடக்கவில்லை. சமையற்கூடத்தில், சனிக்கிழமை, ஒரு பியானோ-செல்லோ நிகழ்ச்சி நடந்தது—ஷூபர்ட்டின் அடாஜியோ. அவ்வளவுதான்,” என்றார் கேப்டன்.

“ஃபோர்பெர்ஜர் அம்மையார் அன்று ஏனோ அவ்வளவு சரி யாகச் செய்யவில்லை. நான்கு சுருதி பேதத்தைக் கவனித்தேன்.”

“எனக்கு மொசார்ட்தான் பிடிக்கும்” என்றார் திருமதி ஃபிஷ்மான். “காஃப்கா அவர்களே உங்களுடைய இசை ரசனையைப் பற்றிச் சொல்லுங்கள். எழுத்தாளர்கள் இதையெல்லாம் பொருட்படுத்த மாட்டார்களா?”

“விமர்சகர் எழுத்தாளரின் இசையைப் பற்றிப் பேசுகிறார் போலும்” என்று கேப்டன் திருத்தினார்.

பின்னாலிருந்து ஒரு பெண் குரல் கண்டிப்புடன் ஒலித்தது. “இப்போது மணி பத்து. இதுதான் நேரம்.”

சீருடை அணிந்த ஒரு செவிலியர் கைகளைக் கட்டிக்கொண்டு தயாராக நின்றுகொண்டிருந்தாள். ஒவ்வொருவரும் தாங்கள் கொண்டுவந்திருந்த வெப்பமானியை எடுத்தார்கள். வந்த பெண்மணி அவனைக் குற்றம் சொல்வதுபோல் பார்த்தாள். “நேற்றுதான் நான் வந்தேன்” என்றான். எழுத்தாளரும் அதனை மறந்துவிட்டதாக ஒப்புக்கொண்டார். அப்பெண்மணி பார்வையை உயர்த்தினாள். ‘சிறைக் காவலாளி’ பாவனையை மீண்டும் முகத்தில் தேக்கிக்கொண்டு, மற்றவர்களைப் பார்த்தாள். அவர்கள்

உதடுகளுக்கிடையில் வெப்பமானியை வைத்துக்கொண்டும், கண்களைப் பாதி மூடிக்கொண்டு அடுத்த சமிக்கையை எதிர் பார்ப்பதுபோலவும் தோன்றியது. வினாடிகள் பல சென்றன. செவிலி கைகளைத் தட்டினாள். ஒவ்வொருவரும் தங்கள் வெப்பமானியை விரல்களால் எடுத்து அதில் பாதரசம் காட்டிய எண்ணைக் கவனித்தனர். பின்னர், அதனைக் கைக்குட்டையால் துடைத்துவிட்டு அதன் கூட்டில் வைத்தனர். சிலருக்கு முகம் வாடியும், மற்றும் சிலருக்கு மகிழ்ச்சி நிறைந்தும் காணப்பட்டது.

திருமதி டிரெஸ்லர் மீண்டும் பேச ஆரம்பித்தாள். ஓர் இளம் பெண்ணைப் பற்றிச் சொன்னாள். அவள் ஒருநாள் காலை தன்னுடைய தட்பவெப்ப நிலையைப் பார்த்துவிட்டு திடீரென எழுந்து ஓட ஆரம்பித்தாள். பூங்கா பக்கம் ஓடவில்லை. எதிர்திசையில் பெருவழிச் சாலை பக்கம் ஓடினாள். குளோபரும் கேப்டனும் அவளைப் பிடிக்க முயன்றனர். விடுதி முதல்வரும், திருமதி ஃபார்பெர்ஜரும் அவளைத் தேடி ஓடினர். மறுநாள் காவல்துறையினர் அவள் பிணத்தை மலையடிவாரத்தில் கண் டெடுத்தனர். “ஒரு பஞ்சடைத்த பொம்மை” என்றார் திருமதி டிரெஸ்லர். இடைமறித்து குளோபர் “இதுதான் எங்களது இளமைக்கான சிகிச்சை” என்று சொல்லி இரண்டு பணிப் பெண் களைக் காண்பித்தார். அவர்கள் பெரிய குவளைகளில் பால் கொண்டுவந்து ஒவ்வொரு சாய்வு நாற்காலி அருகிலும் வைத் தார்கள். ஒவ்வொருவரும் கவனத்துடன் பாலை அருந்தினர். அவரும் அதுபோல் குடித்துவிட்டு பாதிக் குவளைப் பாலை வைத்துவிட்டார். திருமதி டிரெஸ்லர் தொடர்ந்தார்: “இந்த நிறுவனத்தில் ‘பாஷான’ சிகிச்சைகூட பரிந்துரைக்கப்படுகிறது. ஆனால், அதனை எதிர்ப்பவர்களும் நிறைய பேர் இருக்கிறார்கள். இருப்பினும், வருங்கால மருத்துவருக்கு நான் ஒன்றும் புதிதாகச் சொல்லப் போவதில்லை” என்று சொல்லிவிட்டு சற்றுப் பேச்சை நிறுத்தினாள். பின்னர், சொகத்தோடு, “என் மகனுக்கு இல்லாத ஒன்று உங்களிடம் இருக்கிறது. அதுதான் உயிர்!” என்று சொல்லிவிட்டு எழுந்துவிட்டாள்.

அவள் பிரதான சாலையை நோக்கிப் போவதை ராபார்ட் கவலை தோய்ந்த முகத்தோடு பார்த்தான். அப்போது எழுத்தாளர் மெல்ல தைரியமூட்டும் குரலில் அவனிடம் பதற்றம் அடைய

வேண்டாம் என்றும், திருமதி டிரெஸ்லர் விபரீத முடிவுக்குப் போகமாட்டாளென்றும் சொல்லித் தேற்றினார். பின்னர் அவர் ஆலோசனையைக் கேட்டதற்கு அவனுக்கு நன்றி சொன்னார்.

மணி பதினொன்று முப்பதாகிவிட்டது. உணவு வேளை வந்துவிட்டது. குளோபர் தங்களோடு அவர்கள் வருகிறார்களா என்று கேட்டதற்கு, எழுத்தாளர் இன்னும் கொஞ்ச நேரம் அங்கிருந்துவிட்டு வருகிறேன் என்றார். ராபர்ட்டும் அப்படியே சொல்லிவிட்டான். அவனுக்கு எழுத்தாளனுடன் தனிமையில் இருப்பதற்குச் சரியான சந்தர்ப்பம் என்று நினைத்தான்.

எழுத்தாளர் உடல் வலுவற்றுத் தோன்றினாலும், அவரைப் பார்க்கும்போது ஓர் அச்சம் ஏற்பட்டது. ஒரு கம்பீரமும் தோன்றியது. தன்னுடைய அப்பாவின் நினைவு ராபர்ட்டிடம் அதிகம் இல்லையாயினும், எழுத்தாளரிடம் அவருடைய குணா திசயங்கள் இருப்பதாக நினைத்தான். அவன் தன் அப்பாவை உயிரோடு பார்த்து வெகுநாட்கள் ஆகிவிட்ட நிலையில், அவருடைய குணாதிசயங்களை உண்மையென்று நினைத்தானா அல்லது கற்பனை செய்துகொண்டானா என்று அவனுக்கே தெரியவில்லை.

எல்லாவற்றிற்கும் மேலாக, எழுத்தாளரிடம் ஒரு நல்லபிப் பிராயம் ஏற்படுத்த வேண்டுமென்று நினைத்தான். சாதாரண விஷயங்களைப் பற்றிப் பேசி அவரைச் சோர்வடையச் செய்ய விருப்பமில்லை. ஆனாலும், இருவருக்குமிடையே அதிக நேரம் மௌனம் நீடித்ததால், எழுத்தாளரிடம் 'இந்த இடம் எப்படி இருக்கிறது?' என்று கேட்டான். சற்று யோசித்துவிட்டு, எழுத் தாளர் சொன்னார்:

"பூங்காவிலோ, பால்கனியிலோ சூரிய ஒளியில் படுத்திருக் கிறோம். அதிகாலையில் சூரிய ஒளி நிறைந்த காட்டில் உலவி வருகிறோம். மகிழ்ச்சியாகவோ மனச்சோர்வுடனோ இருக்கிறோம். கவலையோடும் சில சமயம் மகிழ்ச்சியோடும் இருக்கிறோம். பரிமாறப்படும் உணவை நினைத்து வாரத்திற்கு இரண்டு முறை அழுகிறோம். சுருக்கமாகச் சொல்ல வேண்டு மானால், இது முற்றிலுமாக அடைத்து வைக்கப்பட்ட உலகம். உலகத்தைவிட்டுப் போகும்போது ஒரு தேவதூதன் வந்து அழைத்துப் போவான் என்கிறார்கள். அதுபோலத்தான் இங்கும்."

ராபர்ட் சத்தம்போட்டுச் சிரித்தான். எழுத்தாளரின் பார்வையில் அப்படி நினைத்துக்கொள்வதுதான் நல்லதாகத் தோன்றியது. மீண்டும் ஒரு முறை நிசப்தம் நிலவியது. தான் மேலும் சுவாரசிய மற்ற விஷயமொன்றைப் பற்றிக் கேட்டுவிட்டால், எழுத்தாளரிடம் தன்னைப் பற்றிய அபிப்பிராயம் குறைந்துவிடுமோ என்ற அச்சம் அவனைக் கவ்விக்கொண்டது. தாஸ்தாயெவ்ஸ்கியைப் பற்றி இப்போது பேச விருப்பமில்லை. அவனைப் பொறுத்தவரையில் அதுதான் முக்கியமான பேசுபொருள். அதை இப்போது தொடங்க வேண்டாமென்று எண்ணி, இருவர் உடல்நலம் பற்றிப் பேச்சுக் கொடுத்தான். உடல்நலக் கேடுதான் இருவருக்கும் பொதுவான எதிரி. அவர்களுக்கு ஏற்படும் வலியைப் பற்றிப் பேசினால் அது போராடும் சகோதரர்களை இணைக்க வாய்ப்பை ஏற்படுத்தக் கூடும் என்று நம்பினான். அவன் முதலில் நோயின் அறிகுறிகளை எடுத்துரைத்தான். அவன் அவ்வளவாக இளைத்துவிடவில்லை. அதிக பட்சமாக ஏழு கிலோ எடைதான் இழந்திருக்கிறான். தும்மல் வருகிறது, ஆனால், அது முந்தைய தினத்திலிருந்துதான். ஒருவேளை அதற்குப் பயணம் காரணமாக இருக்கக் கூடும். எழுத்தாளர் ஆர்வமுடன் கேட்பதுபோல் தோன்றவே, தொடர்ந்து பேச தைரியம் வந்தது. மட்லியாரிக்கு வந்ததற்கு முக்கியக் காரணம் அவனுக்கு ஏற்பட்ட காய்ச்சல்தான். லேசான காய்ச்சல் தான், ஆனால், அது பல மாதங்களாக இருந்துவந்தது.

"லேசான காய்ச்சல் என்று எதுவும் கிடையாது. எல்லா காய்ச்சலுமே மோசமானவைதான்" என்று கருத்து தெரிவித்த காஃப்கா, தனக்குள்ள அறிகுறிகளை எவ்விதத் தயக்கமுமின்றி பட்டியலிட ஆரம்பித்தார்: இரத்த வாந்தி, தீராத அசதி, சின்ன வேலை செய்தாலும் மூச்சுத்திணறல், அடிக்கடி ஏற்படும் கட்டிகள், உடல் இளைப்பு, தலைவலி, அடக்க முடியாத வியர்வை – இப்படி எல்லாவற்றையும் கூறினார்.

ராபர்ட் நிச்சயமாக நினைத்தது இதுதான்: இதுபோன்ற இடத்தில் காலடி எடுத்து வைத்ததும் எல்லாவித கூச்சமும் போய் விடும்; மருத்துவ மாணவனாக இருந்தாலும் எழுத்தாளராக இருந்தாலும், இங்கு வந்துவிட்டால் நோயாளிதான் – சீருடை அணிந்த பட்டாளத்தான் ஆணைகளுக்குக் கட்டுப்படும் அடை யாளமில்லாப் போர்வீரன் போலத்தான்.

எல்லாவற்றையும் எடுத்துக் கூறிவிட்ட எழுத்தாளர், அவருடைய நோய் எப்படி ஆரம்பித்தது என்று விளக்கினார். 1917ஆம் ஆண்டு கோடையில் ஒரு நாள் இரவு, அவர் திடீரென இரத்த வாந்தி எடுத்தார். சில வாரங்கள் அவருக்கு நுரையீரல் தொற்று என்று சொன்னார்கள். பின்னர், நோயின் தீவிரத்தைக் கவனித்தார்கள். வலப்பக்கமாக தொண்டையின் மேற்பகுதி பக்டீரியாவினால் புண்ணாகி இருந்தது. அதிலிருந்து, அவர் ஒவ்வொரு சானடோரியமாக அலைந்துகொண்டிருந்தார். 1918 அக்டோபர் மாதம் அவருக்கு ஸ்பானிஷ் ஃப்ளூ வந்தது. ஆனால், அதிலிருந்து மீண்டுவிட்டார். அவர் மனதுக்குள் புலம்பிக் கொண்டிருந்தாரா என்று தெரியவில்லை. எப்படி இருப்பினும், அவருக்கு இது சரியான இடமாகத்தான் தெரிந்தது. இதற்குமுன் இருந்த மெரானோவைவிட எவ்வளவோ தேவலாம். தான் பிரதான கட்டடத்தில் இல்லாமல், இணைப்புக் கட்டடத்தில் இருப்பதாகவும் சொன்னார். அவர் சொன்னதாவது:

"வில்லா தத்ராஸ் ஒரு பிரமாதமான இடம். அதில் ஏராளமான அனுகூலங்கள் இருந்தன. எனக்குத் தெரிந்தவரையில், பிரதான கட்டடம் அதிகச் சத்தமாக இருக்கும். அடிக்கடி மணி ஒலிக்கும். சமையலறை சத்தம் வரும். உணவு விடுதி சத்தம் வரும். அருகிலுள்ள நெடுஞ்சாலை சத்தம் வரும். ஆனால், நான் இருக்கும் இடம் அமைதியானது. இன்னொரு அனுகூலமும் இருக்கிறது. அதாவது, எனக்குச் சிகிச்சை அளிக்கும் மருத்துவர் வராந்தாவில் இடது பக்கமாக மூன்று அறைகளுக்கு அப்பால் தான் தங்கி இருக்கிறார்."

"டாக்டர் ஸ்ட்ரெலின்ங்கர் எப்படி? நீங்கள் இங்கு வந்ததும், அவர் என்ன மருந்து பரிந்துரைத்தார்?" என்று ராபர்ட் தன்னுடைய நோயை மனதில் வைத்துக்கொண்டு ஆவலோடு கேட்டான்.

"முதலில், மிகவும் இயல்பான முறையில், 'ஆர்செனிக்' சிகிச்சை மேற்கொள்ள விரும்பினார். அவரை ஒருவாறாக என் வழிக்குக் கொண்டுவந்தேன். கடைசியாக, அவர் பரிந்துரைத்தது தினசரி ஐந்து தடவை பாலும், இரண்டு தடவை கிரீமும். பாலைப் பொறுத்தவரை அவர் சொன்னதில் பாதியும், கிரீமைப்

பொறுத்தவரை ஒரு தடவையும்தான் என்னால் – அதுவும் கஷ்டப்பட்டு – எடுத்துக்கொள்ள முடிந்தது... அவருடன் ஒரு ஒப்பந்தமும் செய்துகொண்டேன். அதன்படி, அவர் ஒரு நாளைக்கு ஒரு முறை என்னை வந்து பார்க்க வேண்டும். அதற்கு நான் ஆறு கிரெளன் அதிகமாகக் கொடுத்துவிடுகிறேன்."

"ஜெர்மனியில் அதி நவீன சானடோரியங்கள் இருப்பதாகக் கேள்விப்பட்டேன்..."

" 'லா பவியேரி' ல்தானே? அங்கு யூதர்களை அனுமதிப்பது அவர்களைக் கொன்றுவிடுவதற்குத்தான்" என்று எழுத்தாளர் பதிலளித்தார் – முகத்தில் ஒரு புன்னகையோடு.

அவர் இதைச் சொல்லிக்கொண்டிருக்கும்போதே, குரலில் கொஞ்சம் கடுமை தெரிந்தது. "என்னுடைய மருத்துவர், டாக்டர் கிரால், நான் ஹங்கேரிய – செக் சானடோரியங்கள் ஜெர்மனியில் உள்ளதுபோல் இல்லை என்றபோது, அதனை ஆமோதித்தார். பின்னர் என்னவோ 'பிலேஸ்' மையத்தைப் பரிந்துரைத்தார்! அங்குள்ளவர்களோடு ஒத்துப்போவது இயலாத காரியம். எனக்கு மூன்று மருத்துவர்கள் உண்டு. இங்கு ஸ்டிரெலிங்கர், பிராகாவில் கிரால், திரீட்ச் என்னும் இடத்தில் உள்ள கிராமத்து மருத்துவர் என் உறவினரான சீக்ஃபிரீத். அவர்கள் ஒன்றுக்கொன்று முரணான ஆலோசனைகள் கொடுக்கிறார்கள். கிரால் ஆர்செனிக் வைத்தியம் பரிந்துரைக்கிறார். என் உறவினர் அதனை எதிர்க்கிறார். அதுவாகிலும் பரவாயில்லை. அவர்கள் தங்களுக்குள்ளேயே முரண்படுகிறார்கள். உதாரணமாக, கிரால் சூரிய ஒளிவேண்டி என்னை உயர்ந்த இடமாகிய இங்கு செல்ல ஆலோசனை சொன்னார். ஆனால், இப்போது, நல்ல வெயில் இருக்கும் வேளையில், குறைந்த உயரத்திலிருக்கும் 'பிலேஸ்' போகச் சொல்கிறார்!"

ராபர்ட்டை உறுத்திக்கொண்டே இருந்த கேள்வி:

"குளோபர் ஒரு நபரைப் பற்றிப் பேசினார். அந்த மனிதர் உங்களுக்கு நேர் கீழே உள்ள அறையில் வசிப்பதாகச் சொன்னார். அவர் ஒரு செக் பிரஜையாம், மிகவும் மோசமான பாதிப்புக்கு உள்ளாகி இருக்கிறாராம்..."

“ரொம்ப நல்ல மனிதர். குரல்வளையில் காச நோய். ‘வாழ்வா-சாவா’ எனும் வகையைச் சேர்ந்தது... அவர் என்னைச் சப்பாட்டிற்குப் பிறகு தன்னோடு கொஞ்ச நேரம் வந்து தங்க சொன்னார். அவர் ஒரு சின்ன கண்ணாடியைக் காட்டினார். சூரிய வெளிச்சம் வரும்போது, அந்த வெளிச்சத்தை அக்கண்ணாடி வழியே அடித் தொண்டைவரை போகச் செய்தால் காயங்கள் குணமாகும். பின்னர், அவர் தன் ரணங்களை எனக்குக் காண்பித்தார். அவை மூன்று மாதங்களுக்கு முன் குரல்வளையில் வந்திருந்தன. எனக்கு அலையடிப்பதுபோல் மயக்கம் வந்தது. பலத்தை வரவழைத்துக்கொண்டு வெளியேறினேன். அவர் முன் மற்றவர்கள் ஏன் மயங்கி விழாமல் இருக்கிறார்கள் என்று எனக்குத் தெரியவில்லை. நாங்கள் பார்த்தது மரணதண்டனையைவிட கொடூரமானது... காய்ச்சல், மூச்சுத் திணறல், மருந்துகளை விழுங்குதல், வலி நிறைந்த ஆபத்தான கதிர்வீச்சுகள்- இதையெல்லாம் தாங்கிக்கொண்டு கட்டிலில் படுத்திருப்பது எவ்வளவு மோசமான வாழ்க்கை! இவையெல்லாம் கடைசியில் ரணங்களை சற்றுத் தாமதப் படுத்தி மூச்சை நிறுத்திவிடும்...

“நோய் முற்றிப்போனால், உங்கள் நண்பரைப்போலவே ரணங்களோடும், சிறு கண்ணாடிகளோடும், குரல்வளை அடைத்துப் போய் நாமும் அப்படித்தான் இறக்கவேண்டியிருக்கும் என்று எப்போதாவது சிந்தித்துப் பார்த்தீர்களா?”

எழுத்தாளர் தனக்குத் தெரிந்த ஒரு கதையால் பதில் சொன்னார்:

“இது யூதப்பிரிவு ஒன்றைச் சார்ந்த கதை: ஒரு யூத சாமியார் இரண்டு நாட்டுப் புறத்தான்களைத் தன்னுடைய விடுதியில் வரவேற்றிருந்தார். அவர்கள் மதுவருந்தியிருந்தார்கள். இருவரும் ஒருவரையொருவர் பார்த்துக்கொண்டிருந்தார்கள். ஒருவர் கவலையாக இருந்தார். மற்றவர் அவரை ஆறுதல் வார்த்தைகள் சொல்லித் தேற்றிக்கொண்டிருந்தார். அப்போது கவலையிலிருந்த மனிதர் “எனக்கு என்ன பிரச்சினை என்று தெரியாமலேயே நீ என்னை நேசிப்பதாக எப்படிச் சொல்ல முடியும்” என்றார்.

திருமதி ஃபோர்பெர்ஜரின் குரல் கட்டடத்தின் வேறொரு முனையிலிருந்து ஒலிக்கவே, அவர் கதை சொல்வதை நிறுத்தினார். அவர்கள் இருவரும் சாப்பிடுவதற்காகக் காத்திருந்தனர்.

கேப்டனின் மேசையில் அவர்களுக்கான இடங்கள் ஒதுக்கப் பட்டிருந்தன. இருவரும் எழுந்து நடந்தார்கள். 'தாங்கள் இருவரும் இராணுவ நடை நடந்துபோவதுபோல் இருக்கிறது' என்று ராபர்ட் நினைத்தான்.

வாரங்கள் நகர்ந்தன. இந்த மோசமான இடத்தில் இப்படிப் பட்ட ஒருவரைச் சந்திக்க வைத்ததற்காக ராபர்ட் தன் விதிக்கு நன்றி கூறினான். எழுத்தாளர் அவனிடம் சிறுகதைகள் சிலவற்றைக் காட்டிப் படிக்கச் சொன்னார். அவை இன்னும் பிரசுரமாகாதவை. ராபர்ட் இதுபோன்ற உரை நடையையும், இவ்வளவு நவீனத் துவமான வாசகங்களையும் இதுவரை படித்ததில்லை. அவ் வளவு பரிசுத்தமாகவும், பொருள் பொதிந்ததாகவும் இருந்தன. எளிமையான நடைக்கும், கதைமாந்தர்களுக்கும், பின்னால் ஒப்பிடமுடியாத ஆழமும் அடர்த்தியும் இருந்தன. எழுத்தாளர் சோர்ந்துபோனவராக இல்லை. சிரித்தார். பாடினார். சில சமயம் கேப்டனின் கித்தார் இசைக்கு ஏற்றாற்போல் நடன மாடினார். அவரிடமிருந்த ஆர்வம் 'ஒரு வழிப்பாதை' யாக இல்லை. எழுத்தாளர் தன் நண்பன் மேக்ஸ் பிராடுக்கு எழுதிய கடித்தத்தில் ஒரு பகுதியைப் படித்துப் பார்க்கச் சொன்னார். அதில் அவன் சானடொரியத்தில் தங்கி இருப்பது குறித்து விளக்கமளித்திருந்தார்: *"உண்மையில் நான் மருத்துவ மாண வனிடம்தான் பழக்கம் வைத்திருக்கிறேன். மற்றதெல்லாம் முக்கியமில்லை. என்னிடமிருந்து ஏதாவது தேவையென்றால், அதை மருத்துவ மாணவனிடம்தான் சொல்கிறார்கள். எனக்கு ஏதாவது வேண்டுமானாலும் அதையும் அவனிடம்தான் சொல் கிறேன்."* எழுத்தாளர் தன் சகோதரி ஓட்லாவுக்கு எழுதிய கடிதத்தையும் அவனுக்குப் படிக்கக் கொடுத்தார். அதில் அவர் சொன்னார்: *"அந்த மருத்துவ மாணவன் உயரமாகவும், வலிமை யாகவும், பொன்னிற முடியுடனும் இருக்கிறான். கொஞ்சம் அதிகமாகவே குண்டாக இருக்கிறான். ஹோஃப்மன் கதை களுக்கான சித்திரத்தில் பார்ப்பதுபோல அந்த இளைஞனின் முகம் இருக்கிறது. எப்போதும் கனவில் வாழ்பவன்போல் இருந்தாலும், கருத்தூன்றி பொறுப்பு மிகுந்தவனாக இருக்கிறான். அளவுக்கு மிஞ்சிய அறிவாளியாக, உண்மையாக, தன்னலம் கருதாதவனாக இருக்கும் அந்த இங்கிதம் தெரிந்த மருத்துவ*

மாணவன் பேராவல் கொண்டவன். அவனிடம் இலக்கியத்தில் ஈடுபாடு காணமுடிகிறது. ஒரு விதத்தில் நமது ஃபிரான்ஸ் வெர்ஃபெலை ஒத்திருக்கிறான்."

ராபர்ட் தன் உடல் நிலையில் முன்னேற்றம் இருப்பதை உணர்ந்தான். அவனுடைய காய்ச்சல் குறைந்து விட்டது. இருமல் மறைந்துவிட்டது. எடை அதிகரித்திருந்தது. தன்னுடைய ஆதங்கம், மகிழ்ச்சி ஆகியவற்றைப் பகிர்ந்துகொள்ள அருகில் ஒருவர் இருந்தார். எழுத்தாளரின் ஒவ்வொரு வார்த்தையையும் கூர்ந்து கவனித்தான். அவரைத் தன் சகோதரனைப் போல் நினைத்து அன்பு செலுத்தினான். அவன் சொந்த சகோதரன் 1917 ரஷ்யாவோடு நடந்த போரில் கைதாகி விட்டான். இப்போது சோவியத் யூனியனைவிட்டு அவனால் வெளியில் வர முடியாது.

வசந்தகாலம் முடியும் தருவாயில் இருந்தது. அன்று காலை குளோபர், மிஸ் கால்கன், இரினா, டாக்டர் ஸ்டிரெலிங்கர் ஆகியோருடன் அருகில் இருக்கும் காட்டில் நடந்து போய்விட்டு வர திட்டமிடப் பட்டிருந்தது. வானத்தின் நீலம் மகிழ்ச்சியான நாட்கள் வருவதைக் கட்டியம் கூறியது. மனதில் பாரம் எதுவுமின்றி பாசி படிந்த புல் தரையில் நடந்து சென்றனர். அதில் இன்னும் கொஞ்சம் பனி இருக்கத்தான் செய்தது. பெண்கள் தங்கள் ஆடைமீது மெல்லிய துணியொன்றை அணிந்திருந்தனர். ஆண்கள் 'டை' கட்டிக்கொள்ளாமல், தலையில் ஒன்றும் அணியாமல் வந்திருந்தனர். "தான் வரமுடியாததற்குக் கேப்டன் வருத்தப்படப்போகிறார்!" என்று குளோபர் உரக்கச் சொன்னார். "என் வாழ்நாளில், இதுதான் மிகவும் அழகான நாள்!" என்றாள் மிஸ் கால்கன். அவள் நின்ற இடத்திலேயே ஒரு சுற்று சுற்றினாள். அவள் மேலாடையும் சுழன்றது. பள்ளத்தாக்கிலிருந்து ஆற்றின் சத்தம் பறவைகளின் மகிழ்சியான ஒலியோடு கலந்து வந்தது.

காஃப்கா நடையின் வேகத்தைக் குறைத்தார். சிறிது தூரம் நடந்து வந்ததே அவருக்குக் களைப்பை ஏற்படுத்திவிட்டது. கடந்த சில வாரங்களாக அங்கு வந்திருந்த இளைஞனின் தெம்பை அதிகரிக்கச் செய்திருந்தது. ஆனால், எழுத்தாளரின் உடல்நலத்தில் எந்தவித முன்னேற்றத்தையும் ஏற்படுத்தவில்லை. மாறாக, அது இன்னும் மோசமடைந்திருந்தது. அவர் எல்லோருக்கும்

பின்னால் தட்டுத்தடுமாறி வந்துகொண்டிருந்தார். ராபர்ட் திரும்பி வந்து அவரருகில் நடந்தான். அவர் பிராகா செல்லும் திட்டத்தைத் தள்ளிப்போட்டுவிட்டு, இங்கு இன்னும் கொஞ்ச நாள் தங்க முடியுமா என்பதையறிய கவலையோடு எதிர் பார்த்துக்கொண்டிருந்தான்.

“என்னுடைய விடுமுறை மே மாதம் இருபதாம் தேதியோடு முடிவடைகிறது. வீட்டில் எல்லோரும் என்னை இங்கு இருக்கும்படிக் கெஞ்சுகிறார்கள். நான் பிராகாவுக்குத் திரும்பிப் போனால் என் உடல்நிலை முற்றிலுமாக முடங்கிவிடும் என்று ஸ்டிர்லிங்கர் எச்சரிக்கிறார்... பாதி சம்பளத்தில் என் அலுவலகத்தில் விடுமுறை கேட்கலாம். அப்படியானால், நான் அலுவலகத்திற்குப் போவதால், என் நோய் தீவிரமாகும் என்று நிரூபிக்க வேண்டும். ஆனால், நேர்மாறாக, அலுவலகம்தான் என் நோயை தாமதப்படுத்தியது. என் நுரையீரல் பாதிப்பு பாதிதான் குறைந்திருக்கிறது என்கிறார் ஸ்ட்ரெலிங்கர். எனக்கென்னவோ அது இரண்டு மடங்காகி இருக்கிறது என்று தோன்றுகிறது. இதற்கு முன் இந்த அளவுக்கு இருமல் இருந்ததில்லை. மூச்சுத் திணறல் இருந்ததில்லை. இவ்வளவு சோர்வும் இருந்ததில்லை....”

இருவரும் ஒன்றும் பேசிக்கொள்ளாமல் சற்று நேரம் நடந்து போனார்கள். கொஞ்சம் சிரமப்பட்டு நடந்தால் கூட எழுத்தாளரிட மிருந்து அச்சுறுத்தும் வகையில் ஒரு முனகல் எழுந்தது. அவர் தந்தத்தையொத்த நிறம் கொண்ட கன்னங்கள் கரும் சிவப்பாகின. அவர் தன் ஆடைகளில் மிதந்து வருவதுபோல் தோன்றினார். ஆயினும் அவர் உடலிலிருந்து ஒரு கம்பீரம் வெளிப்படத் தவறவில்லை. ஒத்திப் போடப் பட்ட மரணம் என்று ராபர்ட் நினைத்தான். அதனை உறுதி செய்யும் விதத்தில் சொன்னான்:

“காலை உணவின் போது குளோபர் ஒரு கேள்வி கேட்டார். எனக்குச் சிரிப்புதான் வந்தது. அவர் கேட்டார் : ‘நீங்கள் மூன்று விருப்பங்கள் தெரிவிக்க வேண்டுமானால், அவை என்னவாக இருக்கும்?’ அதற்கு நான் சொன்னேன்: ஒன்று, காதல் அனுபவம். இரண்டு, ஒரு நாவல் வெளியிடுவது. மூன்று, பிராகாவில் போய் வசிப்பது...”

"ஒரு நாவல் வெளியிடுவதா?" என்று ஆச்சரியத்துடன் கேட்டார் எழுத்தாளர். அது அவருக்குத்தான் பொருந்தும். தன்னுடைய நூல்கள் சிலவற்றை வெளியிட்ட சில பதிப்பகத் தாரிடம் சென்று பார்ப்பார். கூர்த் வோல்ஃபிடம் மீதி இருக்கும் தன்னுடைய பிரதிகளை வாங்கி எடுத்துக்கொண்டுபோய் நெருப்பில் போட்டுக் கொளுத்த விருந்தார். பிராகாவில் போய் வாழ்வது பற்றிக் கேட்டால், தன்னுடைய தேர்வு பெர்லினாக இருக்கும் என்றார்:

"எவ்வித தயக்கமுமின்றி உனக்கு யோசனை சொல்கிறேன். ஆறுமாத குளிர்காலத்தைக் கழிக்க ஜெர்மனியில் போய்த் தங்குங்கள்....பிராகின் ஈர்ப்பு பற்றிச் சரியாகச் சொல்ல முடியாது. அதைப் பற்றி தேவைக்கு அதிகமாகப் புகழ்கிறார்கள். பெர்லின்தான் வாழ்வதற்கு உகந்த இடம். பிராகினால் வரும் வியாதிக்கு பெர்லின் ஓர் அரு மருந்தாகக் கூட அமையலாம். பிராகின் ரிங்க் பகுதியைவிட பெர்லினின் மோசமான பகுதிகளே தேவலாம்... நான் மூன்று விருப்பங்கள் தெரிவிக்க வேண்டுமானால், முதலில் ஓரளவுக்கு வியாதி குணமாக வேண்டும். மருத்துவர்கள் உறுதி அளிக்கிறார்கள். ஆனால், அது சாத்தியமாவது பற்றி எனக்குத் தெரியவில்லை. இரண்டாவது விருப்பம், கீழை நாடொன்றில் போய் வசிப்பது- அது பாலஸ்தீனமாக இருப்பது அவசியமில்லை. நான் இங்குத் தங்கி இருந்த முதல் மாதம் நான் நிறைய பைபிள் படித்தேன். அது முடிந்து விட்டது. மூன்றாவதாக, ஒரு சின்ன வேலை... நான் ஒன்றும் பெரிதாகக் கேட்பவனல்ல. கவனித்தீர்களா? மனைவி, பிள்ளைகளெல்லாம் கூட என் விருப்பத்தில் சேரவில்லை....

"உங்களுக்குப் பெரிதாக ஒன்றும் தேவையில்லை. காரணம், இலக்கியம் உங்கள் வாழ்க்கைக்கு அடித்தளமாகி விட்டது...

"இலக்கியம் என்னை வாழவைக்கிறது என்பது உண்மை தான். ஆனால், அது வெறுமைப் பெருவெளிக்கு மேல் ஓர் இருண்ட வாழ்க்கைதான் வாழ வைக்கிறது. எப்போதும் எழுதிக் கொண்டிருப்பதால், நான் வாழ்க்கையை இன்னும் வாழ்ந்து பார்க்கவில்லை. எழுதிக்கொண்டே நான் பிணமாக இருந்தது போல் இருக்கிறது. இப்போது நான் உண்மையிலேயே சாகப்

போகிறேன்... எழுதுவது மட்டும்தான் எனக்கிருக்கும் சாத்தியக் கூறு. அதற்கு எனக்குத் தனிமை தேவை. துறவிகள் தேடும் தனிமையல்ல. மரணித்தவனுக்குரிய தனிமை. எழுதுவதும் ஒரு வித இறப்புத்தான். இறந்தவனை எவ்வாறு கல்லறையி லிருந்து வெளியில் கொண்டுவர முடியாதோ அது போலத்தான் நான் இரவில் எழுதிக்கொண்டிருக்கும்போது என்னை வெளியில் கொண்டுவர இயலாது..."

"அழிவை ஏற்படுத்தாத படைப்பு ஏதாவதொன்று இருக்கிறதா?"

"எனக்கு இது மட்டும்தான் தெரியும் – என்னைத் தூங்க விடாமல் தடுக்கும் மன உளைச்சலிலிருந்து தப்புவதற்கு எழுத வேண்டும்... நான் எழுதாமலிருக்கும்போது என் வாழ்க்கை மேன்மையாக இருக்கிறது என்று அர்த்தமில்லை. உண்மையைச் சொல்லப் போனால், எழுதாதிருக்கும் ஓர் எழுத்தாளன் ஓர் அருவருப்பான பிறவி. நான் எழுத்தினால் ஈனத்திலிருந்து தப்பித் தேன். என் வாழ்க்கையை மரணிப்பதிலேயே செலவிட்டு வருகிறேன்."

தான் கேட்டுக்கொண்டிருந்த உரையினால் வசீகரிக்கப்பட்டும், அச்சுறுத்தப்பட்டும் இருந்த ராபர்ட் சில நிமிடங்கள் மௌனம் காத்தான். பின்னர், குரலிலிருந்த இறுக்கத்தைத் தளர்த்திவிட்டு, தான் கொஞ்ச நாட்களுக்கு முன் எழுத்தாளரிடம் கொடுத்த கையெழுத்துப் படிகளை – குறிப்பாக ஹங்கேரிய மொழி யிலிருந்து ஜெர்மனியில் மொழிபெயர்த்த ஃப்ரைகி கரந்தியின் சிறுகதைகளை, அவர் படித்துப் பார்த்தாரா என்று கேட்டான்.

"அதைப் படித்தது எனக்குப் பெரிய மகிழ்ச்சி! உங்கள் மொழிபெயர்ப்புகள் அற்புதமானவை! அவற்றை என் மூலமாக என்னுடைய பதிப்பகத்தார்களிடம் கொடுக்க விரும்புகிறீர்களா?"

அதனை அவன் ஆர்வத்துடன் ஏற்றுக்கொண்டான். அவ ருடைய 'உருமாற்றம்' 'தீர்ப்பு' ஆகியவற்றை ஹங்கேரிய மொழியில் மொழிபெயர்க்கும் திட்டத்திற்கு வந்தான். அந்த வேலையில் ஏற்கனவே நாவலாசிரியர் சாந்தோர் மரே இறங்கி விட்டார் என்று எழுத்தாளர் சொன்னார். பின்னர் தொடர்ந்து: "ஆனால், என்னுடைய பதிப்பகத்தார்களிடம் – குறிப்பாக

கூர்த் வோல்ஃபிடம், என்னுடைய மற்ற படைப்புகளை மொழி பெயர்க்கும் உரிமையை உங்களுக்குத் தரும்படி என்னால் பரிந்துரைக்க முடியும்" என்றார்.

ராபர்ட் மீண்டும் நன்றி சொன்னான். அவனுக்கு நீண்ட நாட்களாகவே நுட்பமான கேள்வியொன்றைக் கேட்க வேண்டும் என்ற ஆவல் இருந்து வந்தது. அந்தக் கேள்வி ஒரு பயிற்சி எழுத்தாளன் ஒரு முழு நேர எழுத்தாளனிடம் கேட்க வேண்டிய கேள்வி. 'தீர்ப்பு' எனும் கதையை அவன் பல முறை படித்திருக்கிறான். அதன் உருவாக்கம் அப்பழுக்கில்லாமல் இருந்தது. அதை எழுத எத்தனை வாரங்கள் தேவையாய் இருந்தது என்பதுதான் அவன் கேள்வி.

"நான் அந்தக் கதையை ஒரே மூச்சில் எழுதினேன்" என்று காஃப்கா சொன்னார். "அதாவது ஆகஸ்டு 22-23 இரவில், இரவு பத்து மணியிலிருந்து மறுநாள் காலை ஆறுமணிவரையில்! நான் நீண்ட நேரம் உட்கார்ந்திருந்ததால் விறைத்துப் போன என் கால்களை மேசையிலிருந்து எடுக்க முடியவில்லை... கதை என் கண் முன் நிகழ்ந்தது. நீரைக் கிழித்துக்கொண்டு முன்னேறுவதுபோல் முன்னேறினேன். சில சமயங்களில் என் உடலின் எடையை என் முதுகில் சுமந்துபோவது போன்ற உணர்வு ஏற்படும். கடைசி வரியை நான் எழுதும்போது பொழுது விடிந்துவிட்டது. ஆன்மாவையும், உடலையும் முழுமையாக ஈடுபடுத்தினால்தான் அப்படி எழுத முடியும்."

"கதையின் நாயகன் ஜார்ஜ் பெந்தேமான் நீங்கள்தான் என்று சொன்னால் நீங்கள் அதிர்ச்சியாவீர்களா?"

காஃப்கா இல்லை என்று தலையசைத்துவிட்டு, விளக்கினார்:

"அந்தக் கதையில் தொடர்புகளெல்லாம் தெளிவாக இருக் கின்றன. கதா நாயகனின் ஜார்ஜ் எனும் பெயரில் ஜெர்மன் மொழியில் எத்தனை எழுத்துகள் இருக்கின்றனவோ அத்தனை எழுத்துகள் ஃபிரான்ஸ் எனும் பெயரில் இருக்கின்றன. பெந்தேமானில் உள்ள பெந்தேவில் காஃப்காவில் எத்தனை எழுத்துகள் இருக்கின்றனவோ அத்தனை எழுத்துகள் இருக் கின்றன. உயிரெழுத்து 'e' காஃகாவில் 'a' எங்கிருக்கிறதோ

அங்கிருக்கிறது. ஃப்ரெய்டா எனும் பெயரில் உள்ள எழுத்துகளின் எண்ணிக்கை நான் குறிப்பிட்ட பெண்ணின் பெயரில் உள்ள எழுத்துகளின் எண்ணிக்கையை ஒத்திருக்கிறது. பெயரின் தொடக்க எழுத்தும் ஒன்றாகவே இருக்கிறது.... அதனைப் படித்துவிட்டு என் சகோதரி "அது நம் குடியிருப்பின் பெயரல்லவா" என்று ஆவேசத்துடன் கூறினாள்."

அவருக்குத் தேவையான பலம், உந்துதல், துணிவு ஆகியவையெல்லாம் எங்கிருந்து வந்தன? தொடங்குவது கடினமல்லவா?.

"முதலில் தனிமை வேண்டும். நிறைய தனிமை வேண்டும். பின்னர், இலக்கியம் சார்ந்து இல்லாததையெல்லாம் நான் வெறுக்கிறேன். தெரிந்தவர்களைப் போய்ப் பார்த்து வருவது எனக்குப் பிடிக்காது. அதேபோல்தான் குடும்பத்துடைய மகிழ்ச்சியில் அல்லது துக்கத்தில் பங்குகோள்வதும் பிடிக்காது. உரையாடல்கள் - அவை இலக்கியம் சார்ந்த உரையாடல்களாக இருந்தாலும்கூட - எனக்குப் பிடிப்பதில்லை. முடிந்தால் நான் யாருடனும் பேசாமல் இருந்துவிடுவேன். யாராவது ஒருவர் ஒரு சிறு விமர்சனம் செய்தாலோ, தெய்வாதீனமாக ஒரு காட்சியைப் பார்க்க நேர்ந்தாலோ, நான் கதிகலங்கிப் போய்விடுவேன்."

ராபர்ட் சிறிது நேரம் காத்திருந்துவிட்டு ஒரு கேள்வி கேட்டான். உடனே அதை ஏன் கேட்டோமென்று வருந்தினான்.

"நீங்கள் உயிரை விட நினைத்தீர்களா? மனக்கசப்பினால்..."

எழுத்தாளர் தான் அப்படி நினைத்ததாகச் சொன்னார். பல முறை நினைத்ததாகச் சொன்னார்.

"ஆனால், இறந்து போவது வெறுமையை வெறுமையோடு கொண்டுபோய் சேர்ப்பதாகும்...." என்று சொன்னார்.

"கத்துக்குட்டியாக நான் எனக்குள் கேட்டுக்கொள்ளும் கேள்விகள் அப்பாவித்தனமாக – முட்டாள்தனமாகக் கூட இருக்கலாம். உதாரணமாக, எழுத்தில் ஈடுபடுபவன் நிறைய படிக்க வேண்டுமா என்று தெரியவில்லை. தாக்கம் ஏற்படும் என்று பயப்படுகிறேன். நான் படிக்கும் நாவல்களால் நான் பாதிக்கப் படுவேன் என்ற பயம் எனக்கிருக்கிறது."

எழுத்தாளர் தனக்கு அந்த பயம் இல்லை என்றார்.

"நான் அமெரிக்காவைப் பற்றி எழுதிய நாவல் டிக்கன்ஸ் எழுதிய டேவிட் காப்பர்ஃபீல்டின் அப்பட்டமான தழுவல்! அதிலிருந்துதான் நான் பயணப்பை, உலகை மகிழ்விக்கும் பையன் ஆகியவற்றை எடுத்துக் கொண்டேன். அதேபோல் தான்... கிராமப்புறத்தில் வாழும் தோழி... அசுத்தமான வீடுகள், அதிலும் குறிப்பாக எழுதும் முறை!"

அதன் பிறகு, வெகு காலமாக மனதில் வைத்திருந்த ஒரு புத்தகத்தைப் பற்றிச் சொன்னார். அவர் இளவயதில் அவரை மிகவும் பாதித்த அந்த நாவலின் தலைப்பு 'பாட்டி'. அது ஓர் செக் பெண் எழுத்தாளரின் நாவல். அவள் பெயர் பொசெனா நெம்ஸ்கோவா. அவள் கோட்டையில் வாழும் ஒரு பிரபுவுக்கும், கிராமத்தில் அவருக்காக உழைக்கும் தொழிலாளர்களுக்குமிடையே உள்ள மோதல்களை எடுத் துரைத்தாள். அதில் முதல் வாக்கியம் சரியாக அமைந்திருந்தது. அது இன்றியமையாதது. ஒரு நாவலின் முதல் வாக்கியத்தைப் பிடித்து விட்டால், அந்த நாவலே முடிந்துவிட்டது எனலாம். எழுத்தாளர் ஆழ்ந்து மூச்சை இழுத்தார். அதன் பின் அவர் சொன்னார்.

"கே. நீண்ட நேரம் மரப்பாலத்தின் மீது நின்றுகொண்டு பார்வையை வெறுமையான மலையுச்சிகள்மீது படரவிட்டான்."

ராபர்ட் கொஞ்சம் செயற்கையான ஆர்வத்துடன் கை தட்டினான். பின் வருவதைப் படிக்க சற்று தாமதமானது. பின்னர் எழுத்தாளர் தன் மீதிருந்த இலக்கியத் தாக்கங்களை விளக்கினார். அவை ஹோஃப்மாந்தால், முய்சில் ஆகியோர் முக்கியம். திரைப் படத்தையும் சேர்த்துக்கொள்ள வேண்டும். "என்னுடைய இரத்த உறவுகள் தஸ்தோயேவ்ஸ்கி, கிலெயிஸ்ட், ஃபுளோபேர் ஆகும். ஆனால், நான் அவர்களோடு ஒப்பிட்டுக்கொள்ளவில்லை. அது நிச்சயம்."

அவர் மேலும் விளக்கும்போது எவ்வாறு காஃப்கா 'தீர்ப்பு' எனும் நாவலை எழுதும்போது தனக்குத் தீடீரென தன்னுடைய படைப்பின் உண்மையான இரகசியம் வெளிப்பட்டது என்று குறிப்பிட்டார்: ஆழ்மன சக்திகள் எழுத இயலாத ஒன்றை

இயலச் செய்யும். நவீனத்திற்கான நோய் என்று ஒன்றிருக்கிறது எனச் சொல்லலாம். மனநோய் அதிலிருந்து பெரிதும் வேறு பட்டதில்லை. பகுத்தறிவை விட்டு விலகிச் செல்லுதல் அவருக்கு வழக்கமாகிவிட்டது. அவர் தாய் வழியில் லோவி குடும்பத்தினர் பல பேர் புத்தி சுவாதினமற்றவர்கள். பாட்டி ஒருத்தி தற்கொலை செய்துகொண்டிருக்கிறாள். எழுத்து அவரை மன நோயிலிருந்து காப்பாற்றி இருக்கிறதா? அல்லது அதன் அறிகுறி, அதன் விளைவு அவரைப் பாதித்திருக்கிறதா?

"சொல்லப்போனால், எழுத்தைத் தவிர வேறு எதுவும் எனக்கு திருப்தி அளிப்பதில்லை" என்று முடித்தார். "நான் கடற்கரையில் வெறுங்கூடாகக் கிடக்கும் ஒரு கிளிஞ்சல் போலத்தான். யாராவது கால் வைத்தால் உடைந்து போய்விடுவேன்... வேறுவிதமாகச் சொல்லப் போனால், இறைவன் நான் எழுதுவதை விரும்ப வில்லை, ஆனால், என்னைப் பொறுத்தவரையில், நான் எழுதியே ஆக வேண்டும். கூட்டிக் கழித்துப் பார்த்தால், இறைவன் எல்லா வற்றிற்குமேல் பலம் வாய்ந்தவன்."

மீண்டும் ஒரு நீண்ட நிசப்தத்துக்குப் பின், எழுத்தாளர் ராபர்ட்டுக்கு ஒரு சோகமான செய்தியைத் தெரிவிக்க இருப்ப தாகக் கூறினார். அது குரல்வளை காசநோயால் பாதிக்கப் பட்டிருந்த ஹங்கேரிய நண்பர் – கையில் சிறு கண்ணாடியை வைத்துக்கொண்டு அலைபவர் - சம்பத்தப் பட்ட செய்தி.

"சால்டொவ்ஸ்கியா? அவருக்கு என்ன வந்தது?" என்று அதிர்ச்சியோடு கேட்டான்.

"அவர் இன்று அதிகாலையில் பையோ, துணிமணிகளோ எடுத்துக் கொள்ளாமல் இவ்விடத்தை விட்டுப் புறப்பட்டுப் போனார். போப்ராட் வரை நடந்துபோய், முதலில் வந்த புகை வண்டியில் ஏறி குதித்துவிட்டார்... அதற்கு இங்கிருக்கும் நாம் எல்லோருமே பொறுப்பேற்க வேண்டும். அவர் தற்கொலைக் கல்ல. அவருக்கு ஏற்பட்டிருந்த மன வாட்டத்துக்காக. அவர் எல்லோரிடமும் மிக நன்றாகப் பழகியவர். ஆனால், நாம் தான் அவரை மனம் நோகும்படி ஒதுக்கி வைத்தோம். நீரில் மூழ்கும் ஒருவர் நம் கையைப் பிடிக்கும்போது அதை உதரித் தள்ளுபவர்களைப்போல் நடந்துகொண்டோம்."

எழுத்தாளர் அவர்களுடைய முதல் உரையாடலை நினைத்துப் பார்த்தார். ராபர்ட் அங்கு வந்த மறுநாள், அவருடைய நோயைப் பற்றிப் பேசிக்கொண்டிருந்தனர். அப்போது ராபர்ட் எல்லோரும் ஒரு நாள் குரல் வளை காச நோயால் இறந்து போக நேரிடும் என்ற கருத்தை முன்வைத்தான். தொண்டையைத் திறந்து, மூச்சு விடுவதற்கும், சாப்பிடுவதற்கும் பாவம் அந்த இரண்டு கண்ணாடிகளின் உதவிதான் கிடைத்ததா? அவற்றை வைத்துக் கொண்டு வேறு என்ன செய்ய முடியும்?"

சற்றுத் தயங்கி எழுத்தாளர் சொன்னார்:

"புகைவண்டியிலிருந்து குதிப்பது நிச்சயமாக வரப்போகும் மூச்சுத்திணறலுக்கு நல்ல மாற்றாக அமையுமா?"

அந்த வார்த்தைகளைச் சொல்லிய பிறகு அவர் அளவுக் கதிகமாகப் பேசிவிட்டதாக வருத்தப் பட்டார். சற்று கலகலப் பாகி, "மற்றவர்களோடு போய் கலந்துகொள்ளலாம்" என்றார்.

மிஸ் கல்கான் அவரை வெறித்துப் பார்த்துக்கொண்டிருந்ததை ராபர்ட் கவனிக்காமலா இருந்தான்?

சற்று நேரத்தில், கால நிலை மாறியது. லோம்னிட்ஸ் முனைக்கு மேல் வானத்தில் கரு மேகங்கள் சூழ்ந்தன. திரும்பி இருப்பிடம் சென்றுவிட வேண்டும்.

ஆகஸ்டு மாதத்தில், எழுத்தாளர் ஒருவாறாக சானடோரியத்தை விட்டுவிட்டு பிராகா சென்றடைந்தார். மட்லியாரியில் நாட்கள் மிகவும் சோகமாகிக்கொண்டிருந்தன. இளைஞனிடம் சோர்வுணர்ச்சி அதிகரித்தது. அவனுக்கும் எழுத்தாளருக்கும் கடிதப் போக்கு வரத்து தொடங்கியது. அவருடன் பழகிய நாட்களின் நினைவுகளும், கடிதப் போக்கு வரத்தும், அவன் சிந்தனையில் அவர் ஏற்படுத்திய தாக்கமும் அவன் வாழ்வின் ஆதாரமாக இருந்தன. அவன் முடிவு செய்தான். சானடோரிய வாழ்க்கை முடிந்ததும், அவன் மருத்துவ மேற்படிப்புக்கு பிராகாவுக்குச் சென்று தங்கிவிட வேண்டும். சில சமயம், புதிதாக உருவாகிய அந்த நட்பின் அடிப்படையிலேயே தன் எதிர்காலம் முழுதும் அமையும் என்ற எண்ணம் அவனுக்கு அரும்பியது.

ஜூலை 13, 1923

டோரா

அலைந்து திரிந்த வாழ்க்கை முடிவுக்கு வரப்போகிறது. அன்று திருவிழா நாள். விடுதலை தினம். வடக்கு ஜெர்மனிக்குச் சொந்தமான பால்டிக் கடலோரம், மூரிட்ஸ் எனும் கோடை வாசஸ்த்தலம் வெறிச்சோடிக் கிடந்தது. தூரத்தில் இப் பெரு விழாவுக்காக விளக்குகளால் அலங்கரிக்கப்பட்ட கடல் ஓர் அகண்ட நீர்த்தேக்கமாகக் காட்சியளித்தது. இங்கு ஒரு தனி மனித வாழ்வில், உலக அளவில் எதிரொலிக்கப் போகும் நிகழ்வு ஒன்று நடைபெறப் போகிறது. ஊர் மக்களே! ஒரு பெண் ஃபிரான்ஸ் காஃப்காவின் மனைவியாகப் போகிறாள். உங்கள் இசைக்கருவிகளை முழங்குங்கள். இது உங்கள் வெற்றித் திரு நாள். இது உங்கள் ஒளி நகரம் மூரிட்ஸ். இது பிரபஞ்சத்தின் தலை நகரம் மூரிட்ஸ். இங்கு இளம்பெண் ஒருத்தி எதைப் பற்றியும் கவலைப் படாமல் தன் விதி வழியே நடைபோட்டுக் கொண்டு போகிறாள்.

டோரா டைமண்ட் போலந்து நாட்டு பெட்சின் நகரில் யிட்டிஷ் நாடகக் குழுவொன்றில் ஒரு நடிகையாக இருந்தவள். ஃபிரான்ஸ் காஃப்காவின் மனைவியாவதற்கு முன் அது ஒரு நாடக ஒத்திகை. அவள் தந்தையின் எதிர்ப்பையும் மீறி, அவள் நாடகங்களில் நடித்திருக்கிறாள். எப்போதும் தந்தையின் ஆலோ சனைக்கு எதிராகவே செயல்படுவது அவளது வழக்கம். அவள் தந்தை ஹெர்ஷல் டைமண்ட் கடவுள் பக்தி மிக்கவர். கடவுள் பக்தியைத் தூக்கிப் பிடிக்கும் ஒரு தூண். அவர் அவளிடம் கலையார்வத்தை ஊக்குவிக்க மாட்டார். அவளுக்கோ பக்தித் தூண்களையெல்லாம் அசைத்தாக வேண்டும். தந்தையின் ஆதிக்கத்தைவிட்டு ஓடிப் போக வேண்டும். போலந்து

நாட்டின் பனிப்பாறையான பெட்சின் நகரைவிட்டு விலகிப் போய்விட வேண்டும். ஃபிரான்ஸ் காஃப்காவின் மனைவியாகப் போகிறவளின் விதியை எதுவும் தடுக்க முடியாது. டோரா பெர்லின் வரை ஓடிச் சென்று விடுகிறாள். அவளுக்கும் அவள் தந்தைக்கும் இடையே ஒரு நாடு குறுக்கிடுகிறது. அவர் அவளைத் தேடிச் சென்றால் திசை தெரியாமல் போய்விடுவார். 1920களில் பெர்லின் யூதர்களுக்கு உறுதி செய்யப்பட்ட நாடாக இருந்தது. அங்கு இனப்படுகொலை நடக்கவில்லை. இரத்த ஆறு ஓடவில்லை. ஒரு வசதியான குடும்பத்தில் 'இல்ல' ஆசிரியையாக அமர்ந்தாள். ஒரு யூதப் பொதுக் காப்பகத்தில் தன்னார்வ தொண்டராகி இனப்படுகொலையிலிருந்து மீண்ட குழந்தைகளுக்கு ஆதரவு அளித்து வந்தாள்.

அன்றைய தினம் அவள் வாழ்க்கையில் மறக்க முடியாத நாள். விதி விட்ட வழியில் அவள் சென்றுகொண்டிருந்தபோது, குழந்தைகள் மகிழ்ச்சியோடு அவளைத் தொடர்ந்து சென்றனர். திருவிழா ஊர்கோலங்கள் போய்க்கொண்டிருந்தன. குழந்தை களின் சிரிப்பும், வாத்தியங்களின் ஒலியும் ஏதோ ஒரு திருமண நாள் வரவேற்புக்கு முந்தைய நாளை நினைவூட்டின. "நானும் ஓர் ஆண் பிள்ளையை என் எதிர்கால கனவுக் கணவனுக்குக் கொடுக்க மாட்டேனா?" காப்பகத்தின் பிள்ளைகள் அவளுக்கு முன்னும் பின்னும் சென்றனர். அவர்கள் முப்பது பேர், அருகி லிருந்த கிராமங்களில் இருந்து வந்தவர்கள். அந்தக் கிராமங்களில் ரஷ்ய கோசாக்குக் குழந்தைகளும், போலந்து நாட்டு சிறுவர்களும் இனப்படுகொலையை நோக்கி சென்றுகொண்டிருந்தனர் - குறிப்பாக ஈஸ்டர் மாலையிலும், கிறிஸ்துமஸ் மாலையிலும்! அதிர்ஷ்டவசமாக அவர்கள் கொலைகளிலிருந்து தப்பித்தனர். ஜெர்மனியில், அந்த ஆசீர்வதிக்கப்பட்ட நகரில், அடைக்கலம் புகுந்தனர். அந்நகரம் ஜெர்மனியின் ஜெருசலம். அது அனாதை களை வரவேற்று அடைக்கலம் கொடுத்து, காப்பாற்றி, அவர் களை சுதந்திரமான ஆண்களாகவும் பெண்களாகவும் மாற்றிக் கொண்டிருந்தது. அந்த அனாதைகள் ஆரவாரம் செய்துகொண்டும், சிரித்துக்கொண்டும் இருந்தனர். அவர்கள் தன்னார்வச் சேவகியை அவர்களோடு விளையாட அழைத்தனர். அவள் துன்பத்திற்கு மாற்று ஏற்படுத்த வந்தவள் அல்லவா? அவள் பிள்ளைகளின்

மனதை பால்டிக் கடலின் சூரிய ஒளியில் கலகலப்பாக்க வேண்டியவள் அல்லவா? இரத்தம் ஆறாக ஓடியது போதும்! இப்போது மகிழ்ச்சி ஆறாக ஓடட்டும். குழந்தைகள் அவர்களோடு வந்துசேர்ந்து கொள்ள அவளைக் கூப்பிட்டார்கள். ஆனால் அவள் அதைக் கண்டுகொள்ளவில்லை. அவளை ஏதோ ஒன்று திடீரென அந்த அழைப்புகளை நிராகரிக்கச் செய்தது. யாருமில்லா அந்தக் கடற்கரையில், கோலாகலக் காட்சி ஒன்று அவள் கண்ணில் பட்டுவிட்டது. யாரோ ஒருவன் கடல் அலைகளை ரசிப்பதில் மூழ்கி இருந்தான். அவன் அந்தமில்லாப் பெருவெளியை ரசித்துக்கொண்டிருந்தான். சாதாரண மனிதர்கள் என்றால் அது போன்ற நேரத்தில் ஒரு சுருட்டு பற்ற வைத்துக்கொண்டு அதன் புகையில் களித்துக்கொண்டிருப்பார்கள். அவளுக்கு அந்தக் காட்சி காதல் கடவுளாலும், நல் வாய்ப்பினாலும் வரையப்பட்ட ஓர் அழகான ஓவியத்தைப் பார்ப்பதுபோல் இருந்தது. கஸ்பார் ஃபிரீட்ரிக் வரைந்த 'மேகம் சூழ் கடலைக் கண்டுகளிக்கும் யாத்திரிகன்' என்னும் ஓவியத்தைப் பார்ப்பதுபோல் இருந்தது. அந்த ஓவியத்தின் பிரதிகளை பெர்லினில் பார்த்திருக்கிறாள். அந்த ஓவியத்தில் மரணம் வந்து யாத்திரிகனைக் கொண்டு போய்விடும். ஆனால், அவள் மனதிலோ, இந்த யாத்திரிகன் கடற்கரையின் எல்லையில்லாப் பெருவெளியைப் பார்த்துக் கொண்டிருந்தான்.

அவள் கனவை ஒரு குழந்தை கலைக்கிறது. அவள் கையைப் பிடித்து இழுத்துத் தன்னுடன் விளையாட அழைக்கிறது. அரை மனதுடன் குழந்தையைப் பின்தொடர்கிறாள். அக்குழந்தை தன் தாய் வயிற்றில் கோசாக் ஒருவன் ஈட்டியைப் பாய்ச்சியதைக் கண்ணால் பார்த்திருந்தாள். அப்படிப் பட்ட குழந்தை கேட்பதை எப்படி மறுக்க முடியும்?

அந்த மனிதனின் தரிசனம் கிடைத்த அன்று பிற்பகல், அவளுக்குக் கிட்டிய மாபெரும் காதல் தேவனை மீண்டும் சந்திக்கும் நேரம் போய்க்கொண்டே இருப்பதை அவள் கனத்த இதயம் கவலையோடு கணக்கிட்டுக்கொண்டிருக்கும் வேளையில், அவள் தன்னுடைய உயிர்த்தோழி தீலுடன் மீன் கடையில் இருந்தாள். அன்று இரவு உணவுக்கு மீன் வாங்கினாள். அது புனித

வெள்ளிக் கிழமை. அனாதைக் குழந்தைகளுக்கான விருந்து. அவர்கள் மற்ற நாட்களில் கிடைத்ததைச் சாப்பிட்டு உயிர் வாழ்ந்தார்கள். அன்றைய நாள் ஆசீர்வதிக்கப் பட்ட நாள். இறைவன் நிரந்தர காதலர்களை சேர்த்து வைக்கும் பொன்னாள்.

“டோரா, அந்த மீனை திருப்பி வைத்துவிடு. அதன் விலை என்னவென்று தெரியுமா?” தீல் கேட்டாள்.

“புனித நாள் விருந்துக்கு மட்டும் ஒரு விதிவிலக்கு” என்று டோரா தன்னை நியாயப்படுத்திக்கொண்டு, மேலும் சில பெரிய மீன்களை எடுத்து வைத்துக் கொண்டாள்.

“உனக்குப் புனித நாள், ஞாயிற்றுக் கிழமை, வார நாள்... இப்படி ஒவ்வொரு நாளுக்கும் ஒரு விதிவிலக்கு உண்டு!”

“நான் தான் சமையல் செய்கிறேன். அதனால், நானே தேர்வு செய்கிறேன்” என்று சொல்லிவிட்டு டோரா மிகப் பெரிய – விலை அதிகமுள்ள - மீன்களை எடுத்து தன் பையில் போட்டுக் கொண்டாள்.

”கொஞ்ச நேரத்திற்கு முன்னால்தான் உன்னைப் பார்த்தேன்” என்று தீல் ஒரு குறும்பு புன்னகையோடு சொன்னாள்.

” தீல், நீ இரண்டு மாதமாகத் தினமும்தான் என்னை பார்த்துக் கொண்டுவருகிறாய்.”

”நான் பார்த்தபோது நீ டாக்டர் காஃகாவை பார்த்துக் கொண் டிருந்தாய். சரியாகச் சொல்ல வேண்டுமானால், நீ அவரைப் பார்வையால் விழுங்கிக்கொண்டிருந்தாய்.”

“எனக்கு டாக்டர் காஃகாவைத் தெரியாது.”

“சரி, சற்று முன் நீ உற்று பார்த்துக்கொண்டிருந்த அந்த மனிதரின் பெயர் தெரிந்தவுடன் அவர் பற்றி மேலும் சில விவரங்கள் தெரிந்துகொள்ள விரும்புவாய் என்று நினைக்கிறேன்.”

டோரா ‘இல்லை’ என்று பொய் சொன்னாள்.

“சரி, நீ காஃகாவைச் சற்றுமுன் கடற்கரையில் பார்க்கவில்லை என்றும், அவரைப் பற்றி நீ ஒன்றும் தெரிந்துகொள்ள விரும்ப வில்லை என்றும் வைத்துக்கொள்கிறேன். அந்த அழகான

மனிதர் இப்போது மூரிட்ஸில் வசிக்கிறார். பிராகாவில் இருந்து வந்தவர். அங்கு அவர் காப்புறுதி அலுவலகத்தில் வேலை செய்கிறார். எல்லோராலும் மதிக்கப்பட்ட ஒரு சட்ட வல்லுநர் அவர். சட்டத் துறையில் டாக்டர் பட்டம் பெற்றவர். அந்த அழகனை நீ ஒன்றும் பார்க்கவில்லை, ஆனால் நான் பார்க்கும் போது தேவ தூதன் கேபிரியல் போல் இருந்த அவர், ஓர் எழுத்தாளர். எழுதுவதோடு மட்டுமல்லாமல், புத்தகங்களும் வெளியிட்டிருக்கிறார். அவருக்கு ஏராளமான வாசகர்கள் உண்டு. அபிமானிகள் உண்டு. உனக்கு அதுபற்றித் தெரிந்துகொள்ள விருப்பமில்லை என்றாலும் ஒன்று சொல்கிறேன். அவர் இன்று நமது மையத்திற்கு விருந்துக்கு - நீ தயார் செய்யும் உணவிற்கு – அழைக்கப்பட்டிருக்கிறார்."

"நீ ஒரு சூனியக்காரி."

"ஆம், ஒரு சூனியக்காரி தான். நீ வறுத்து வைக்கும் கெண்டை மீன்களின்வயிற்றில் என்ன இருக்கிறது என்பதை அறிந்தவள் நான். டோரா..."

அன்று பிற்பகல் இறுதியில், மையத்தின் சமையலறையில் அவள் மீனைக் கழுவி, மாலை உணவுக்குத் தயார் செய்யும் போது, அவள் பின்னால் யாரோ ஒருவர் நிற்பதை உணர்ந்தாள். திரும்பிப் பார்த்தாள். அங்கு அந்த பிரம்மாண்டமான மனிதர் - பிராகாவிலிருந்து வந்த அந்த முன் பின் தெரியாத மனிதர் நின்றுகொண்டிருந்தார். அவருடைய பார்வை, அவள் கண்களில் குத்திட்டு நின்றது.

"இவ்வளவு அழகான கைகள் கசாப்பு வேலை செய்வதற்காக வா..."

சந்திப்பு நடந்து மூன்று மாதங்கள் கழித்து 1923ஆம் ஆண்டு செப்டம்பர் மாதம், பிராகா நகரைவிட்டு வேறு எங்கும் வாழ முடியாத அந்த மனிதர், அவளோடு பேர்லினுக்கு குடி பெயர்ந்தார். ஸ்டெக்ளிஸ் பகுதி மிக்கெல்ஸ்டிராஸ் வீதி எட்டாம் நம்பர் வீட்டில் குடியேறினார். பின்னர் போதுமான பணம் இல்லாததால் குரூனல் ஸ்டிராஸ், ஹைடர் ஸ்டிராஸ் போன்ற இடங்களுக்குக் குடிபெயர்ந்தார். அந்த இளம் பெண் அவருடைய

உடல்நிலை மோசமாவதை பார்த்து ஒன்றும் செய்ய முடியாமல் தவித்தாள். 1924ஆம் ஆண்டு குளிர்காலம் மிகவும் கடுமையாக இருந்தது. அது அவருடைய உடல்நிலையை மேலும் பாதித்தது. அவருடைய புனிதமான காதல் அவரை உள்ளுக்குள்ளேயே உருக்குவதுபோல் இருந்தது. சில நாட்கள் அவர்கள் இருவரும் அவருடைய கையெழுத்து பிரதிகள் பக்கம் பக்கமாக அவருடைய ஆணையின் பெயரில் நெருப்பில் எரிவதை பார்த்தார்கள்.

1924 வசந்த காலத்தில் அவர் பிராகாவுக்கு மீண்டும் அனுப்பப் பட்டார். அவருடைய நோய் குரல் வளையை ஆக்கிரமித்து விட்டது. சில நாட்களுக்கு பின் மிகவும் மோசமான நிலையில் இருந்த அவர் வியென்னா மருத்துவமனையில் அனுமதிக்கப் பட்டு, அதன் பின் அவர் கியர்லிங் சானடோரியத்திற்கு அனுப்பப் பட்டார். அங்கு தான் அவர் ராபர்ட் குளோப்ஸ்டோக்கைச் சந்தித்து, அவராலும் டோராவாலும் கண்காணிக்கப்பட்டார்.

அந்த மனிதர் ஃபெலிஸ், மிலேனா போன்ற எந்த ஒரு பெண்ணோடும் திருமண நிச்சயம் செய்ய முனையாதவர். ஆனால், டோராவை மணந்துகொள்ள அவள் தந்தை ஹெர்ஷெல் டைமண்டுக்குக் கடிதம் அனுமதி கேட்டார். ஹெர்ஷெல் டைமண் உள்ளூர் யூத ரபியின் ஆலோசனை கேட்டு விட்டு, தன்னுடைய பெண்ணை - கசாப்புக்கடை வேலைக்குத் தள்ளப் பட்டிருந்த அந்த அழகான பெண்ணை - அவருக்குக் கொடுக்கவிரும்பவில்லை என்று சொல்லிவிட்டார். ஆகவே, மிகப் பெரிய மத இடர்பாடுகளை முறிக்கவும், பெற்றோர் விருப்பத் திற்கு எதிராகச் செல்லவும் வேண்டி இருந்தது.

ஜூன் 3, 1924

ஓட்லா

அன்று அவள் வழக்கத்திற்கு மாறாக, சற்று முன்னரே படுக்கைக்குச் சென்று விட்டாள். படுக்கும்போது மற்ற இரவுகளை விட அன்று சுலபமாக தூங்கிவிடலாம் என்று நினைத்தாள். சாப்பாட்டுக்குப் பிறகு அவள் தன் பெற்றோர்களிடமிருந்து விடை பெற்றுக்கொண்டாள். அவள் தன்னுடைய சகோதரன் கியெர்லிங் சானடோரியத்தில் இருந்து திரும்பும் வரை அவளுடைய பெற்றோர்களுடன் அவர்கள் வீட்டில் தங்கி இருக்கலாம் என்று வந்திருந்தாள். அவள் தூங்கப் போகும் போது அந்த இரவு மற்ற இரவுகளைவிட வேறுபட்டிருக்கும் என்று நினைத்தாள். ஆனால், அதுவும் மற்ற இரவுகள்போல் தான் இருந்தது. பயமும், பதில்கள் இல்லா கேள்விகளும் அவளைச் சூழ்ந்து கொண்டன. கடிகாரம் 3 மணிடித்து ஓய்ந்தது அவளுக்கு இன்னும் தூக்கம் வரவில்லை.

இன்ற காலையிலிருந்து கியர்லிங் சானடோரியத்திலிருந்து செய்திகள் வரும் என்று எதிர்பார்த்தாள். ஃபிரான்ஸிடமிருந்து ஒரு கடிதம், ராபர்ட் அல்லது டோரா அல்லது டாக்டர் ஹாஃப்மன்னிடமிருந்து ஓர் அழைப்பு வரும் என்று நினைத்தாள். ஆனால் இரவுதான் வந்தது, செய்தி ஒன்றும் வரவில்லை.

அன்று இரவு அவள் தன் சகோதரனை நினைத்துப் பார்த்தாள். மரணக் கலையோடு அவன் அசையாமல் கட்டிலில் படுத்துக் கிடந்தான். அது அவளது நினைவா அல்லது கனவா –அதாவது, கொடுங்கனவா? இப்போதெல்லாம் அவளுக்கு அது போன்ற கனவுகள் வந்துகொண்டிருந்தன. அவனுடைய பிம்பம் அவளை ஆக்கிரமித்துக்கொண்டிருந்தது. அவள் கவிழ்ந்தடித்துப் படுத்துக் கொண்டு மூச்சை நன்றாக இழுத்து விட்டாள். ஃபிரான்ஸ்

இன்னும் உயிரோடு தான் இருக்கிறான் என்று தனக்குள் சொல்லிக் கொண்டாள்.

அவள் சிந்திப்பதையும், அசைவதையும் நிறுத்திக்கொள்ள முயன்றாள். கடிகாரம் எழுப்பும் ஓசை, தெருவில் இருந்து வரும் ஓசை ஆகியவற்றைக் கேட்க விரும்பவில்லை. சுவரில் திரைச்சீலை நர்த்தனம் ஆடுவதைப் பார்க்க விரும்பவில்லை. பயம் தன்னை ஆட்கொள்ள விடாமல் இருக்கப் போராடினாள். முன்னெச்சரிக்கை உணர்வுகளை நம்புவது மந்திர பொம்மை களை நம்புவதுபோல் முட்டாள்தனமானது அல்லவா? இரவில் ஒரு சாதாரண அச்சம் கூட பேரச்சமாக மாறிவிடுகிறது. காலையில் எழும்போதுதான் ஒவ்வொரு தடவையும் அவள் தன் இயல்பான கவலையால் ஏமாற்றப்பட்டிருக்கிறாள் என்று தெரிய வருகிறது. எல்லா பாசத்தைவிட அவளுடைய சகோதரப் பாசம் மிகவும் ஆழமானது. பயம் என்பது அவளுடைய கற்பனை, சகோதரப் பாசம் ஆகியவற்றின் விளைவே. காலையில் நட்சத்திரங்கள் மறைவதுபோல் அவள் அச்சமும் மறைந்துவிடும். ஆனால் விடியல் இன்னும் வெகு நேரம் கழித்து தான் வரப்போகிறது. அதுவரை அச்சம் நிறைந்த காட்சிகள் அவளை உலுக்கி கொண் டிருக்கும்.

அவள் தலையைத் தூக்கிப் பார்த்தாள். எதிரே ஓர் ஓவியம் மாட்டப்பட்டிருந்தது. அது பிராகா நகரில் சூரியன் அஸ்தமனம் செய்யும் காட்சி. பின்னர் அதன் கண்ணாடியில் தெருவிளக்கின் ஒளி பட்டு மின்னியது. ஆனால், எதுவுமே அவள் அவள் பயத்தைப் போக்கவில்லை. ஒரு பெரிய மேசை இருக்கிறது. அதில் ஏராளமான இளமைக்கால நினைவுகள் பதிந்திருக்கின்றன. அதுவும்கூட நானூறு கி.மீ. தூரத்திலிருக்கும் ஃபிரான்ஸுக்கு ஏதாவது நிகழ்ந்துவிடுமோ என்ற பயத்தைப் போக்கவில்லை.

ஒருவேளை தனக்குள் நடந்துகொண்டிருக்கும் போராட்டம் ஆழ்ந்த உறக்கத்தினால் அசந்து போய் தானாகவே நின்று போகும் என்று காத்திருக்க வேண்டுமோ எனத் தோன்றியது. ஆனால், தன் சகோதரன் நோயுற்றதிலிருந்து தூக்கமென்பது அவளிடம் எந்த ஒரு மாற்றத்தையும் கொண்டுவரவில்லை. இரவில் அவளை வாட்டும் சோகத்தினால், காலையில் எழும்போது அவள்

தடாகம் | 67

முந்தைய நாள் இருந்ததைப் போலவே சோர்ந்து போய்க் காணப் பட்டாள்.

அவள் தாராளமாக மூச்சை உள்ளிழுத்து விட்டுக்கொண்டாள், சில நிமிடங்களில், அவளது நெற்றிப் பொட்டுகள் குறைவாகத் துடித்தன. அவளது பதட்டம் குறைகிறது. மேகம் கடந்துபோய் விட்டது, என் சகோதரன் இன்னும் வாழ்கிறான் என்று நம்பு கிறேன் என்று சொல்லிக்கொண்டாள். கண் இமைகளை மூடி, கைகளைப் பக்கவாட்டில் நீட்டி தூக்கத்திற்காகக் காத்திருந்தாள்.

கடிகாரத்தில் நொடிகள் நகர்ந்துகொண்டிருந்தன.

சில மாதங்களுக்கு முன், பெர்லினில் நீண்ட காலம் தங்கி யிருந்துவிட்டு குடியிருப்புக்குத் திரும்பியபோது, ஃபிரான்ஸ், கடிகாரத்தின் சத்தம் அவனை விழிக்க வைத்தது என்று சொன்னான்.

“அதைக் கேட்காமல் இருக்க முயற்சி செய்,” என்று அவள் அவனிடம் அறிவுறுத்தினாள்.

வெடிச் சிரிப்பொன்றை அவன் உதிர்த்தான். பின்னர், ஒரு தொடர் இருமல் அவனை உலுக்கியது. அவள் இதுவரை அதுபோல் பார்த்ததில்லை. நீண்ட நொடிகளுக்குப் பிறகு இருமல் நின்றுவிட்டது. அப்போது இருவரின் பார்வையும் அவனது கைக்குட்டையின் அடிப்பகுதியில் இருந்த இடத்தில் விழுந்தது. ஃபிரான்ஸ் மன்னிப்பு கேட்கும் தொனியில், “இது தீவிரமான தொன்றும் இல்லை, கவலைப்பட வேண்டாம்” என்றான்.

குளிர்காலத்தில், ஜெர்மனியில் பயங்கர குளிரில், பெர்லினில் தங்கியதும், 1923 இன் சுற்றுப்புற வறுமையும் அவன் நோயை அதிகப்படுத்தியிருந்தது. அப்போது அவனது பயணத்தை ஊக்கு வித்த குற்ற உணர்வு அவளிடம் இன்று வரை இருந்து வந்தது. வேண்டாம் என்று சொல்லியிருக்க வேண்டும். இங்கேயே எங்களுடன் இரு. உன் ஆரோக்கியத்திற்காக, உனக்காக இல்லை யென்றால், எனக்காக இரு என்று சொல்லியிருக்க வேண்டும். அவன் அவள் சொல்வதைக் கேட்டிருப்பான், அவள் சொல்வதை எப்போதும் கேட்டுக்கொண்டிருப்பவன்தான் அவன். அவள் அறிவுரையை மட்டுமே பின்பற்றுபவன் அவன். ஆனால், அவன் பிராகாவை விட்டு வெளியேறுவதற்கு முடிவு செய்த போது,

எப்போதும்போல், அவள் அவன் முடிவை ஆதரித்துவிட்டாள். ஃபிரான்ஸின் முடிவை, அவள் தந்தை அது பைத்தியக்காரத்தனம் என்று சொன்னார்: "இங்கிருக்கும் சார்லஸ் பாலத்தைக் கூட தாண்ட முடியாதவன் பெர்லினில் போய் இருக்கப் போகிறானா" என்றார். அவளோ அந்தக் கருத்தை எதிர்த்தாள். அப்படி எதிர்த்தது தவறு. அவளுடைய தந்தை சொன்னது சரிதான் என்பதை இப்போது உணர ஆரம்பித்துவிட்டாள். பெர்லின் இளைஞனின் வலிமையைக் குறைத்துவிட்டது. இறுதியில் அவன் ஐம்பது கிலோ எடைதான் இருந்தான். அவன் ஏப்ரல் மாதம், பிராகா நகருக்குத் திரும்பியபோது அவனை வாசற்படியிலேயே பார்த் தாள். அவன் ஒரு நடைப் பிணம்போல் இருந்தான். முகம் வாடிப் போய் இருந்தது. பயங்கரமாக மெலிந்திருந்தான். வெளிறிய நிறம் அளவுக்கு அதிகமாகத் தென்பட்டது. அவனுடைய அப்பா வேண்டுமென்றே பட்டும்படாமல் வணக்கம் சொன்னார். அதனால் அவனது பயத்தின் அளவு அவ்வளவாகக் குறைந்த விடவில்லை. அவனுடைய தாய் தன் மகனைக் கைகளில் நீண்ட நேரம் அணைத்துக்கொண்டாள். முகத்தில் கண்ணீர் வழிந்துகொண்டே இருந்தது. கடைசியாக ஓட்லா அவனை அணைத்தாள். ஆனால், அந்த பலவீனமான உடலில் எலும்புகள் உடைந்துவிடுமோ என்று பயந்து இறுக்கமாக அணைக்கவில்லை. தட்ப வெப்பம் மிதமாக இருந்தபோதும், ஒரு கம்பளி கோட்டில் ஒடுங்கிப் போய் இருந்தான். ஆனால், அவன் தன் நோய் மோசமாகப் போய்விட்டதா என்று தெரிந்துகொள்ள வந்தவன்போல் இருந்தான்.

"என் நோயைப் பற்றி இவ்வளவு பயங்கரமாகக் கற்பனை செய்துகொள்ள வேண்டாம். இன்று காலையில் எனக்கு ஜுரம் முப்பத்தெட்டுக்கு மேல் இல்லை."

"அந்த கேடுகெட்ட மருத்துவர்கள் உன் ஜுரம் குறைவதற்கு என்ன மருந்துதான் கொடுக்கிறார்கள்" என்று அவன் தந்தை கோபமாகக் கேட்டார்.

"தற்சமயம் வெறும் ஆவி இழுப்பு மட்டும் பரிந்துரைத்திருக் கிறார்கள். ஆனால், நான் ஆர்செனிக் சிகிச்சையைத் தொடர்ந்து மறுத்து வருகிறேன்."

“மருத்துவர்கள் பரிந்துரைத்தால், நீ ஏன் மறுக்கிறாய்?”

அவன் சங்கடத்தோடு சிரித்தது ‘மேற்கொண்டு கேட்காதீர்கள்’ என்று சொல்வதுபோல் இருந்தது. சில நாட்களுக்குப் பின், அவன் வியென்னாவில், ‘கைவிடப்பட்ட’ நோயாளி களுக்கான ஹாஜெக் சிறப்பு மருத்துவப் பிரிவில் அவசரச் சிகிச்சைக்காக அனுமதிக்கப் பட்டான்.

ஏழாண்டுகளுக்கு முன், 1917 ஆகஸ்ட் மாதத்தில், அந்த சபிக்கப்பட்ட இரவில், சிறுவன் இரத்த வாந்தி எடுத்துக் கொண்டு எழுந்தபோது, முழு குடும்பத்தின் வாழ்க்கையும் தலை கீழாக மாறிவிட்டது, அவன் வாழ்க்கை ஒளிமயமானதாகத் தோன்றிய நேரத்தில்தான் பூகம்பம் வெடித்தது. முப்பத்தாறு வயதில் அவனால் குடும்பக் குடியிருப்பை விட்டு ஒருவாறாக வெளியேற முடிந்தது. பல ஆண்டுகளாக, தொடர்ந்து தள்ளிப் போட்டுக் கொண்டே வந்தபின் கடைசியாக அவள் சோன்பார்ன் அரண்மனையில் உள்ள ஒரு சிறிய குடியிருப்பை வாடகைக்கு எடுத்துக் கொடுத்தபின் அதில் குடியேறினான். ஏறக்குறைய அதே நேரத்தில்தான் அவனுக்கு ஃபெலிஸுடன் நிச்சயதார்த்தம் நடந்தது. அவளுக்கு இந்தத் திருமணத்தில் அவ்வளவு நம்பிக்கை இல்லையெனினும், அந்த இரண்டாவது முயற்சியாவது நல்ல விதமாக இருக்க வேண்டுமென்று அவள் வேண்டிக்கொண்டாள். சிறுவனாக இருந்தவன் தாமதமாகத்தான் பெரியவனானான். ஆனால், காப்புரிமை அலுவலகத்தில் அவன் வேலை திருப்தி கரமாக இருந்தது. இந்தச் சிறிய இரண்டு அறை கொண்ட குடியிருப்புதான் அவன் உண்மையான முதல் வீடு. அது அவனுக்கு முழு திருப்தியளித்தது. லாங்க்காஸ் குடியிருப்பு அவளுக்கு அவ்வளவாகப் பிடிக்கவில்லை. அவள் சகோ தரனும் அங்கிருந்ததைவிட இங்கு மகிழ்ச்சியாக இருந்தான். அல்கெமிஸ்டெங்காஸ் பொம்மை வீட்டைவிடவும் கூட இது அவனுக்கு வசதியாக இருந்தது. மாலையில் அமைதியான தெருவில் நடக்கவும், அவன் எடுத்து வைக்கும் காலடிகளால் பனி உடையும் ஓசையைக் கேட்கவும், கோட்டையிருக்கும் திசையில் செல்லவும் அவனுக்கு அளவுகடந்த ஆசை.

ஆனால், சோன்பார்ன் அரண்மனையில் ஒரு சாதாரண குடி யிருப்பில், அந்த எளிய மகிழ்ச்சியில் ஆறு மாதங்கள் திளைத்த

பின், அவன் ஒரு நாள் காலை, முகமெல்லாம் வெளுத்துப் போய், ஒரு வார்த்தைகூட பேசமுடியாமல், அவள் வீட்டில் வந்து நின்றான்.

“என்ன பிரச்சினை?” என்று கேட்டாள்.” ஃபெலிஸா?... காப்பீட்டு அலுவலகமா?...

ஆனால் அது காப்பீட்டு அலுவலகமும் இல்லை, ஃபெலிஸும் இல்லை..

“அப்புறம் என்ன? நீ என்னிடம் சொல்லலாம், ஃபிரான்ஸ், என்னால் எதையும் புரிந்துகொள்ள முடியும்.”

பிறகு, கொஞ்சம் வெட்கப்பட்டவனாக, தன் சகோதரியிடம் இரத்த வாந்தி எடுத்ததை ஒப்புக்கொண்டான்.

இப்போது கொஞ்ச காலமாக ஃபிரான்ஸ் கியெர்லிங்கில் இருக்கிறான் - வியென்னாவிற்குப் பிறகு கீர்லிங், அதுவும் பேராசிரியர் ஹாஜெக்கின் பயங்கரமான சேவையில்.

இதெல்லாம் நம்மை எங்கே அழைத்துச் செல்லும்? அவள் ஜன்னல் வழியாகத் தபால்காரரர் வருகையைக் காலை முழுதும் எதிர்பார்த்துக் கொண்டே இருந்தாள். முந்தையக் கடிதம் கடந்த வாரத்தில் வந்தது. அதைப் பெற்றுக்கொண்டு அவளுடைய இரண்டு சகோதரிகள் நாட்டியும், எல்லியும் மகிழ்ச்சியில் நடனமாடினார்கள். அவளும், அவர்களின் தாயும் மகிழ்ச்சியாகப் பார்த்துக்கொண்டிருக்கும்போது, அவன் திரும்பி வருவதுபோல் கூறியிருப்பது அவளுக்கு உற்சாகம் அளித்தது. பின்னர் அவர்கள் எல்லோரும் அந்தக் கடிதத்தை ஒன்றாகப் படிக்கும்போதுதான் ஒவ்வொரு வார்த்தையும் ஒரு துயரச் சம்பவத்தை எச்சரித்தது போல் இருந்தது. அதை மீண்டும் மீண்டும் படித்ததால், அது அவளுக்குக் கிட்டத்தட்ட மனப்பாடம் ஆகிவிட்டது. இப்போது, அந்த வாக்கியங்களுக்கிடையே அவள் மனக் கஷ்டத்தைப் போக்கும் ஏதாவது ஒரு நம்பிக்கை வெளிப்படுமா என்று ஏங்கினாள். அவள் விளக்கை ஏற்றி, கியர்லிங்கின் கடிதங்கள் வைக்கப்பட்டுள்ள இழுப்பறையைத் திறந்தாள். கட்டுக்கு மேலே உள்ளதை எடுத்துப் படிக்கத் தொடங்கினாள். ஒவ் வொரு வாக்கியத்தையும் பிரார்த்தனை செய்வதுபோல் முணு முணுத்தாள்.

அன்புள்ள பெற்றோர்களுக்கு,

நீங்கள் சில சமயங்களில் உங்கள் வருகையைப் பற்றிப் பேசும்போது, ஒவ்வொரு நாளும் அதைப் பற்றி யோசிக்கிறேன், ஏனென்றால் அது எனக்கு மிகவும் முக்கியத்துவம் வாய்ந்தது. அது மிகவும் நன்றாக இருக்கும். நாம் நீண்ட காலமாகவே ஒன்றாக இல்லை. நாம் மீண்டும் ஒரு சில நாட்கள் அழகான பிரதேசத்தில் தனியாகத் தங்கினால் எப்படி இருக்கும்? எல்லோருமாக சேர்ந்து ஒரு பீர் சாப்பிட்டால் எப்படி இருக்கும்? உண்மையில், நான் அடிக்கடி அதைப் பற்றி நினைக்கிறேன். நாம் ஏற்கனவே பல ஆண்டுகளுக்கு முன்பு கடும் கோடையின்போது, வழக்கமாக அப்பா என்னை சிவில் நீச்சல் பள்ளிக்கு அழைத்துச் செல்லும்போது ஒன்றாக பீர் சாப்பிட்டிருக்கிறோம். அதெல்லாம் உங்கள் வருகைக்கு அதிக முக்கியத்துவம் கொடுக்கிறது. ஆனால், பல காரணங்கள் அதற்கு எதிராகப் பேசுகின்றன. முதலாவதாக, தந்தை ஒருவேளை கடவுச்சீட்டு எடுப்பதில் இருக்கும் சிரமம் காரணமாக வர முடியமல் இருக்கலாம். குறிப்பாக அம்மா. எனக்கு இன்னும் அழகு திரும்பவில்லை. அவள் வந்து பார்க்குமளவுக்கு எனக்குத் தகுதி இல்லை. எனக்கு இங்கும் வியென்னாவிலும் தொடக்கத்திலிருந்த கஷ்டங்கள் தெரியும். அவற்றால் நான் கொஞ்சம் பாதிக்கப் பட்டிருக்கிறேன். காய்ச்சலைத் திடீரென விரைவாகத் குறைத்தது என்னை மேலும் பலவீனப்படுத்தியது. தொண்டை காசநோய் அழற்சி திடீரென வந்தது வழக்கத்தைவிட என்னை அதிக பலவீனப்படுத்திவிட்டது.

இப்போது தான் டோரா, ராபர்ட் ஆகியோர் உதவியுடன் நான் அந்த பலவீனத்திலிருந்து கொஞ்சம் வெளியில் வந்திருக்கிறேன். அவர்கள் இல்லையென்றால் நான் என்னவாக இருப்பேன்? அவர்கள் செய்த உதவியைத் தூரத்திலிருந்து நீங்கள் கற்பனை செய்வது சாத்தியமில்லை. ஆனால், இப்போது எனக்கு மேலும் பிரச்சினைகள் உருவாகியுள்ளன. உண்ணும் உணவு நல்ல உண வாக இருக்கிறது. ஒவ்வொரு நாளும் நான் வெளிப்புற சிகிச்சை மேற்கொள்கிறேன்.இருந்தும், நான் உண்மையில், இன்னும் சரியாக குணமடையவில்லை. சொல்லப்போனால், கடைசியாக நான் பிராகாவில் இருந்த அளவுக்குக் கூட என் உடல்நிலை

நன்றாக இல்லை... அத்துடன் என்னால் கிசுகிசுக்கும் குரலில்தான் பேசமுடிகிறது. அதுவும் எப்போதாவதுதான் பேச முடியும். இதையெல்லாம் பார்க்கும்போது, நீங்களே உங்கள் வருகையை ஒத்திப் போட விரும்புவீர்கள்.

ஆனால், எல்லாமே நன்மைக்கே. குரல்வளையில் குறிப்பிடத் தக்க முன்னேற்றம் காணப்படுகிறது என்பதை ஒரு பேராசிரியர் கண்டுபிடித்தார். அதனால், என் அன்பான பெற்றோரே, தற் போது பயணத்தைக் கைவிட வேண்டுமல்லவா? அவ்வப்போது நிபுணர்கள் வருகை தந்தபோதும், ராபர்ட் அவனது தேர்வுகளைப் பற்றிக் கூட சிந்திக்காமல் ஒரு கணம் கூட என்னை விட்டு விலகவில்லை. அவனுடைய சிந்தனை அனைத்தும் என்னைப் பற்றியதாகவே இருக்கிறது.

அன்புடன்

எஃப்

அவள் "எல்லாம் நன்மைக்கே" என்பதை மீண்டும் மீண்டும் சொல்லிக் கொள்கிறாள். அதனால் அவளுக்கு ஒரு நிம்மதி பிறக்கிறது. அவள் ஒன்றுமில்லாமல் பயந்திருந்தாள். ஃபிரான்ஸ் நலமாக இருக்கிறான் என்பதற்கான ஆதாரத்தை அவள் கைகளில் வைத்திருக்கிறாள். முன்பெல்லாம், அவள் சகோதரன் காய்ச்சலால் படுத்திருக்கும்போது அவன் நெற்றியை முத்தமிடுவதுபோல், இப்போது அவள் கையில் வைத்திருந்த காகிதத்தை முத்த மிட்டாள். அதனை காகிதக் கட்டுக்கு மேல் வைத்தாள். இப்போது அவளால் போய்த் தூங்க முடியும். நாளை அவள் முன்னெச்சரிக்கை உணர்வுகளெல்லாம் ஒரு சாதாரண கெட்ட கனவாகிவிடும்.

ராபர்ட்

"டாக்டர் குளோப்ஸ்டோக், இது ஏற்கனவே இரண்டாவது டோஸ் மார்ஃபின்," செவிலி அன்னா கவலையோடு சொன்னாள். "முதலாவது காலை ஒன்பது மணிக்குச் செலுத்தப் பட்டது."

"எனக்குத் தெரியும்," என்று அவனால் முடிந்த அளவுக்கு அமைதியான குரலில் சொன்னான்.

அவன் இயந்திரத்தனமாக தனது கைக்கடிகாரத்தைப் பார்க் கிறான். மணி பதினொன்று. ஊசியை மீண்டும் மெதுவாக செலுத்துகிறான். அவன் பார்வை இப்போது நரம்பின் மீது பதிந்துள்ளது. அழுத்தத்தினால் அவன் மெலிந்த கையின் மேற் பரப்பில் புடைக்கிறது.

பின்னர் அது நீலநிற இரத்த நாளங்களில் மறைந்து விடுகிறது. மருந்தின் முழு உள்ளடக்கத்தையும் உறுதி செய்து கொள்கிறான். அவனுக்கு முன்னால் படுத்திருந்த தன் நண்பனின் முகத்தை பார்க்கிறான். அதன் வெளிறிய நிறம், காய்ச்சலினால் நடுங்கும் உதடுகள், குழிக்குள் அமிழ்ந்திருக்கும் கண்கள், நெற்றியில் நிறைந்திருக்கும் வியர்வை – இவையெல்லாம் அவனுக்கு அச்சத்தைத் தந்தன. நோயாளியின் வெளிறிய உடல் சில வாரங் களுக்கு முன் பூடபெஸ்ட் மத்திய மருத்துவமனையில் அவன் அறுவை செய்த சடலங்களை நினைவு படுத்தியது.

மெதுவாக, வலியின் துடிப்பு மறைகிறது. எழுத்தாளரின் முகம் தளர்ந்தது, இமைகள் பாதி திறந்தன. அதெல்லாம் மார்ஃபினின் விளைவுதான். அவர் பார்வையில் தெரிந்த ஒளி நன்றியின் அறிகுறி என்பதை ராபர்ட் உணர்ந்தான். ஆனால், ஒலி உடனே மறைந்தது. இமைகள் மீண்டும் மூடிக்கொண்டன.

"இது வேலை செய்கிறது, டாக்டர்," செவிலி அன்னா உறுதி யளிக்கிறாள்.

அவன் கியெர்லிங்கிற்கு வந்ததிலிருந்து, அவன் பலமுறை விளக்கியும் அவள் அவனைப் பிடிவாதமாக 'டாக்டர்' என்றுதான் அழைத்தாள். அவன் இன்னும் பட்டம் பெறவில்லை. வெறு

மனே மருத்துவப் படிப்பை அடைப்புக்குறிக்குள் போட்டுக் காட்டி அவனது நண்பரின் பக்கம் இருக்க முயற்சி செய்தான். நோயின்போது, அவர் அருகில் இருந்து, தன்னுடைய குறைந்த பட்ச அனுபவத்தைக் கொண்டு, நோயின் தாக்கம் அதிகரிக்காமல் பார்த்துக்கொள்ள முயன்றான்.

"நான் வெப்பநிலையை எடுக்கவா, டாக்டர்?"

அதனால் என்ன பயன்? வேண்டாம் என்று தலையை ஆட்டினான்.

முகம் பயங்கரமாக வெளிறி இருந்தது. ஆனால் முடி சிறப்பான நிலையை தக்கவைத்துக் கொண்டது. ஒரு மணி நேரத்திற்கு முன்புதான், டோரா ஒரு குழந்தையின் தலைமுடியை அவன் பள்ளிக்குப் புறப்படுவதற்கு முன் சீவி விடும் அதே ஆர்வத்துடன் அவன் அடர்த்தியான பழுப்பு நிற முடியைச் சரி செய்துவிட்டாள். அதன் பிறகு அவளை அங்கிருந்து போகச் சொன்னதற்கிணங்க வெளியேறினாள். கிளாஸ்டன்பர் கிராமத்திற்கு ஒரு கடிதத்தைத் தபாலில் சேர்க்கச் சென்றாள்.

"நீங்கள் ஓய்வெடுக்க வேண்டும்," செவிலி அன்னா தன் தெளிவான, இனிமையான குரலில் கூறினாள்.

"நீங்கள் நேற்றிலிருந்து பார்த்துக்கொண்டிருக்கிறீர்கள். களைத்துப் போய்விடுவீர்கள்."

அவன் உட்கார சம்மதிக்கிறான். இதுவே முடிவு என்று அவனுக்குத் தெரியும். இதுவே அந்த மனிதனின், நண்பனின், சகோதரனின், வழிகாட்டியின், கடைசிக் கட்டம். இனிமேல் அவனுக்குக் கிட்ட முடியாத சாதனை பயணத்தின் முடிவு. ஒரு வாய்ப்பு அவனை அவரிடம் கொண்டுசேர்த்தது. ஆனால், அவன் இனிமேல் அவரை மீண்டும் சந்திக்க முடியாது. அவர் ஓர் அசாதாரணப் பிறவி. ஒப்புயர்வற்ற அறிவு ஜீவி. மூன்று ஆண்டுகளுக்கு முன்பு அவருடன் ஏற்பட்ட தொடர்பால், மேல் டட்ராஸ் மலைப் பகுதிக்கு மத்தியில், அவன் வாழ்க்கைக்கு ஓர் அர்த்தம் கிடைத்தது.

மாட்லியாரிக்குத் திரும்பி வந்தபோது, அவன் புடாபெஸ்டில் மருத்துவப் படிப்பைத் தொடர்ந்தான். இருப்பினும், ஒரு நீண்ட

கடிதப் போக்குவரத்து அவர்கள் உறவை வளப்படுத்திக்கொண் டிருந்தது. கடந்த குளிர்காலத்தில் எழுத்தாளரை பெர்லினில் மீண்டும் சந்தித்தான். அந்த ஊரில், டோராவுடன் கொஞ்ச நாள் ஒன்றாக வாழ்ந்தார்கள். அந்த கடுமையான வறுமையிலும், குளிர் காலத்தின் கடுங்குளிரிலும், அவளுடன் வாழ்வது அவருக்கு மகிழ்ச்சியாகத் தோன்றியது. வசந்த காலத்தில், சில வாரங்களுக்கு முன்புதான் மீண்டும் பிராகா நகரில் அவர் வீட்டில், அவரைப் பார்த்தான். அவர் அடையாளம் தெரியாமலிருந்தார். அவரால் எழுந்திருக்க முடியவில்லை. அவரது தொண்டை அழற்சிக்கு அவருக்குப் பழங்கள் மட்டுமே அனுமதிக்கப்பட்டிருந்தன. அவற்றை மட்டுமே அவரது எரியும் தொண்டையால் விழுங்க முடிந்தது. மீண்டும் பூடபெஸ்ட் திரும்பியதும், ராபர்ட்டுக்கு ஒரு கடிதம் கிடைத்தது. அதில் எழுதப்பட்டிருந்ததை அவன் துல்லியமாக நினைவில் வைத்திருந்தான்.

அன்புள்ள ராபர்ட்,

நான், லாசரெட்காஸ்ஸே 14, வியென்னா IX, இல் இருக்கும் பேராசிரியர் டாக்டர் எம். ஹஜெக் பல்கலைக்கழக மருத்துவ மனைக்குக் கொண்டுசெல்லப்படுகிறேன். என் குரல்வளை உண்மையில் மிகவும் வீங்கிப்போய் என்னால் சாப்பிட முடிய வில்லை. நரம்புக்குள் மதுவை செலுத்தவேண்டி இருக்கும் என்று சொல்கிறார்கள். நிச்சயமாக மீண்டும் அறுவைச் சிகிச்சை செய்ய வேண்டி இருக்கும். அதனால் நான் சில நாட்கள் வியென்னாவில் தங்குவேன்.

வாழ்த்துகள்.

உங்கள் 'கோடீன்' மருந்துக்குத்தான் நான் பயப்படுகிறேன். இன்று, நான் ஒரு சிறிய பாட்டிலை முடித்தேன். நான் கோடீன் 0.03. மட்டுமே எடுத்துக்கொள்கிறேன். அது என் தொண்டையில் எப்படி இருக்கும்? என்று செவிலியிடம் கேட்டேன். அது – ஒரு மந்திரவாதியின் கொதிகலன்போல் இருக்கும்" என்று அவள் வெளிப்படையாகச் சொன்னாள்.

படுக்கையில் இருக்கும் அவன் நண்பரோடும், டோரா, பிராட் ஆகியோரோடும் சேர்ந்துகொள்ள வியென்னாவுக்குப் போகும்

முதல் ரயிலில் புறப்பட்டுச் சென்றான். ஃப்ரான்ஸ் அனுமதிக்கப் பட்டிருக்கும் பகுதி மனிதனைக் கொன்றுவிடும். ஒவ்வொரு நாள் காலையிலும், ஒரு கட்டில் காலியாகிவிடும். அங்கு நேற்று இருந்தவர் இன்று இருக்க மாட்டார். டக்டர் பெக் வியென்னாவில் ஒரு முக்கியஸ்தர். சிகிச்சையின் முன்னேற்றத்தைப் பற்றி அவர் தீர்க்கமான முடிவுகளைச் சொன்னவுடன் அவன் தானாகவே எழுத்தாளரை அந்த மருத்துவமனையிலிருந்து வெளியேற்றிவிட வேண்டும் என்று முடிவு செய்தான். பேராசிரியர் ஹாஜெக் கோபத்தோடு சொன்னார். "நீங்கள் ஒரு மோசமான தவறு செய்கிறீர்கள். குரல் வளையை காசநோய் ஆக்கிரமிப்பது பற்றி உங்கள் ஆசிரியர்கள் உங்களுக்கு எதுவும் சொல்லவில்லையா?" என்றார். ஆனால் அவன் அந்தத் தவறைப் பற்றிக் கவலைப் படவில்லை. குரல் வளை காசநோய் பாதிப்பு என்பது மூச்சுத் திணறலால் ஏற்படும் மரணத்தைக் குறிக்கிறது. ஆனால், அவன் தன் நண்பரை அந்த நிபுணரிடமிருந்தும், அவருடைய தலைமை செவிலியரிடமிருந்தும், எப்படியும் அகற்றிவிட வேண்டும். "நாங்கள் அவரை இன்னும் அமைதியான இடத்திற்குக் கொண்டு செல்ல விரும்புகிறோம்" என்று வாதிட்டான். தன்னுடைய கௌரவம் பாதிக்கப்படுகிறது என்பதை உணர்ந்த டாக்டர் ஹாஜெக் விட்டுக் கொடுக்காமல் தான் யாரையும் நிறுத்திவைக்க வில்லை என்றார். தன்னுடைய மருத்துவமனையின் பெருமை களை யாரிடமும் சொல்லவும் தேவையில்லை என்றார். ஆஸ்திரியாவிலிருந்தும், இன்னும் பல்வேறு இடங்களிலிருந்தும், மிகவும் மோசமான நிலையில் இருந்த நோயாளிகள் - கைவிடப்பட்ட நோயாளிகள் என்று நுரையீரல் நிபுணர்கள் பரிந்துரை செய்தவர்களை மட்டுமே தன்னுடைய மருத்துவ மனை ஏற்றுக்கொண்டது என்றார். தன்னுடைய மருத்துவ மனையை விட்டுக் கிளம்பிப் போனால் நோயாளி மிகக் குறுகிய காலத்திலேயே எந்த மருத்துவ உதவியுமின்றி, கோரமான முடிவுக்கு தள்ளப்படுவார் என்றார். கடைசியாக, அவர் "இதெல்லாம் உமக்குத் தெரியும் இளைஞரே! எனக்கு நிறைய வேலை இருக் கிறது. நான் போக வேண்டும். கியர் லிங்கில் டாக்டர் ஹாப்மெனிடம் என் வணக்கத்தை சொல்லுங்கள். காஃப்காவைக் கூட நான் இனிமேல் சந்திக்கும் வாய்ப்பு நிச்சயமாகக் கிடைக்காது. அவருக்கும் என்னுடைய வணக்கத்தை சொல்லி விடுங்கள்." அந்த இடத்தை விட்டு – அந்த சபிக்கப்பட்ட மந்திரவாதிகளின்

தீச்சட்டியிலிருந்து - அவரை விடுவித்து வியென்னாவிலிருந்து 10 - 20 கிலோ மீட்டர் தொலைவில் இருந்த, அமைதியும் நிசப்தமும் நிறைந்த 'ஹர்லிங் சானடோரியத்திற்கு அழைத்துச் சென்றார்கள்.

அவன் தனக்கு எதிரே படுக்க வைக்கப்பட்டிருந்த நண்பனின் உடலையும், மேடு பள்ளங்கள் நிறைந்த அவர் முகத்தைப் பார்த்துக்கொண்டிருந்தான். உயிர் அந்த உடலை விட்டு வெகு சீக்கிரம் போய்விடும். எந்த ஆன்மாவும் நிலைப்பதில்லை. இதற்கு முன்பும் நிலைத்ததில்லை. இதற்குப் பின்பும் நிலைக்கப் போவதில்லை. வாழ்க்கை என்பது ஒரு பிரம்மாண்டமான - சோகமான ரயில் நிலையம். அங்கு மனிதர்கள் ஏராளமான, அர்த்தமற்ற நம்பிக்கைகளோடு சந்தித்துக் கொள்வார்கள். அடுத்து வரவிருக்கும் ஒரு ரயிலை எதிர்பார்த்துக் காத்திருப்பார்கள். ஆனால், அது வருவதில்லை. நம் துன்புறுத்தப்பட்ட ஆன்மாக் களின் முணுமுணுப்போடும், ஆசாபாசங்களோடும், துயரங்க ளோடும் எதுவும் துணைக்கு வருவதில்லை. இதற்கு முன்னாலும் வந்ததில்லை. இதற்குப் பின்னாலும் வரபோவதில்லை. நம் வாழ்வு, நம் விடப்பிடியான ஆசை, நம்மிடம் அடிக்கடி வந்து துன்புறுத்தும் நினைவுகள் – இது போன்ற நம் மர்மங்களை யாரும் விளக்கப் போவதில்லை. நமது பிரார்த்தனைகளுக்கு யாரும் பதில் அளிப்பதில்லை, எவராலும் நம்மை மீட்க முடியாது.

'நீ ஒரு தூசி, தூசிகளோடுப் போய்ச் சேருவாய்.'

செவிலி அன்னா வலியால் துடித்துக்கொண்டிருப்பவரின் அருகில் மும்முரமாக ஏதோ வேலை செய்துகொண்டிருப்பதைக் கவனிக்கிறான். அவள் தன் உதடுகளை ஈரப்படுத்திக் கொள்கிறாள். நோயாளியின் நெற்றியில் தேவையற்ற ஒத்தடங்கள் கொடுத்துக் கொண்டிருந்தாள். ஆறுதல் வார்த்தைகளைச் சொல்லிக்கொண் டிருந்தாள். வலிப்பு ஒன்று நோயாளியின் பலவீனமான தோள் களையும், உடற்பகுதியையும் உலுக்குகிறது. அற்புதமான அவர் முகம் மரணத்தை எதிர்த்துப் போராடுவதுபோல் தெரிகிறது.

அவன் பார்வையை வேறுபக்கம் திருப்பி தலை மாட்டு மேசையில் வைக்கப்பட்ட கையெழுத்துப் பிரதிகளின் துண்டு களையும், நோயாளி தன் தொண்டையைக் காப்பாற்றும் விதத்ததில் சொல்லவேண்டியதை எழுதிக் காட்டுவதற்காக

வைத்திருந்த காகிதங்களையும் பார்க்கிறான். ஒரு காகிதத்தை எடுத்துப் படிக்கிறான்:

இது சீக்கிரம் குணமடைந்தாலும், கேள்வி கேட்கும் என் கேவலமான பழக்கத்தை மன்னியுங்கள், ஆனால், நீங்கள் என் மருத்துவர், சரியா? இந்த வடு ஆறினாலும், வலி இல்லாமல் சாப்பிடுவதற்கு இன்னும் பல ஆண்டுகள் ஆகும்.

அவன் தொடர்ந்து படிக்கிறான், குத்து மதிப்பாகக் காகிதங் களை எடுக்கிறான்.

தயவு செய்து கொஞ்சம் தண்ணீர் கொடுங்கள். இந்த மாத்திரைகள் கண்ணாடித் துண்டுகள்போல் தொண்டையில் சிக்கியிருக்கின்றன.

மேலும் வலியினாலும், இருமலினாலும், நான் இப்போது சாப்பிடும் சாப்பாட்டின அளவை நீண்ட நாள் தொடர முடியாது.

'லைலக்' மலர் அற்புதம், இல்லையா? அவர் இறக்கும் போது குடிக்கிறார்,

அவர் மீண்டும் குடிபோதையில் இருக்கிறார்.

யார் அழைத்தது? மேக்ஸ் இல்லையா?

பின்வருவது பேராசிரியர் ஹெஜெக் மருத்துவமனையில் தங்கி யிருப்பதை விவரிக்கிறது:

என் பக்கத்தில் இருந்த ஆளைக் கொன்று விட்டார்கள். ஏதாவது ஓர் உதவியாளர் அவரைப் பேருக்காகப் போய்ப் பார்ப்பார். உள்ளே நுழைந்தவுடனேயே வெளியில் வந்துவிடுவார். இப்படி யாக, அவரை நிமோனியாவோடு அலையவிட்டார்கள்.

அவன் தொடர்ந்து படிக்கிறான்:

நான் உங்களுக்கு எவ்வவு தொந்தரவு தருகிறேன்! அது முற்றிலும் பைத்தியக்காரத்தனம்.

மிக மோசமான விஷயம் என்னவென்றால், என்னால் தண்ணீர் கூட குடிக்க முடியவில்லை.

நாம் ஆசையிலும்கூட கொஞ்சம் உழன்றுகொண்டிருக்கிறோம்.

அதனால்தான் நாம் டிராகன்ஃபிளைகளை விரும்புகிறோம்.

நித்திய வசந்தம் எங்கே?

முந்தைய நாள் டோராவிடம் அவர் சொன்ன கடைசி வார்த்தையை அவன் படித்தான்:

எனக்குத் துணிவை வரவழைக்க ஒரு கணம் என் நெற்றியில் உன் கையை வை.

திடீரென்று அவர் பக்கம் திரும்பி செவிலி அன்னா கூச்சலிடுகிறார்: "அவர் உங்களிடம் பேச விரும்புகிறார் என்று நினைக்கிறேன்!"

ராபர்ட் எழுந்து, அவனது நண்பரின் படுக்கையை நெருங்கி, அவர் முகத்தைப் பார்த்து அவர் சொல்வதைக் காதுகொடுத்துக் கேட்கிறான்.

"என் முடிவை ஏன் இன்னும் தள்ளிப் போடுகிறீர்கள்?"

அவர் கையின் அழுத்தம் அவன் சட்டைமீது படர்வதை அவன் உணர்கிறான்.

"நான்கு ஆண்டுகளாக நீங்கள் எனக்கு வாக்குறுதி அளித்துக் கொண்டிருக்கிறீர்கள். என்னைச் சித்திரவதை செய்கிறீர்கள். இப்போதும் சித்திரவதைதான் செய்துகொண்டி ருக்கிறீர்கள். நான் இனி உங்களுடன் பேசப்போவதில்லை. எப்படியானாலும், நான் சாகத்தான் போகிறேன்."

பேசுவதற்கு அவருக்கு வார்த்தைகள் கிடைக்கவில்லை. நெஞ்சம் படபடக்கிறது. தொண்டையை ஏதோ கட்டுகிறது.

"நீங்கள் என்னை ஏமாற்றுகிறீர்கள். எனக்கு ஒரு மாற்று மருந்து கொடுத்து விட்டீர்கள்."

அங்கிருந்த இன்னொரு டோஸ் மார்ஃபினைப் பார்த்து காஃப்கா கெஞ்சினார். பின்னர், தன் சக்தி எல்லாவற்றையும் வார்த்தைகளில் தேக்கி கடைசியாகச் சொன்னார்:

"ராபர்ட், என்னைக் கொன்றுவிடுங்கள். இல்லையேல், நீங்கள் ஒரு கொலைகாரன்."

டோரா

என் ஆருயிர் காதலா, நான் உன்னை ஒரு கணம் பிரிய வேண்டியதிருக்கிறது. என்னை மன்னித்துவிடு. அதிகபட்சம் இன்னும் ஒரு மணி நேரத்தில், திரும்பவும் நான் உன்னுடன் இருப்பேன். சிஸ்டர் அன்னா மிகவும் வலியுறுத்தியதால்தான், உன் பெற்றோருக்கு எழுதிய கடிதத்தை தபாலில் சேர்க்க ஒப்புக்கொண்டேன். நேற்று அவர் "தவித்துக்கொண்டிருக்கும் அவருடைய குடும்பத்தை நினைத்துப் பாருங்கள். தாமதிக் காதீர்கள், போய்விட்டு வாருங்கள்" என்றார். சிஸ்டர் அன்னா சொல்வது சரிதான், உன் கையால் எழுதப்பட்டதை அவர்கள் படிக்க வேண்டும்.

என்னை மன்னித்துவிடு, என் கால்கள் தபால் நிலையத்தை நோக்கி செல்கின்றன, ஆனால் என் ஆன்மா உன்னுடன்தான் எப்போதும் இருக்கும். உன் கையிலிருந்து என் கையை விடுவித்துக்கொள்ள வேண்டும் என்ற இந்த அபத்தமான யோசனையை நான் ஒரு கணம் ஏற்றுக்கொண்டதற்குக் காரணம், உன்னுடைய ஒப்புதல் கிடைத்தது என்று நான் நினைத்ததுதான். கண் சிமிட்டல் சம்மதத்திற்கு அறிகுறி என்று நினைத்தது தவறா? அன்பே, அரசர்களின் அரசே, உனக்கு அமைதி தேவையல்லவா?

ராபர்ட் என்னை அறையை விட்டு வெளியேறச் சொன்னான். கடிதம் சென்றாகவேண்டியிருந்தது. எல்லாம் நல்லபடியாக சென்றுகொண்டிருந்தது. மார்ஃபின்

வேலை செய்தது, நீ வலியைக் கடந்துவிட்டாய். உன் தொண்டை இனி எரியவில்லை. நான்

உன்னை விட்டு போகவேண்டியிருந்தது. "இன்னும் ஏன் தாமதம். தபால் அலுவலகம் மூடப் போகிறது" என்று அன்னா உரத்த குரலில் சொன்னார். நான் இதுவரை அவர் குரல் உயர்த்தியதைப் பார்த்ததில்லை.

அன்பே, என் மன வலிக்குக் காரணமானவனே, நான் ஒன்று மில்லாததற்கெல்லாம் கவலைப்படுகிறேன், எதற்காக நான் உன்னிடமிருந்து விலகிச் செல்ல வேண்டும்? க்ளோஸ்டெர்நியூபர்கில் இந்த வசந்தகாலக் காலை மிகவும் அழகாக இருக்கிறது, எல்லாம் அமைதியாகவும், நிசப்தமாகவும் இருக்கிறது. எங்கும் ஒளி நிறைந்திருக்கிறது. நீ கண் இமைகளை மூடிக்கொண்டு, படுத்தில்லையென்றால் - உன் உடல் பிணம்போல் வெளிறி இல்லையென்றால் - நீ நரக வேதனை அனுபவித்துக்கொண்டில்லையானால், நான் கையில் உன் கடிதத்தோடு தபால் நிலையம் நோக்கி மகிழ்ச்சியாக சாலை நடுவில் நடந்து செல்வேன். சிஸ்டர் அன்னாவும், ராபர்ட்டும் சொல்வது சரி அல்லவா? உன்னைப் பற்றியச் செய்திகள் இல்லாத உன் பெற்றோர்கள் கவலைப்படலாம். கவலைப்படும் பெற்றோர்கள் என்ன கற்பனை செய்வார்கள் என்று யாருக்குத் தெரியும்? நான் உன் குழந்தைக்கு தாயானதும், அக்குழந்தை ஒவ்வொரு அடி எடுத்து வைக்கும்போதும் நான் கவலையில் செத்துக்கொண்டிருப்பேன். அன்பே! என் மனவலிக்குக் காரணமானவரே! நான் ஒவ்வொரு நாளும் நமக்குப் பிறக்கப் போகும் குழந்தைக்காகக் கவலையில் மடிந்து போக விரும்புகிறேன்.

நான் இப்போது, குளோஸ்டனுபர் தெருக்களில், தயக்கத்துடன் நடக்கிறேன்.

ஆனால் ஒரு நாள் நாம் இருவரும் பிராகா பெருவீதிகளில் நடந்து செல்வோம். அன்று உன் பெற்றோர்களைச் சந்திப்போம். அவர்களும் அதற்குத் தயாராக இருப்பதாக நான் நினைக்கிறேன். உன் தாய் மகிழ்ச்சியடைவார். உன் தந்தை, நீங்கள் கூறும் அளவுக்குக் கொடுங்கோலன் அல்ல என்று நான் உறுதியாக நம்புகிறேன். இன்றுவரை உன்னை மணக்க விருந்த மற்ற பெண்கள் அனைவரையும் அவர் நிராகரித்துவிட்டு எனக்காகக் காத்துக்கொண்டில்லை என்று யாரால் சொல்ல முடியும்? அவரது தற்பெருமையாலும், வன்முறை குணத்தாலும் எனக்குக் காவல் தெய்வமாக இருக்கலாமல்லவா? தந்தைகள் எந்த அளவுக்குச் செல்வார்கள்? என் தந்தை நான் வீட்டைவிட்டுத் தப்பித்துச் சென்றபோது அவர் என்னைப் போலந்து நாடு முழுவதும் தேடினார்.

நாம் ஒரு நாள் பிராகா நகரில் கையோடு கை சேர்த்து நடந்து செல்வோம். அச்சமயம், நாம் பெர்லின் நகரில் வாங்கிய உடையை என் தோள்களில் அணிந்திருப்பேன். அந்தத் தையல் காரர் பெயர் என்ன? ப்ரீட்மேன் அல்லது எர்ல்ப்மேன். எனக்குத் தெரியவில்லை. நான் பதற்றத்தோடு இருக்கும்போது, எல்லாவற்றையும் குழப்புகிறேன்.

நாளை மறுநாள் கடிதம் போய்ச் சேரும். சந்தேகம் இல்லாமல். என்னை உன்னிடமிருந்து பிரிக்க ஏன் இவ்வளவு அவசரம் என்று தெரியவில்லை. அவசரம் ஏற்பட்டால், தந்தி அனுப்பலாமே. நான் வியென்னாவை வெறுக்கும் அளவுக்கு க்ளோஸ்டர்நியூபர்க்கையும் வெறுக்கிறேன், என்னை வெளியில் அனுப்பும் சிஸ்டர் அன்னாவையும் வெறுக்கிறேன்.

நான் ஒரு நாள் பிராகா நகரில் உன் கையைப் பிடித்துக்கொண்டு நடப்பேன். இளவரசன் இளவரசியாக அந்த நகரைக் கடந்து செல்வோம். அந்த நாள் வெகு தொலைவில் இல்லை. கார்லோவா தெரு, சார்லஸ் பாலம் எல்லாவற்றையும் கடந்து செல்வோம். நாம் ஜெப ஆலயத்திற்குச் செல்வோம். அங்கு நம்மை வழிநடத்த உன் தந்தை காத்திருப்பார்.எல்லோரும் மகிழ்ச்சியில் ‘மசெல் டோவ்’, ‘சியர்ஸ்’ என்று கத்துவார்கள். நாம் ஆயிரக் கணக்கான வருடங்களாக துரதிர்ஷடத்தின் சின்னமாக இருக்கும் அந்தக் கண்ணாடியை நம் காலடியில் போட்டு உடைப்போம். துரதிர்ஷ்டங்களுக்கும் ஒரு முடிவு இருப்பதால், யூதமக்கள் துரதிர்ஷ்டம், உன் துரதிர்ஷ்டம் ஆகியவற்றிற்கும் ஒரு முடிவு உண்டு.

“ உலகத்தை தூக்கிப் பிடித்து உண்மையிலும், பரிசுத்தத்திலும், அசைவிலா ஒன்றிலும் அதை நிலை நிறுத்துவதில் வெற்றி பெற்றால்தான் மகிழ்ச்சி என்பதைப் பெற முடியும்” என்று நீ என்னிடம் சொன்னாய்.

“அன்பே, முடிவு செய்து விட்டேன். இந்தக் குழப்பத்தில் இருந்து உன்னை வெளியேறச் செய்ய நான் உனக்கு வேறு மருத்துவரைக் கண்டுபிடிப்பேன். ராபர்ட் மிகவும் சின்னவன். மருத்துவர் ஹாஃப்மென் மீது எனக்கு நம்பிக்கை இல்லை.. வியென்னாவைச் சேர்ந்தவர்கள் திறமையற்றவர்கள். அவர்களால்

தான் நீ மெலிந்திருக்கிறாய், உன் கன்னங்கள் குழி விழுந்திருக்கின்றன. உனக்குக் காய்ச்சல் வருகிறது. நீ எதையும் சாப்பிடவோ குடிக்கவோ முடியவில்லை. உன் தொண்டை எரிகிறது. உனக்கு மூச்சுத் திணறுகிறது. அவர்கள் உன்னுடைய எடை "ஒரு மீட்டர் எட்டு உயரத்திற்கு, நாற்பத்திரண்டு பவுண்டுதானா" என்று கேட்கிறார்கள். எல்லோரும் ஒரே விதமாக நினைக்கிறார்கள். அவர்கள் உன்னைக் கைவிட்டு விட்டார்கள். ஒருவர் 'ஏ' என்றால். மற்றவரும் 'ஏ' என்கிறார். ஒருவர் குரல்வளை ஆக்கிரமிக்கப்பட்டிருக்கிறது என்று உறுதியாகச் சொன்னால், மற்றவரும் "குரல்வளை ஆக்கிரமிக்கப்பட்டிருக்கிறது" என்கிறார். பட்டங்கள் பெற்று என்ன பயன் ?இத்தனை ஆண்டுகள் படித்தது இனிமேல் ஒன்றும் செய்ய முடியாது என்று சொல்வதற்குத்தானா?

ஒரு சிறந்த மனிதரை காப்பாற்ற இயலவில்லை என்றால் ஒரு சிறப்பு மருத்துவராக இருந்து என்ன பயன்? நான் டாக்டர் பெட் தன்னுடைய இதயத்துடிப்புமானியை உன்மீது வைப்பதற்காக நமது சேமிப்பை எல்லாம் தொலைத்துவிட்டேன். ஆனால், அவர் என்ன சொன்னார்? "உன் சிறு நாக்கின் ஒரு பகுதியைக் காசநோய் பாதித்து, அது வீணாகும் நிலையில் இருக்கிறது" என்றார். அப்படிச் சொல்வதில் என்ன பயன்? அப்படிச் சொல்வதில் என்ன லாபம்? பாதிப்படைந்த குரல்வளை சாவுக்கு நிகரானது என்று அவருக்குச் சொல்லி கொடுத்திருக்கிறார்கள். அவரும் பாதிப்படைந்த குரல்வளைகளை சாவுக்கு நிகரானது என்று திருப்பி சொல்லுகிறார். அவர் ஒரு மருத்துவர் இல்லை. ஒரு கிளிப்பிள்ளை. பேராசிரியர் ஹாஜெக்கைக் கூட நான் சபித்துக் கொண்டிருக்கிறேன். அன்பே, வாஸ்டர் நேபால் பள்ளத்தாக்கு அழகாக இருக்கிறது. பைன் மரக்காடு மணம் வீசுகிறது. அதற்கு கீழே, நதி மகிழ்ச்சியோடு துள்ளிக் குதித்து ஓடுகிறது. என்ன அருமையான மாயக் காட்சி! நான் என்ன சொல்ல வந்தேன்?ஆம், மருத்துவர்கள் எல்லாம் சபிக்கப்பட வேண்டியவர்கள்தான். டாக்டர் ஹாஃப்மெனும், டாக்டர் பேக் மாதிரியே தான். அவர் அந்த பண்டோபான் மருந்தின் அளவை அதிகரிக்கச் சொல்கிறார். ஆனால் அது உன் நோயைத்தான் அதிகரிக்கச் செய்கிறது. மோசமான மருந்து! அது நீ எழுதுவதை தடுக்கிறது. அவர் நீ எழுதிய கடைசிச் சிறுகதையைத் திருத்திக்கொண்டிருப்பதை

பார்த்தாரா? 'பசியில் வாடும் கலைஞன்'. என்ன அழகான தலைப்பு! என்ன அழகான சிறுகதை! அவனுக்குப் பசியில் வாடுவது ஓர் உயர்வான கலையாகிவிட்டது. அவன் எதையும் விழுங்க முடியாமல், மெலிந்தும், சுருங்கியும், உடல்நலம் கெட்டும் இறக்கிறான். அவன் உடலைப் பார்க்காமலேயே ஒரு சாதாரண வேலையாள் அதனைப் பெருக்கித் தள்ளிவிடுகிறான். என்ன அற்புதமான கதை!

அன்பே, என்னை ஏன் இப்படிக் கஷ்டப்பட வைக்கிறாய்? நேற்று உன்னுடைய கதையை ஆர்வமாகத் திருத்திக்கொண் டிருந்தாய். இன்று காலை உன் கட்டிலில் ஆடாமல் அசையாமல் கஷ்டப்பட்டுக்கொண்டிருக்கிறாய். தபால் நிலையம் மூடிவிட போகிறது. ஆகவே நான் வேகமாகச் செல்ல வேண்டும்.

அன்பே, என்னைப் பற்றி கவலைப்பட வேண்டாம். நான் என் முயற்சியைக் கைவிடப் போவதில்லை. மருத்துவர்களை எப்போதும் நம்பிக்கொண்டிருக்க மாட்டேன். நான் நாள் கணக் கிலும், ஏன் வாரக் கணக்கிலும்கூட சாப்பிடாமலும், நீர் அருந் தாமலும் இருக்க முடியும் என்பதை நான் அறிவேன். அதை உன் சிறுகதையில் நீ எழுதவில்லையா? உன் தொண்டையை எரிக்கும் பயங்கரமான வலியை, ராபர்ட் கொடுக்கும் மார்ஃபினால் ஒன்றும் செய்ய முடியவில்லையா? அதை பற்றி நாம் ஏன் பயப்பட வேண்டும்? மரணத்தைவிட மிகப் பெரிய கஷ்டத்தை நாம் வென்றிருக்கிறோம். ஏனென்றால், உன் தந்தையின் வார்த்தையை உதறித் தள்ளிவிட்டு, என்னோடு பெர்லினுக்குச் சென்று நீ வாழ வரவில்லையா? அதற்கு முன் எந்த ஒரு பெண்ணுடனும் நீ வாழ முடியாமல்தானே இருந்தாய். முடியாது இருந்த ஒன்றை என்னோடு சேர்ந்து முடித்துக் காட்டினாய். மிலேனாவுடன் வியென்னாவில் சில நாட்கள் மட்டுமே உன்னால் வாழ முடிந்தது. திருமணம் நிச்சயத்தி' போது, ஃபெலிசைவிட்டு நீ ஓடிவிட்டாய். அன்பே, என்னோடு நீ இருந்து கிட்டத்தட்ட ஓராண்டு வறுமையிலும் குளிரிலும் உண்மையான சுகத்தை அனுபவித்திருக்கிறாய். என்னோடு அலெக்ஸாண்டர் பிளாஸ், வான்சி கரையோரங்கள் எல்லாம் நடந்து பார்த்திருக்கிறாய். மற்றவர்களோடு வாழ்வதில் உனக்கு பயம் தோன்றுகிறது. சாக வேண்டுமென்று தோன்றுகிறது. ஆனால், என்னுடன்தான்

உண்மையான சுகத்தைக் கண்டிருக்கிறாய். அதற்கு டாக்டர் பெக்கும், பேராசிரியர் ஹாஜெக்கும் அதற்கு முடிவு கட்ட விரும்புகிறார்களா?

அன்பே, உன்னுடைய தொண்டை பற்றியெரியும்போது எனக்குள்ளே ஒரு கொள்ளிக்கட்டை எரிந்து என் உடலை அழிக்கிறது. அதனால்தான் நான் அழுகிறேன். என்னுடைய கண்ணீர் உன் தொண்டை எரிச்சலையை அணைக்கட்டும். உன்னுடைய நெற்றியிலும் உதடுகளிலும் பட்டு உன்னை நீர் அருந்தச் செய்யட்டும். நீ இரண்டு நாட்களாக நீர் அருந்தவே இல்லை. அன்பே, கொஞ்சம் முயற்சிசெய். அது கடினம் என்பது எனக்குத் தெரியும். ஒரு துளி நீர் உன் தொண்டையை அழுத்துகிறது, சித்திரவதை செய்கிறது. உனக்குத் தீ மூட்டுகிறது. ஒரு கிளாஸ் நீர் குடிப்பது, உனக்கு ஒரு கடலைக் குடிப்பதுபோல் இருக்கிறது. சிஸ்டர் அன்னா கொண்டுவந்திருக்கும் ஸ்ட்ராபெரி பழங்களைச் சாப்பிடு. அதில் ஒன்று சாப்பிடுவதற்குகூட உனக்கு கஷ்டம். ஏனென்றால், உன் தொண்டையில் எது பட்டாலும் தீபோல் எரிகிறது. ஆனால், நீ நீர் பருகாமலும், உணவருந் தாமலும் வாழ முடியாது. இரண்டு நாள் ஆகிவிட்டது. காய்ச்சல் உன்னை வாட்டுகிறது. நீ நீர் அருந்த வேண்டும். இந்த மாய வித்தைக்காரர்கள் 'உன் கஷ்டம் அதிகரிக்கும்' என்று சொன்னால் நம்பாதே. நீ இதுவரை நிறைய போராடி இருக்கிறாய். உன்னிடம் அந்த அளவுக்கு எதிர்ப்பு சக்தி இருக்கிறது. உன் அடித்தொண்டையிலிருந்து அவர்களிடம் 'காஃப்கா காதலைக் கண்டுபிடித்துவிட்டான், அவன் இறக்க விரும்பவில்லை' என்று உரக்கச் சொல்.

ஒட்லா

தபால்காரன் இன்று வர மாட்டான் என்பது நிச்சயம். அவள் அவனை எதிர்பார்த்துக் காத்திருந்த இடத்திலிருந்து எழுந்து தாழ்வாரத்தைக் கடந்து சமையல் அறைக் கதவைத் திறந்தாள். அங்கு அவள் தந்தை உட்கார்ந்து பிராகெர் டக்பிளாட் என்னும் பத்திரிகையில் மூழ்கி இருந்தார். பார்வையை உயர்த்தி, அவள் ஏதாவது சாப்பிட விரும்புகிறாளா என்று கேட்டார். அவள் இல்லை என்றாள். அவள் அங்கு வந்தது ஒரு கிளாஸ் தண்ணீர் குடிப்பதற்கு மட்டும்தான்.

“நீ மிகவும் களைப்பாக இருக்கிறாய்போல் தெரிகிறது” என்றார் அவர்.

அவள் இல்லை என்று சொல்லிவிட்டு கிளாசில் தண்ணீரை நிரப்பினாள்.

“நல்லது” என்று சொல்லிவிட்டு, காஃபியில் நனைத்த ஒரு பெரிய ரொட்டியை விழுங்கினார்.

“செய்திகள் ஒன்றும் சாதகமாக இல்லை” என்று கூறிவிட்டு, மீண்டும் தன்னுடைய தினசரியில் மூழ்கினார். எங்கு பார்த்தாலும் பிரான்சோடு ஏற்படுத்திக்கொண்ட ‘உதவி ஒப்பந்தம்’தான் பேசப் படுகிறது. நமது வெளியுறவுத் துறை அமைச்சர் பிராகாவில் உள்ள ஜெர்மானிய சமூகத்தைச் சீண்டிவிடுகிறார். ஜெர்மனிக்கு எதிராக பிரான்சின் உதவியை நாடுவதற்கு அவர் ஏன் பயப் படுகிறார்? நாம் இருப்பது 1924. போரின் விளைவால், ஜெர்மனி இன்னும் இருபது ஆண்டுகளுக்கு எழ முடியாத நிலைக்குத் தள்ளப்பட்டிருக்கிறது. இப்போது என்ன நடக்கும் என்று நான் சொல்கிறேன். சுதேத், பிராகா ஆகியவற்றைச் சேர்ந்த ஜெர் மானியர்கள் இந்த ஒப்பந்தத்தைத் குறை கூறப்போகிறார்கள். மசாரிக் செக் மக்கள்மீதும் மற்ற செக் மக்கள்மீதும் பாயப்

போகிறார்கள். அவர்கள் திரும்பிப் பாயப் போகிறார்கள். இந்த நாட்டில் வெறுப்பு அரசியல் மேலும் அதிகரிக்கப் போகிறது. அது யார் தலையில் விடியும் என்று தெரியுமா?"

ஏதாவது அவளிடமிருந்து பதில் வரும் என்று எதிர்பார்த்தார். பதில் இல்லாத நிலையில், "அது யார் தலையில் விடியும் என்று தெரியுமா?" என்று மீண்டும் கேட்கிறார்.

"தெரியாது, அப்பா" என்றாள் அவள்.

"நிச்சயமாக, எப்போதும்போல், யூதர்கள் தலையில்தான் விடியும்."

ஒரு நொடி மௌனத்திற்குப் பிறகு, அவர் மீண்டும் பேசுகிறார்.

"இதெல்லாம் நல்லதுக்கு இல்லை என்று உனக்கு தோன்ற வில்லையா?"

அவளும் "நல்லதுக்கு இல்லைதான். நீ சொல்வது சரிதான்" என்றாள்.

அவர் மீண்டும் பத்திரிகை படிக்கத் தொடங்கினார். அவள் ஏதாவது மறுப்பு சொல்வாள். விவாதத்தைத் தொடர்ந்து மேற் கொள்ளலாம் என்று நினைத்தவருக்கு ஒரே ஏமாற்றம். அவளுக்குப் ஃபிரான்ஸுக்கும், செக்கோசிலோவாக்கியாவுக்கும் ஏற்பட்ட ஒப்பந்தம் பற்றி கவலை இல்லை. வெளியுறவுத் துறை அமைச்சர் பற்றியும் கவலை இல்லை. பிரெஞ்சு அரசாங்கத்தைப் பற்றியோ. சுய்தேத் ஜெர்மானியர்களைப் பற்றியோ கவலையில்லை. யூதர் களைப் பற்றிகூட கவலை இல்லை. சண்டையோ சமாதானமோ - அது பற்றி எல்லாம் அவளுக்குக் கவலை இல்லை. பத்திரிகையில் பேசப்படும் எந்த பேரழிவு பற்றியும் அவள் கவலைப்பட வில்லை. அந்தப் பத்திரிகையில் ஒரே ஒரு செய்தி கொட்டை எழுத்துகளில் "ஃபிரான்ஸ் காஃப்கா உயிரோடு இருக்கிறார்" என்று இருந்தால் அவளுக்கு அது போதும்.

"நீ என்னோடு உட்கார்ந்து கொஞ்சம் விவாதிக்க விரும்ப வில்லையா?" என்று அவர் மெதுவாகக் கேட்டார். அப்படி சொன்ன தற்குக் காரணம், அவளிடம் ஒரு நெருக்கத்தை ஏற்படுத்திக் கொள்வதற்காகத்தான்.

தான் அறையில் போய் ஓய்வெடுத்துக்கொள்ள விரும்புவதாகச் சொல்லிவிட்டாள்.

"பிறகு, உன் இஷ்டம்."

ஆனால் அவள் சமையலறையின் வாசலைத் தாண்டும் முன், அவள் முதுகுக்குப் பின்னால் அவர் கத்துவதைக் கேட்கிறாள்:

"எல்லாம் உன்னால்தான்..!"

அவள் திடுக்கிட்டுத் திரும்பி, தான் என்ன தவறு செய்தேன் என்று தடுமாறிக் கேட்கிறாள்.

"ஃபிரான்ஸ் கஷ்டப்படுகிறான்" என்று சொன்னார்.

"அவன் நோய் பற்றிச் சொல்கிறாயா?"

"அவனது நோயின் தீவிரமும், இன்று அவனது நிலையும்! அவனை பெர்லின் செல்ல ஊக்கப்படுத்தியது நீதான்! நான் அது வேண்டாமென்றேன். அவன் மிகவும் பலவீனமானவன் என்று எனக்குத் தெரியும். நீ வழக்கம்போல் அவன் பக்கம் பேசினாய். எனக்கு எதிராக, வழக்கம்போல், நீ தலையிட்டாய்!"

"நான் சும்மா..."

"என்ன சும்மா?"

"அவன் மகிழ்ச்சியைத்தான் தேடினேன்..."

"ஆ, ஆம், அவன் மகிழ்ச்சியை... அவன் இப்போது இருக்கும் இடத்தில் மகிழ்ச்சியாக இருக்கிறானா?"

"அவன் இந்தப் பயணத்தில் ஆர்வமாகத்தான் இருந்தான்..."

"ஆ, ஆம், நிச்சயமாக, உன் சகோதரன் பலவீனமாக இருப்பதால் நீ அவனுக்கு மறுப்பு சொல்லக் கூடாது. அவ்வளவுதானே? நீயும் உன் அம்மாவும், உன் சகோதரிகளும்,

அந்த பலவீனமானப் பையனை எதிர்த்துப் பேச ஒருபோதும் துணியவில்லை. அவன் உடல் இப்போது வலுவற்று விட்டது. சின்ன சின்ன நோயானாலும், அது அவனைப் பாதிக்கிறது."

"காசநோய், அப்பா!"

"என்னை விட்டிருந்தால்..."

"உன்னை விட்டிருந்தால்!"

"நான் அவனை ஒரு பாறைபோல் ஆக்கியிருப்பேன்..."

"காசநோயை எதிர்த்துமா?"

"... ஒரு திடமானவனாக, ஒரு 'மென்ஷாக'! ஒரு போர் வீரனாக ஆக்கியிருப்பேன்!"

"உன்னோடு மோதுபவனே ஒரு பாறைதான், அப்பா."

"அவன் என்னோடு மோதுகிறானா? அதை நான் வரவேற் கிறேன். ஆனால், அவன் என்னோடு மோதுவதற்கு முயற்சி கூட செய்யவில்லையே. நீங்கள் அவனை ஒரு கோழையாக மாற்றிவிட்டீர்கள். வயதுவந்த ஒரு பையனை ஐந்து வயது குழந்தையாக்கிவிட்டீர்கள்!"

"அவன் உடல் நோயால் பாதிக்கப்பட்டிருக்கிறது, அப்பா."

"காரணம், அவனுக்கு வலிமை ஏற்றாமல் விட்டுவிட்டீர்கள்."

"யாராவது ஒருவர்மீது குற்றம் சுமத்த வேண்டும், அதுதானே உன் வேலை?"

"இல்லை, நான் ஒரு தீர்வுகாண முயற்சிக்கிறேன். அவ்வளவு தான்."

"தீர்வா? இல்லை, இல்லை, யார் மீதாவது பழி போட வேண்டும்."

"என்ன சொல்லப் போகிறாய் என்று தெரிகிறது. நான் ஒரு அரக்கன். அவ்வளவுதானே? உண்மையைச் சொல்வதால், நான் ஓர் அரக்கன்!"

"நீ எந்த உண்மையும் சொல்லவில்லை, அப்பா. மற்றவர் மீது பழி போட்டுக்கொண்டே இருக்கிறாய்."

"இப்போது ஒரு பழிபோடுகிறேன். அவன் உங்களைப் போல் ஆகிவிட்டான். மென்மையான உணர்ச்சிகளுக்கு ஆளாகி விடுகிறான். நீயும், உன் அம்மாவும்தான் காரணம்... நான் சொல்வது உனக்கு பிடிக்காமல் இருக்கலாம். ஆனால், நான்

மென்மையான உணர்ச்சிகளுக்கு ஆளாக மாட்டேன். எதுவும் என்னை அசைக்க முடியாது...”

“காரணம், யாரும் உன்னை அசைத்துப் பார்க்க முயலவில்லை.”

சிறிது நேரம் அமைதி காத்த பிறகு அவர் உறுதியான தொனியில் பேசினார்:

“நான் அவனைப் போய் அழைத்துவரப் போகிறேன்.”

“கியெர்லிங்க் போயா?”

“ஆமாம். அந்தக் கையாலாகாத மருத்துவர்களிடமிருந்தும், அவனோடு ஒட்டிக்கொண்டிருக்கும் ராபர்ட்டிடமிருந்து அவனை மீட்டு வரப் போகிறேன். உன் சகோதரனை இங்கு அழைத்து வந்துவிடப் போகிறேன். இங்கு டாக்டர் முய்ல்ஸ்டையின் அவனைக் குணப்படுத்திவிடுவார்.”

“நீ என்ன பேசுகிறாய் என்று யோசித்துத்தான் பேசுகிறாயா?”

“அவன் இங்கு வந்து குணமடைந்தவுடன், அவனை ஓர் உண்மையான ஆண்மகனாக ஆக்குவேன்! எதற்கும் காலம் தாழ்ந்துவிடவில்லை. வாழ்க்கைப் போராட்டங்களை எதிர் கொள்ளும் ஒரு போராளியாக்குவேன். வைராக்கியம் தேவை. ஆம், வைராக்கியம்தான். அது உங்கள் இரத்தத்தில் இல்லை...”

“நமக்கு உள்ளதுதானே இருக்கும்...”

“நான் அவனை மல்யுத்தப் பயிற்சிக்குப் போக வைப்பேன்.”

“அவனால் எழுந்து நிற்கக் கூட முடியவில்லை, அப்பா.”

”எழுந்து நிற்பான்! தேவையானால்...நான் அவனை பிடித்துக் கொள்வேன். ஜோக்கிம் கிளபுக்குப் போனால் போதும். என்னை நம்பு. மூன்று மாதம் போதும். அவன் அவன் ஒன்றுவிட்ட சகோதரன் புருய்னோ போல வலுவாகிவிடுவான்.”

“அவனால் ஒன்றையும் விழுங்க முடியவில்லை, அப்பா.”

“அவன் அறையிலேயே முடங்கிக் கிடப்பது இனிமேல் இருக்காது...”

“அவன் எழுதுவது?”

"அவன் ஒரு வரிகூட எழுதப் போவதில்லை."

"அவனால் இனிமேல் எழுதவும் முடியாது."

"அதனால் என்ன? கடைசி வரைப் போனால்தான் மீண்டு வர முடியும் என்பார்கள்... அவன் வியாபாரத்தைப் பார்த்துக் கொள்ளட்டும்... தொழிலில் அவன் கொடிகட்டிப் பறக்கட்டும்."

"ஃபிரான்ஸ் சாகக் கிடக்கிறான், அப்பா..."

"நாளைக்குக் கிளம்புகிறேன்.. இல்லை. நாளைக்கு முடியாது. வியாழக்கிழமை காலையில் கிளம்புகிறேன். என்னோடு டாக்டர் முய்ல்ஸ்டைனும் வருவார். போய் அவனை அழைத்து வருவோம். நான் எதையும் பேச்சுக்குச் சொல்பவனல்ல. அது உனக்குத் தெரியும். வெள்ளிக் கிழமை, அவன் இங்கு அவன் கட்டிலில் தூங்குவான்! அதற்கு அடுத்த வாரத்தில்..."

"நீ அழுகிறாய் அப்பா."

"இல்லை. காஃப்கா குடும்பத்தில் ஆண் ஒருவன் அழுவ தில்லை."

"இதைப் பிடி" என்று அவள் அவரிடம் ஒரு கைக்குட்டையை நீட்டுகிறாள்.

அவளுக்கு நன்றி சொல்லிவிட்டு, அவர் தன் ஈரமான கண் களைத் துடைத்துக்கொள்கிறார். பின்னர், அறையைவிட்டு வெளி யேறும்போது 'அவன் தொழிலதிபர்...' என்று வாய்க்குள் முணு முணுத்துக்கொண்டே செல்கிறார்.

அவளுடைய பார்வை முதியவரின் விறைப்பான உருவத்தைப் பின்தொடர்கிறது. அவர்கள் குழந்தைகளாக இருந்தபோது, அவர்களை பிரமிக்க வைத்த ஜாம்பவான் உருவமல்ல அது. வாழ்க்கையின் சோதனைகள் அவர் முகத்தில் குழிவிழச் செய்து விட்டன. அவர் இதயத்தைக் களைப்படைய வைத்துவிட்டன. வீட்டில் கொடுங்கோலனாக இருந்த அவர் இப்போது எழுபது வயது முதியவர். நோய்வாய்ப்பட்டவர். பலவீனமானவர். இது அவருக்கு ஒரு மிக மோசமான காலகட்டம். தான் நேசித்த – நாற்பது ஆண்டுகள் எதிர்கொண்ட - மகன் தனக்குமுன் இறந்துவிடுவானோ என்ற பயத்தில் வாழ்ந்துகொண்டிருக்கிறார்.

ஆனால் கடந்தகால மோதல் முறையில் அவரோடு விவாதங்களை மீண்டும் தொடங்குவதில் என்ன பயன்? அவற்றிலிருந்து அவள் வெளியே வரும்போது ஒரு மோசமான எதிரியோடு மோதிவிட்டு வருவதுபோல் களைத்துப் போய் வருவாள். மனச்சோர்வடைவாள். சில சமயங்களில் அவள் ஒரு மாட்சிமை மிக்க வெற்றியோடு திரும்புவதுபோல் இருக்கும். அறையை விட்டு மகிழ்ச்சியுடன் வெளியே வருவாள். அது அவளை வயது வந்தவளாக அடையாளம் காட்டும். ஆனால், இன்றைய உரத்த குரல்கள் கடந்தகால சண்டைகளின் மெல்லிய எதிரொலிதான். தந்தையின் அகந்தை அவளையும், ஃபிரான்ஸையும் மிகவும் கோபமடைய வைத்ததுமுண்டு. அது ஒரு சிவப்புத் துணி காட்டியதுபோல் அவர்களை பொங்கி எழச்செய்ததுமுண்டு. அதன் சர்வ வல்லமைக்கு அவர்கள் சரணடைந்திருக்கிறார்கள். ஆனால், அது இப்போது மிகவும் நலிவடைந்துவிட்டது. ஒருவேளை கியர்லிங்கிற்கு செல்ல விரும்புவதில் அர்த்தம் இருக்கலாம். மனம் கலங்கி இருப்பதை விட ஃபிரான்ஸிடம் போய்ச் சேர்வது நல்லதாக இருக்கலா மல்லவா?

அவள் அறையை விட்டு வெளியேறி படுக்கையறைக்குத் திரும்புகிறாள். மேசையை நோக்கி அமர்ந்து, டிராயரை மீண்டும் திறந்து, தாள்களின் குவியல்களிலிருந்து அவள் சகோதரன் அவளது தந்தைக்கு எழுதிய நீண்ட கடிதத்தை எப்படி கண்டு பிடிப்பது என்பது அவளுக்குத் தெரியும். அந்த நீண்ட கடிதத்தின் ஒரு பகுதியை அவ்வப்போது படிப்பதுண்டு. அந்த வாசிப்பு அவளது சகோதரனின் அன்பான குரலையும், பலவீனமான ஆன்மாவையும் அவளுக்குள் எதிரொலிக்கச் செய்கிறது. அவள் ஃபிரான்ஸுடன் 'அர்க்கோ' ஓட்டலில் ஒன்றாக உணவருந்தியது போன்ற உணர்வை ஏற்படுத்துகிறது. இந்தக் கடிதத்தைப் படிக்கும்போது அவள் அடிக்கடி அழுகிறாள். ஜெப ஆலயத்தில் யூத பிரார்த்தனை சேவை 'கடீஷ்' கேட்கும்போது அழுவதுபோல்! அவன் தன் தந்தைக்கு எழுதியது ஒரு நீண்ட கடுமையான கடீஷ்போல் மிக நீளமானது. மிக அழகானது. ஒரு மகனுக்கும் அவனது தந்தைக்கும் இடையிலான உயிரற்ற உறவைப் பற்றி எடுத்துரைக்கிறது. ஒவ்வொன்றும், ஒரு பிரார்த்தனை போன்ற

வாக்கியம். இல்லாத அதிசயத்திற்கும், திட்டமிட்டபடி நடக்காத வாழ்க்கைக்கும் ஒரு புகழ் பாடல். டிராயரை திறந்து அதன் வலது மூலையின் அடியில் இருந்த அந்தக் கடிதத்தை எடுக்கிறாள். அது ஒரு வாழ்க்கையின் பொக்கிஷம். அவனது சிறுவயது நினைவு களைவிடத் துடிப்பானது. ஒவ்வொரு முறையும் அவள் அதை வாசிக்கும்போதும், அதன் எழுத்துகளின் தொனி அவளுக்குக் கண்ணீர் வரவழைக்கும் அந்த வார்த்தைகளை எழுத பயன் படுத்தியமை அவள் சகோதரனின் ஆன்மாவிலும், அவன் துன்பத் திலும் நனைந்திருந்தது. இந்த வலியைவிட வருத்தம் தரும் வலி வேறு எதுவும் உலகில் இல்லை. இந்தக் காகிதங்களைவிட வேறு எந்தக் காகிதமும் அவளுக்குத் தன் சகோதரனுடன் இருந்த நெருக்கத்தை எடுத்துக்காட்டப் போவதில்லை.

அந்தக் கடிதம் சுமார் ஐந்து ஆண்டுகளுக்கு முன்பு எழுதப் பட்டது. அவள் தந்தைக்காக எழுதப்பட்டது. ஆனால் அது அவரிடம் ஒருபோதும் சென்றடையவில்லை. அதன் பெரிய பக்கங்களை அவள் நீண்ட நேரம், மணிக்கணக்கில், நக லெடுத்தாள். அவள் அதை எடுத்துப் படிக்கத் தொடங்கிய வுடனேயே, தன் சகோதரனின் குரலையும் கேட்டாள் - அவன் அவளுக்கு எதிரே அமர்ந்திருந்ததுபோல்! ஓர் இளைஞனாக, அவனது அறையில், தன்னுடைய மூன்று சகோதரிகளுக்கு முன்னால், தான் சொல்வதைக் கேட்க அழைத்ததுண்டு. அவன் தான் உருவாக்கிய கதைகளை அவர்களுக்குப் படித்துக் காண் பிப்பான். அதுபோல்தான் இருந்தது. கடித்தத்தில் சொல்லப் பட்ட ஒவ்வொரு நிகழ்வும் அவர்கள் வாழ்க்கைப் படத்தை கண்ணெதிரே கொண்டுவந்து நிறுத்தியது. கடந்துபோன நாட்களுக்கு உயிரூட்டியது. அவள் காஃப்கா என்ற காவியத் தலைவனின் வாழ்க்கைக்கு ஒரு பார்வையாளராக மாறிவிடு வாள். ஆனால், ஒவ்வொரு காட்சியும் தந்தை-மகன் ஆகியோ ரிடையே இருந்த ஒரு விரக்தியெனும் பட்டகை மூலம்தான் தோன்றியது. அது ஒரு பொம்மலாட்டக் காட்சி. அதில் எப் போதும் தந்தைதான் வெற்றிபெறுவார். மகன் எப்போதும் தோல்வியையே தழுவுவான்.

அந்த காகிதக் கட்டைக் கவனமாகக் கையில் பிடித்துக் கொண்டு தன் படுக்கையில் அமர்ந்து படிக்கத் தொடங்கினாள்.

பேரன்புக்குரிய அப்பா,

சமீபத்தில், நான் எதற்காக உன்னிடம் பயப்படுவதுபோல் காட்டிக்கொள்கிறேன் என்று கேட்டாய். வழக்கம்போல், என்னால் பதில் ஒன்றும் சொல்ல முடியவில்லை. காரணம், நீ என்னிடத்தில் ஏற்படுத்தும் அச்சம்தான். அச்சத்துக்குக் காரணத்தை நான் தெளிவாக வாய்ச்சொல்லால் எடுத்துரைக்க முடியாது. ஏராளமான விவரங்கள் அதில் அடங்கி இருக்கின்றன. நான் இப்போது எழுத்து வடிவில் பதில் சொல்ல முயல்கிறேன் என்றாலும், அதில் ஒரு முழுமை இருக்காது. ஏனென்றால், எழுதும்போதும்கூட அச்சமும், அதன் விளைவும், உன்னுடனான என் உறவுக்கு இடையூராக இருக்கின்றன. இந்த விவகாரம் என்னுடைய புரிதலுக்கும், நினைவுகளுக்கும் அப்பால் நிற்கிறது.

உன்னைப் பொறுத்தவரை, எல்லாம் எளிதாக இருக்கின்றன. என் எதிரில் சொல்வதைக் கொண்டும், எவ்விதப் பாகுபாடுமின்றி வேற்று மனிதர்கள் பலரிடம் நீ சொல்வதைக்கொண்டும்தான் நான் இப்படிச் சொல்கிறேன். நீ அதனை இப்படித்தான் பார்க்கிறாய்: நீ உன் வாழ்நாள் முழுதும் கடினமாக உழைத்தாய். உன் குழந்தைகளுக்காக – அதிலும் குறிப்பாக எனக்காக – எல்லாவற்றையும் தியாகம் செய்தாய். அதனால் நான் "சொகுசு வாழ்க்கை வாழ்ந்திருக்கிறேன்". நான் விரும்பியதைப் படிக்க எனக்கு சுதந்திரம் இருந்தது. எனக்குப் பணக்கஷ்டம் இல்லை. அதனால், எனக்கு எந்தக் கஷ்டமும் இல்லை. கைமாறாக நீ எதையும் எதிர்பார்க்கவில்லை. "பிள்ளைகளின் நன்றிக் கடன்" பற்றி உனக்குத் தெரியும். கொஞ்சம் அக்கறை, பாசத்தின் அடையாளமாகக் காட்டினால் போதும் என்றிருந்தாய். அதைச் செய்யாமல் நான் என் அறையில் போய் தஞ்சம் புகுந்துகொண்டு புத்தகங்களையோ, மடையர்களான என் நண்பர்களையோ அல்லது அசாதாரணமான கருத்துகளையோ தேடிக்கொண்டிருந்தேன். உன்னிடம் நான் மனம் விட்டுப் பேசியதில்லை. வழிபாடு செய்யும் இடத்தில் நான் உன் அருகில் வந்து உட்கார்ந்ததில்லை. ஃபிரான்சென்பாதில் உன்னை வந்து

பார்த்ததில்லை. பொதுவாகச் சொல்லப்போனால், என்னிடம் குடும்ப உணர்வு இருந்ததில்லை. உன்னுடைய வியாபாரத்தைப் பற்றியோ, நீ சம்பத்தப்பட்டிருந்த வேறு எதைப் பற்றியோ நான் கவலைப்பட்டதில்லை. ஓட்லாவின் பிடிவாதத்தை நான் ஆதரித்தேன். ஆனால், உனக்காக நான் ஒரு துரும்பைக்கூட கிள்ளிப் போட்டதில்லை...

வாசிப்பதை சற்று நிறுத்தினாள். அவளுக்கு அழுவதற்கு விருப்பமில்லை. அழுவது நம்மீது தீய சக்தியை ஈர்க்கும். தன் சகோதரன் தன் தந்தைக்கு மட்டுமல்லாமல் வேறு யாருக்காவது இவ்வளவு கடிதங்கள் எழுதியிருக்கிறானா என்ற சந்தேகம் அவளுக்கு எழுந்தது. அவையெல்லாம் தனிமொழிகள்தான். அவற்றை யாருக்கும் அனுப்பவில்லையானாலும் ஒன்றும் ஆகப் போவதில்லை, அல்லவா? அவளுக்கு அவன் எழுதிய கடிதங்கள், அவன் எழுதி தனக்குப் படித்துக் காண்பிக்கும் கதைகளைப் போலவே அவளுக்குப் பிடிக்கும். கதைகள் கற்பனை பாத்திரங்களை உருவாக்கும். கடிதங்கள் நிஜ மனிதர்களை உருவாக்கும். அவன் எழுதிய சில கதைகள் அவன் தந்தையை மையமாகக் கொண்டிருக்கும். அவரைக் கேலி செய்யும். அவற்றிலெல்லாம், வலுவற்றவனின் தோல்வியும், நலிவடைந்த பிள்ளைகளின் தோல்வியும் வெளிப்படும். அவற்றை அவன் எப்படி எதிர்கொண்டான் என்பதையும், தந்தையின் விருப்பத்திற்கு எதிராக எப்படி நடந்துகொண்டான் என்பதையும் அவை வெளிப்படுத்தின. அவளோ தந்தையின் விருப்பத்தை எதிர்கொள்ள வேறு ஆயுதங்களைப் பயன்படுத்தினாள். அவளிடம் தன் சகோதரனிடம் இல்லாத தெம்பும், பிடிவாதமும் இருந்தன. அந்தப் பிடிவாதம் அவளுக்குத் தன் தந்தையிடமிருந்துதான் வந்தது. அவள் தந்தை அதனைத் தனக்கு எதிராக பயன்படுத்த அனுமதித்திருந்தார். ஹெர்மன் காஃப்கா மனித உருவில் ஓர் அரக்கன் அல்ல. அவள் தந்தை மற்ற தந்தைகளைப் போலத்தான் கொஞ்ச அரக்க குணம் படைத்திருந்தார். அவரும் மற்ற ஆண்களைப் போலவே ஆதிக்க குணத்தைக் கொண்டிருந்தார். அவள் சகோதரன் மட்டும் ஒரு விதிவிலக்கு, ஏனென்றால், அவன் ஒரு போதும் தந்தையாக போவதில்லை. அவள் தந்தை ஓர்

அரக்கன் இல்லை. தன்னுடைய போராட்ட கனவுகளையும், சண்டைக் கனவுகளையும், அதிகாரக் கனவுகளையும் எல்லா மனிதர்களைப் போலவும் தன் வீட்டிலேயே நிஜமாக்கிக் கொண்டிருந்தார், வீட்டில் குடும்பத் தலைவராக, அவருடைய மனைவி, மூன்று பெண்கள் ஆகியவர்களை ஆட்டிப்படைத்துக் கொண்டிருந்தார். தன் மகன்மீது எல்லா துறைகளிலும் ஆதிக்கம் செலுத்தி வந்தார். போருக்கு அனுப்புவதற்கு முன் எல்லா தந்தையர்களும் தங்கள் பிள்ளைகள்மீது ஆதிக்கம் செலுத்துவது இல்லையா? அதுதான் போராட்டத்தின் முதல் காரணம். அவர்கள் பிள்ளைகள் தலைதூக்கம்போது, அவர்களுக்கு எதிர்ப்பு தெரிவித்து அவர்கள்மீது ஆதிக்கம் செலுத்துவது அதற்காகத் தான் அல்லவா ? பிள்ளைகள் கோலாகலமாக போருக்குச் சென்று அவர்கள் வாழ்க்கையை அர்ப்பணித்து அவர்கள் தந்தையின் அதிகார கனவுகளைத்தான் நிறைவேற்றுகிறார்கள்.

ஹெர்மன் காஃப்கா மற்றவர்களைவிட மோசமானவர் அல்ல. ஒரு சாதாரண தந்தைதான். ஆனால் அவர் மகன் ஃபிரான்ஸ் அவரை இயல்புக்கு மீறி கொடூரமாகவும், இயல்புக்கு மீறி பலம் பொருந்தியவராகவும் பார்க்கிறான். காரணம், அவன் அவரை ஒரு குழந்தையின் கண்களோடு பார்க்கிறான். அந்தப் பார்வையால்தான் கலைஞர்கள் உலகத்தைப் பார்க்கிறார்கள். மிலேனாவின் தந்தை உயர்ந்த, மிகவும் மதிப்பு வாய்ந்த அறுவைச் சிகிச்சை நிபுணர். அவர் பிராகா சமூகத்தில் நல்ல அந்தஸ்து உடையவர். அவர் தன் பெண் ஒரு யூதனை நேசிக்கிறாள் என்று கேள்விப்பட்டதும், அவளை ஒரு மனநிலை மருத்துவமனையில் சேர்த்து, அடைத்து வைத்தார் அல்லவா? ஹெர்மன் காஃப்கா அதுபோல் செய்ய மாட்டார். ஆனால் ஓட்லா அதுபோலவே எதிர்ப்பு வழியில் செல்ல எத்தனிக்கும்போது, அதாவது, அந்நியன் ஒருவனோடு தொடர்பு வைத்துக்கொண்டு ‘ஜென்டீல்’ வகுப்பைச் சேர்ந்த ஒருவனோடு வாழ விரும்பிய போது, ஹெர்மன் வேறு வழிகளைக் கொண்டு அவளை தன் வழிக்கு கொண்டுவந்தார். தன் நோக்கத்தை அடைவதற்கு - அதாவது தனது மகளை மீண்டும் சரியான பாதையில் கொண்டுவரு வதற்கு - நிச்சயமாக அடைத்து வைப்பதைத் தவிர்த்து மற்ற மனிதாபிமானமான வழிகளைக் கடைபிடித்தார். அவர் கையில்

எடுத்தது கோட்பாட்டுச் சட்டம். அந்தக் கோட்பாட்டுச் சட்டத்தை வைத்துத்தான் கிறித்துவளான மிலேனா ஜெசென்ஸ்கா ஒரு யூதனின் படுக்கையைப் பகிர்வது தடுக்கப் பட்டது. அதேபோல் மதிப்புக்குரிய யூதப் பெண்ணான ஓட்லாவை யூதரில்லாத ஒருவர் மணந்துகொள்வதைத் தடுக்க முயன்றார். பேராசிரியர் ஜெசென்காவைப் போல் ஹெர்மன் கொடுமைக்காரர் இல்லை. யூதரில்லாத ஜோசப் டேவிடை அவள் தேர்வுசெய்தபோது, அவர் அவளை அறையில் வைத்துப் பூட்டிவைக்கவில்லை. அவளுக்குப் பைத்தியம் என்று பட்டம் கட்டவில்லை. அவளைச் சிந்தித்துப் பார்க்கச் சொன்னார். இரண்டாயிரம் ஆண்டு மரபுக்கும் வரலாற்றுக்கும் துரோகம் செய்யக் கூடாது என்றார். அது ஒரு மாபெரும் குற்றம் என்றார். "உன்மீது அபார நம்பிக்கை வைத் திருக்கும் எங்களுக்கு எப்படி துரோகம் செய்வாய்? ஓட்லா, நீ எங்களுக்குத் துரோகம் இழைக்கிறாய். நம் முன்னோர்களுக்குத் துரோகம் இழைக்கிறாய். ஆபிரஹாம், மோசஸ் ஆகியோருக்குத் துரோகம் இழைக்கிறாய். உன்னுடைய தாத்தா, அதாவது என் னுடைய அப்பா, கசாப்புக் கடைக்காரரான ஜாக்கப் காஃப்காவின் ஆவி கல்லறையில் துடித்துக்கொண்டிருக்கும். சங்கிலித் தொடர் பாக வந்துகொண்டிருக்கும் நம் பரம்பரைக்குப் பங்கம் விளை விக்கிறாய். எதற்காக? காதலுக்காகவா? காதலைப் பற்றி உனக்கு என்ன தெரியும்? யூதனில்லாத ஒருவனிடம் ஏற்பட்ட மோகத்தைத்தான் காதல் என்கிறாயா? திருமணம் செய்துகொள் வதற்கு அது போதுமா? கடமைதான் முக்கியம், ஓட்லா."

ஹெர்மனின் பலம் அவர் தான் பாதிக்கப்பட்டவர்போல் காட்டிக்கொள்வதுதான். மானக்கேடு, வரலாறு, மரபு, பொது நலம், ஆயிரமாயிரம் ஆண்டுகளாக அனுபவித்த சித்திரவதை ஆகியவற்றை முன்னிறுத்தித்தான் தன் வாதத்தை முன்வைத்தார். இனப் பாகுபாட்டால் பாதிக்கப்பட்டவர்களைக் குறிப்பிட்டார். அதனால்தான், நீ எந்த வழியைத் தேர்ந்தெடுத்து அவரை மீறிப் போகலாம் என்று நினைத்தாலும் அது முடியாமல் போய்விடும். அவர் பயங்கரமானவர். அதே சமயம் பாராட்டுக்குரியவர். அவரைக் கண்டுகொள்ளாமல் போக முடியாது. அவர் தடை யாக நின்றார். அவர் தலைக்கு மேல் வரலாறு என்னும் பிரம் மாண்டமான வாள் தொங்கியது. அவர் தோள்களில் அவர்

இனக்குழுவின் துயரமெல்லாம் பாரமாக நின்றது. அவர் இனக் குழு வெற்றி கொண்டவர்கள் இனக்குழு அல்ல. வீசிகோ, வைக்கிங்க்ஸ் போன்ற வெற்றியாளர்கள் குழு அல்ல. அப்படி இருந்திருந்தால் அவரை வெறுக்கலாம். வெறுத்து ஒதுக்கலாம். ஆனால் அவர் இனக்குழு தோற்றவர்களின் இனக்குழு. துரத்தி அடிக்கப்பட்டவர்களின் இனக்குழு. அதாவது, யூதர்கள் இனக் குழு. 2000 ஆண்டுகளாக நாடு கடத்தப்பட்டு படுகொலை செய்யப்பட்ட குழு. அவர் அந்த இனக்குழுவின் பேரில் பேசுகிறார். குற்றவாளிகளின் பெயரில் பேசவில்லை. ஆனால் நாடு கடத்தப்பட்டவர்களின் பேரில் பேசுகிறார். துயரத்தின் பெயரில் பேசுகிறார். நாம் அந்தத் துயரத்தை அனுபவித்த தில்லை. வாழ்க்கையின் சுகத்தை மட்டும்தான் அனுபவித்திருக் கிறோம். ஏனென்றால், இருபதாம் நூற்றாண்டில் இனப்பாகுபாடு அடிப்படையில் அடக்குமுறைக்கு உள்ளாக மாட்டோம். யூதர் களை கொன்றுவிடும் பேச்சுக்கு இனிமேல் இடமே இல்லை. ஹெர்மன் அமர்ந்திருக்கும் ஹால் வரலாற்றிற்குக் கொண்டு செல்லும் ஹால். அவர் மேசையச் சுற்றி மோசஸ், ஆபிரஹாம், சாலமன் அமர்ந்திருந்தார்கள். அந்த அரசர்கள் மட்டுமன்றி யூதர்களையும், அவர்கள் புத்தகங்களையும் எரித்துவிட ஆணை யிட்ட அரசர்களும், யூதர்களை ஒரு கிடங்கில் நிரந்தரமாக பூட்டி வைக்க ஆணையிட்டவர்களும் இருந்தார்கள். காணாமல் போனவர்கள், நாடு கடத்தப்பட்டவர்கள், தொல்லைகளுக்கு உள்ளானவர்கள், திகிலில் வாழ்ந்தவர்கள், உயிரை விட்டவர்கள் ஆகியோர் இருந்தனர். அவர்களோடு, ஹெர்மனின் தந்தை ஜேக்கப் காஃப்கா ஆவி உருவில் இருந்தார். அந்த ஆவி பெயரால் தான் உனக்கு தடை விதித்தார். சட்டத்தின் பெயரால் யூதர்கள் நாடு கடத்தப்பட்டார்கள், கொலை செய்யப்பட்டார்கள், பஞ்சத் திற்கு ஆளாக்கப்பட்டார்கள், அவர்கள்தான் பெருந்தொற்றுக்கு காரணம் என்று சொல்லப்பட்டார்கள். இது போன்ற கொடுமை களுக்கு சாட்சியாக கொலைகாரர்களையும், பாதிக்கப்பட்டவர் களையும் துணைக்கு அழைத்துக்கொள்வார். ஹெர்மன் காஃப்காவின் மேசையைச் சுற்றி நிறைய பேர் இருந்தார்கள். அங்கிருந்துதான் அவர் அவருடைய குடும்பத்தின் மீது ஆதிக்கம் செய்து வந்தார். அவர் குடும்பத்தில் யாரும் வாய் திறக்க துணிய

மாட்டார்கள், ஏனென்றால், வாய் திறந்தால், இறந்தவர்கள் எல்லாம் விழித்துக்கொள்வார்கள்.

ஃபிரான்ஸ் தன் படைப்புகளுக்கு எல்லாம் ஒரு பொதுத் தலைப்பு கொடுக்க வேண்டும் என்றால், அந்த தலைப்பு 'தந்தையிடமிருந்து தப்பிப்பது' என்றிருக்க வேண்டும் என்று விரும்பினான். எழுத்துகளால் மட்டும்தான் அவன் எதிர்ப்பை காட்ட விரும்பினான். வேறு எந்த விதத்திலும் அல்ல. ஃபிரான்ஸ் சண்டை போட மறுத்தான். அவன் தந்தையின் வன்முறை போக்கு அவனிடமிருந்த எதிர்ப்பு குரல் அனைத்தையும் அழித்து விட்டது. ஒவ்வொரு தடவையும் விவாதம் முடிந்தவுடன் மகன் போய் தந்தையிடம் மன்னிப்பு கேட்டான். அவருடைய கோபத்தையும், அவருடைய ஆவேசத்தையும் கிளப்பியதற்கு வருத்தம் தெரிவித்தான். பாதிக்கப்பட்டவன் பாதிப்பை ஏற் படுத்தியவனிடம் நன்றி கூறினான். சிறுவயதில் அவன் தந்தை அவனிடமிருந்த எதிர்க்கும் மனப்பான்மையை - நகங்களை வெட்டி, பற்களை கூர் மழுப்பி ஒரு மிருகத்தை கூண்டில் அடைத்ததுபோல் - எப்போது தடுத்தார் என்று தெரியவில்லை.

அவள் ஏதோ ஒரு பக்கத்தை எடுத்து மீண்டும் படிக்க தொடங்கினாள்.

> *என்னுடைய பார்வையில் கொடுங்கோலர்களுக்கு உள்ள ஒரு விசித்திரமான பண்பு உன்னிடம் இருக்கிறது. நான் உன்னை விட்டு ஓடிவிட வேண்டுமானால், குடும்பத்தை விட்டு ஓடிவிட வேண்டும், அம்மாவை விட்டு ஓடிவிட வேண்டும். திரும்பவும் வந்து சேர்ந்து கொள்ளலாம். ஆனால் உன்னுடைய தொடர்பு இருந்து கொண்டேதான் இருக்கும். அம்மா உன்னை அதிகமாக நேசிக்கிறாள். உன்னிடம் அதிகமான பற்று வைத்திருக் கிறாள். ஆகையால், அவள் தன் பிள்ளை நடத்தும் சண்டையில், அவனுக்கு ஒரு தனிப்பட்ட ஆதரவு சக்தியாக விளங்க முடியாது. எப்போதாவது நான் ஓட்லாவைப் பற்றி பேசுவேன். அப்படிப் பேசும்போது, இந்தக் கடிதத்தால் ஏற்படும் தாக்கத்தை கெடுத்து விடக்கூடும். வழக்கமான சந்தர்ப்பங்களில் - அதாவது அவளுக்கு எந்தப் பிரச்சினையும்*

இல்லாத போது - எந்த ஆபத்தும் நெருங்காத போது - அவளிடம் உனக்கு வெறுப்புதான் ஏற்படுகிறது.

இந்த கடிதத்தைப் பற்றிப் பேசியது அவள் நினைவுக்கு வருகிறது. அப்போது ஸ்கிலேசனில் இருந்தார்கள். இந்த பக்கங்கள் அவன் எழுதியதில் மிகவும் முக்கியமானது என்று சொன்னான். அவன் எழுதியதில் இந்த அளவுக்கு உண்மை பொதிந்திருப்பதுபோல் இதுவரை வேறு எதிலும் இல்லை. அதற்கு முன்பு எழுதியதியதெல்லாம் - அதாவது சிறுகதைகள், நாவல்களின் முதல் பிரதிகள் - எல்லாம் செப்பமற்ற படிகள், சாதாரண பீடிகைகள். ஒருவேளை இந்தக் கடிதத்தை நீண்ட நாட்களாக தன் தந்தைக்கு எழுதிக்கொண்டிருக்கலாம், ஆனால் அதை அவரிடம் சேர்ப்பதற்கு துணிவு இல்லாமல் இருந் திருக்கலாம்.

அந்தக் கடிதத்தை அவரிடம் கொடுக்க அவனுடைய அம்மாவின் உதவி தேவைப்பட்டது. அதற்கு தன் சகோ தரியின் உதவியும் தேவை. அவன் தன் தந்தையிடம் பேச வேண்டுமென்றால் திக்கித்திக்கிதான் பேசுவான். அவன் சகோ தரியிடம் அந்தக் குறை இல்லை. அவள் அந்த கடிதத்தை படித்துவிட்டு என்ன நினைக்கிறாள் என்று தெரிந்துகொள்ள வேண்டுமென்று விரும்பினான்.

ஓட்லா அந்தக் கடிதத்தை அன்று மாலையிலே படித்து விட்டாள். அவளுக்கு ஒரு துன்ப பெருங்கடலின் ஆழத்தை அளப்பது போன்று எண்ணம் ஏற்பட்டது. ஆனால் அவனை அதிகமாக வாட்டியது அவனுடைய ஆழம் காண முடியாத துயரமா, அல்லது எழுத்தில் தெரியும் வன்முறையா என்று அவளுக்குத் தெரியவில்லை, ஆனால் அந்த ஆன்மாவை அவள் உலகத்தில் உள்ள அத்தனை ஆன்மாக்களையும் விட அதிகமாக நேசித்ததாள். அந்த ஆன்மாவின் மகிழ்ச்சியையும், துன்பத்தையும் எப்போதும் பகிர்ந்துகொண்டிருக்கிறாள். அவளுக்கு ஒரு வித மான வெட்கமும், கோபமும், இயலாமையும் மேலிட்டன.

அவன் தேடும் தந்தையின் அங்கீகாரம் அவனுக்கு ஒரு போதும் கிடைக்காது என்று சொல்வதற்கு அவளுக்கு வார்த் தைகள் கிடைக்கவில்லை. அதே சமயம், அவனுடைய

நம்பிக்கைகளை தகர்த்தெறியவும் விரும்பவில்லை. அவன் ஒரு நாள் அவளிடம்தான் ஆபத்தை அறிந்திருப்பதாக கூறினான். இருந்தாலும், அந்த வேலையைத் துணிவோடு செய்வதற்கு தயாராக இருந்தான். அவனைப் பொறுத்தவரையில், ஹெர்மன் காஃப்கா வெளியில் தெரிவதுபோல் ஒரு மோசமான மிருகம் அல்ல. நிச்சயமாக மகனுடைய பாசத்தைப் பகிர்வதற்குத் தவற மாட்டார். அவள் அவனுடைய நம்பிக்கையை வீணாக்க விரும்பவில்லை. "நீ தவறு செய்கிறாய் ஃபிரான்ஸ்" என்று சொல்லி இருக்க வேண்டும். நம் அப்பா ஒருநாளும் உன்னுடைய உலகத்தில் காலடி எடுத்து வைக்க மாட்டார். அந்த உலகத்தின் அழகையும் சங்கடங்களையும் அவள் புரிந்துகொள்ள மாட்டார். அவர் மனிதாபிமானம் சற்றுக் குறைந்த மனிதர்களில் ஒருவர். அவர் உச்சகட்ட அதிகார உணர்வோடு, உலகம் தன் காலடியில் கிடக்கும் என்று நினைப்பவர். அவர் உன்னை பற்றி, தான் என்ன நினைக்கிறார் என்று தைரியமாக வெளியில் சொல்வார். அவர் உன்மீது கொண்டிருக்கும் மோசமான எண்ணங்களையும் வெளியிடுவார். அவர் அதை உள்ளது உள்ள படிச் சொல்வதாக நினைத்துக் கொள்வார். அப்படிச் சொல்வது அவர் மனிதத் தன்மையற்றிருப்பதையும், அவர் உயிர்களோடும் பொருள்களோடும் கொண்டிருக்கும் தொடர்பு உணர்வுபூர்வமான தன்று என்பதையும் குறிக்கும். அவர் உள்ளது உள்ளபடிச் சொல்கிறேன் என்று சொல்லும்போது அவரிடம் உள்ள அதிகார பலத்தைக் காட்டுவதற்கும், மற்றவர்களை அடித்துப் போடுவதற்கும், அடிபணிய வைப்பதற்கும், அவரிடம் உள்ள தாகத்தைத் தீர்த்துக் கொள்வதற்குத்தான். உன்னைப் பார்த்ததும் அப்பா கத்துவார், கர்ச்சிப்பார். உன் உருவத்தை அவரால் சகித்துக் கொள்ள முடியாது. அவர் ஒரு மாமிச பிண்டம். உணர்ச்சி அற்றவர். நீயோ மனிதாபிமானத்தின் ஓர் உச்சியைக் கண்டவன். நீ அவரைச் சீண்டாதே, ஃபிரான்ஸ். இந்தக் கடிதத்தை அப்பாவிடம் கொடுக்காதே. மீண்டும் ஒரு தடவை உன்னுடைய விதியை அவர் கைகளில் ஒப்படைக்காதே.

ஆனால், அந்த வார்த்தைகள் அவள் வாயை விட்டு வெளி வரவில்லை. அவள் தன் சகோதரன் தன்னுடைய தோல்வியை நோக்கி போகட்டும் என்று விட்டுவிட்டாள். அன்று பிற்பகல்

தன்னுடைய வழக்கமான குடியிருப்பில், மனக்கலக்கத்தில் உறைந்து போய், தன் சகோதரன் வருவான் என்று பார்த்துக் கொண்டிருந்தாள். அவள் அம்மா அவளுக்கு எதிரே உட்கார்ந் திருந்தாள். தனக்கு இடப்படும் கட்டளை என்னவென்று அவளுக்குத் தெரியாது. காலநிலையைப் பற்றி பேசிக் கொண்டிருந்தார்கள். இந்த வருடம் குளிர்காலம் அவ்வளவு மோசமாக இருக்காது என்று அவள் நம்பிக்கொண்டிருந்தாள். அம்மா நம்பிக்கையின் அவதாரம். அப்போது கதவை தட்டும் சத்தம் கேட்டது. ஓட்லா எழுந்து போய் கதவைத் திறந்தாள். அவள் சகோதரன் எதிரில் நின்றான். கையில் ஒரு பை வைத்திருந்தான். குளிரில் நடுங்கிக்கொண்டிருந்தான். மிகவும் அமைதியான குரலில், ஒரு முக்கியமான விஷயத்தைப் பற்றிப் பேச வந்திருப்பதாகச் சொன்னான். "இன்று மாலை வரை காத்திருக்க முடியாதா?" என்று அம்மா கேட்டாள். இல்லை, அம்மா. இன்று மாலையில் தாங்கள் தனிமையில் இருக்க முடியாது. "கெட்ட விஷயமாக இருக்காது என்று நம்புகிறேன்" என்றாள் அம்மா.

"இல்லை அம்மா." எப்போதும் இல்லாத அளவுக்கு அதிகார தோரணையில், அவன் தன் தாயாரின் தோளில் கைவைத்து உள்ளே அழைத்துச் சென்றான். அவளை உட்கார வைத்தான். தன் பையில் இருந்து ஓர் உறையை எடுத்து அதிலிருந்து காகிதக் கற்றை ஒன்றை வெளியில் எடுத்தான். அந்த காகிதங்களில் ஏதோ எழுதப்பட்டிருந்தது. பணக்கட்டில் ஒவ்வொரு நோட்டாக நழுவுவதுபோல், அந்த காகிதங்கள் நழுவின. அவன் அமைதியில் எந்தத் தடுமாற்றமும் இன்றி, அவன் தன் தந்தைக்கு ஒரு கடிதம் எழுதி இருப்பதாகப் பெருமையுடன் சொன்னான். "என்ன விபரீதமான எண்ணம்!" என்று முணுமுணுத்தாள் அம்மா. கொஞ்ச நேரம் போகட்டும் என்று விட்டுவிட்டு, மீண்டும் அவன் தன் விளக்கத்தை ஆரம்பித்தான். அந்தப் பக்கங்கள் முப்பது ஆண்டு கூட்டுவாழ்க்கையைச் சுருக்கிக் கூறின. தொடர் போராட்டத்தில் கற்றப் பாடங்களைச் சொல்லின. ஒரு புதிய வாழ்க்கையைத் திட்டமிட்டன. அதுதான் அந்தக் கடிதத்தின் நோக்கம். ஒன்றுக்கொன்று ஒத்துப் போக முடியாத இரண்டு வாழ்க்கைகளுக்கும் இடையே பாலம் போடுவதற்கான திட்டம்.

அந்தப் பாலம் வலுவானதாக இருக்க வேண்டும். ஆகவே, கடிதமும் நீண்டதாக இருக்க வேண்டும். அவன் பேசி முடித்ததும், அவன் தாயார் தனக்குப் புரிந்துவிட்டதாக உறுதி கூறினாள். அவள் திரும்பதிரும்ப, "எனக்குப் புரிகிறது", "எனக்குப் புரிகிறது" என்றாள். அவள் பார்வையோ புரிதலைவிட பரிதாபத்தைத்தான் வெளிப்படுத்தியது. அவளுக்கு ஒன்றும் புரியவில்லை என்பது கண்கூடாகத் தெரிந்தது. அவள் திக்குத் தெரியாமல் தவித்தாள். தன் கணவனின் பிரம்மாண்டமான உருவத்தின் பக்கத்தில் நிற்கும் நேரத்தில் எடுத்த சில புகைப்படங்களைப் பார்க்கும் போது, திக்குத் தெரியாமல்தான் நிற்பாள். மகன் தன் கடிதத்தை அவருக்குக் கொடுக்கும் முன் படித்துப் பார்க்க ஊக்குவித்தான். அவளுடைய கருத்து முக்கியம். அச்சமயத்தில் அவள் சங்கடமாக நெளிந்தாள். அதிலிருந்து அவள் அதைப் படிக்க விரும்பவில்லை என்பது தெரிந்தது. நடுவராக இருப்பதே போதும் என்று நினைத்தாள். அதுவேகூட அவளுடைய சக்திக்கு அப்பாற்பட்டது தான். மகன் தன் கடிதத்தின் உள்ளடக்கத்திலும், வடிவத்திலும் அவள் அங்கும் இங்கும் சில ஆட்சேபங்கள் தெரிவிக்கலாம்.. ஆனால், மொத்தத்தில், அது மனக்குறையைச் சொல்வதாக இருக்க வேண்டும்.

"மனக்குறையா? என்ன மனக்குறை?" என்று புரியாமல் கேட்டாள் அவன் தாய்.

அந்தக் கடிதத்தைத் தன் தந்தையிடம் கொடுக்கும்போது அவள் அதிலுள்ள விஷயத்தைப் பற்றிப் பேசக் கூடாது. அது ஓர் எதிர்பாராத செய்தியாக இருக்க வேண்டும். "எதிர்பாராத செய்தியை உன் தந்தை விரும்புவார் என்று நான் நினைக்கவில்லை" என்றாள் தாய். தன் தந்தை எதிர்பாராத செய்தி மோசமான செய்தியாக இருந்தால்தான் விரும்ப மாட்டார் என்று அவன் பதில் அளித்தான். "உனக்கு நிச்சயமாகத் தெரியுமா?" தாய் கேட்டாள். குழப்பத்தில் இருந்த அவளுக்கு, தனக்குக் கொடுக்கப்பட்ட பணியால் திகிலடைந்து இருந்தாள். நூறு பக்கங்கள் கொண்ட ஒரு கடிதத்தைத் தன் கணவரிடம் படிக்கக் கொடுப்பது ஒரு பயங்கரமான செயல். அவர் அன்று காலையில் வரும் தினசரி மட்டும்தான் படிப்பார். மாலையில்

வரவு செலவு கணக்குகளைப் படிப்பார். இதைப் படிப்பாரா என்பது சந்தேகம்தான். அவன் தன் தாயின் முன் கையைப் பிடித்து, மெதுவாக, அமைதிப்படுத்தும் விதத்தில், தன் தந்தை "கடிதத்தைப் பார்த்ததும் நிச்சயம் எதிர்வினை ஆற்றுவார் - அதன் உள்ளாக்கத்தைப் புரிந்துகொள்வார்" என்றான். அவள் சொல்ல வேண்டியதெல்லாம் ஒன்றுதான்: "உன் மகன் உனக்கு ஒரு கடிதம் எழுதி இருக்கிறான்" அவ்வளவுதான். தந்தை சங்கடப்பட்டு பெருமூச்சு விட்டால் - வெறுத்துப் போய் மேல் நோக்கிப் பார்த்தால், அப்போதுதான் அவள் தன்னுடைய இணங்கச் செய்யும் ஆற்றலைக் கையாள வேண்டும். முதல் சில வரிகளைப் படித்துவிட்டால், தன் தந்தையால் நிறுத்த முடியாது. அது அவனுடைய பொறுப்பு. "சரி நீ வற்புறுத்துவதால்…" என்றாள் அம்மா, உதடுகளின் நுனியால்! அவளைக் கட்டிப்பிடித்து விட்டு, தன்னுடைய நம்பிக்கையை எல்லாம் அவள்மீது பார மாக இறக்கிய பின், தான் அவசரமாகக் காப்பீடு அலுவலகத் திற்குச் செல்ல வேண்டும் என்று சொல்லிவிட்டுப் புறப்பட்டான். அவன் முகத்தில் வெற்றிப் புன்னகை இருந்தது.

கதவைச் சாத்தியவுடன் மீண்டும் அங்கு அமைதி நிலவியது. பின் அவன் தாயார் "பனி கொட்டுவது நின்றுவிட்டது" என்று சொன்னாள். ஆமாம் பனி கொட்டுவது நின்றுவிட்டதுதான். "நல்லது" என்று சொல்லிவிட்டு அவள் தன்னுடைய நாற்காலி யிலிருந்து எழுந்தாள். "உணவுக்கு எதுவும் தயாராக இல்லை" என்றாள். மனப்பாரத்துடன் நடந்து சமையலறை பக்கம் போனாள். அங்கு தட்டுகள் ஓசையும், சட்டிப் பானைகள் ஓசையும் கேட்டன. சில நிமிடங்களுக்குப் பின், அவன் தாயார் சொன்னாள்:

"ஓட்லா, உன் கடிதக் கட்டை உன் சகோதரனிடம் திருப்பிக் கொடுத்துவிடு. தாமதம் கூடாது. உன் அப்பா அதனைப் பார்த்து விடக்கூடும்."

ஜூன் மாதச் சூரியக் கதிர்கள் அறைக்குள் நுழைந்ததால், ஓட்லா திரைச் சீலைகளை இழுத்து மூடவேண்டியதாயிற்று. மனபாரத்துடன் திரும்பி வந்து கடிதத்தைப் படிக்க தொடங் கினாள். அவளிடம் திகிலும் சோகமும் போட்டி போட்டுக் கொண்டிருந்தன.

எனக்கு என் திருமண முயற்சிகளைப் பற்றி உனக்கு விளக்க முடியாது என்று நினைக்கிறேன். இருந்தாலும், அவைதான் இந்தக் கடிதத்தின் வெற்றியை நிர்ணயிக்கும். ஏனென்றால், அந்த முயற்சிகளில்தான் என்னுடைய ஆக்க பூர்வமான சக்தி வெளிப்படுகிறது. மாறாக, என்னுடைய எதிர்மறையான சக்திகள் என்னுடைய கல்வியினாலும், பலவீனத்தாலும், என்னிடம் தன்னம்பிக்கை இல்லாத தாலும் விளைந்தவையே. அதனால்தான், எனக்கும், திருமணத்திற்கும் இடையே ஒரு தடை ஏற்படுகிறது. என்னுடைய திருமண முயற்சிகளைப் பற்றி நீ இப்போது எது வேண்டுமானாலும் சொல்லலாம். மேலும் நீ அதைத் தான் செய்திருக்கிறாய். நான் இரண்டு தடவை திருமண முறிவை ஏற்படுத்தி இருக்கிறேன். மீண்டும் ஆரம் பித்து இருக்கிறேன். அதனால் உன்னையும் அம்மாவையும் தேவையில்லாமல் திருமண நிச்சயத்திற்கு பெர்லினுக்கு வரச் செய்தேன். அதெல்லாம் உண்மைதான். நான் ஏன் அப்படிச் செய்தேன் என்று தெரியவில்லை.

"திருமண நிச்சயத்திற்கு பெர்லின்" ...திருமணம் நிச்சயத்திற் கான அந்தச் சடங்குகளை மனக்கண்ணால் பார்த்தாள். அது பெர்லினில், இரண்டு குடும்பங்களுக்கும் மத்தியில், ஃபெலிஸ் விரல்களில் ஃபிரான்ஸ் மோதிரம் போடும் சடங்கு. பெர்லினில் பாவர் குடும்பத்துக்குச் சொந்தமான, ஓர் ஆடம்பரக் குடி யிருப்பில் அது நடந்தது. அந்தப் பெண்ணுடன் நடந்த நீண்ட நாள் கடிதப் போக்குவரத்திற்குப் பின் திருமண நிச்சயம் இரண்டு காதலர்களை வாழ்க்கை முழுவதும் ஒன்றுபடுத்தி ஒரு முத்தாய்ப்பாக அமைய வேண்டும். கிரிஸ்டல் கொத்து விளக்குகளின் வெளிச்சத்தில் ஃபிரான்ஸ் அந்த ஆடம்பரமான வீட்டின் தாழ்வாரங்களிலும் ஹால்களிலும் ஃபிரான்ஸ் நடந்து கொண்டே இருந்தான். மெலிந்து காணப்பட்டான். முகத்தில் ஈ ஆடவில்லை. ஏதோ ஒரு பேராபத்தை உணர்ந்ததுபோல் இருந்தான். மரண தண்டனை விதிக்கப்பட்ட ஒரு கைதிபோல் இருந்தான். வந்திருந்தவர்கள் அந்த உருக்கமான காட்சியைப் பார்த்து கவலைப்பட்டார்கள். அந்த சடங்கு வாழ்க்கையின் மிக உன்னதமான நேரம். அதைக் கொண்டாட வேண்டும்.

ஆனால், அந்த உன்னதமான நேரம் சோக நாடகமாகிவிட்டது. திருமண ஒப்பந்தம் முறிந்துவிட்டது. அதை போவர் குடும்பம் ஒரு அவமானமாக எடுத்துக்கொண்டது. அதை அவர்கள் 1914 ஜூலை 14ஆம் தேதி அஸ்கார்னிஷர் ஹாஃப் ஹொட்டலில் சொல்லிக்காட்டினார்கள்.

ஃபெலிஸுடன் அவனுக்கு ஏற்பட்ட உறவு பலவீனமானது என்பதில் ஓட்லாவுக்கும் ஒருபோதும் சந்தேகமில்லை. திரு மணம், தந்தைக்கு அடிமையாதல், சமுதாயத்தில் இரண்டாம் தரம் ஆவது - இவை எல்லாம் அவள் சகோதரனின் இலக்கிய படைப்புக்கு ஒரு தடையாக இருந்தது. அவன் மிகவும் எதிர் பார்த்த - மிகவும் விரும்பிய திருமண நிச்சயமுறிவு 'அருக்காணிஷர் ஆஃப் நீதிமன்றம்' என்று அவன் கிண்டல் அடித்த நீதிமன்றத்தால் உறுதி செய்யப்பட்டுவிட்டது. அவன் குடும்ப வழக்கில் பாதிக்கப்பட்டவனாக இல்லாமல், அந்த வழக்கைத் தொடுத்தவனாகவே இருந்தான் என்பது அவளுக்கு நிச்சயம் தெரியும்.

ஐந்து ஆண்டுகளாக அவன் எழுதிய நூற்றுக்கணக்கான கடிதங்கள் அவனுடைய திருமண பயத்தை அதிகரிக்கச் செய்து அந்த அறுதி முடிவைத் தள்ளிப் போடச் செய்தது. ஆனால், என்றாவது ஒரு நாள் அவன் காதலிலிருந்து திருமணத்திற்குப் போயே ஆக வேண்டும். கடிதங்கள் எழுதுவதற்குப் பதில் மோதிரங்கள் மாற்றிக்கொள்ள வேண்டும். பின்னர் திருமண பந்தத்திற்கு உட்பட வேண்டும். அவனுடைய ஆசைகளுக்கு ஒரு உருவம் கொடுக்க வேண்டும். தனிமை நாட்களுக்கு முடிவு கட்டிவிட்டு பாலுறவுக்குப் போக வேண்டும். ஒரு நாள் அவன் ஃபெலிஸ் - தனிமை ஆகிய இரண்டுக்குள் ஒன்றை தேர்ந்தெடுக்க வேண்டும். அவனோ வாழ்க்கையைவிட எழுத்துக்கு முன்னுரிமை கொடுத்தான். அவன் ஃபெலிஸுக்கும் மிலேனாவுக்கும் எழுதிய கடிதங்கள் சிலவற்றை ஓட்லாவுக்குப் படிக்கக்கொடுத்திருந்தான். அவற்றை வைத்துப் பார்க்கும் போது, அவை அவனை ஒரு காதல் மன்னனாக சித்திரித்தன. அவனுக்கு தப்பித்துக் கொள்வது, பொய் சொல்வது, மறைப்பது,

சாதுரியமாக பேசுவது, பொய் சத்தியம் செய்வது ஆகியவை யெல்லாம் அனுமதிக்கப்பட்டன. எவ்வளவு கலங்கடிக்கும் விஷயமாக இருந்தாலும் அந்தக் கடிதங்கள் முன் பின் தெரியாத பெண்களுக்கு - அல்லது கிட்டத்தட்ட முன் பின் தெரியாத பெண்களுக்கு - எழுதப்பட்டவை. அவன் அவற்றிற்குப் பதில் எழுதத் தகுந்தவையா ? அல்லது அவையெல்லாம் தன்னுரை களாக் கருதப்பட வேண்டுமா? இளம் தம்பதியினர் அக்கடிதங் களில் மிகப்பெரிய காமகளியாட்டத்தை எதிர்பார்ப்பார்கள். ஆனால், அது ஒரு மனஉளைச்சலுக்குக் கொண்டுபோகும் வழிதான். அவனிடம் இருந்த இந்தக் காதல் வெறி அவனுக் கிருந்த படைப்புத் தாகத்தைத் தீர்த்துக் கொள்வதற்கான ஒன்று தான்.

அவனுடைய கடிதங்கள், நினைவுக்குறிப்புகள், கதைகள் ஆகியவற்றில் அவள் ஒரு வேறுபாட்டையும் பார்க்கவில்லை. கடிதம் எழுதும் ஃபிரான்ஸ், நாவலாசிரியன் ஃபிரான்ஸ், நினைவுக் குறிப்பெழுதும் ஃபிரான்ஸ் என்றெல்லாம் ஃபிரான்ஸைத் தனித்தனியாகப் பார்க்கவில்லை. அவன் எழுதிய கடிதங்களில் பெண் என்பவள் ஒரு காகிதப்பிறவி. அது கற்பனை படைப் பாக்கத்திற்கு நேர்மாறானது. ஒரு கற்பனை பெண் அவனுடைய பேனாவினால் உருவாகிறாள். அவன் நிஜத்தைப் புனைகதை யாகப் படைக்கிறான். ஃபெலிஸூம், ஏன், மிலேனாவும்கூட, அவர்களுக்குத்தான் அவன் எழுதுகிறான் என்று நினைத்தால் அது தவறு. டோராவை சந்தித்ததற்கு முன்னால் - எலும்பும் சதையும் கொண்ட ஒரு பெண்ணோடு காலையில் எழுந் திருப்பதற்கும் முன்னால் - காதல் என்பது ஃபிரான்ஸ் எழுதும் ஒரு பக்க நவீனம். ஃபெலிஸுக்கு எழுதிய கடிதங்கள் ஓர் உருக்கமான காதல் காவியமாக இருக்கலாம். ஆனால், அந்தப் பொம்மலாட்டத்தின் ஆசிரியனும், கதாநாயகனும் அவன்தான். அவன் தனக்கென்று ஒரு நல்ல வேடத்தை எடுத்துக்கொள் கிறான் – அதாவது, ஒரு லட்சிய மருமகனாக, அல்லது சபிக்கப் பட்ட எழுத்தாளனாக! நிஜத்துக்கும் நிழலுக்கும் இடையே எல்லையில்லாமல் போனது. அது படைப்பின் புனிதத்தின் பெயரில் என்றாலும்கூட, ஒரு லேசான மனநிலை தடுமாற்றத்தின்

அறிகுறி. ஒரு போற்றத்தக்க வளமான மனநோய். ஆனால் அதன் வன்முறை ஃபெலிஸ், மிலேனா ஆகிய இருவரையும் அழித்து விட்டது. கடிதம் பெறுநரைக் கல்லாக்கியது – அவரின் ஒப்புத லோடு! அதனால், தான் ஆண் சமூகத்தில் ஒருவன் என்ற மாயை ஃபிரான்ஸுக்கு ஏற்பட்டது. உலகம் ஒரு பிரம்மாண்டமான தபால் பெட்டி. அதில் அவன் கடிதங்களின் பெயர்களை மாற்றி மாற்றிப் போடுகிறான்.

அவள் மீண்டும் கடிதத்தைப் படிக்கத் தொடங்குகிறாள். அவன் தன் தந்தைக்கு எழுதிய கடிதத்தின் கடைசிப் பக்கத்தைப் புரட்டும்போது, அவள் கை நடுங்குகிறது.

பூமியின் வரைபடம் ஒன்றைக் கற்பனை செய்துகொள் கிறேன். அதன் குறுக்குவாட்டில் நீ படுத்து இருப்பாய். நான் உயிர் வாழ்வதற்கு, நீ படுத்திருக்கும் இடத்திற்கு அப்பால் போக வேண்டும். இந்த இடத்தில், நான் என்னைப் பற்றி அச்சம் கொள்வது மிக முக்கியமான விஷயம். அந்த அச்சம் பின்வருமாறு புரிந்துகொள்ள வேண்டும். என்னுடைய இலக்கியச் செயல்பாட்டிற்கும், அதை ஒட்டிய செயல்பாட்டுக்கும் எனக்குக் கிடைத்த வெற்றி மிகச்சிறிய அளவில்தான். சுதந்திரம் தேடுவதற்கும், தப்பித்துக்கொள்வதற்கும், எடுத்துக்கொண்ட சிறுசிறு முயற்சிகள்தான். வளர்ச்சி எதுவும் இருக்காது என்று எனக்கு உறுதியாகத் தெரிந்துவிட்டது.

வாழ்க்கை ஒரு பொறுமையை சோதிக்கும் விளையாட்டு மட்டும் அல்ல. இருந்தாலும் நாம் அதை மனதில் வைத்துக் கொண்டு ஒரு முடிவுக்கு வந்திருக்கிறோம். அது தரும் உண்மை நமக்குக் கொஞ்சம் மன நிறைவு தருகிறது. நம் இருவரின் வாழ்வையும் சாவையும் சுலபமாக்குகிறது.

மயக்கத்தில் இருப்பவள்போல் அவள் தலையை தூக்கி னாள். காலத்தில் பின்னோக்கி செல்ல விரும்பினாள். நவம்பர் மாதம் ஒரு நாள் காலை தன் சகோதரனின் வருகையை எதிர் பார்த்துக்கொண்டிருந்தாள் - இன்று காலையில் அவனிடமிருந்து ஒரு தந்தியை எதிர்பார்த்துக்கொண்டிருந்ததுபோல். ஜூன் மாதத்தில் பனி விழுந்து, கதவு திறந்து, அந்தச் சிறுவன் ஓடி

வந்து தன் கன்னத்தில் முத்தமிட்டு, தன் தோள்களை பற்றி தன் உடலை தன் உடலோடு ஒட்டிக்கொண்டால் தேவலாம்போல் இருந்தது. ஆனால் காலத்தில் பின்னோக்கிச் செல்ல முடியாது. கடந்தகாலத்தில் செய்த தவறுகளைத் திருத்திக்கொள்ள முடியாது. அன்றைய பொழுதின் அமைதியில் அவளைச் சுற்றிலும் ஒரு வெறுமையை மட்டும் பார்த்தாள். நவம்பர் மாதப் பனி விழுவது நின்றுவிட்டது. எப்போதோ நின்றுவிட்டது. அவளுடைய உறைந்த மனதில் குளிர் காற்று வீசிக்கொண்டிருந்தது. அன்று பார்த்த பையன் இனி எப்போதும் வரப்போவதில்லை.

இப்போது அவள் வெளியில் செல்ல வேண்டும். அறைக் குள்ளாகவே இருந்தால் பைத்தியமாகிவிடுவாள். ஹாலிலிருந்து தொலைபேசி மணி காதில் விழுந்தது. அறையிலிருந்து வெளியில் ஓடினாள். தாழ்வாரத்தை தாண்டிச் சென்றாள். அவள் வருவதற்குள் அவள் தந்தை தொலைபேசியை எடுத்துவிட்டார்.

"ஆமாம் ராபர்ட்" என்று சொல்லிவிட்டு நீண்ட நேரம் பேசாமல் இருந்தார். காதில் விழுந்ததை உன்னிப்பாகக் கேட்டார்.

சில வினாடிகள் சென்றபின் அவர் முகம் மாறி இருந்தது. அவர் ஆவேசமாகச் சொன்னார்:

"மன்னித்துவிடு ராபர்ட், எனக்கு நீ என்ன சொல்ல வருகிறாய் என்று தெரியவில்லை 'நாங்கள் எங்களால் முடிந்தவரை செய்து விட்டோம்' என்று சொன்னால் என்ன அர்த்தம்?"

ஜூன் 4, 1924

ராபர்ட்

சாலையில் மழை பெய்தது. ஜூன் மாதப் பிரளயம் கடந்து செல்லும் கிராமங்களின் தெருக்களை மூழ்கடித்துக்கொண் டிருந்தது. வாகனத்தின் கூரையைத் தாக்கிக்கொண்டிருந்தது. சானடோரியத்தை விட்டு வெளியே வந்ததிலிருந்து அவளிடம் ஒரு வார்த்தை பரிமாற்றம்கூட இல்லை. முந்தைய நாள் மரணத்தினால் ஆட்கொள்ளப்பட்டுச் சென்றவனின் பிம்பம் ஒரு வார்த்தை பேசினாலும் சிதைந்துவிடும் என்று அவன் அஞ்சினான். அந்த நிழல் உருவம் - அவர்கள் அதிகம் நேசித் தவனின் உயிரற்ற சரீரம் அவர்களை இணைத்தது, பிரிக்கவும் செய்தது. இறந்தவனுக்கு ராபர்ட் ஒரு சகோதரன். அவளோ ஈடு செய்ய முடியாத காதலி. அவன் தலையைத் திருப்பி டோராவின் பார்வையைச் சந்திக்கத் துணியவில்லை.

ஏதோ அவசியமான, ஆனால் இன்னும் குழப்பமான ஒன்று நடந்துள்ளது. அந்த நிகழ்வின் முக்கியத்துவத்தை அவனால் அளவிட இயலவில்லை. ஆனால் ஒன்றை மட்டும் முன்கூட்டியே உணர முடிந்தது. அது அவர்கள் இருவருடைய இளமைக் காலம் முழுவதையும் விழுங்கிவிடப் போனது. இப்போது அதற்கு அவனால் ஒரு பெயர் வைக்க முடியவில்லை. பின்னால்தான் அதை மரணத்தின் உறைவு என்று குறிப்பிடுவான். தற்சமயம் ஃபிரான்ஸ் இன்னும் உயிரோடு இருந்ததுபோலத்தான் நினைக்க வேண்டும். நேற்று இந்த நேரத்தில் சுட்டுக்கொண்டிருந்தது போல், இப்போதும் அவன் உடல் சுட்டுக்கொண்டிருக்கிறது. ஆனால், அவர்களுக்கோ ஃபிரான்ஸின் இதயம் நின்ற வுடனேயே, அவர்கள் வாழ்க்கை முடிந்துவிட்டது.

டோரா ஆரம்பத்திலிருந்தே இமைகளைத் திறக்கவில்லை. நிறமற்ற அவள் ஆடை அவள் தோள்களை மூடவில்லை. கழுத்தைச் சுற்றி ஒரு சிவப்பு நிற ஸ்வெட்டர் அணிந்திருந்தாள். அன்றைக்கு முந்தைய நாள் ஒரு துயரச் சம்பவம் நிகழ்ந்திருந் தாலும், அவள் முகத்தில் ஓர் அப்பாவித்தனம் தெரிந்தது. அதன் அழகில் அவன் அவளை முதன்முறையாக பெர்லினில் பார்த்தபோதே மயங்கிவிட்டான். அவளுடைய வாழ்க்கையைப் பகிர்ந்துகொள்ளப் போன ஃபிரான்ஸ் தான் அவளை அவனுக்கு அறிமுகம் செய்துவைத்தார். இளம் பெண்ணின் முகத்தில் ஒருவிதமான மகிழ்ச்சியும், வெற்றிக் களையும் வெளிப்பட்டு, உடனடியாக அவனை ஆட்கொண்டன. ஆறு மாதங்கள் மட்டுமே கடந்தன. 'ஜோஸ்டி காபே'வின் புகை மத்தியில் கழிந்த மாலை நேரம், ஒரு நூற்றாண்டுக்கு முன் நிகழ்ந்ததுபோல் இருந்தது. அவன், டோரா, ஃபிரான்ஸ் ஆகிய மூவரும் அலெக்சாண்டர்பிளாட்ஸில் நடந்து சென்ற அந்த கவலையற்ற நாட்களைப் பற்றி - அந்த முழுமையான மகிழ்ச்சியைப் பற்றி – அவன் அதற்கு முன் கனவு கண்டதில்லையா?

மழை நின்றுவிட்டது. அடர்ந்த மூடுபனி அந்தத் தார் சாலையில் ஒரு நீண்ட போர்வையை விரிக்கிறது. வோக்ஸ்ஹால் டயர்கள் ஒரு திடீர் திருப்பம் இருப்பதை உணர்த்தின. சான டோரியத்தின் முன்புறத்தில் மூன்று வாகனங்களின் நடுவே நிறுத்தப்பட்டிருந்த தன் வாகனத்தின் சாவியை டாக்டர் ஹாஃப்மன் அவனிடம் கொடுத்தார். எவ்வளவு வேகமாக அந்த வண்டியைப் போய்ச் சேருமிடத்திற்குச் செலுத்தினாலும், அதன் ஆற்றல் அதிகமாகத்தான் இருக்கும் என்று உறுதி கூறினார்.

பிராகாவுக்குப் பதிலாக, நாம் வெனிஸுக்குச் சென்றால்? அவன் பணக்கார வாரிசுகளை ஏற்றிச் செல்லும் வேகமான படகுகளில் ஒன்றின் பின்புறத்தில் அமர்ந்திருப்பதாகத் தன்னை கற்பனை செய்து பார்க்கிறான். டோராவுடன் கையோடு கை கோர்த்துக் கொண்டு தூரத்தில் தெரியும் நகரத்தின் காட்சியைக் காலை நேர நறுமணத்தில் ரசிப்பதாகக் கனவுகண்டான். அவனது ஆள் காட்டி விரலின் சைகையால், டோஜ் அரண்மனையையும், செயின்ட் மார்க் சதுக்கத் தையும் காண்பிக்கிறான். திடீரென

இளம்பெண்ணின் விம்மல்கள் அவள் தோள்களையும் தொண்டையையும் அதிரவைக்கின்றன. ஆனால், அவள் எழ வில்லை. இருப்பினும், அவன் கனவு கலைந்துவிடுகிறது.

அவன் தோள்களில் பல மாதங்கள் உணராத ஒரு பாரம் இறங்கி இருந்தது. அவன் சிந்தனை முழுவதையும் இதுவரை அவன் நண்பனைக் காப்பாற்று முயற்சிதான் ஆக்கிரமித்திருந்தது. அவன் செய்கைகள் அனைத்தும் அதை நோக்கியே பயணித்தன. அவன் ஏற்றுக்கொண்ட பணியை நிறைவேற்ற வேண்டு மானால், பலவீனத்திற்கு இடம்கொடுக்கக் கூடாது. அனைத்து சக்திகளையும் ஒன்றுகுவிக்க வேண்டும். துன்பம், மன வேதனை, மன வருத்தம் ஆகியவற்றுக்கெல்லாம் விடை கொடுத்துவிட வேண்டும். "உங்களைவிட பலமான ஒன்றோடு நீங்கள் போர் புரிகின்றீர்கள்" என்றார் ஹாஃப்மன். அவர் ஏற்கனவே ஆக்கிரமிக்கப்பட்ட உறுப்புகளின் பட்டியலைத் தயார் செய் திருந்தார். அவன் மருத்துவக் கல்லூரியில் கற்றுக்கொண்ட அத்தனை கொள்கைகளுக்கும், கோட்பாடுகளுக்கும் எதிராகச் சென்றான் - அந்தக் கொள்கைகளுக்கும் கோட்பாடுகளுக்கும் உட்படுவதாக நினைத்துக்கொண்டே! "இது ஒரு தோல்வி யுறக்கூடிய விவகாரம். அவரை நிம்மதியாக இறந்து போக விடுங்கள். நீங்களும் டோராவும் போய்விடுங்கள். இல்லை என்றால் இதனால் நீங்கள் பைத்தியமாகிவிடுவீர்கள்" என்றார் ஹாஃப்மன்.

ஒரு கட்டத்தில் அந்தப் பயிற்சி மருத்துவனுக்கு மருத்துவ அறிவியல் ஆதிக்கம் அதிகரிக்கவே, தன் வயதுக்கு மீறிய அடக்க முடியாத லட்சிய வெறியால், தன்னால் இயற்கையின் விதிகளைக் கடந்து சென்றுவிடலாம் என்று நினைக்கத் தோன்றி யிருக்கக் கூடும். நீண்ட நாள் பயிற்சிக்கு பின்தான் அறிவியல் அறிஞன் விதியின் முன் மண்டியிடுகிறான். அப்போது தான் அவன் தன்னுடைய கைத்துறப்பின் பலவீனத்தை 'அனுபவம்' என்று குறிப்பிடுவான் போலிருக்கிறது.

அவன் மருத்துவர் சொன்னதற்கு இணங்கினான். மனதில் மிகப்பெரிய பாரத்தோடு கடைசியாக ஒரு மார்ஃபின் டோசைச் செலுத்தினான். சிரிஞ்சு உள்ளே போகப் போக காஃப்கா முணுமுணுக்கத் தொடங்கினார்.

“ஆமாம். இன்னும் கொஞ்சம். இன்னும் கொஞ்சம். எனக்கு எந்த மாற்றமும் தெரியவில்லை என்று தெரிகிறதல்லவா?”

அவன் அதற்குப் பணிந்தான்.

அவன் நண்பர் கெஞ்சினார்.

“போய்விடாதீர்கள். போய் விடாதீர்கள்.”

“நான் போகவில்லை” என்று அவன் அவருக்கு உறுதி அளித்தான்.

“ஆனால் நான்தான் உங்களை விட்டு போகிறேன்” என்று கண்ணிமைகளை மூடிக்கொண்டு காஃப்கா முணுமுணுத்தார்.

சில நிமிடங்கள் கழித்து, படுக்கையறை கதவு திறந்தது. டோரா அறைக்குள் ஓடி வந்தாள். அவள் கிராமத்தில் இருந்து கொண்டுவந்த பூங்கொத்து ஒன்றைக் கையில் வைத்திருந்தாள். அவள் விரைந்து சென்று, அனிச்சையான சைகையுடன், அதை அவளுடைய காதலனின் மூக்கின் கீழ் நழுவவிட்டாள். அதன் வாசனை அவள் காதலனுக்கு வலிமையைக் கொடுக்கும் என்று உறுதியாகத் தெரிந்ததுபோலும். எதிர்பாராதது நிகழ்ந்தது. ராபர்ட் தனது கண்களால் அந்த அதிசயத்தைப் பார்த்தான். காஃப்காவின் கண் இமைகள் பாதி திறந்தன. அவன் பார்வை கடைசியாக ஒருமுறை டோரா மீது பாய்ந்தது.

ஃபிரான்ஸ் காஃப்கா இப்படித்தான் இறந்தார்.

“என்னைக் கொல்லு, இல்லையெனில் நீ ஒரு கொலைகாரன்!”

சிரிஞ்சை அழுத்தி தன் நண்பனை வேதனையிலிருந்து விடுவிக்க நினைத்து, மரணத்தைத் தழுவச் செய்த அந்தக் காட்சியிலிருந்து அவன் ஒரு நாள் தன்னை விடுவித்துக்கொள்வானா? வேதனையின் துடிப்பு மெதுவாக மறைந்தபின், அவன் உயிர் கொஞ்சம்கொஞ்சமாக அவனை விட்டுப் பிரிந்துவிட்டது.

கொலைகாரன் மீண்டும் தனக்குள் சொல்லிக்கொண்டான். அவளுக்குத் தெரிந்தால், அவள் உன் முகத்தில் காரித் துப்புவாள். அதன்பின் நகர்ந்துகொண்டிருந்த வாகனத்தின் கதவைத் திறந்து வெளியில் குதித்துவிடுவாள். இல்லையேல், காரை வேகமாக இயக்கி படுகுழியில் மோதச் செய்வாள்.

பிராகாவில், அவன் ஃபிரான்ஸ் காஃப்கா இறந்த சூழலை அவன் குடும்பத்தாருக்கு விளக்கவேண்டியது தன் கடமை என்று நினைத்தான். மருத்துவக் கல்லூரியில் எவ்வளவோ படித்திருக்கிறான். ஆனால் மரணச் செய்தியை வெளியிடுவது பற்றிப் படிக்கவில்லை. இழப்பின் வேதனையை விளக்க எந்தச் சொற்களைத் தேர்ந்தெடுப்பது? காரில் போய்க்கொண்டிருக்கும் போதே, இரங்கல் குறித்த வார்த்தைகளைப் பட்டியல் போட்டுக் கொண்டிருந்தான். ஆனால், எதுவுமே வேதனையின் உண்மை யையும் பளுவையும் குறிக்கப் போதுமானதாக இல்லை. இறந்துபோன அந்த மனிதனின் இழப்பு அவனுக்கும், அவன் தாய்க்கும், தந்தைக்கும், சகோதரிகளுக்கும் இன்னும் சொல்லப் போனால் மனித சமுதாயம் அனைத்திற்கும் எவ்வளவு பெரிய இழப்பாக இருந்தது என்று வர்ணிக்க வார்த்தை எதுவும் இல்லை.

அன்று ஞாயிற்றுக்கிழமை. அவன் பூடபெஸ்ட் மத்திய மருத்துவமனையில் பணியில் இருந்தான். ஒரு நோயாளி நடு இரவில் இறந்துவிட்டார். உதவி மருத்துவரை எழுப்புவது சரி யானதாக இருக்காது என்று தானே இறந்தவர் குடும்பத்திற்குச் சொல்லி அனுப்பும் பொறுப்பை ஏற்றுக்கொண்டான். அவன் மிக நீண்ட தாழ்வாரத்தின் ஒரு முனையில் இருந்து நடந்து செல்லும்போது, எதிரில் அவன் வயதுள்ள இன்னொருவன் எதிரில் வந்தான். அவனால் வருபவன் நோயாளியின் மகன் என்பதை யூகிக்க முடிந்தது. ஏனென்றால், அவன் அந்த நபரை பல தடவை அங்குப் பார்த்திருக்கிறான். இப்போது அந்த இளைஞன் விசாரணை அலுவலகத்தில், மருத்துவர்கள் வரும் நேரத்தைப் பற்றி கேட்டுக்கொண்டிருந்தான். ஒரு கூசா தண்ணீர், ஒரு போர்வை, கட்டுக் கட்டுவதற்குவேண்டிய துணி ஆகிய வற்றைக் கேட்டுக்கொண்டிருந்தான். விளக்கின் ஒளியில், அவர்கள் இருவரும் ஒருவரை ஒருவர் நோக்கி நடந்துகொண் டிருந்தார்கள். மகன் நம்பிக்கையோடு நடந்துகொண்டு இருந்தான். மற்றவன் தலையைக் குனிந்துகொண்டு, அவனிடம் சொல்லப் போவதை எவ்வாறு கண்ணியமாகவும், நேர்மை யாகவும், உண்மையாகவும் சொல்ல வேண்டும் என்று யோசித்துக் கொண்டே நடந்தான்.

"அவர் இறந்துவிட்டார்" என்ற வார்த்தைகள்தான் அவன் வாயிலிருந்து வந்தன.

மறுநாள் காலை தன்னுடைய மேலதிகாரியைப் பார்க்கும் போது அவன் எதுவும் சொல்ல முடியாமல் தவித்தான். மேலதிகாரி "நாளடைவில் உனக்கு பழக்கமாகிவிடும்" என்றார். ஆனால் அவனுக்கு அது ஒருபோதும் நடக்காது என்ற பயம்தான் இருந்தது.

இந்த கட்டத்தில். காஃப்காவின் அம்மாவிடமும், ஓட்லா விடமும் இறந்தவன் கடைசியாக சொன்ன உருக்கமான வார்த்தைகளை எடுத்துச் சொல்ல முயற்சித்தான். மரணத்திற்கு முன்பு அவன் முகத்தில் நிலவிய அமைதியை எடுத்துரைப்பான். "முந்தைய நாள் உங்களுக்குத் தெரியுமா? அவர் எங்களோடு சிரித்துக்கொண்டிருந்தார். வேலை செய்துகொண்டிருந்தார். தன்னுடைய கடைசி படைப்பைத் திருத்திக்கொண்டிருந்தார்" என்று சொல்லலாம்.

"எங்களைப் பற்றி ஏதாவது சொன்னானா?"

"சொல்லிக் கொண்டே இருந்தார். உங்கள் சிரிப்பை பற்றியும் ஞாயிற்றுக் கிழமை விருந்துகள் பற்றியும் சொன்னார்."

"அவன் தந்தையைப் பற்றிப் பேசினானா?"

"பேசினார். அவரோடு சீட்டு விளையாடுவதுபற்றிப் பேசினார்."

"வலியால் அவதிப் பட்டானா?"

"இல்லை. அவதிப் படவில்லை."

"அதுதான் முக்கியம்."

அவர் உன் நண்பர், குரு, வழிகாட்டி. அவருக்கு நீ துரோகம் செய்துவிட்டு இப்போது போய் அவர் தாயார் உனக்கு நன்றி சொல்வதைக் கேட்கப் போகிறாய். பாராட்டைப் பெறப் போகிறாய்.

அது ஏழு மாதங்களுக்கு முன் 1923ஆம் ஆண்டு நவம்பர் மாதம் மத்தியில் நடந்தது. ராபர்ட் தன் நண்பர் வீட்டுக்குப்

போனான். எழுத்தாளருடைய பெற்றோர்களைப் பார்த்தான். பிராகிலேயே தங்கி தன் படிப்பைத் தொடரலாம் என்று எண்ணினான். ஆனால், அவன் நண்பர் அவன் கருத்தை ஆதரிக்கவில்லை. வேண்டாம் என்று சொல்லிக்கொண்டே இருந்தார். "ஞாயிற்றுக்கிழமை மாலையில் அலுத்துப் போய் விடுவீர்கள். தெருக்களெல்லாம் வெறிச்சோடி இருக்கும்" என்றார். ஆனால், ராபர்ட்டுக்கு பிராகா நகர் பிடித்துவிட்டது. சார்லஸ் பாலம், குறுகிய தெருக்கள், கூட்டம் நிரம்பி வழியும் தேநீர் விடுதிகள், ஊரிலுள்ள மக்கள் நடமாட்டம், ஒவ்வொரு சிலைக்குப் பின்னாலும் நிற்கும் தேவதை சிற்பங்கள், ஒவ்வொரு வீதியிலும் உலவும் நாவலாசிரியர் அல்லது கவிஞரின் ஆன்மாக்கள் – இவையெல்லாம் அவனுக்கு ஒரு தனி உலக மாகத் தோன்றியது. புடாபெஸ்டை விட்டுக் கிளம்பி பிராகா நகருக்கு வந்துவிடலாம் என்று எண்ணினான். ஆனால், அவன் நண்பரோ பிராகா நகரை விட்டுப் பணவீக்கப் பிரச்சினையில் மூழ்கி இருக்கும் பெர்லினுக்குத் தப்பித்துச் சென்றார். பெர்லினில் உணவு கிடைக்கவில்லை. பணம் கிடைக்கவில்லை. அந்தக் காலகட்டத்திலேயே, ராபர்ட்டின் ஒரே நோக்கம் எழுத் தாளரைக் காப்பாற்றுவதுதான். அவன்தான் அவர் வீட்டுக்குப் போய் ஜூலி காஃப்காவிடம் உணவுப் பொருட்களும், ஹெர்மன் காஃப்காவிடம் பணமும் கேட்டு வாங்கி வந்தான்.

நவம்பர் 23, 1923 அன்று அவன் மனதில் பாரம் எதுவும் இன்றி, அல்ஸ்தாதர் சாலையில் நடந்துகொண்டிருந்தான். அவன் வழிகாட்டியின் பெற்றோர்கள் அவனை அன்புடன் வரவேற்றதில் அவனுக்கு மகிழ்ச்சியாகவும் பெருமிதமாகவும் இருந்தது. அப்போது தனக்கு ஆரோக்கியமற்ற அறிவு ஆர்வம் ஒன்று எழுந்ததை அவன் உணர்ந்தான். நண்பரின் பெற்றோர்கள் அவனுக்கு ஏற்கனவே பழக்கப்பட்டவர்கள். நண்பரின் தந்தை யைப் பற்றி அவனுக்குத் தெளிவான கருத்து இருந்தது. நண்பனின் தாயார் நண்பர் சொல்லியதுபோல ஒரு சாதாரண பெண்மணி என்பதை உணர்ந்தான். நண்பரின் சகோதரிகளிடையே ஓட்லா என்பவளைப் பற்றி பெரிதாக நினைத்தான். ஆனால், அவளை அதுவரை பார்த்ததில்லை. அன்று விருந்துக்கு வந்திருந்தவர்களில் அனைவரும் அவனைப் பற்றி சாதகமாகத்தான் பேசினார்கள்.

தடாகம் | 117

அந்தக் குடும்பம் தன்னைத் தத்தெடுத்துக்கொள்ளும் என்றும், அவன் காஃப்கா குடும்பத்தில் இரண்டாவது மகனாகப் போற்றப் படுவான் என்றும் அவன் கனவு கண்டான்.

அந்தக் குடும்பத்தின் குடியிருப்பை நோக்கி செல்லும்போது அவன் தன்னை ஒரு மானுடவியல் மாணவனாகப் பாவித்து கொண்டான். அவன் தன் நண்பன் எழுதிய இலக்கிய நூல்களுக்கு உந்துதலாக இருந்தவர்களைப் பார்க்கப்போவதாக நினைத்தான். அவர் படைப்புகளுக்கு ஊற்றுக்கண்ணாக இருந்தவர்களை நோக்கி நடந்தான். ஒரு மாமேதையின் அடிச்சுவட்டில் நடந்து கொண்டிருந்தான். அந்தக் குடும்பத்தின் உறுப்பினர்கள் இடையே படைப்பிற்குத் தேவையான ஆற்றல்களை அவன் கண்டுபிடிக்க முடியும் என்று அப்பாவித்தனமாக நினைத்தான். அவன் ஒரு நாள் தன் நண்பர் அவனை ஓர் ஆதர்ச கதாநாயகனாகப் படைப்பார் என்று நம்பினான். ஒரு நாவலின் கதாநாயகனாக ஆகிவிடுவோம் என்று கனவு கண்டான்.

நீண்ட நேரம் மௌனத்திற்குப் பின், அங்கு விருந்துக்கு அழைக்கப்பட்டவர்களைக் கூர்ந்து நோக்கினான். அவர்களை வேறு ஒருவர் கண்களோடு பார்த்து ஒவ்வொரு சைகையையும், ஒவ்வொரு உரையாடலையும் தன் நண்பர் சொன்னுபோல் இருக்கின்றனவா என்று கவனித்தான். ஆனால், உரையாடல்கள், எழுத்துகள் ஆகியவற்றின் நினைவுகள் மறைந்தன. காரணம் அங்கு நடந்த அந்த உரையாடல்கள் அவனுக்கு நிதர்சனத்தை வெளிச்சம் போட்டுக் காட்டின. நண்பரின் தந்தை, அவரிடம் பேசப் பேச, அவருக்குரிய அரக்கத்தனத்தை இழந்துகொண்டு வந்தார். நண்பரின் தாய் தன்மையாகவும், அழகாகவும் இருந்தாள் என்றபோதும், அவள் ஒரு புனிதப் பெண்ணாகக் காட்சியளிக்க வில்லை. முகமூடிகள் கழன்றன. நிஜம் கற்பனையின் இடத்தை ஆட்கொண்டது. ராபர்ட் பார்ப்பது ஒரு வினோதமான காட்சி. அந்தரங்க குடும்ப வாழ்க்கை நாடகம் ஒன்று அவன் கண்ணெதிரே நடந்துகொண்டிருக்கிறது. அதில் முக்கிய கதாபாத்திரம் அங்கு இல்லை. நடிகர்கள் வேடமிட்டில்லை. அவர்கள் அவன் கண்ணெதிரிலேயே நிஜக் குடும்ப வாழ்க்கை உறுப்பினர்களாக மாறிக்கொண்டிருக்கிறார்கள். அது ஒரு சாதாரணக் குடும்பம்.

அதில் அதிர்ஷ்டவசமாகவோ, அல்லது துரதிஷ்டவசமாகவோ, ஃபிரான்ஸ் எனும் ஒரு மகன் பிறந்து விட்டான்.

பூடபெஸ்டில் குளோப்ஸ்டோக் குடும்பம்போல், பிராகாவில் ஒரே தலைமுறையில் ஒரு பரிதாபமான - அன்றாடம் எல்லா ராலும் வெறுக்கப்பட்ட – யூதக் குடும்பம் அடிமைத்தனத்தி லிருந்து ஒரு வசதியான நடுத்தர வாழ்க்கைக்கு உயர்கின்றது. அது நகரத்து நடுத்தர வாழ்க்கை. இருந்தாலும், கடந்தகாலத்தின் கசப்பான அனுபவங்களும் வெறுப்பும் வன்மமும் அவர்கள் மனதில் நிழலாடிக்கொண்டிருந்தன.

மாலை நேரம் நகர்ந்துகொண்டே போனது. ஹெர்மன் காஃப்கா மற்றவர்கள் சொன்னதுபோல் தன் குடும்பத்தில் ஒரு கொடுங்கோலனாக இல்லை. அவருடைய இயல்பான ஆளுமை அன்பும், பண்பும் நிறைந்ததாக இருந்தது. அவர் ஃபிரான்ஸ் சொன்னதுபோல் கருத்தூன்றியும் ஆர்வத்தோடும் தன் குடும்பக் கதையை எடுத்துரைத்தார். பிராகாவில் தான் வந்து குடியேறிய கதையைச் சொன்னார். அவருடைய குழந்தை பருவத்து துன்பங் களை வர்ணிப்பதில் அவருக்கு ஒரு திருப்தி இருந்தது போலும். அவர் தொடர்ந்து வந்த பேரிடர்களை விவரித்து அவை எவ்வாறு தன்னை உருவாக்கின என்பதை விளக்கினார்.

அவர் பேசுவது ஒரு கற்றறிந்த வரலாற்றுப் பேராசிரியர் பேசுவதுபோல் இருந்தது. அவர் சொன்ன செய்திகளெல்லாம் அவர் நேரடியாக அனுபவித்ததுபோல் நிறைய விவரங்கள் அடங்கி இருந்தன. அவர் தான் பிறந்த இடத்தையும் காலத் தையும் சொன்னார். அவை கொடூரமாகவும், மிருகத்தனமாகவும் இருந்தன. யூத எதிர்ப்பு மிரட்டல் இருந்தது. இன்றைய தலை முறை குழந்தைகளுக்கு இருக்கும் வாய்ப்புகள் அவர்களுக்கு இல்லை. இருந்தும், கடுமையாக உழைத்துத் தங்கள் தளை களிலிருந்து விடுவித்துக்கொள்ள போராடினார்கள். தங்க ளுடைய பூர்வீக கிராமத்தை விட்டுவிட்டுத் தலைநகருக்குப் புறப்பட்டு வந்துவிட்டார்கள். உழைப்பும் அதன் பின்விளைவும் வாழ்க்கையின் முக்கியமான விழுமியங்கள். அந்த விழுமியம் தலைநகரில் இருந்த செக் மக்கள், ஜெர்மானியர்கள், யூதர்கள் ஆகிய மூன்று சமூகங்களுக்கும் பொருந்தும். நீங்கள் சொல்லலாம்

யூதன் ஒரு தேசிய பிரஜை இல்லை என்று. நீங்கள் தப்பு செய்கிறீர்கள். யூதர்களை அப்படித்தான் 'மசாரிக்' தேசியமும், அதன் சட்டங்களும் வர்ணிக்கின்றன. அந்தச் சமூகத்தின் பாஸ் போர்ட் களில் யூத பிரஜை என்று குறிப்பிடப்படுகிறது. அது ஏதோ ஒரு புதிதாகக் கொடுக்கப்பட்ட உரிமையைப்போல் தோன்றுகிறது. ஒரு காலத்தில் யூதர்கள் தங்களை செக் மக்களாக பாவித்துகொண்டிருந்தார்கள். ஆனால் செக் மக்கள் அவர் களுக்கு ஒன்றை நினைவுபடுத்திக்கொண்டிருந்தார்கள். அதாவது பேரரசி மரி தெரேஸ் பிறப்பித்த ஒரு ஆணைப்படி, யூதர்களை பிராகாவில் இருந்து வெளியேற்ற வேண்டும். உனக்குப் புரிகிறதா இளைஞனே! அந்த ஆணை 1744ஆம் ஆண்டு பிறப்பிக்கப் பட்டது. அதற்கு இரண்டு நூற்றாண்டுகளுக்கு முன்பே ஹாப்ஸ்பர் ஃபெர்டினாட் 1 என்ற பேரரசரால் அதேபோல் ஒரு சட்டம் பிறப்பிக்கப்பட்டது. ஆனால், அவரோ அவ்வளவு இனிய இயல்பு கொண்டவர் அல்ல. பிராகா முகாம்களிலிருந்து கிளம்பும்போது யூதர்கள் ஒரு தனி முத்திரை யோடு கிளம்ப வேண்டும் என்று ஆணை பிறப்பித்திருந்தார் அவர். ஆனால், இன்று, அதாவது 1923ஆம் ஆண்டு யூதர்களை நோக்கி வீசப் படும் மிக மோசமான இழிச்சொல் என்னவென்றால் 'ஜெர்மானி யர்களுக்கு விலை போனவர்கள்' என்பதுதான். அதிலிருந்து ஒன்று தெரிகிறது: ஜெர்மானியர்கள் யூதர்களிடம் கொண்டிருந்த வெறுப்பு செக் மக்களிடம் கொண்டிருந்த வெறுப்பைவிட அதிகமானது. இதுதான் ஜெர்மானியர்களிடமும், செக்குகளிடமும் உள்ள ஒரே ஒற்றுமை. அவர்களுக்குள் ஒருவரை ஒருவர் வெறுத்துக்கொள்வார்கள்! நான் உனக்கு ஒன்று சொல்வேன். அப்போதுதான் உனக்கு இங்கு நாங்கள் எங்கிருந்து வந்தோம், நாங்கள் கடந்த அரை நூற்றாண்டாகக் கடந்து வந்த பாதை என்ன என்று தெரியும். என்னுடைய தந்தை யாக்கூப் அதாவது உன் நண்பன் ஃபிரான்சினுடைய பாட்டனார், தான் பிறந்த ஓசெக் கிராமத்தில் ஒரு கசாப்பு கடை வைத்திருந்தார். 1849ஆம் ஆண்டு சட்டம் ரத்து செய்யப்பட்டதால்தான், என் தந்தை யாக்குபால் இங்கு ஒரு குடும்பம் நிறுவ முடிந்தது." அந்தச் சட்டம் ரத்து செய்யப்பட்டது, தான் பிறப்பதற்கு இரண்டு ஆண்டுகளுக்கு முன்தான் என்று ஹெர்மன் சொன்னார். அந்தச் சட்டத்தின்படி

முதலில் பிறந்த ஆண் பிள்ளைக்கு மட்டும்தான் திருமணம் செய்துகொண்டு பிள்ளைகள் பெற்றுக்கொள்ள அனுமதி இருந்தது. முதல் ஆண் குழந்தையின் சகோதரர்களுக்குத் திரு மணம் செய்துகொள்ள அனுமதி இல்லை. காரணம் அந்த சட்டத்தின் நோக்கம், ஆஸ்ட்ரோ - ஹங்கேரியன் பேரரசில் யூத மக்களின் எண்ணிக்கையை மிகக் கடுமையாகக் குறைப்பது தான். யூதர்கள் பிறப்பதற்கு உரிமை இல்லை. ஹெர்மன் கேலியாக "வாழ்வதற்காவது உரிமை இருந்ததா?" என்று கேட்டார். "நிலத்தில் சாகுபடி செய்ய தடை. அதுபோல் பெரிய நகரங்களில் வாழ்வதற்கும் தடை. இது ஒரு முரண் கூற்று. அரசு வேலைகள் செய்வதற்குத் தடை. பல்கலைக்கழகத்தில் சேர்வதற்குத் தடை. ஆனால் யூதர்கள் ராணுவத்தில் சேர்வதற்கு மட்டும் வெகுவாக ஊக்குவிக்கப்பட்டார்கள். ஆனாலும் அவர்கள் 'ஆபீசர் கிரேடு'க்குப் போக முடியாது. நீ மருத்துவ மாணவனாக இருந்தாலும்கூட, ஒன்று சொல்ல விரும்புகிறேன். அவர்கள் பார்வையில், போர்க்களத்தில் இறந்து போவது ஒரு மாபெரும் வாய்ப்பு."

ராபர்ட் அவர் சொல்வதை உன்னிப்பாகக் கவனிக்கவில்லை. அவர் எப்போதும் அதே மேதாவி தொனியில் பேசிக்கொண் டிருப்பது அவனுடைய சித்தப்பா அல்லது பாட்டனார் சொல்வது போலவே இருந்தது. அதே யூதர்கள் கஷ்டங்களின் பல்லவி. ராபர்ட்டும் யூதனின் வேதனையை அனுபவித்திருக்கிறான். ஆனால் அது கடந்தகாலத்தைச் சார்ந்தது. இந்த ஆண்டு, அதாவது 1923 இல், சார் மன்னர் ஆட்சியையும், போக்ரோம்களையும் - அதாவது யூதர்களை அழிப்பதையும் - ரஷ்யா முடிவுக்குக் கொண்டுவந்துவிட்டது. சோவியத் புரட்சி ஒரு புது உலகின் வாய்ப்புகளைக் கொண்டுவந்திருக்கிறது. ஆஸ்ட்ரொ-ஹங்கேரியப் பேரரசும், பிரஷ்ய பேரரசும் சிதறிவிட்டன. ஹங்கேரி, செக்கோஸ் லாவாகியா, ஜெர்மனி ஆகியவை மக்களாட்சியை நோக்கிச் சென்றுகொண்டிருக்கின்றன. இன்று யூதர்கள் தனியாகப் பிரித்துப் பார்க்கப்படுவதில்லை. அவர்களுக்கும், மற்றும் உலகில் உள்ள அனைவருக்கும் இருபதாம் நூற்றாண்டு ஒளிமயமான எதிர் காலத்தை அளித்திருக்கிறது. போர் அழிவுகளின் மேல் ஒளிர்ந்த சூரியன், இப்போது மனித குலமனைத்தையும் ஒளிர செய்து கொண்டிருக்கிறது.

"ஃபிரான்ஸ் அவன் எங்கிருந்து வந்தான் என்பதை அடிக்கடி மறந்துவிடுகிறான்" என்று ஹெர்மன் தொடர்ந்தார். "உண்மை என்னவென்றால், நான் பிராகின் அழகான பகுதிகளில் வளர வில்லை! குழந்தையாய் இருக்கும்போது நான் பட்டு மெத்தையில், பஞ்சணையில் படுத்திருந்ததில்லை."

ஹெர்மன் காஃப்காவின் உளறலைக் கேட்டு, ராபர்ட் ஃபிரான்ஸ் அவனிடம் கூறியதைப் பற்றி யோசித்தான்: "சமீபத்தில், நான் கற்பனை செய்து பார்த்தபோது, எனக்கு ஒன்று தோன்றியது. சிறு குழந்தையாக இருந்த நான் என் தந்தையிடம் தோற்றுக்கொண்டிருந்தேன். ஆனால், பேராசை என்னை போர்க்களத்தை விட்டு இத்தனை ஆண்டுகள் வெளி யேற விடாமல் தடுத்தது. இருப்பினும், நான் தொடர்ந்து தோற்கடிக்கப்பட்டுதான் வருகிறேன்.

"மீண்டும் தொடங்கிவிடாதே, இந்த இளைஞனையாவது விட்டு வை!" என்று மனைவி ஜூலி காஃப்கா தலையிட்டுக் கூறினாள்.

"மீண்டும் தொடங்குவதா? நான் இன்னும் ஆரம்பத்தில்தான் இருக்கிறேன்! நாம் எங்கிருந்து வருகிறோம், பயணித்த பாதை எது என்று அவருக்குத் தெரிய வேண்டும். அது முக்கியம். ஃபிரான்ஸ் அவரிடம் எதுவும் சொல்லவில்லை என்று நான் உறுதியாக நம்புகிறேன். ஃபிரான்ஸ் அதைப் பற்றி ஏதாவது சொன்னானா?"

"எதைப் பற்றி?"

"அவன் தந்தையின் குழந்தைப் பருவத்தைப் பற்றி."

"உண்மையைச் சொல்ல வேண்டுமானால், அவர் ஒன்றும் சொல்லவில்லை."

"உண்மையில் இல்லையா? அப்படியானால், நீங்கள் ஃபிரான்ஸுடன் என்ன பேசுகிறீர்கள்?"

"ஹெர்மன்!"

ஹெர்மன் காஃப்கா, அழைக்கப்படாமலேயே, அவனிடம் தன் குழந்தைப் பருவம் - பயங்கரமான குழந்தைப் பருவம்,

போஹேமியாவில், அவர் பிறந்த ஓசெக் கிராமத்தில், ஸ்ட்ராகோனிட்ஸ் அருகில், 35 யூதர் தெருவில், எப்படி வளர்ந்தார் என்றும், ஒரு நடைபாதையும் இரண்டு படுக்கையறைகளும் கொண்ட இந்த வீடு எப்படிக் கட்டப்பட்டது என்றும் விவரித்தார். அந்த வீட்டின் ஒரு அறையில் ஃபிரான்சிஸ்காவின் ஆறு குழந்தைகளும் யாக்குபும் வசித்தார்கள். யாக்குப் கசாப்புத் தொழிலில் ஈடுபட்டிருந்தார். பத்து வயதில் -ஃபிரான்ஸ் தன் குழந்தைப் பருவம் பற்றி புலம்பிக்கொண்டிருக்கும் பத்து வயதில்- தான் என்ன செய்துகொண்டிருந்தேன் என்று சொன்னார். பத்து வயதில், ஹெர்மன் ஆகிய தான், தன் தந்தையார் - கசாப்புக் கடை வைத்திருந்த யாக்குப் - அதாவது காப்புரிமை அலுவலகத்தில் வேலை செய்யும் பெரிய எழுத்தாளரின் பாட்டனார் - கொன்று குவித்த விலங்குகளின் எலும்புக் கூடு களை ஒரு வண்டியில் வைத்து குளிர்காலத்திலும், அதுவும் அதிகாலையில், ஒரு கிராமத்திலிருந்து மற்றொரு கிராமத்திற்கு தள்ளிச் சென்றுகொண்டிருந்தார்.

“ஹெர்மன், போதும், போதும்!”

“ஓ, உண்மையில், என்னுடைய இளமைப் பருவத்தைப் பற்றிப் பேசினால் உங்களுக்குக் கசக்கிறது! உன்னுடைய இளமைக் காலம்போல் என்னுடைய இளமைக் காலம் இருக்க வில்லை. நான் போட்பிராடியில் பிறக்கவில்லை! லோவி குடும்பம்போல் நானும் என் தந்தையும் துணி வியாபாரம் செய்யவில்லை. உன்னுடைய அம்மா எஸ்தெர் போர்ஜெஸ் போல் நான் நகரத்தின் மையப் பகுதியில் வாழ்ந்ததில்லை!”

“எப்போதும் உனக்கு இதே புலம்பல்தான்.”

“மார்க்கட் சதுக்கத்தில் 17 நம்பர் மாடிக்கட்டடத்தில் வாழ வில்லை!”

“ஒன்றை உனக்கு நினைவூட்டலாமா, ஹெர்மன் ? எனக்கு மூன்று வயதாக இருக்கும்போது, இருபத்தி எட்டு வயதில் காச நோயால் என் அம்மா இறந்துபோனாள். மனமுடைந்த என் பாட்டி ஓராண்டு கழித்து ஏல்ப் நதியில் விழுந்து தற்கொலை செய்துகொண்டாள்!”

"நான் சொல்ல வருவது என்னவென்றால், இன்று ஃபிரான்ஸ் வசதியாக வாழ்கிறானென்றால், அது குடும்பத்தினரின் தியாகச் செயல்களால்தான்... என் மகனுக்கு நன்றி உணர்வு அதிகம் உண்டு என்று கூற முடியாது."

"எல்லா இளைஞர்களுமே அப்படித்தான்!"

"நான் ஃபிரான்ஸ் மற்றவர்களிடமிருந்து வேறுபட வேண்டு மென்று நினைப்பது தவறா?"

"நாற்பது வயதிலா?" என்று ஓட்லா குறுக்கிட்டாள்.

"வயதுக்கும் இதற்கும் என்ன சம்பந்தம்?"

ஓட்லா தொடர்ந்தாள்: "ராபர்ட், நீங்கள் உங்களைப் பற்றிச் சொல்லுங்கள். நீங்கள் புடாபெஸ்டிலிருந்து வந்திருக்கிறீர்கள், அல்லவா? இப்போது நீங்கள் மருத்துவ மாணவன் அல்லவா?"

"ஃபிரான்ஸும் அது போன்ற படிப்பைத் தொடர்ந்திருந்தால்!"

"அவன்தான் பிரமாதமாகப் படித்தானே!"

"படித்துவிட்டு ஒரு காப்பீட்டு அலுவலத்தில் வேலை யென்றால், அவன் படிக்காமலேயே இருந்திருக்கலாம். அவனுக் கிருந்த திறமைகள், அறிவுத்திறன் ஆகியவற்றை வைத்துக் கொண்டு... அவன் சற்று உழைத்திருந்தானென்றால், ஃபிரான்ஸ்.. வழக்கறிஞர் ஆகியிருக்கலாம். அல்லது நம் 'கின்ஸ்கி அரண் மனை' வியாபாரத்தை மீண்டும் தொடங்கி இருக்கலாம்.

"இன்னும் என்னவாகி இருக்கலாம் ?"

"தொழில்துறையின் கேப்டனாக மாறி இருக்கலாம், அவ்வளவு தான்! அங்கு..."

"என்ன, அங்கே?"

"காப்பீட்டு அலுவலகம்... அவ்வளவும் வீண் என்று உனக்குத் தோன்றவில்லையா?"

"அவன் மகிழ்ச்சியாக இருக்கிறான், அது போதும்."

"ஆனால், அவன் மகிழ்ச்சியாக இல்லை! நான் அவனை மகிழ்ச்சியாகப் பார்த்ததில்லை! நான் அவனுக்கு எவ்வளவோ

செய்தும்.... ராபர்ட், நீங்கள் அவனை மகிழ்ச்சியாகப் பார்த்திருக்கிறீர்களா? அவன் பேர்லினில் மகிழ்ச்சியாகவா இருக்கிறான்?

“எப்போதும் இருப்பதைவிட மகிழ்ச்சியாகத்தான் இருக்கிறார் என்று நான் நினைக்கிறேன்.”

“நீங்கள் என்ன சொல்கிறீர்கள், எப்போதும் இருப்பதைவிட மகிழ்ச்சியாக இருக்கிறானா?

“அப்படி இருப்பதைத்தான் பார்க்கிறோம், கேட்கிறோம்.”

“பெர்லினில், குளிரில், இந்த துயரத்துடனா!"

“எனக்கு அப்படித்தான் தோன்றுகிறது.”

“ஆனால் அவன் மகிழ்ச்சியாக இருந்தால், நீங்கள் அவனுக்கு உணவு, பணமெல்லாம் கொண்டுசெல்லத் தேவையில்லையே.”

“ஹெர்மன்!”

“நான் பொய் சொல்கிறேனா? ஓ, நிச்சயமாக, நம்மைவிட்டு தூரத்தில் சென்றுவிட்டால், ஐயா மகிழ்ச்சியாக இருக்கிறார்! ஆனாலும், அவனுடைய மகிழ்ச்சிக்காக நான் பணம் கொடுக்க வேண்டும், இல்லையா? அவனால், தானாகவே அந்த மகிழ்ச்சியை வாங்கிக் கொள்ள முடியவில்லை, அப்படித்தானே?”

“ஹெர்மன்!”

“அவனது மகிழ்ச்சிக்கு, நம்மிடமிருந்து - அவன் தந்தையிடமிருந்து - வெகுதொலைவில் இருக்க வேண்டுமோ என்று என்னை நானே கேட்டுக்கொள்கிறேன்!”

“இருக்கலாம்...” என்று ஓட்லா முனகினாள்.

“என்ன இருக்கலாம்?”

“நீ சொல்வது சரியாக இருக்கலாம், அப்பா.”

“ஆ, இப்போதுதான் நீ நான் சொன்னதைச் சரியென ஏற்றுக் கொள்கிறாய். உனக்குக் கேட்கிறதா, ழுய்லி, உன் மகள் நான் சொல்வது சரிதான் என்கிறாள். நான் இதுவரை அவள் இதுபோல் சொல்லிக் கேட்டதில்லை!

“ஹெர்மன், உன் கதையை நிறுத்து, எங்களை அமைதியாக சாப்பிட விடு... ராபர்ட், நீங்கள் பேசுங்கள். நீங்கள் எப்படி ஃபிரான்ஸைச் சந்தித்தீர்கள்? நீங்கள் எப்படி அவனுடைய நண்பனானீர்கள்?”

ராபர்ட் ஒரு மனிதனின் நண்பனாகவும், நம்பிக்கைக்குரியவனாகவும், உணர்திறனும் புத்திசாலித்தனமும் நிறைந்த ஒருவரின் மருத்துவராகவும் இருந்தான். அவனுடைய சிந்தனையை அவர் பெருமளவு பாதித்திருந்தார். காஃப்காவை பிராடுடன் இணைத்த நட்பிலிருந்து இந்த நட்பு வேறு விதமாக இருந்தது. இந்த நட்பு கல்லூரி வாசலில் ஏற்பட்ட நட்பு அல்ல. நோயின் – மரணத்தின் வாசலில் ஏற்பட்ட நட்பு. இளவயதில் ஏனோதானோ வென்று ஏற்பட்ட காதலோ - அல்லது தத்துவ, கருத்துருவ விவாதங்களில் முளைத்த சிநேகமோ, பிராகா பல்கலைக் கழகப் பூங்காக்களில் பூத்த நட்போ அல்ல. சானடோரிய அறைகளின் தனிமையில், நீண்ட முடிவற்ற பகல் பொழுதில் மலர்ந்த நட்பு. காஃப்காவுடன் பகலிலும் இரவிலும் சாப்பிடும் போது பொன் தேடி அலைபவன் சிறுசிறு துகள்கள் எடுப்பது போல் அவருடைய ஞானத்தையும், ஆலோசனைகளையும் பெற்றிருக்கிறான். அவருடைய வேதனையைப் பகிர்ந்திருக் கிறான். அவனும் காஃப்காவோடு துன்பப்பட்டிருக்கிறான். அவரைக் குணப்படுத்தும் என்று பரிந்துரைக்கப்பட்ட தூய காற்றை அவனும் சுவாசித்திருக்கிறான். புதிதாக வந்த கிரீமை அவரோடு லிட்டர் கணக்கில் அவனும் சாப்பிட்டிருக்கிறான். அவரை வியாதியிலிருந்து குணப்படுத்தும் என்று நம்பி நூற்றுக் கணக்கான லிட்டர் பாலை அவனும் பருகி இருக்கிறான். இருவரும் சேர்ந்து மலையடிவாரங்களில் நடந்திருக்கிறார்கள். ஒருவருக்கொருவர் துவண்டுவிடக் கூடாது என்று தைரியப் படுத்திக்கொண்டிருக்கிறார்கள். அவர்கள் எடுத்து வைத்த ஒவ்வொரு அடியும் ஆயுளை நீட்டிக்கவும், மேல் டட்ராசில் அவர்களுக்கு உடல்நலம் மேம்படவும் உதவக் கூடியது. இருவருமே மனதுக்குள் அங்கு உடல்நலமின்றி வந்திருந்த பெண்கள்மீது ஆசை வைத்தார்கள். அவர்கள் இளமையின் எல்லையில்லா ஆற்றலை அனுபவித்துப் பார்க்கத் துடித்தார்கள். ஆனால், அப்பெண்களைப் போலவே தங்கள் ஆசையை நிறை வேற்றிக்கொள்ள பயந்தார்கள். காரணம், நோய்த்தொற்று.

மரணத்தை மற்றவரிடமிருந்து வாங்கிவிடுவோமோ என்ற அச்சத்தில், ஒருவரையொருவர் பார்த்துக்கொள்வதோடு நிறுத்திக் கொண்டனர். புன்னகை, இரட்டை அர்த்த வார்த்தைகள், ஏக்கம் நிறைந்த பார்வை - இவைதான் அவர்களுக்குள் பரிமாறிக் கொண்டவை. அவர்கள் அருகில், மிக மோசமான வேதனையில் துடித்து இரவெல்லாம் கத்திக்கொண்டிருந்துவிட்டு, நேற்று இறந்துபோன ஒருவரின்பால் இருவரும் ஒரேமாதிரியாகப் பரிவு காட்டினர். அதேபோல்தான், நேற்றைக்கு முன் தினம் இறந்து போன ஒரு முதியவரைப் பார்த்தும் பரிதாபப்பட்டனர். ஆனால், அந்த முதியவர் அதிகம் அழுது புலம்பாமல் இறந்து போனார். வயதான நோயாளியாக இருந்த அவர், தன் அருகி லிருந்த இளம் வயதினருக்குத் தொந்தரவு தரக் கூடாது என்ற மனப்பக்குவத்தோடு இருந்து மறைந்தார். ராபர்ட் பல மாதங் களாகத் தன் நண்பனாக – சகோதரனாக – வழிகாட்டியாக இருந்தவனோடு, மரணம் குறித்த அச்சத்தையும், ஜுரம் குறித்த அச்சத்தையும், மூச்சுத் திணறல் குறித்த அச்சத்தையும், இருமல் குறித்த அச்சத்தையும், உடல் மெலிந்துபோவது குறித்த அச்சத் தையும் பகிர்ந்துகொண்டிருக்கிறான். அவரோடு கை கோர்த்து பாதளத்தின் விளிம்புவரை சென்றிருக்கிறான். கோரக் கனவு களில் நோயாளிகளின் சாம்பலில் அவரோடு நடனமாடி இருக் கிறான். மட்லியாரி சானடோரியத்திற்கு மேல் வானத்தில் வட்டமிட்டுக்கொண்டிருந்த கரும் தேவதைகளோடு நடனமாடி இருக்கிறான். கடைசியாக ஃபிரான்ஸ் காஃப்காவோடும், மரண தேவதையோடும் நடனமாடி இருக்கிறான்.

இப்போது அவன் பூடபெஸ்ட் – பிராகா, பிராகா – பெர்லின், பெர்லின் – வியென்னா ஆகிய சாலைகளில் பயணித்து விட்டு, முடிவுரையாக வியென்னா – பிராகா சாலையில் பயணித்தான். ஐரோப்பா ஒரு பெரிய சர்க்கஸ். அதில் அடிக்கடி குதிரை சவாரி செய்திருக்கிறான். ஒருவாறாக சர்கஸ் நின்றுவிட்டது. விழா ஓய்ந்துவிட்டது. குதிரையிலிருந்து அவன் இறங்கிவிட வேண்டும். ஐரோப்பாவின் பாழாகிவிட்ட மையத்திலிருந்து கிளம்பிவிட வேண்டும். காஃப்கா இல்லாமல், பிராகா ஒரு சூனியமான நகரம். அது பூடபெஸ்ட்டைவிட மேலானதல்ல. சோர்வுற்ற வியென்னா போன்றதொரு நகரம். பெர்லின் நகரின் அருகில் இருக்கும் ஓர் அமைதியான நகரம். பாரிஸுக்குப் போகலாம்.

ஏன் நியூயார்க்குக்கூட போகலாம். காஃப்கா ஐரோப்பியக் கண்டத்தைக் கடந்து இப்போது ஒரு புதிய கண்டத்தில் ஆய்வுப் பயணம் மேற்கொள்ளலாம்.

மீண்டும் மழை பெய்யத் தொடங்கியது, சோர்வு அவனை ஆட்கொண்டது. அவனுடைய வலிமை குறைந்தது, தூக்கம் இல்லை, அவன் நண்பன் இல்லை. ஃபிரான்ஸ் அவனுக்கு எழுதி யிருந்த கடிதத்தில்: "அன்புள்ள ராபர்ட், கோபப்பட வேண்டாம், அதேபோல் கவலைப்படவும் வேண்டாம். நிலைமை தெளிவாக உள்ளது, கடவுள் நம்மை வைத்து விளையாடுகிறான், ஆனால், அக்கடவுள் உங்களுக்கும் எனக்கும் ஒரே மாதிரி இல்லை, ஆனால், நாம் பகீரத முயற்சி செய்ய வேண்டும்" என்று குறிப்பிட்டிருந்தார். நம்பிக்கையும் அவநம்பிக்கையும் ஒன்றுதான் என்று அவன் நினைக்கிறான். கற்பனைதான் எப்பொழுதும் போல் நம்மிடம் அதிகமாகச் செயல்படுபடுகிறது. அவன் நண்பர் "நாங்கள்" என்று அவரது உன்னதத்தோடு அவனையும் இணைத்துக்கொள்கிறார். அது போதும் அவனுக்கு. அவன் இப்போது இரண்டு பேர் கொண்ட குழுவில் இருக்கிறான். அவன் பெயர் குளோப்ஸ்டோக் என்றிருப்பதால் இருவர் பெயரும் 'க' கரத்தில் தொடங்குகிறது. தத்துவ மேதை கியேர்க்ககார் படியுங்கள் என்று அவனுடைய ஆசான் சொன்னார். அந்த ஆசான் எப்போதும் தத்துவ நூல்களில் மூழ்கிக் கிடப்பார். அவர் கியேர்க்ககார் நூல்களில் ஒரு கண்ணாடியை - ஒரு கலங்கரை விளக்கத்தைப் பார்த்ததாகச் சொன்னார். ராபர்ட்டிடம் 'அவ நம்பிக்கை' என்ற நூலின் ஒரு பிரதியைக் கொடுத்திருந்தார். அதில் அவர் கையாலேயே ஒரு பகுதியைக் கோடிட்டுக் காட்டியிருந்தார்: நூல் 2, அவநம்பிக்கையின் உலகளாவியத் தன்மை:

> *உலகில் ஒருவர்கூட முழுமையான உடல்நலத்துடன் இல்லை என்று டாக்டர்கள் சொல்வதுபோல், உலகில் ஒருவர்கூட அவ நம்பிக்கை இல்லாமல் இல்லை.*
>
> *அவருக்குப் பிடித்த இன்னுமொரு வாக்கியத்தையும் குறிப் பிடுகிறார்.*
>
> *அனந்தத்தில் போய் முடியும் அவ நம்பிக்கை கற்பனை உலகைச் சார்ந்தது.*

ஆம். உண்மை அதுதான். அதீதகற்பனையினால்தான் அவர் துன்பப்பட்டார் நாம் துன்பப்படுகிறோம். கற்பனைதான் அவரது முதல் குற்றவாளி. அவர் எப்போதும் நல்லதாகக் கற்பனை செய்துகொண்டார். அதைவிட அதிகமாகக் கெட்டதாகவும் கற்பனை செய்துகொண்டார். அதுபோன்ற கற்பனைதான் அவர்களைப் பீடித்திருந்த நோய். அவர்களை வாட்டியெடுத்த நோய். கற்பனைதான் எல்லையற்ற – முடிவற்ற ஒன்றுக்குக் கொண்டு செல்வது என்று கியெர்க்கெகார் சொன்னார். ஒருவேளை காஃப்காவே சொல்லியிருக்கலாம். அவன் மனதில் எல்லாம் குழப்ப நிலையில் இருந்தன. இருவரும் துன்பப்பட்டனர் – நாம் 'இருவரும் துன்பப்பட்டோம்', காரணம், கற்பனையின் மிகை வளர்ச்சி. சிலர் தைராட் மிகை வளர்ச்சியால் துன்பப் படுகிறார்கள். இன்னும் சிலர் 'தான்' என்ற அகந்தையின் மிகை வளர்ச்சியால் துன்பப்படுகிறார்கள். ஃபிரான்ஸும் அவனும் கற்பனையின் மிகை வளர்ச்சியினால் துன்பப்பட்டனர். அது சிரசின் ஒரு பகுதியை ஆட்கொண்டுவிட்டது. உணர்ச்சிப் பகுதி அதனால் பாதிக்கப்பட்டிருக்கிறது. அது மிகைக்கற்பனை புற்று நோய். அந்த மோசமான புற்றுநோய்தான் எங்களை அந்த மற்ற அவநம்பிக்கைக்கு இட்டுச்சென்று விட்டது. அந்த மிகைக் கற்பனை வளர்ச்சியை எதிர்த்துப் போராட வேண்டும், அதன் உன் எல்லைகளுக்குள் இயங்க வேண்டும். மூளையை ஓய் வெடுக்க வைக்க வேண்டும். நிஜத்தின் தேவையை மதிக்க வேண்டும். கற்பனை செய்வதை விட்டு விலகியே ஆக வேண்டும். அதனால் பலன் பெறுவது நிச்சயம். அவ நம்பிக் கைக்குக் கடிவாளம் போடலாம். பாதாளத்தில் போய் விழாமல் இருக்கலாம். சுதந்திர மனிதனாகத் திரியலாம். கற்பனையை வாய்ப்புகளின் வட்டத்திலேயே சுழல வைக்க வேண்டும். 'இறைவனால் மட்டுமே எல்லாமே முடியும்!' என்று சொல்ல வேண்டும். ஆனால், அவனுக்குக் கடவுள்மீது நம்பிக்கை இல்லை. ராபர்ட் குளோப்ஸ்டோக் ஒரு நாத்திக யூதன் – கடவுள் இல்லையென்பதும்கூட ஒருவகையில் கடவுள் இருப்ப தாக நினைப்பிலிருந்து புறப்பட்டாலும்கூட! "பகுத்தறிவைத் துறந்து கடவுளை அடைவது என்பதும்கூட கடவுளை நம்பும் செயலாகும்" என்று கியெர்க்கெகார் எழுதுகிறார். ஆனால், ஒன்றையும் அடையாமல், பகுத்தறிவைத் துறப்பதென்பது ஒரு

பைத்தியக்காரனின் செயல் - மேக்ஸ் பிராட் இதற்கு மாறாக சொல்லியிருந்தபோதும்! ராபர்ட் குளொப்ஸ்டாக் ஒரு பைத்தியக் காரன் இல்லை. அவனிடம் அதீதமாகக் கற்பனை இருந்தது, அவ்வளவுதான். களைப்பு மேலிட்டிருந்தது. சோர்வு அவனைத் தடுமாற வைத்தது - அவன் கற்பனையைத் தூண்டிவிட்டது. அவன் சிறு பிள்ளையாக இருந்தபோது, அவன் அம்மாவே 'உனக்குக் கற்பனை அதீதமாக இருக்கிறது' சொல்லியிருக்கிறாள். 'உனக்குக் கற்பனை அதீதமாக இருக்கிறது' என்று அவனுடைய மருத்துவப் பேராசிரியர்களும் குறிப்பிட்டிருக்கிறார்கள் – அவர்கள் முடிவைக் கேள்விக்குள்ளாக்கியபோது! சந்தேகிக்காத மனிதர் களும், அசாத்திய உறுதியுடன் இருக்கும் முட்டாள்களும்தான் மகிழ்ச்சியுடன் இருப்பார்கள். ஆனால், முடியாததில்தான் மனிதனின் மீட்சி இருக்கிறது. அவன் கற்பனையின் அதீதத் திலிருந்து வெளிவந்தால்தான் அவநம்பிக்கையின் அதீதத்தி லிருந்து வெளிவர முடியும்.

அவன் பூடபெஸ்ட் மருத்துவக் கல்லூரி வகுப்புகளில் தன் இளமைக் காலத்தைத் தொலைத்துவிட்டான். அளவுக்கு அதிக மான நேரம் வீணாகிவிட்டது. இனிமேல் அவன் உலகத்தைக் காண விரும்பினான். பட்டங்களைப் பற்றிக் கவலைப்பட வில்லை. சட்டபூர்வ அங்கீகாரம் அவனுக்குத் தேவையில்லை. அவனுக்குத் தேவைக்குமேல் அதிகமான மருத்துவர்களைத் தெரியும். அவனுக்கு இப்போது ஒரு புத்தகம் எழுத வேண்டும். செக்காவ் வாழ்க்கை பற்றி எழுதுவது அவன் கனவு. படைப் பாற்றலுடன் கூடிய தனிமையின் தடைகளற்ற வெளிப்பாடு, சைபீரியாவில் வாடும் மக்களின் அருகில் கருத்தூன்றிய செயல் பாடு – இவைதான் அவன் மனதில் வட்டமிட்டுக்கொண் டிருந்தவை. "இறைவன் நான் எழுதுவதை விரும்பவில்லை. இருப்பினும், நான் எழுதியே ஆக வேண்டும். ஆனால், கடைசியில் இறைவன்தான் எல்லோரையும்விட பலசாலி" என்று காஃப்கா சொன்னார்.

"இறைவன் எப்போதுமே எல்லோரையும்விட பலசாலி" என்று ராபர்ட் தனக்குள் மீண்டும்மீண்டும் சொல்லிக்கொண்டே வியென்னாவிலிருந்து பிராகா செல்லும் சாலையில் தன் வாக்ஸ் ஹால் காரைச் செலுத்தினான்.

டோரா

ராபர்ட் நான் தூங்குவதாக நினைக்கிறான். காதலன் மறைந்த பின் தூக்கம் எப்படி வரும்? இமைகளை மூடிக் கொண்டிருக்கும்போதுதான், துன்பம் என்னுடைய பாதையை வெளிச்சம் போட்டுக்காட்டுவது எனக்குத் தெரிகிறது. துன்பம் ஒவ்வொரு நாள் காலையிலும் எழுந்து, மாலைவரை என் ஆன்மாவில் குடிகொண்டு, வாழ்க்கையின் இறுதிவரை எப்படி நிலைக்கிறது என்பதைப் பார்க்க வேண்டும். பூமியில் வேறு எந்த வேலையும் பார்க்க விரும்பவில்லை. நினைவுகளைச் சுற்றிச்சுற்றி வந்து கல்லறை விளிம்பில்தான் என் காலத்தைக் கழிக்க விரும்புகிறேன்.

என் அன்பே! நான் இன்னும் உயிரோடு இருப்பதற்காக என்னை வெறுக்காதே! நான் உனக்குப் பிறகு வாழ மாட்டேன் என்று உன் மரணப்படுக்கையில் சபதம் செய்துகொண்டேன். உனக்கு விடை கொடுத்தனுப்பும்போது, இதோ நானும் வருகிறேன் என்றுதான் என மனதுக்குள் சொல்லிக்கொண் டேன். சார்லஸ் பாலத்தின் கீழ் கரைபுரண்டோடும் வெள்ளத்தில் உன்னைச் சந்திக்கத் திட்டமிட்டிருந்தேன். எனக்காகச் சற்றுக் காத்திரு என் அன்பே. தாமதத்திற்கு ராபர்ட்தான் குற்றவாளி. நான் மதகின் கைப்பிடிச் சுவரில் ஏறும்போது, எனக்கு நல்லது செய்வதாக நினைத்துக்கொண்டு, அவன்தான் என் கையைப் பிடித்து இழுத்தான். என்னைத் தடுப்பதற்கு என்னென்னவோ அபத்தமான வார்த்தைகள் கூறினான். ராபர்ட் குளோப் ஸ்டோக்கை நான் சபிக்கிறேன். அவன்தான் நான் நிரந்தரமாகக் கொடுத்த வாக்கை மீறச் செய்தான். அவன்தான் நாம் சந்திக்கும் நேரத்தைத் தாமதமாக்கினான்.

நீ போன பின் என்னால் உயிர் வாழ முடியும் என்று நீ நினைக்கிறாயா? நாம் ஒன்றாக வாழ்ந்த சில மாதங்களில் அது போன்ற எண்ணத்தை உன்னிடம் ஏற்படுத்தி இருக்கிறேனா?

ஒரே நதியில் நாம் இருவரும் குளிப்போம், அன்பே! நாளையே நாம் சந்திப்போம். என்னைத் தடுக்க ராபர்ட் அங்கு இருக்க மாட்டான். தேவாலயத்தில் மணி 12 அடிக்கும்போது, நான் கல் பாலத்தில் இருந்து குதித்து உன்னிடம் வந்து சேர்ந்துவிடுவேன். ஓடும் நதியில் ஒன்றாக உறங்கும் காதலர்களின் மகிழ்ச்சியே மகிழ்ச்சி!

உன்னுடைய அன்பு இல்லாமல் வாழ்வதில் என்ன அர்த்தம்? நீ அங்கு இல்லாவிட்டால் உலகமே பாழ். உலகம் ஒரு பாலை வனம். அங்கு என் ஆன்மா தவித்துக்கொண்டிருக்கும்.

நம்முடைய காதல், காதல் அல்ல. நாம் காதலுக்காகத்தான் தேர்ந்தெடுக்கப்பட்டிருக்கிறோம். இன்று மாலை பிராகாவில் நீ நடந்துகொண்டிருந்த பாதையில் நான் நடக்கப் போகிறேன். என் காலடி ஓசை உன் குரலை ஒலிக்கச் செய்யும். உன்னுடைய ஆன்மா கூரைகளுக்கு மேல் உலவிக்கொண்டிருக்கும் என்பது எனக்கு நிச்சயமாகத் தெரிகிறது. ஆதலால், நான் சோகத்திலிருந்து விடைபெறுவதற்கு முன், நீ வாழ்ந்த தெருக்களில் போய்ப் பிரார்த்திப்பேன். அங்கு ஒரு புனித யாத்திரை செய்வேன். நான் உன்னுடைய மார்க்கத்தின் சீடர்களில் ஒருத்தி. பெரு வீதிகளில் ஓடி, ஒவ்வொருவரிடமும் போய், அவர் ஒரு மிகப் பெரிய மேதாவியை - ஒரு கவிஞனை - கடவுளின் ஒரு பகுதியை - மனிதனின் ஒரு பகுதியை - நவீன தீர்க்கதரிசியை இழந்துவிட்டார் என்று சொல்வேன். நீ எவ்வளவு அற்புதமான மனிதன், ஆனால் உன்னை யாராலும் மரணத்திலிருந்து தடுத்து நிறுத்த முடியவில்லை. உலகத்தின் உண்மையை யாராலும் கேட்க முடியவில்லை. மனிதனின் மாண்பையும் - அவனுடைய எல்லையில்லா துயரத்தையும் யாருக்கும் கேட்கத் தெரிய வில்லை.

இந்த மாபெரும் துயரத்திலிருந்து உன் அம்மாவைத் தேற்று வதற்காக, எவ்வாறு அவள் மகனை எல்லோரும் நேசித்தார்கள் என்றும், அவனும் எல்லாரையும் நேசித்தான் என்றும் சொல் வேன். உன்னுடைய வேதனையைச் சொல்ல மாட்டேன். பசியைப் பற்றிச் சொல்ல மாட்டேன். தாகத்தைப் பற்றிச் சொல்ல மாட்டேன். புலம்பலைப் பற்றிச் சொல்ல மாட்டேன்.

நீ உதவிக்கு அழைத்ததைப் பற்றிச் சொல்ல மாட்டேன். மிகவும் மோசமான நிலையில் உன் தொண்டை அவதிப் பட்டது என்பதைச் சொல்ல மாட்டேன். எந்தவிதக் கஷ்டமும் இல்லாமல் மன ஆறுதலோடு நீ இறந்தாய் என்றுதான் சொல்வேன். அவள் முகத்தில் உன்னை பார்ப்பேன். உன்னை அணைத்த அந்த உடலை நான் அணைப்பேன். என்னுடைய கண்ணீரை அவளுடைய கண்ணீரோடு கலப்பேன்.

நான் உன் தந்தையைப் பார்க்கப் போகிறேன். நீ அவரை மன்னித்துவிட்டாய் என்றும், எங்கும் எந்தத் தவறும் ஏற்பட வில்லை என்றும், ஆகவே அவர் குற்றவாளி இல்லை என்றும், இவை அனைத்தும், தந்தை மகன் ஆகியோரிடம் பொதுவாக ஏற்படக்கூடிய சாதாரண, அதே சமயம் மோசமான கருத்து வேறுபாடுதான் என்றும் நான் அவரிடம் சொல்ல வேண்டும். மேலும், தந்தைகளும் ஒரு காலத்தில் மற்றவர்களைப் போல் மகன்களாக இருந்திருக்கிறார்கள் இல்லையா?

எனக்கு நேரம் இருந்தால் - ஆனால் எனக்கு நேரம் ஓடிக் கொண்டிருக்கிறது - உன்னை அறிந்தவர்களை, உன் தரிசனத்தின் நினைவுகளைச் சுமந்திருப்பவர்களை நான் சந்திப்பேன். அவர் களை நகரமன்ற சதுக்கத்தில் ஒன்றுகூடச் செய்வேன். அவர்கள் வந்து நகர மக்கள் அனைவரிடமும் ஹோமரின் யூலிச்சஸை ஒத்த வீரன் ஒருவன் பிராகாவில் வாழ்ந்து சாதனை படைத்துச் சென்றதைச் சொல்வார்கள்.

எனக்கு நேரம் இருந்தால் - ஆனால் எனக்கு நேரம் ஓடிக் கொண்டிருக்கிறது – நான் ரயிலில் செல்வேன், மாட்ரிட் வரைச் சென்று நீ பெருமை பட்டுக்கொண்டிருந்த லோவி - ஆல்ஃபிரட் லோவி - என்ற உன் மாமாவைப் பார்ப்பேன். அவர் ஸ்பானிஷ் ரயில்வேயில் டைரக்டர் ஜெனரலாக இருந்தார் என்று சொல்லிக் கொண்டிருப்பாய். உங்கள் அம்மாவின் இன்னொரு சகோதரர், காங்கோ நிறுவனத்தின் தகைசால் நிறுவனர் – பெரிய சாகசக் காரர் - அவரையும் பார்ப்பேன். நாம் சர்வதேசக் கண் காட்சிக்குப் போனபோது அவரைப் பற்றிச் சொல்லியிருக்கிறாய். அத்துடன் உங்கள் மாமா ருடால்ஃப் வேலை செய்யும் கோசிரில் மதுபான ஆலை முன் கொஞ்ச நேரம் செலவிட விரும்புகிறேன்.

அவர் கத்தோலிக்க மதத்திற்கு மாறினார் என்பதற்காக உன் தந்தை அவருக்குப் 'புத்திகெட்டவன்' என்று செல்லப்பெயர் சூட்டினாரல்லவா?

ஆனால் எனக்கு நேரம் இல்லை, உன்னிடம் வந்துசேர்வதற்கு மட்டுமே எனக்கு நேரம் இருக்கிறது.

நேற்று இந்த நேரத்தில் நீ உயிருடன் இருந்தாய், இப்போது நீ உயிருடன் இல்லை. இதை நான் எப்படி கற்பனை செய்வது? ஒளி நிறைந்த உலகம் திடீரென இருளில் மூழ்கியது எப்படி சாத்தியமானது? நாம் பதினோரு மாதங்கள் தீவிரமான - முழுமையான காதல் வாழ்க்கை வாழ்ந்தோம். நீ அதுபோல் வாழ்ந்ததில்லை என்று நீயே சொன்னாய். மிலேனா வித்தியாச மானவள். ஃபெலிஸ் ஒன்றுமில்லை. மற்றவர்களைப் பற்றிச் சொல்வதில் பலனில்லை என்றாய். நம்மை வாட்டிய அந்தக் குளிரிலும், பசியிலும், வாழ்க்கை உனக்கு ஏதோ அபூர்வமான ஒன்றைத் தந்திருக்கிறது என்று சொன்னாய்.

நீ உலகில் இல்லாதபோது நான் இங்கே இருக்க எனக்கு எங்கிருந்து தைரியம் வந்தது? இந்த விரோதமும், வெறுப்பும் நிறைந்த பூமியுடன் போராட என்னை விட்டுவிட்டாய். நீ அங்கு நடக்காதபோது நான் விரும்பத்தக்கது எதுவுமில்லை. "ஃபிரான்ஸ் தனது எழுத்துகளால் நிலைத்திருப்பார்" என்று கியெர்லிங்கில் பிராட் என்னிடம் கூறினார். உன் எழுத்துகள் உனக்கு நிகராகும்போல்! உன்னோடு ஒரு நொடி இருப்பதற்கு, உன் எழுத்துகள் எல்லாவற்றையும் கொடுத்துவிடுவேன்...

உனக்கு நினைவிருக்கிறதா, வியென்னா செல்லும் சாலையில், நாங்கள் ஒரு மாதத்திற்கு முன், ஏப்ரல் 10ஆம் தேதி, காரில் போய்க்கொண்டிருந்தோம். வீனர் வால்டையும் அதன் சான டோரியத்தையும் விட்டுக் கிளம்பி உன் உயிரைக் காப்பாற்ற வியென்னாவுக்குப் போய்க்கொண்டிருந்தோம். உன் மோசமான நிலைக்குப் பேராசிரியர் ஹாஜெக்கால் மட்டுமே சிகிச்சை யளிக்க முடியும் என்று சொன்னார்கள். வியென்னா செல்லும் வழியில், உன்னோடு வலியில் ஒன்றுபட்டு, ஆனால் நம்பிக்கை யுடன், நீயும் நானும் அருகருகே இருந்தோம். அதுதான் நாம் ஒன்றாக மேற்கொண்ட கடைசிப் பயணம், என் அன்பே,

என்னுடைய வலியே, என்னுடைய வேதனையே! மேக்ஸ் கார் ஓட்டினார். ஏற்கனவே நான்கு வாரங்களாக மழை பெய்துகொண்டிருந்தது, அவசரத்தில் மாக்ஸுக்கு ஒரு திறந்த வெளிக் காரைத் தவிர வேறு ஒன்றும் கிடைக்கவில்லை. விழும் மழையிலிருந்து உன்னைப் பாதுகாக்க ஒரு கம்பளிப் போர்வை மட்டுமே வைத்திருந்தேன். நம்மீது மழை விழுந்து கொண்டிருந்தது. வானத்திலிருந்து கொட்டிய மழை என் கண்ணீரோடு கலந்து ஆறாக ஓடிக்கொண்டிருந்தது. உன்னை மழையிலிருந்து விடுவித்து ஏதாவது ஈரமில்லாத இடத்திற்குக் கொண்டுசெல்ல காரை ஹாஜெக் மருத்துவ மனை நோக்கி வேகமாக ஓட்டினோம். ஹாஜெக் பெயரை ஏதோ ரட்சிப்பவர் பெயர்போல் சொல்லிக்கொண்டிருந்தேன். மழை ஓசைபோல் அவர் பெயரின் ஓசை ஒலித்துக்கொண்டே இருந்தது. உன்னைக் குணப்படுத்திவிடலாம் என்று நினைத்தோம். நீ அமைதியாக பின்னால் உட்கார்ந்திருந்தாய். மேக்ஸ் கார் ஓட்டிக் கொண் டிருந்தார். உன்னுடைய நுரையீரல்கள் பழுதாகி இருந்தன. உன் தொண்டை பாதிக்கப்பட்டிருந்தது. ஆனாலும், எங்களுக்கு நிறைய நம்பிக்கை இருந்தது.

நான்கு வாரங்கள் கழித்து, நீ இல்லாமல், இந்த பெரிய சவப்பெட்டி வண்டியைக் குளோப்ஸ்டோக் ஓட்ட நாம் பிராகா சாலையில் போய்கொண்டிருந்தோம்.

நாங்கள் அதைக் கண்டுகொள்ளாததுபோல் நடித்தோம், நீயும் நானும் அருகருகே என்று நமக்கு நாமே பொய் சொல்லிக் கொண்டோம். இதையும் நீ கடந்துவிடுவாய் என்று நிச்சயமாக இருந்தோம். ஏற்கனவே நீ காய்ச்சலை கடந்து விடவில்லையா? நீ பெர்லினில்தான் மரணத்தின் பிடியை முதன்முதலாகத் தெரிந்துகொண்டாய். அது உன் தொண்டையைப் பாதித்தது. அதற்கு முன்னால் பெர்லினில் உன் நுரையீரல்களை அது பீடித்தது. ஸ்பிரிங்காஸ் குடியிருப்பில் "சில நாட்களாகவே என் தொண்டையில் வலி" என்று என்னிடம் உடனே சொன்னாய். அப்போதே இதெல்லாம் உனக்குத் தெரிந்திருக்கிறது.

அசுர வேகத்தில், வியென்னா செல்லும் சாலையில், மேக்ஸ் கார் ஓட்டிக்கொண்டிருந்தார். உன்னைப் பாதுகாக்க - உன்

நுரையீரலையும், உன் இதயத்தையும் பாதுகாக்க – ஒரு கம்பளி போர்வையை உன்னைச் சுற்றி போர்த்தினேன். அது ஒரு மன சாந்திக்கான பாதுகாப்புதான்.

பலத்த மழை பெய்துகொண்டிருந்தது, ஆனால் நாங்கள் நம்பிக்கையுடன் இருந்தோம். வியென்னாவில், அச்சங்களுக்கு ஒரு முடிவு இருக்கும் என்று நினைத்தோம். எல்லோரும் பேராசிரியர் ஹாஜெக் அற்புதங்கள் நிகழ்த்துவார் என்று சொன்னார்கள், என் அன்பே, ஆருயிரே. பேராசிரியர் ஹாஜெக் ஒரு வஞ்சகர் என்பது எங்களுக்கு அப்போது தெரியாது. பேராசிரியர் ஹாஜேக்குக்கு பட்டம் தவறாக வழங்கப்பட்டிருக்க வேண்டும். அவர் யாரையும் காப்பாற்றியது கிடையாது. நாங்கள் உன்னை அவரின் பிடியில் ஒன்பது நாட்கள் விட்டுவிட்டோம், என் அன்பே. முட்டாள் தனமான உதவியாளர்களால் சூழப்பட்ட அவர் உன்னைக் காப்பாற்றாமல் விட்டுவிட்டார். பேராசிரியர் ஹஜெக், வஞ்சகர்களின் அரசன். அவரை மருத்துவம் பார்க்க யார் அனுமதித்தது? மருத்துவர்கள் மற்றவர்கள் உயிர்களைக் காப்பாற்றுவோம் என்று உறுதி கூற யார் அனுமதித்தது? அவர்களால் நம்பிக்கைதான் அழிகிறது.

என் அன்பின் தலைவனே, என் நம்பிக்கையின் அடிமையாக, நீ எங்கு வாழ்ந்தாயோ அங்கு நான் ஒரு யாத்திரையாக வருகிறேன். உன் ஒவ்வொரு தடயத்திலும் நான் நடந்து வர விரும்புகிறேன். நான் உன்னைச் சந்தித்த இடத்தில் இருந்து தியானிக்க விரும்புகிறேன். உன் சுவாசத்தால் என்னை மயக்க நீ மிதித்த நடைபாதைகளில் நான் நடக்க விரும்புகிறேன். உன்னதத்தில் உன்னுடன் இணைவதற்கு முன், உன் நிழல் கடந்து சென்ற சுவர்களை நான் தொட விரும்புகிறேன்.

நான் நேற்று உனக்காக தேவாலயத்தில் வேண்டினேன், அன்பே, என் யூத இளவரசே. நித்திய இரவை நோக்கி நான் உன்னுடன் சென்றேன். நான் என் உறைந்த விரல்களுக்கு இடையில் உன் குளிர்ந்த கையை எடுத்தேன். நான் உன் உதடுகளை வருடினேன். உன் நெற்றியில் முத்தமிட்டேன். உன் வாழ்க்கையைக் கொண்டாடினேன். இதெல்லாம் முடிந்ததும், நான் உனக்காக இறந்தவர்களைப் பற்றிய பிரார்த்தனை

பாடினேன். ஒரு நீளமான 'கதீஷி'ல் உன் புகழைப் பாடினேன். யூத விதிகளின் படி, இறந்தவர்களின் ஆன்மாக்கள் வானத் திற்கும் பூமிக்கும் இடையே அலைந்துவிட்டுத்தான் நித்தியமான மேலுலகம் செல்லும். காற்றில் மிதந்த உன் ஆன்மாவைப் பார்த்தேன். மாலைக் குளிர் காற்றில் உன் சுவாசம் என்னைக் கதகதப்பாக்கியது. உன் ஆன்மாவை எப்போதும் என்னுடன் வைத்திருக்க, நாம் இருவரும் பாடும்போது நீ கேட்க விரும்பிய சாலமன் பாடலின் சரணங்களை முணுமுணுத்தேன்.

என் இதயம் நேசிக்கிறவனே, உன் நண்பர்களின் மந்தை யைச் சுற்றி வழி தடுமாறி நான் அலையாமல் இருக்க, உன் ஆடுகளை எங்கே நடத்துகிறாய், எங்கே ஓய்வெடுக்கச் செய்கிறாய்.

நான் பிராகாவில் உன் புகழைப் பாடிக்கொண்டு நடப்பேன். என் இளவரசே, என் ஆண்டவரே, சாலமன் நமக்காகத்தான் தனது கீர்த்தனையை எழுதி இருக்கிறார். கோரஸ் பாடகர்களின் குரல் பதிலளிக்கிறது:

உன் காதலன் எங்கே போனான், பெண்கள் மத்தியில் பேரழ கானவளே? உன் காதலன் எங்கே போனான் என்று சொன்னால், உன்னோடு நாங்களும் தேடுவோம்.

அவர்களுக்கெல்லாம், நான் சொல்லுவேன்:

என் காதலன் எனக்கு லிலி பூப்பறிக்க தோட்டத்திற்குச் சென்றிருக்கிறான். அவன் இதோ வருகிறான் – மலை களைத் தாண்டுகிறான் – குன்றுகளில் ஓடுகிறான். இதோ எங்கள் பின்னால் நிற்கிறான்: அவன் ஜன்னல் வழியாகப் பார்க்கிறான், குறுக்கு நெடுக்காக வைக்கப்பட்ட தட்டி வழியாகப் பார்க்கிறான்.

நீ உன்னுடைய ஆழ்ந்த - இனிமையான அன்பை எனக்காக வெளிப்படுத்துவதை நான் கேட்கிறேன், நம்முடைய பெர்லின் கிரான்வால்ட்ஸ்ட்ராஸ் குடியிருப்பிலிருந்து உன் குரல் இன்னும் எதிரொலிக்கிறது.

எனக்காக நிச்சயிக்கப்பட்டவளே, உன் காதல் எவ்வளவு அழகாக இருக்கிறது! உன் வாசனை திரவியங்களின்

மணம், ஒரு நேர்த்தியான நறுமணம்! உன் உதடுகளி லிருந்து சுத்தமான தேனும், பாலும் பாய்கின்றனவே.

ஆனால் சாலமன் எழுதுவது நீ எழுதுவதைவிட தரம் குறைந்ததாகத்தான் இருக்கிறது. காதலைக் கொண்டாடும் அவரது பாடல் எனது உதடுகளில் தவறாக ஒலிக்கிறது.. ஸ்டெக்லிட்ஸ் சதுக்கத்தில் உள்ள மரங்களில் இலைகள் காய்ந்து கிடக்கின்றன. நீ நடக்க முடியாத பெர்லின் ஒரு பாலைவனம். நான் கிசுகிசுக்கும் வார்த்தைகள் நீ கேட்காமல் போனதால் அவை அனைத்து அர்த்தத்தையும் இழந்துவிட்டன. தடுமாறு கின்றன, காலியாகவும், வெறுமையாகவும் ஒலிக்கின்றன. குழம்பிப் போகின்றன. சாலமன் பாடல் தோத்திரங்களின் குப்பை மேடு. நயமற்ற காதல் கதை. அதில் உயர்வு, அழகு, உன்னதம் எதுவும் இல்லை. மாபெரும் அரசன் சாலமன் உனக்கு முன்னால் ஒரு சிற்றரசனே.

நான் என் சூட்கேஸில் அத்தியாவசியமான இரண்டு ஆடை களையும் ஒரு நைட் கவுனையும் எடுத்துக்கொண்டேன். உன்னைப் பற்றிய நினைவுகளை வரவேற்க அந்த சூட்கேஸ் கிட்டத்தட்ட காலியாக உள்ளது. என் அன்பே, உள் குறிப்பேடு களை என்னுடன் எடுத்து வருகிறேன். உன் எழுத்து என்னைப் பின்தொடருகிறது, உன் ஆன்மா என்னுடன் சேர்ந்து வருகிறது, அன்பே, நீயும் நானும் சொல்லொணா மகிழ்ச்சியில் இருந்த அந்த பெர்லினில் நாட்கள் எனக்கு நினைவுக்கு வருகின்றன. தாள்களும், நீ படிக்க விரும்பாத முழு குறிப்பேடுகளும் இரும்புப் படுகையில் எரிவதைப் பார்த்தோம். உன்னுடைய படைப்புகளைத் தீ விழுங்குவதை நீ வேடிக்கையாகப் பார்த்துக் கொண்டிருந்தாய். உன்னுடைய கதைகளில் எத்தனையோ நெருப்புக்கு இரையாவதைப் பார்த்தோம். இந்தப் பேரழிவை நான் தடுக்காததற்கு இன்று நான் வருந்துகிறேன், அன்பே! உன் எழுத்துகள். எரிவதை நான் நிறுத்தவில்லை. தீ மூட்டிய உன் கையை நான் பிடித்து இழுக்காதது ஏன்? நான் உன்னிடம் ‘செய்யாதே’ என்று சொல்லியிருக்க வேண்டும். என் ராசாவே, உன் பணி புனிதமானது. எரியும் உன் எழுத்துகளை பார்த்துக் கொண்டிருக்க நான் பைத்தியமாக இருந்திருக்க வேண்டும், நான்

உன்னை அந்த அளவுக்குக் காதலிக்கிறேன். நான் உன் சின்னச் சின்ன எண்ணங்களுக்கு அடிமையாகி விட்டேன். என்னிடம் மீதி உள்ளவை எல்லாம் பேரழிவுகளிலிருந்தும் காக்கப்படும். அன்பே, மனிதன் மூட்டும் அனைத்து தீயிலிருந்தும் தப்பித்துக் கொள்ளும் என்று சத்தியம் செய்கிறேன். என் சூட்கேஸில் உன் எழுத்துகள் பக்கம் பக்கமாக இருக்கின்றன. உன் கை குறிப் பேடுகள் இருக்கின்றன. அவையனைத்தும் அல்லும் பகலும் என்னுடனேயே இருக்கும்.

ஆன்மாவின் முட்டாள்தனங்களிலிருந்து விடுபட்டவையாக இருக்கும், அவற்றை மீண்டும் படிக்கும்போது அவை என் மனதுக்கு ஆறுதலாக இருக்கும். அந்த நூற்றுக்கணக்கான பக்கங்களைப் படிக்கும்போது நான் உன் குரலைக் கேட்பேன். உன் சுவாசத்தை நுகர்வேன். உன் ஆன்மாவைத் தரிசிப்பேன். என் சூட்கேஸ் ஒரு பிரம்மாண்ட வைரத்தைக் கொண்டிருக்கும் ஒரு நகைப் பெட்டி. அந்த வைரம் இமய மலை போன்றது. பிரகாசமானச் சந்திரனைப் போன்றது. என் சூட்கேஸ் உன் னுடைய ஆன்மாவின் ஒரு பகுதியை ஒளித்துவைத்திருக்கிறது. அந்த ஆன்மாவை இறைவன் தன்னுடைய உன்னதத்தால் எனக்கு விட்டுச் சென்றிருக்கிறான்.

அந்த ஆன்மாவின் பகுதி, உலகத்தைப் பற்றிய உன் பார்வை, உன் எண்ணங்களுக்கு ஒரு சான்று. அதில் ஒரு நாடகம், நான் கைந்து கதைகள், சிறுகதைகள், உன் நாட்குறிப்பின் சில பக்கங்களும்கூட இருந்தன என்று என்னிடம் சொன்னாய். உன் நாட்குறிப்பு பைபிளைவிடப் பெரியது. கிரேக்கக் காவியம் 'இலியடை'விட அழகானது. எனது சூட்கேஸின் அடிப் பகுதியில் ஹோமரின் மேதைமையும், தெய்வக் கருணையின் முக்கியப் பகுதியும் உள்ளன. மேக்ஸிடம் அவர் வைத்திருந்த அனைத்தையும் எரித்துவிட வேண்டும் என்று நீ வாக்குறுதி வாங்கியிருக்கிறாய். யாரும் படிக்கத் தகுதியற்றது என்று நீ நினைத்திருக்கிறாய். நீ எழுதிய எந்த வரியும் யாரும் படிக்கத் தகுதியற்றது என்று நீ எப்படிக் கற்பனை செய்யலாம்? உன்னிடமிருந்து வரும் ஒவ்வொரு வரியும் கோதே, கோகோல், புஷ்கின், டால்ஸ்டாய் ஆகிய அனைவரின் எழுத்துகளையும்

ஒத்திருக்கும். மேக்ஸ் அவர் கொடுத்த வாக்குறுதியை நிறை வேற்றினாரா என்று தெரியவில்லை. ஆனால், நான் உனக்கு எந்த வாக்குறுதியும் கொடுக்கவில்லை. உன் குரலையும், உன் கருத்துகளையும் நான் பாதுகாத்து வைப்பேன். உன்னிடமிருந்து மிஞ்சிய குரலையோ, ஆன்மாவையோ மரணத்தாலும், மனிதர்களாலும், வேறு எதனாலும் என்னிடமிருந்து பறித்துவிட முடியாது. உன் குறிப்பேடுகளோடுத்தான் என்னைப் புதைக்க வேண்டுகிறேன். என்னுடைய சூட்கேஸ் உன் ஆன்மாவின் அருங்காட்சியகம். அதில் நீ எப்போதும் கையில் வைத்திருக்கும் தலை சீவும் பிரஷும் இருக்கும். அதனை நீ பெர்லினில் பயன்படுத்தினாய். அதைக் கொண்டு நேற்று உன் நெற்றிப் பொட்டை நீண்ட நேரம் வருடினேன். ஆனால், என்னைக் கண்டுகொள்ளாமல் உலகத்தைவிட்டுப் போய்விட்டாய்.

மிஞ்சி இருப்பதை, என் அன்பே, என் ராசாவே, பிராகா கல்லறையில் புதைக்கப்பட மாட்டாது. அதனை என்னோடு வைத்திருப்பேன். என் சூட்கேஸ் அடியில் பாதுகாத்து வைத்திருப்பேன். என்னுடைய ஆன்மாவின் ஆழத்தில்தான் உன் சமாதி இருக்கும்.

ராபர்ட்

மழை நின்றது, வானம் தெளிந்தது. சாலை இப்போது ஒரு கிராமத்தைக் கடக்கிறது. பிரதான வீதி நெடுகிலும் வரிசையாக பூத்த மரங்களும், மர வீடுகளும் உள்ளன. மர வீடுகளின் முகப்பில் மாடங்கள் ஒளிர்கின்றன. இங்கு வாழ்க்கை சுகமாக இருக்க வேண்டும், என்று நினைத்தான். ஒரு சதுக்கத்தில், குதிரையின் மீது கையில் ஒரு கத்தியுடன் அமர்ந்திருக்கும் ஒரு அதிகாரியின் சிலை இருந்தது. அதனைக் கடந்து செல்கிறார்கள். அக்குதிரை வீரன் கீழே இடிபாடுகளுடன் கிடந்த ஒரு தேவாலயத்தைக் காப்பவன்போல் நின்றான். வரிசையாக நின்ற கட்டடங்கள் நடுவே ஓர் உணவு விடுதி இருந்தது. முந்தைய நாள் முதல் அவன் எதுவும் சாப்பிடவில்லை. சில மீட்டர் தூரத்தில் வாகனத்தை நிறுத்தினான். எஞ்சின் நின்ற உடனேயே, டோரா கண்களைத் திறந்து தலையை அவன் திசையில் திருப்பினாள். எதற்கு நிறுத்தினான்?

"ஏதாவது கொஞ்சம் சாப்பிட்டால் தேவலாம் போலிருக்கிறது" என்று அவன் பதில் சொன்னான்.

"யாருக்கு நல்லது?"

"நமக்கு" என்றான். உதடுகளின் இடுக்கில். "ஏதாவது கொஞ்சம் சாப்பிட்டால் நல்லது என்று நினைக்கிறேன்."

"அது அநாகரிகம்" என்று அவள் பதிலளித்தாள்.

"அநாகரிகமா?" என்று புரிந்துகொள்ளாமல் கேட்டான்.

"ஃபிரான்ஸ் இல்லாமல் சாப்பிடுவது அநாகரிகம் என்று உனக்குத் தோன்றவில்லையா?"

அவன் அமைதியாக - அவள் ஆமோதிப்பாள் என்ற நம்பிக்கையில் - பதில் சொன்னான்:

"இப்போதோ அல்லது எப்போதோ நாம் ஃபிரான்ஸ் இல்லாமல் சில காரியங்கள் செய்யவேண்டிய நிர்ப்பந்தத்தில் தான் இருக்கிறோம்."

"அவர் இல்லாமல் வாழ்வதற்குக் கூடவா?" என்றாள் அவள்.

அவன் பதில் ஒன்றும் சொல்லவில்லை.

"ஒருகாலும் அது முடியாது!" என்று அவள் சொன்னாள். பின்னர், அவன் கண்களை உற்றுநோக்கிக்கொண்டே சொன்னாள்: "எனக்கு மருத்துவர்கள் பற்றித் தெரியும் அவர்கள் எது வேண்டுமானாலும் செய்யலாம் என்று நினைக்கிறார்கள்."

அவன் மறுத்தான். தான் ஒரு மருத்துவன் அல்ல. ஃபிரான்ஸுக்கு நண்பன் என்றான்.

"மருத்துவன், நண்பன், இப்படியும் அப்படியும் இருக்கிறாய். என்னை அவன் இல்லாமல் வாழ்வதற்கு வற்புறுத்தலாம் என்று நம்பாதே."

"நான் ஒன்றும் நம்பவில்லை."

"நீ நம்புகிறாய், ராபர்ட். நீ எப்போதும் நம்புகிறாய். நம்பிக் கொண்டே இருக்கிறாய். உன்னை திருத்த முடியாது. உன் நம்பிக்கை உணர்வு அசைக்க முடியாத ஒன்று. கடைசி வரையில் அவரைக் குணப்படுத்திவிடலாம் என்று நம்பினாய். என்னையும் நம்ப வைத்தாய். நானும் நம்பினேன். ஆனால் இப்போது நான் அந்தக் கோரக் கனவிலிருந்து விழித்துக்கொள்ள விரும்புகிறேன். அவர் என்னோடு இருப்பார் என்று நம்பினேன். ஆனால், இல்லை. என் பக்கத்தில் நீதான் இருக்கிறாய்!"

அவள் அவன் தோளைக் கையால் குத்தினாள்.

"அதீத நம்பிக்கை உணர்வு உள்ள மோசமான ஆள் நீ!"

பின் அவள் விம்மிவிம்மி அழுதாள்.

அவளுக்கு ஆறுதல் சொல்ல அவனால் முடியவில்லை. துன்பத்தின் சாயல் படிந்த அவள் முகத்தையே பார்த்துக்கொண் டிருந்தான். அவள் சொல்வது சரிதான். அவனுக்கு எப்போதுமே நம்பிக்கை உணர்வு அதிகம். அவன் நண்பனின் மரணம், அவன்

மரணமடைந்த கொடூரமான சூழ்நிலைகள் – இப்படி எதுவும் அவனுடைய நம்பிக்கை உணர்வை அசைத்ததில்லை.

"உனக்குப் பசிக்கிறதா?" என்று கேட்டாள். அப்போது அவள் சற்று முன் எரிமலையாக வெடித்த பெண்ணாக இல்லை. "உனக்கு கார் ஓட்டுவதற்குத் தெம்பு வேண்டுமானால், சரி."

"ஆமாம் நான் எனக்குத் தெம்பு ஏற்றிக்கொள்ள வேண்டும்" என்றான் பொறுமையாக. "அப்படி என்றால் நான் உன்னோடு வருகிறேன்" என்றாள் அவள். அவளுடைய கையை அவனுடைய மணிக்கட்டில் வைத்து அவனைச் சமாதானப்படுத்தினாள்.

"ஆனால், ஒரு நிபந்தனை. நான் ஏதாவது சாப்பிட வேண்டும் என்று நீ என்னை வற்புறுத்தக் கூடாது..."

"நான் உன்னிடம் எதையும் வற்புறுத்த மாட்டேன், அது உனக்குத் தெரியும்" என்று அவன் திறந்த மனதுடன் சொன்னான்.

"எப்போதும் உன்னைப் பற்றி உறுதியாக இருக்காதே" என்று அவன் மீதிருந்த கையை விலக்கிக்கொண்டே சொல்லி முடித்தாள்.

இருவரும் வாகனத்தைவிட்டு இறங்குகிறார்கள். நடைபாதை யைக் கடந்து சென்று விடுதியின் நுழைவாயிலின் கதவைத் திறந்துவிட்டு ஒரு நீண்ட முன்மண்டபத்தின் வழியாக நுழை கிறார்கள். அது மிகப் பெரிய மண்டபம். அதன் சுவர்கள் மரப் பலகைகள் பதிக்கப் பட்டவை. அங்கு உரையாடல்களின் ஒலி தொடர்ந்து கேட்டுக்கொண்டே இருக்கிறது. சுமார் இருபது மேஜைகள் சரவிளக்குகளின் பிரகாசமான ஒளியின் கீழ் போடப் பட்டிருந்தன. அவர்கள் நுழைந்தவுடனேயே எல்லோரும் மௌன மாகிவிட்டார்கள். அங்கிருந்தவர்கள் பார்வையில் ஏதோ பகைமை உணர்வு தென்பட்டது. அறையின் மையத்தில் யாரும் உட் கார்ந்திராத ஒரே மேசையை நோக்கி நடந்தார்கள். பத்துபேர் அமரக்கூடிய அந்த மேசையில் அவர்கள் எதிரெதிரே உட்கார்ந் தார்கள். சாம்பல் நிற மேல் முன்புறத் துணியும் தலையில் ஒரு சிறிய தலைப்பாகையும் அணிந்திருந்த ஒருவர் அவர்களுக்கு முன் ஒரு கிண்ணத்தையும் ஒரு மரக் கரண்டியையும் வைக்கிறார். சற்று நேரம் கழித்து அவர் கைகளில் ஒரு பாத்திரத்தோடு வருகிறார்.

ராபர்ட்டிடம் ஒரு டம்ளர் சூப் வைக்கிறார். அதிலிருந்து முட்டைக்கோஸின் நெடி வீசுகிறது. அதேபோல் ஒரு டம்ளரை டோராவினிடத்தும் அவர் கொடுக்கப் போனார். அவள் கை அசைத்து அவரைத் தடுக்கிறாள்.

“மேடம், எதுவும் வேண்டாமா?” அவர் குழப்பத்துடன் நின்றார்.

“எதுவும் வேண்டாம்!”

“ஐயாவுக்கு மறுபடியும் தேவைப்படக்கூடும் என்பதால், பாத்திரத்தை மேசைமீதே வைத்துவிட்டு போகிறேன்.”

“இது போதும் என்று நினைக்கிறேன், நன்றி.”

“இந்த ஊர்க்காரர்கள் மறுபடியும் எடுத்துக்கொள்வது வழக்கம்.”

“நாங்கள் இங்கிருந்து வரவில்லை,” என்று அவன் கூறினான்.

“அதை நான் கவனித்தேன்.”

“எங்கள் நெற்றியில் அது எழுதி ஒட்டப்பட்டிருக்கிறதா” என்று வேகமாகச் சொன்னாள்.

“நான் மீண்டும் சமையலறைக்கு செல்ல வேண்டும்” என்றார் அவள் சொன்னதைக் கண்டுகொள்ளாமல். “உங்களுக்கு அது வேண்டாம் என்பதில் உறுதியாக இருக்கிறீர்களா? முட்டைக் கோஸ் மட்டும்தான் போட்டிருக்கிறேன். சுவைக்காக ஒரு சிறிய ‘ஷாங்க்’ சேர்த்திருக்கிறேன். அவ்வளவுதான்.”

“எனக்கு அது வேண்டாம் என்று எந்த மொழியில் நான் சொல்ல வேண்டும்?”

“உங்களுக்கு முட்டைக்கோஸ் பிடிக்காதா... அல்லது ஷாங்க் பிடிக்காதா?”

”எனக்கு முட்டைக்கோஸ் பிடிக்காது, நான் இறைச்சி சாப்பிடுவதில்லை!”

“அப்படியானால் நான் வற்புறுத்த மாட்டேன்.”

“ஆனால் நீங்கள் வற்புறுத்துகிறீர்கள்! வற்புறுத்திக்கொண்டே தான் இருக்கிறீர்கள்.”

"தயவுசெய்து, அமைதியாக இருங்கள்!" என்று ஒரு பெண்ணின் குரல் முழங்குகிறது.

வெள்ளை மேலுடை அணிந்த கொண்டை போட்ட சற்றுக் கனமான தோற்றமுடைய பெண் அவர்களை நோக்கி வருகிறாள். டோராவின் கோபத்தால் எழுந்த ஆரவாரத்தை அமைதிப்படுத்திவிட்டு, அவள் தொடர்ந்தாள்:

"இந்த விடுதி ஐந்து நூற்றாண்டுகளுக்கும் மேலானது. மன்னர் பியேர் லெகிரான் இங்கு சாப்பிட வந்தார். நீங்கள் அமர்ந்திருக்கும் அந்த இடத்தில் பேரரசர் ஃபிரான்ஸ் ஜோசப் அமர்ந்திருந்தார். நீங்கள் அலட்சியப்படுத்தும் இந்த சூப்பை அவர் சுவைத்தார். இந்த சூப்பின் செய்முறை தலைமுறைதலைமுறையாக வந்தது. எங்கள் பாரம்பரியங்களை அவமதிப்பதற்கும், எங்கள் பெற்றோர்கள், எங்கள் பெற்றோர்களின் பெற்றோர்கள், ஆகியோரை நிந்திப்பதற்கும் நாங்கள் அனுமதிப்போம் என்று நம்புகிறீர்களா? இங்கே எங்களுக்கு வெளியூர் ஆட்களைப் பிடிக்காது, நாங்கள் உள்ளூர் மக்களைத்தான் விரும்புகிறோம். அந்நியர்களுக்கு எது நல்லது, எது அழகு என்று தெரியாது. நல்லதும் அழகானதும் இங்கிருந்துதான் வருகின்றன என்று அவர்களுக்கு எப்படித் தெரியும்? இங்கு வாழும் பெருமைக்காகவே நாங்கள் காலம் காலமாகப் போராடவில்லையா? எங்கள் எதிரிகளைவிட நாங்கள் மேலானவர்கள், சிறந்தவர்கள், வலிமையானவர்கள் என்று நிரூபிக்க, பல நூற்றாண்டுகளாக எங்கள் பிள்ளைகளைப் போருக்கு அனுப்பி மடியச் செய்யவில்லையா? எங்கள் எதிரிகளான அந்நியர்களுக்கு இதெல்லாம் தெரியாது. அந்நியர்களெல்லாம் எங்கள் எதிரிகள். அப்படித்தான் அவர்களை நாங்கள் கருதுகிறோம். அந்நியன் வெளியிலிருந்து வருவதைப் பெருமையாகக் கொண்டால், அவனால் இங்கிருப்பதை எப்படிப் பெருமையாகக் கருதுவான்? இங்கிருப்பவர்களைப் பாருங்கள். அவர்களெல்லாம் உங்களை பகைவர்களாகப் பார்க்கிறார்கள். இருந்தும், நாங்கள் உங்களை உள்ளே விட்டதற்குக் காரணம், இந்த சூப்பைப் போலவும், அந்நியர்கள்மீது எங்கள் வெறுப்பைப் போலவும் உள்ள எங்களுடைய நூற்றாண்டுகாலப் பழைமை வாய்ந்த விருந்தோம்பல் பண்புதான். இருந்தாலும், எங்கள்

பொறுமைக்கும் ஓர் எல்லை உண்டு! ஆகவே, நீங்கள் இந்த இடத்தை விட்டு ஓடிவிடுங்கள் இல்லையேல் அதிக விலை கொடுக்கவேண்டியிருக்கும்!"

அவள் சொன்னதை ஆமோதிப்பதுபோல் கூச்சல் எழுந்தது. எல்லோரும் கைதட்டினார்கள். "ஓல்கா வாழ்க" என்னும் கோஷம் எழுந்தது. ஆகவே, அவர்கள் எழுந்து கூச்சல்களுக்கிடையே தங்கள் காரை அடைந்தார்கள். விரைவிலேயே கிராமத்தை விட்டு வெளியேறினார்கள். சாலை காட்டுக்குள் சென்று, ஒரு குன்றின் மீது பரவலாகச் சென்றது. டோரா ஒரு வார்த்தைகூடப் பேசவில்லை. அவள் மீண்டும் மௌனத்தில் மூழ்கினாள். பயணம் முடியும் வரை அவள் பேசாமல் இருந்துவிடுவாளோ என்ற பயம் அவனுக்கு ஏற்பட்டது. ஆனால், அவள் ஒருவாறாக வார்த்தையை விட்டாள்.

"அந்தத் தடிப் பெண்... அவள் கன்னத்தில்..."

"ஒரு பெரிய மருவைச் சொல்கிறாயா?" என்று அவன் சற்று ஆச்சரியத்துடன் புன்னகைத்தான்.

"பெரிய மரு!" என்று அழுத்தம் திருத்தமாகச் சொன்னாள்.

"ஒரு பெரிய செடி வளர்வதுபோல்" என்று அவளை உற்சாகப் படுத்த முயன்றான்.

"ஒரு காடு வளரும்போல் இருந்தது."

"அவள் பேச்சிலேயே அதற்கு நீர் ஊற்றிவிடுவாள்."

"மருக்கள் ஏராளமாக விளையும்!"

"ராபர்ட் குளொப்ஸ்டோக், அதைத்தான் உன் சூப்பில் பார்த் திருப்பாய்."

அவள் வாய்விட்டுச் சிரித்தாள். அவள் உடலெங்கும் குலுங் கியது. அவள் வேதனையை வேறுவிதமாக வெளியிட்டாள் போலும். அவனும் அவளோடு சேர்ந்து சிரித்தான். இரண்டு இளவயதினர் வாழ்க்கையோடு நன்றாக விளையாடியதுபோல் இருந்தது. அவர்கள் இருவரும் லீக்ஸ் தோட்டத்தில் புகுந்து மூன்று நாளைக்கு வேண்டிய காய்கறியைக் கொள்ளையடித்து வந்து

விட்டவர்கள் போலவும், ஆஸ்திரிய பேரரசர் ஃபிரான்ஸுவா ஜொசேஃப் தொடையைக் கிள்ளிவிட்டு வந்தவர்கள் போலவும், ரஷ்ய மன்னன் பீட்டர் தி கிரேட் முகத்தில் காரித் துப்பிவிட்டு வந்தவர்கள்போலவும் சிரித்துக்கொண்டிருந்தனர். அதன்பின், அவள் அவனை நேராகப் பார்த்து கடுகடுப்பான குரலில்:

"உன்மீது எனக்கு வெறுப்பாக இருக்கிறது ராபர்ட் குளோப்ஸ்டோக்" என்றாள்.

பின்னர் அவள் கண்களை மூடிக்கொண்டாள்.

இன்னும் சில நாட்களில், பிராகா நகர் கல்லறை வீதியில், அவள் சோகத்தின் பிடியில் துவண்டு விழாமல் இருக்கவும், நேற்றுபோல் தன் காதலனிடம் போய்ச் சேர பாலத்திலிருந்து ஆற்றில் குதிக்காதிருக்கவும் அவன் அவள் கையைப் பிடித்துக் கொண்டான். அவனுக்கு வயது இருப்பத்தைந்துகூட ஆக வில்லை. ஆனால், ஒரு வளைவில் பச்சைப் பசேலென்று ஒரு பள்ளத்தாக்கு சூரிய ஒளியில் பிரகாசிப்பதைப் பார்க்கும் போது வாழ்க்கையில் எல்லா துயரங்களையும் கடந்துவிடலாம், காதலையும் தரிசிக்கலாம் என்ற ஒரு முன்னுணர்வு அவனுக்குள் எழுந்தது.

ஓட்லா

அவள் தன் சகோதரனை இன்னும் சிறிது நேரத்தில் அடக்கம் செய்யப் போகும் இடத்தை நோக்கிப் போகிறாள். ஸ்த்ராஸ்னிஸ் கல்லறை நுழைவாயிலின் முன் ஒரு சிறு கூட்டம் நின்றுகொண்டிருந்தது. அந்தக் கூட்டத்தில் அவளுக்குப் பழக்க மான சிலரை அடையாளம் கண்டுகொள்கிறாள். அவர்களுக்கு மத்தியில் மேக்ஸ் பிராடும் இருந்தான். டோரா, ராபர்ட்டின் கையைப் பிடித்துக்கொண்டு நின்றாள். ஃபெலிக்ஸ் வெல்ட்ச், ருதோல்ஃப் ஃபூக்ஸ், ஹுகோ பெர்மான் ஜொஹானெஸ் உர்சிடில் ஆகியோர் மற்ற ஆண்களோடும், பெண்களோடும் நின்றுகொண்டிருந்தார்கள். எல்லோரும் கறுப்பு உடை அணிந் திருந்தார்கள். காற்றும் மழையும் வரும்போல் இருந்ததால் கையில் குடை வைத்திருந்தார்கள்.

அவளைக் கண்டதும் மேக்ஸ் அவளை நோக்கி வந்தான். அவனைத் தொடர்ந்து ருதோல்ஃபும், ஃபெலிக்ஸும் வந்தார்கள். பின்னாலேயே ஜொஹானெஸும் வந்தான். எல்லோரும் அவளைச் சுற்றிக்கொண்டு, அவளை அணைத்து ஆறுதல் கூறினார்கள். ஒவ்வொருவரும் சில வார்த்தைகள் கூறி, அவளை இறுக அணைத்து வருத்தத்தை வெளியிட்டார்கள். கடந்தகாலத்தில் ஏதாவது ஒரு மகிழ்ச்சியான தருணத்தை நினைவுபடுத்தினார்கள். அவள் எல்லோர் அன்பிலும் மரியாதையிலும் கூனிக் குறுகி நின்றாள். அவளுக்குத் தேவை அமைதி. பிண அறை வாசலுக்குப் போக வழிவிட வேண்டும். ஒவ்வொரு தடவையும் அதேதான் நடந்தது. அவளிடம் பேசிய ஒவ்வொருவரின் வார்த்தைகளிலும் வருத்தமும், வேதனையும் நீர்த்துப் போயின. முகம் பிரகாசித்தது. பேசுபவர்கள் இறந்தவரின் சகோதரியிடம் பேசுகிறோம் என் பதை மறந்துவிடுகிறார்கள். அந்த இடைவிடாத பேச்சை நிறுத்த விரும்பினாள். போதும், கேட்க விரும்பவில்லை! நான் அவசரத்தில் இருக்கிறேன். எனக்கு எல்லாமுமாக இருந்த

என் தம்பியை எடுத்துச்செல்வதற்கு முன் நான் பார்க்க வேண்டும். எனக்கு நித்தியத்துடன் ஒரு முக்கியமான சந்திப்பு இருக்கிறது என்று சொல்ல விரும்பினாள். ஆனால், ஒருவர்பின் ஒருவராகத் தொடர்ந்து வந்துகொண்டிருந்தார். அவள் கையை அழுத்தினார்கள். அவளுக்கு வருந்தம் தெரிவித்தார்கள். அவளிடம் உப்பு சப்பில்லாத கதைகளைச் சொன்னார்கள். கடந்தகால நினைவுகளைப் பகிர்ந்தார்கள். ஆனால், அவளுக்கு அதெல்லாம் தேவையில்லாதவை. நிழல்கள்போல் ஒன்றுபோய் இன்னொன்று வந்தது. ஒவ்வொன்றும் மேம்போக்கானதுதான். அவையெல் லாம்ஆண்களின் தீவிர இரக்க குணத்திற்குச் சான்றுதான். ஒரே குரலில் பேசிய ஒரு கூட்டத்தின் உரையாடல் அவள் காதில் விழுந்தது. ஒவ்வொருவரும் அவனைப் பற்றிய ஓர் உண்மையைத் தெரிந்திருப்பதாக நினைத்தனர். ஒவ்வொருவருக்கும் அவளு டைய சகோதரன் சொந்தம் போலவும், அனைவருக்கும் அவன் சொந்தம்போலவும் பேசிக்கொண்டிருந்தனர். ஆனால், ஃபிரான்ஸ் காஃப்கா அவர்கள் யாருக்கும் சொந்தமில்லை. அல்லது, அவன் அவளுக்கு மட்டுமே சொந்தம். வாயை மூடுங்கள் என்று மனதுக்குள் சொல்லிக்கொண்டாள். அவளுக்குள் ஓடிக்கொண்டிருந்த சோக எண்ணங்கள் யாருக்கும் புரியவில்லை. யாரும் அவளது நீண்ட கனமான மௌனத்தைக் கண்டுகொள்ளவில்லை. ஒருவர் மாற்றி ஒருவர் அவளைச் சலிப்படையச் செய்துகொண்டிருந்தனர்:

"அவர் வாழ்க்கையில் குறைவாக எதிர்பார்ப்பதற்குப் பதில் நிறைய எதிர்பார்த்தார். பரிபூரணமே அவரது இலக்கு - காத லிலும் மற்ற எல்லாவற்றிலும்! பரிபூரணம் மட்டுமே அவர் தேடியது... ஒரு குளிர்கால இரவு, நாங்கள் வினோஹ்ராடியில் இருந்தோம். பயங்கர குளிர். ஃபிரான்ஸ் ஓர் இலகுவான மேலங்கி போட்டிருந்தார். வெர்ஃபெல் அவரைக் குற்றம் சாட்டினார். ஃபிரான்ஸ் குளிர் காலத்திலும் குளிந்த நீரில்தான் குளிப்பதாகச் சொன்னார். நான் ஸ்டீபன்ஸ்காஸ்ஸும் ஜார்ஜென்ஸ்ட்ராஸ்ஸும் சந்திக்கும் இடத்தில் கடைகோடியில் ஒரு சத்தமில்லாத வீட்டில் வாழ்ந்தேன். எனக்கு சத்தத்தைப் பொறுத்துக் கொள்ள முடியாது.

அதை ஃபிரான்ஸைவிட வேறு யாராலும் நன்றாக புரிந்து கொள்ள முடியவில்லை. அவர் தன் காதுகளைப் பஞ்சை

வைத்துப் பாதுகாத்துக்கொண்டார். அவர் சொன்னதை நானும் கடைபிடிக்கிறேன். இன்றும்கூட அது இல்லாமல் என்னால் இரவில். தூங்க முடியாது. அவர் எப்போதாவதுதான் பேசுவார். சுருக்கமாகப் பேசுவார். திடீரெனப் பேசுவார். சில சமயம் அவர் மௌனமாக இருப்பார். ஆனால், அந்த மௌனம் பொருள் பொதிந்ததாக இருக்கும். அவருடைய முதல் புத்தகம் 'வோல்ஃஃப்' பதிப்பகத்தில் வெளியானது. அது பற்றி அவர் சொல்லும்போது "பதினோரு பிரதிகள் ஆந்திரே புத்தக விற்பனை நிலையத்திற்கு விற்கப்பட்டன. அவற்றில் பத்துப் பிரதிகள் நானே வாங்கிக் கொண்டேன். பதினோராவது பிரதியை யார் வாங்கினார் என்று தெரிந்துகொள்ள ஆவலாக இருக்கிறது" என்றார். கொஞ்ச நாளைக்கு முன் அவரைப் பார்த்தேன். மிகவும் மெலிந்திருந்தார். அவருடைய குரல் கரகரப்பாகிவிட்டது. மூச்சு விடுவதற்குக் கஷ்டப்பட்டார். அவர் யூதனாகப் பிறக்காமல் இருந்தால், ஒரு யூதனாக அவர் வளராமல் இருந்தால், அவர் காஃஃப்காவாகி இருக்க முடியாது. அவர் தனிமையை விரும்புவார். விஷயம் தெரிந்தவர். அவருடைய 'உருமாற்றம்' என்ற புத்தகம் நவீன ஜெர்மன் இலக்கியத்தில் மிகவும் முக்கியமானது. ஒரு நாள் அவரிடம் டிக்கன்ஸ் (Dickens) படைப்புகள் சலிப்பூட்டுகின்றன என்று சொன்னேன். அப்போது அவர் சில கலகலப்பான பக்கங்களைப் படித்துக் காட்டினார். அவற்றில் டேவிட் காப்பர் ஃபீல்டு திருமண நிச்சயம் பற்றிப் பேசப்படுகிறது. அவர் அற்புதமான வாசகர். அந்தக் காலகட்டத்தில் ஃபிரான்ஸ் ஒரு நாத்திகனாக இருந்தார். என்னிடமிருந்து யூத மதக் கொள்கைகளைவிட சொன்னார். அவர் திறமையாக வாதம் செய்பவர்.இது ஈஸ்டர் பண்டிகைக்கு முன்னால் 'செடர்' இரவின்போது நடந்தது. அந்தப் பண்டிகை என் பெற்றோர்களால் எனக்கு மிகவும் பிடிக்கும். அவருடைய வாதங்களுக்கு மறுப்பு தெரிவித்தேன். அவருக்குப் பிடி கொடுக்கவில்லை. பல நாள் கழித்து என்னை விடச் சொன்ன மத நம்பிக்கை அவருக்கு வந்து விட்டது.... இயற்கையிலேயே அவரிடம் எல்லாவற்றிலும் ஆர்வம் அதிகம். அவருடைய கற்பனைக்கு அளவில்லை. ஆனால் அவர் உணர்ச்சி கொந்தளிப்புகளுக்குக் கடிவாளம் போட்டுவிடுவார். அவருக்கு உணர்ச்சி வசப்படுவதைக் குறைக்க முடியும். நான் அவரோடு

பெர்த்தா ஃபாந்தா என்பவரிடம் ஒரு 'குறி சொல்லும் மேசை' நிகழ்ச்சியில் கலந்துகொண்டேன். அவர் சொன்னார்: ஒரு மேசையைப் பலரும் தள்ளும்போது அது ஆடினால் அது ஒரு பெரிய அற்புதம் இல்லை... மிலேனா ஜெசன்ஸ்கா மரண செய்தி குறித்த அற்புதமான கட்டுரையை நீங்கள் படித்திருக்கிறீர்களா? அந்த கட்டுரையில் 'உருமாற்றம்' என்ற ஒரு நாவல் பல வருடங்களாக ஏதாவது ஒரு பதிப்பகம் ஏற்றுக்கொள்ளாதா என்று காத்திருக்கிறது என்று குறிப்பிடப்பட்டிருக்கிறது.... எல்லா வற்றிலும் அவர் உட்பொருளைத் தெரிந்துகொள்ள முனைந்தார். நான் தொடர்பிலிருந்த எந்த ஒரு எழுத்தாளனும் அவரளவுக்கு வணிக நோக்குக் கொண்டிருந்ததில்லை. 1917-1918 வாக்கில், நான் வியென்னாவில் இருந்தேன். ஃபிரான்ஸ் என்னிடம் அவருக்கு ஒரு அமைதியான ஹோட்டல் அறையை வாடகைக்குப் பார்த்துத் தரும்படிக் கேட்டார். அவருடைய திருமண நிச்சயதார்த்தத்தின் தலைவிதி பூடபெஸ்ட்டில்தான் முடிவாகப் போகிறது என்பதை உணர்ந்திருந்தார்... வியென்னாவில், அவர் தனக்கு நிச்சயமாகப் போகும் பெண்ணோடு உறவை முறித்துக்கொண்டதாக என் னிடம் கூறினார். அவர் முற்றிலும் அமைதியாக இருந்தார். அவர் அதுபற்றி மகிழ்ச்சியாக இருந்தார் என்றுகூட தோன்றியது. அவர் என்னுடன் சென்ட்ரல் கபேவுக்கு வந்தார். அங்குத் தாமதமாக வந்திருந்தோம். வெகு சிலரே இருந்தனர். அது அவருக்குப் பிடித்திருந்தது... அவர் மனிதர்களைப் பற்றி தீர்க்க தரிசிகளைப் போலவும், ஞானிகளைப்போலவும் அறிந்திருந் தார்... கடந்த ஆண்டு ஃபிரான்ஸ் உண்மையிலேயே மகிழ்ச்சி யாக இருந்ததைப் பார்த்தேன்.. அவரது உடல்நிலை மோச மடைந்தது உண்மைதான், ஆனால், இன்னும் தீவிரமான பயத்தைத் தூண்டுமளவுக்கு இல்லை. பெர்லினில், அவர் தன் துணையுடன், ஒரு மனோகரமான காதல் வாழ்க்கை வாழ்ந்து கொண்டிருந்தார்.. அவர் இனி மகனாக அல்ல, ஆனால் ஒரு வகையில் குடும்பத்தலைவனாக..."

அவளால் இறுக்கமான தாடையுடனும், சிறு புன்னகையுடனும் அஞ்சலிகளிலிருந்து விலகிக்கொள்ள முடிந்தது. மனதில் ஏராள மான, ஆனால் அர்த்தமற்ற வார்த்தைகள்! அவளால் பிண அறையில் சிறிது நேரம் மட்டுமே இருக்க முடிந்தது. அவளுக்கு

அவள் சகோதரனுடன் சிறிது நேரம் தனிமையில் இருக்க வாய்ப்பு வழங்கப்படவில்லை. நித்தியத்துடன் அவள் சந்திப்பை தவறவிட்டுவிட்டாள். இப்போது மிகவும் தாமதமாகிவிட்டது. கறுப்பு நிறத்தில் நான்கு பேர் அவள் சகோதரனை, தங்கள் வலிமையான கைகளின் சுமந்து சென்றார்கள், மெதுவாக, அடிமேல் அடியெடுத்து நடந்தார்கள். கல்லறையில் காற்று வீசுகிறது. சவப்பெட்டி அவளுக்கு முன்னால் போய்க்கொண் டிருக்கிறது. கூழாங்கற்களின் மீது காலணிகள் கிரீச்சிடுகின்றன. வசந்த காலம் கடந்துவிட்டது, இப்போது ஜூன் மாதத்தில் குளிர்காலம். ஃபிரான்ஸ் இப்போது இல்லை. அல்லது இந்த உலகமே இனி இல்லையா?

டோரா அவள் அருகில் சென்றாள். அவள் எடுக்கும் ஒவ்வொரு அடியிலும், அவள் விழப் போனாள்.. அவளிடம் சமநிலை இல்லை. ஒருவேளை சரியான மனநிலையில் இல்லையா? "டோராவைப் பார்க்காதவருக்குக் காதல் என்றால் என்னவென்று தெரியாது" என்றான் ராபர்ட். ஒரு வாரமாக அவள் வீட்டில் இருக்கும்போது அவள் உதடுகளில் வெறும் முனகல் மட்டுமே வந்தது.

"ஆனால், ஒட்லா, நீ எப்படி அழாமல் இருக்கிறாய்?" என்று அவள் சகோதரி வல்லி பலமுறை கவலையோடு கேட்டாள். அவளுக்குக் கண்ணீர் வரவில்லை என்பதை எப்படி விளக்குவது? அவனது சவப்பெட்டிக்குள், ஃபிரான்ஸ் எல்லாவற்றையும் எடுத்து வைத்துக்கொண்டான் - அவளுடைய துக்கம், அவளுடைய வலி, இப்படி எல்லாவற்றையுமே! அவளது விரக்தியைப் பொறுத்தவரை, அது எப்போதோ வறண்டுவிட்டது...

மௌனத்தின் பிடியில் அவளது தந்தை அவளுக்கு முன்னால் நடந்து செல்கிறார்.

அவர் உயரமாகவும், கண்ணியமாகவும் நின்றார், அவர் தன் எண்ணங்களில் மூழ்கியிருந்தார். அவரது முகத்தில் ஈ ஆட வில்லை. தன் மகனோடு போட்டுக்கொண்டிருந்த சண்டையில் வெற்றிபெற்ற அவர், எது பற்றி சிந்தித்துக்கொண்டிருந்தார்? அவர் இதுவரை வாழவிடாமல் தடுத்த தன் மகனை மரணத்தில் அவசர அவசரமாகப் போய்ச் சந்திக்க நினைக்கிறார்போல்

தோன்றுகிறார். நீ வருந்தி வருந்தி மறைந்துபோவதை நான் விரும்பவில்லை, தந்தையே. ஒரு துன்பம் போதும்.

அவளது தாயார் தன் மகன் ஒருவனை மூன்றாவது முறையாக அடக்கம் செய்கிறார். இதற்கு முன் அடக்கம் செய்த மற்ற இரண்டு குழந்தைகளும் மிகவும் சிறியவர்கள். இளமையாக இருந்தனர். ஒருவனுக்கு, மூன்று வயதும், இன்னொருவனுக்கு ஐந்து வயதுக்கும் மேல் இருக்காது. இப்போது விதி அவளிடமிருந்து மூன்றாவதாக ஒருவனை - விதி அவளுக்குக் கொடுத்த பரிசைப் பறிக்க வந்திருகிறது. இந்தத் தடவை ஒரு கூட்டம் அவளுடன் கல்லறைக்கு வருகிறது, ஆனால் அவள் மட்டுமே தனியாக தன் வேதனையைச் சுமந்துகொண்டு போகிறாள். அவளைச் சுற்றி பிரார்த்தனை செய்ய ஆயிரமாயிரம் பேர் இருக்கலாம், ஆனால், எதுவுமே மகனை இழந்த அவளை ஆறுதல்படுத்த முடியாது.

ஊர்வலத்தில் முதல் ஆளாக, நிச்சயமாக மேக்ஸ் பிராட் இருப்பான். அவனைத் தொடர்ந்து ஒரு கூட்டம் செல்லும். ஓட்லாவுக்கு எதையும் பார்க்க விருப்பமில்லை. இதைவிட மிகவும் சோகமான நாளை நாம் பாக்க முடியுமா? அவளுடைய சகோதரன் அவளோடு இல்லாமல் உலகம் ஒரு வெற்றுப் பெட்டகம்.

இங்கே அவள் விடைபெறும் இடத்தில் இருக்கிறாள். சவப் பெட்டி கூழாங்கற்கள்மீது இறக்கி வைக்கப்பட்டிருக்கிறது. ஒரு மீட்டர் தொலைவில், அவள் கனவுகளெல்லாம் மறையப் போகின்றன. பிரம்மாண்டம், சக்தி, வாழ்க்கையின் செழுமை – இவையெல்லாம் ஒரு சிறு குழிக்குள் போய் முடிந்துவிடுமா? திறந்திருக்கும் இந்த எரிமலை அவன் வாழ்க்கையும், ‘சோட்டேக்’ நந்தவனத்தில் மகிழ்சியாக நடந்ததையும், ஃபிரைட்லாந்தில் சறுக்குக் கட்டை உதவியோடு உலாவியதையும், லுகானா ஏரியில் தோணியில் சென்றதையும், மரியென்பாதிலிருந்து அனுப்பிய கடிதங்களையும், ஐசென்காசில் வாங்கிய புத்தகங்களையும், புரட்டிப் பார்த்த பஞ்சாங்கங்களையும், லூவரில் சாப்பிட்ட ‘கபெல் ஃப்ருஸ்ட்டக்’ கையும் அந்தக் குழி விழுங்கிவிடுமா? இர்மா, மிஸ் வெர்னர் ஆகியோருடன் சிரித்து மகிழ்ந்தோம். ‘கஃபே அர்கோ’வில் முதியவர் வெல்ட்ச் பழைய கெட்டோ

வில், யூதர்கள் வாழ்ந்த வாழ்க்கையைப் பற்றிச் சொல்லிய கதைகளைக் கேட்டோம். அல்ச்சிமிஸ்டகாசில் பொம்மை வீட்டின் சன்னலுக்கு அப்பால் ஹிர்ஷ்கிராபன் பார்த்தோம். அங்குப் பறவைகளின் ஒலி மட்டுமே கேட்கும். ஜூராவோவைப் போய்ப் பார்த்தோம். அங்குத் தோட்டப் பராமரிப்பு வேலை மும்முரமாக நடைபெற்றது. மாலையில் தேசிய அரங்கத்தில் ஸ்க்னிட்ஸ்லெ நாடகம் ஒன்றைப் பார்த்தோம். பெல்வெதேரி லிருந்து நதி வளைந்துவளைந்து செல்வதையும் கண்டு களித் தோம். லுசெர்னா கஃபேவில் யிட்டிஷ் குழு ஹாம்லெட் நாடகத்தை நடத்தி ஷேக்ஸ்பியரைக் கொலை செய்ததையும் கண்டு சிரித்தோம். சனிக்கிழமை வின்செலாஸ் சதுக்கத்தில் நாம் சிரித்துக்கொண்டிருந்தபோது, அங்குச் சென்றவர்கள் நம்மைக் காதலர்கள் என்று நினைத்துக்கொண்டு பேசியதைக் கேட்டோம். ஆல்ட் நேவ் ஆலயத்தில் நடந்த 'கோல் நித்ரே' நமக்கு முற்றிலும் விளங்கவில்லை. ஆனாலும், உணர்ச்சிவசப்பட்டோம், சவாய் கஃபேவில் உடைமாற்றி அணிந்தவர்களைப் பார்த்து வெட்கி யதும், பாம் அல்லது மேக்ஸ் கிளபுக்குச் சென்று மகிழ்ச்சியாகப் பொழுது போக்கியதும், மோசமான கவிதைகள் கேட்டு நாம் புன்னகைத்ததும் நினைவுக்கு வருகின்றன. அவையெல்லாம் மண்ணுக்குள் போய்விடுமா? பிராகா நீரூற்றில் நீர் பருகியதுமாக நம் வாழ்க்கை ஓடிக்கொண்டிருந்தது.

"வாழ்வின் மகோன்னதம் முழுமையாக ஒவ்வொருவர் பக்கத் திலும் இருக்கிறது. அது கண்ணுக்குத் தெரியாமல் தூரத்தில் புதைந்திருப்பதைக் கற்பனை செய்ய முடிகிறது. ஆனால், சரி யான சொற்களைக் கொண்டு அதனை அழைத்தால், அது வந்து விடும்."

வாழ்க்கையை அழகுபடுத்த, புன்னகையை வரவழைக்க, அழகை வர்ணிக்க தன் சகோதரன் இல்லாத அந்த வாழ்க்கைக்கு அர்த்தம் இருக்கிறதா?

சுற்றிலுமிருக்கும் சைப்பிரஸ் மரங்கள் பிரம்மாண்டமாகத் தெரிகின்றன. யூதப் பாதிரியார் இறந்தவர்களுக்கான பிரார்த் தனையை ஓதுகிறார். பெரிய அங்கிகள் அணிந்த சிலர் அதனைத் திருப்பிச் சொல்கிறார்கள். தலையில் தொப்பி அழுத்தமாகச்

சொருகப்பட்டிருந்தது. அந்தக் கீழைநாட்டு பக்தி மிக்க யூதர்கள், அந்நியர்கள், கடவுளைப் பைத்தியமாகத் தொழுபவர்கள். அவர்களை அவர்கள் பெற்றோர்களே பரிகசித்தனர். ஆனால்,' யிட்டிஷ்' நாடகத்தைப் பார்க்கப் போகும்போது ஃபிரான்ஸ் அவர்களைக் கொண்டாடினான். அவளுடைய சகோதரன் இல்லாமல் இருண்டுவிட்ட இந்த உலகம், ஒரு நிழல் நாடகமாகி இருந்தது. அதில் அவர்கள் குரல் ஓங்கி ஒலித்தது.

"ஆமென்" இறந்தவர்கள் 'கடீஷின்' போது அங்கிருந்தவர்கள் கத்தினார்கள்.

பாதிரியார் சொன்னார்:

"நாம் இறப்பதில்லை. அதுதான் உண்மை. நாம் வாழ்ந்து கொண்டிருக்கும்போதே சாகிறோம். நாம் சாவை வென்றவர்கள். நாம் வாழ்வதற்காகப் போரிடும்போது அது சாவதற்கான போராட்டம் என்பது அறியாமல் போய்விடுகிறது."

பிரார்த்தனைகள் முடிந்துவிட்டன. விடை பெற்றுக்கொள்ளும் நேரம் வந்துவிட்டது. நான்கு பேர் அவனைக் குழியில் இறக்க வந்தார்கள். டோரா சவப்பெட்டிமீது போய் சாய்ந்தாள். அதனைத் தன் கரங்களில் அணைத்துக் கொள்ள முயன்றாள். கெட்டியாகப் பிடித்துக்கொண்டாள். குழியில் தடுமாறி விழப் போனாள். ராபர்ட் வந்து அவளைப் பிடித்துக்கொண்டான். நால்வரும் சவப்பெட்டியைப் பொறுமையாகக் குழியில் இறக்கினர்.

இந்த நேரத்தில் அவள் சகோதரனைத் தெரிந்து வைத்திருந்த ஆண்களும், பெண்களும் அதன் மீது ஒரு பிடி மண் எடுத்துப் போட்டனர். அவள் தன் தந்தை, தாய் ஆகியோரின் பின்னால் பொறுமையாகக் காத்திருந்தாள்.

பின்னர் அவளும் அதுபோல் செய்யவேண்டிய நேரம் வந்துவிட்டது.

ராபர்ட்

"நீங்கள் எதிர்காலத்தில் என்ன செய்ய போகிறீர்கள் என்று முடிவு செய்தீர்களா? வெறிச்சோடிய கல்லறையின் வாயிலின் முன்னால், காற்றினால் வளைந்த சைப்ரஸ் மர வரிசையின் கீழ், அவர்கள் நேருக்கு நேர் வந்தபோது மேக்ஸ் பிராட் கேட்டார். முன்னதாக, பிராட் தனது நேரத்தை இறுதி ஊர்வலத்தில் பங்கேற்றவர்கள் ஒவ்வொருவருடனும் நேர்காணல் நடத்துவதில் செலவிட்டார். ராபர்ட் தன் நேரத்தை உணர்ச்சி வசப்பட்டு சவப்பெட்டிமீது சரிந்த டோராவைத் தாங்கிப் பிடிப்பதில் செலவிட்டான். மயானக்காரர் ஒருவரின் உதவியுடன், அவன் அவளை மற்றவர் கண்ணில் படாத தூரத்திற்குக் கொண்டுசென்றான். ஓட்டலாவும், வல்லியும் அவனுக்கு உதவ வந்ததும்தான் அவன் தன் நண்பனுக்கு இறுதி அஞ்சலி செலுத்தினான். நல்ல மழை பெய்துகொண்டிருந்தது சவக் குழிக்கு முன்னால், ஃபிரான்ஸின் வார்த்தைகள் அவனுக்குத் நினைவு வந்தன:

"எனக்கு நானே கல்லறை, எந்த சந்தேகமோ, அல்லது நம்பிக்கையோ, அன்போ அல்லது வெறுப்போ, வேதனையோ அல்லது துணிவோ கரைபடுத்த முடியாத கல்லறை. என்னில் ஒரு தெளிவற்ற நம்பிக்கை மட்டுமே வாழ்கிறது, ஆனால் அது கல்லறை கல்வெட்டுகளைவிடச் சிறந்தது அல்ல."

அவன் கடைசியாக ஒரு மாதத்துக்கு முன்னால்தான் மேக்ஸ் பிராடைப் பார்த்தான். அப்போது ஃபிரான்ஸ் உயிரோடு இருந்தார். டோரா கெஞ்சிக் கேட்டதற்கிணங்க பிராட் கியெர்லிங் சானடோரியத்திற்கு விரைந்தான். "நீ கடைசியாக ஒரு முறை ஃபிரான்ஸைப் பார்க்க விரும்பினால், இப்போது நீ வந்தே ஆக வேண்டும்." இப்போது அவர்கள் இருவரும் கல்லறை வாயிலில் நின்றுகொண்டு எதிர்காலத்தைப் பற்றிப் பேசிக் கொண்டிருந்தனர்.

"நான் என் வாழ்க்கைப் பாதையில் தொடர்ந்து செல்லப் போகிறேன்".

"எதுவும் நடக்காததுபோல், அல்லவா?" என்று கேட்டான் பிராட்.

இல்லை. அது நிச்சயமாக முடியாது. ஒரு பெரிய சம்பவம் நிகழ்ந்துவிட்டது. அது வாழ்க்கை முழுவதையும் பாதித்துக் கொண்டுதான் இருக்கும். ராபர்ட் நடுக்கடலில் தத்தளிப்பவன் போல் இருந்தான். இதற்கு முன்னால் அவன் ஒரு தெளிவான நோக்கம் கொண்டவனாக இல்லை என்பதுதான் உண்மை. பல்கலைக் கழகப் பதவி ஒன்றைத் திட்டமிட்டிருந்த மருத்துவ மாணவனாகவோ, குடும்பத் தொழிலை மனதில் வைத்திருந்த சட்ட வல்லுநராகவோ இருக்க வேண்டுமென்ற குறிக்கோள் அவனிடம் இருந்ததில்லை. சம்பவங்களின் போக்குக்கு அவன் மசிந்து கொடுத்துக்கொண்டிருந்தான். ஆனால், மட்லியாரியில், ஃபிரான்ஸைச் சந்தித்த பிறகு தனக்கென்று அவன் ஒரு குறிக் கோளை வகுத்துக் கொண்டான்.

"அது மற்ற குறிக்கோள்களைப் பின்னுக்குத் தள்ளிவிடுமா?" என்று பிராட் கேட்டான்.

இல்லை, அது ஏராளமான குறிக்கோள்களுக்கு வழி வகுக்கும். அவர் ஒரு சிந்தனைக் கூடம். அது அவன் நம்பிக்கைகளை யெல்லாம் கலகலக்க வைத்துவிட்டது. ஒரு மனித குல உச்சத் தையும், அறிவின் சிகரத்தையும் பார்த்த பிறகு வேறு எவ்வாறு இருக்க முடியும். அவரைப் பற்றிய நினைவும், அவரது படைப்பு களின் எதிரொலியும், அவனுடைய ஒவ்வொரு சிந்தனையிலும் தென்படும் என்பது நிச்சயம். ஆனால், இப்போது தனக்குள் ஒரு சுய ஆய்வு செய்துகொள்ளலாம் என்று நினைத்தான். இருபத்தைந்து வயதுதான் ஆகப் போனது, ஆகவே போதிய அவகாசம் இருந்தது....

பிராட் தன் தோள்களை உயர்த்தி அன்போடு தன் வியப்பை வெளியிட்டான்.

"இருபத்தைந்து வயது! நீங்கள் வாழ்க்கையில் வெகுதூரம் போகவேண்டியிருக்கிறது. ஆகவே, தெளிவான சிந்தனை

பிறக்கும். வாழ்க்கையின் உண்மையைத் தரிசித்துவிட்டீர்கள். காஃப்கா அருகில் இருந்த வாய்ப்பு, சந்தர்ப்பங்கள் வேறு மாதிரி இருந்தாலும், உங்கள் எதிர்கால வாழ்க்கையில் ஒரு பிரகாசமான ஒளி வீசிக்கொண்டேதான் இருக்கும்."

ஃபிரான்ஸைப் பற்றிய பேச்சு வரும்போதெல்லாம், பிராட் ஒரு பாதிரியார்போல் பேசினான்.

"இருக்கலாம்... எப்படியிருப்பினும், நான் நம்பிக்கையோடு தான் இருக்கிறேன்."

உண்மையில், அவனுக்கு நம்பிக்கை இல்லை. அவன் உள்ளுக்குள் தன் வாழ்க்கை எந்தச் சுரத்தையும், எந்த ஆசா பாசமும் இல்லாமல் உப்புசப்பின்றி இருக்கும் என்றுதான் நினைத்தான். அவன் தன் படிப்புக்குத் திரும்பிச் செல்ல வேண்டும். மருத்துவ மாணவர்களின் பரிதாபமான வாழ்க்கையில் தன்னை ஈடுபடுத்திக்கொள்ள வேண்டும். சட்ட திட்டங்களை மதிக்க வேண்டும். மருத்துவமனைகளைச் சுற்றிப் பார்க்க வேண்டும். பேராசிரியர்களின் வியாக்கியானங்களைக் கேட்க வேண்டும். இரவு நேரப் பணி செய்ய வேண்டும். உடல் உட்கூறு அமைப்பியல் புத்தகங்களைப் புரட்டிக்கொண்டிருக்க வேண்டும். அல்லது நோயுற்ற உடல்கள் நடுவிலோ, உடற்கூறு ஆய்வுக்குட்படுத்தப்பட்ட எலும்புக்கூடுகளுக்கு நடுவிலோ காலம் தள்ள வேண்டும்.

முகத்தில் ஒரு புன்னகையோடு மேக்ஸ் பிராட் பேசினான்:

"ஃபிரான்ஸ் உங்களைப் பற்றி எழுதிய கடிதத்தில், உங்களைப் பற்றி என்ன சொன்னார் என்று தெரியுமா?"

ராபர்டின் முகம் சிவந்தது.

"என் நினைவில் நின்றதைச் சொல்கிறேன்: புடாபெஸ்டி லிருந்து வந்த ஒரு யூதன், நிறைய அறிவும் பேராசையும் கொண்டவன், மருத்துவராவதற்காகவே பிறந்தவன், யூத கனவு களிலிருந்து விடுபட்டவன், ஏசுவையும், தஸ்தயேவ்ஸ்கியையும் மானசிக குருக்களாக ஏற்றுக்கொண்டவன்.

இருவரும் வாய்விட்டுச் சிரித்தனர்.

தன்னிடமே கேள்வி கேட்கப்படுவதால் அலுத்துப் போன ராபர்ட், பிராடிடம் கேட்டான்: "நீங்கள் என்ன செய்யப் போகிறீர்கள்?"

தானும் கொஞ்ச நாள் பொறுத்திருக்கப் போவதாகச் சொன்னான். அவன் இந்த சோகத்திலிருந்து முதலில் விடுபட வேண்டும். அவனுடைய நெருக்கமான நண்பன் - இருபது ஆண்டுகள் பழகியவன் இப்போது இல்லை. அவனுடைய படைப்புக்கும், தனிப்பட்ட வாழ்க்கைக்கும் காஃப்காதான் உந்துதலாக இருந்தான். அவன் ஓர் ஆசிரியனாக, பயிற்சியாளனாக, அவனைப் பொறுத்தவரையில் ஒரு ஆதர்ச புருஷனாக இருந்து அவனுடைய படைப்பில் கலந்து நின்றவன் இன்று இல்லை. அவனுக்குள் ஓர் உலகம் மூடியிருந்தது, அதே சமயம் எல்லையற்ற பெருவெளியில் திறந்தும் இருந்தது. ஆம், அன்றையதினத்தில் பிரபஞ்சத்தில் ஒரு கோள் மறைந்துவிட்டது.

"மறைந்த அந்த விண்மீனின் ஒளியைத் தொடர்ந்து பிரகாசிக்க வைப்பதுதான் உங்கள் பணியாக இருக்கப் போகிறதா?" என்று வஞ்சப் புகழ்ச்சியாகச் சொன்னான் ராபர்ட்.

பிராட் அதைக் கண்டுகொள்ளாமல் பதிலளித்தான். ஆமாம். அவன் பல வருடங்களுக்கு முன்பு தொடங்கிய திட்டத்தைத் தொடர விரும்பினான். ஏற்கனவே அவன் தன்னுடைய நண்பன் மம்ஸ்ட் ரொவோல்ட் பதிப்பகத்தில் ஒரு சிறுகதை தொகுப்பு வெளியிட்டிருந்தான்.

பிராட் தொடர்ந்து பேசினான்:

"டோராவும் நீங்களும் ஃபிரான்ஸைப் பார்த்ததுபோல் வேறு யாரும் பார்த்திருக்க மாட்டார்கள். அவன் தன்னுடைய கடந்த காலத்தோடு கொண்டிருந்த தொடர்பை வெற்றிகரமாக முடித்துக் கொண்டான். அவன் தன் வாழ்க்கையை முடித்துக்கொள்ள விரும்பவில்லை. அவ ன்வாழ்க்கையைத் தொடர்ந்து வாழ்வதில் தீவிரமாக இருந்தான். அவன் அமைதியாகத் தன்னுடனேயே சமாதானம் செய்துகொண்டிருந்தான்."

ஒரு நீண்ட நிசப்தம் நிலவியது அவனிடம் எவ்வளவு நாள் அவன் பிராகாவில் தங்கியிருக்க போகிறான் என்று கேட்டான்.

இரண்டு நாள் கழித்துதான் அவனுக்கு ரயில் பயணம் மேற்கொள்ளவேண்டியிருந்தது. ஆகவே, எழுத்தாளன் 'சவ்வுவா தேந்ர்ரி' விடுதியில் மறுநாள் பிற்பகலில் சந்திக்கலாம் என்று சொன்னான். அன்று காலை அவன் காப்பீடு அலுவலகத்திற்கு செல்லவேண்டி இருந்தது. அங்கு காஃப்காவின் அப்பா அவன் விட்டுச் சென்றிருந்த பொருட்களை எல்லாம் போய் எடுத்துவர பணித்திருந்தார்.

அத்துடன் அவர்கள் பிரிந்தார்கள்.

மறுநாள் பிற்பகலில் ராபர்ட் தேநீர் விடுதியில் காத்திருந்தான். பிராட் வர மிகவும் தாமதமானது. அவனை அவனோடு காப்பீடு அலுவலகத்திற்கு அழைத்துச் செல்ல விரும்பவில்லை. அவன் அந்த அலுவலகத்தில் ஃபிரான்ஸின் பிரசன்னத்தைத் தானே அனுபவிக்க விரும்பினான். அவனுக்கு அந்த இடத்தைப் பற்றித் தெரியும். சில மாதங்களுக்கு முன்தான், பிராகாவில் தங்கியிருந்த போது, அங்குப் போயிருந்தான். அங்கு ஃபிரான்ஸின் வேண்டுகோளின்படி, ஒரு மருத்துவ சான்றிதழைக் கொடுக்கச் சென்றிருந்தான். ஃபிரான்ஸின் நோய் நீண்டுகொண்டே போனதால், அந்தச் சான்றிதழ் தேவைப்பட்டது. அப்போது அவன் அந்த அருமையான கட்டடத்தின் எதிரே சற்று நின்று பார்த்தான். அது 'போரிக்' தெருவில் ஏழாம் நம்பரில் இருந்தது. அங்கு ஃபிரான்ஸ் பதினைந்து ஆண்டுகள் பணியாற்றியிருந்தான். அந்தக் கட்டடத்தின் முகப்பு மிகவும் உயரமாக இருந்தது. அதன் தூபி அகலமாக இருந்தது. அதைப் பார்த்து அவன் வியப்பில் ஆழ்ந்திருந்தான். பிரம்மாண்டமான நுழைவாயிலின் வலதுபுறக் கதவில் பொருத்தப்பட்டிருந்த அழைப்பு மணியை அழுத்தியது அவன் நினைவுக்கு வந்தது. ஃபிராக் கோட்டும் தொப்பியும் அணிந்த காவலாளி ஒருவர், கதவைத் திறந்து அவனிடம் முறைப்படி அவனது வருகைக்கான காரணம் கேட்டார். சாம்பல் நிற உடையில் இருந்த மற்ற ஊழியர்கள், கையில் பைகளைச் சுமந்துகொண்டு, அவசரஅவசரமாகமாக உள்ளே விரைந்தனர்.

"நான் ஃபிரான்ஸ் காஃப்காவின் சார்பில் ஒரு ஆவணத்தை நிர்வாகத்திடம் சமர்ப்பிக்க வந்தேன்."

"தயவுசெய்து என்னைத் தொடரவும்."

மேல் தளங்களுக்குச் செல்லும் அகலமான படிக்கட்டுகளின் படிகளில் ஏறும்போது அலுவலக ஊழியர்கள் அவனைக் கடந்து சென்றார்கள். இயந்திரத்தனமாக அவர்களின் தொப்பிகளை அகற்றினார்கள். இரண்டாவதாகத் தரையிறக்கத்தில் ஒரு ஹால் இருந்தது. அதனைக் கையில் கோப்புகளோடு ஊழியர்கள் கடந்து செல்லும்போது, அவர்கள் ஏதோ ஒரு சிந்தனையில் ஆழ்ந்திருப்பதுபோல் தோன்றியது. அந்த ஹாலின் ஒவ்வொரு பக்கத்திலும் மேசைகள் போடப்பட்டிருந்தன. அதன் பின்னால், இளம் தட்டச்சு பணிப்பெண்கள் மும்முரமாக வேலை செய்து கொண்டிருந்தனர். அப்போது அவனுக்கு மிஸ் கைசர் என்ற பெயர் நினைவுக்கு வந்தது. ஃபிரான்ஸ் அவள் தன்னுடைய செயலாளர் என்று சொல்லியிருக்கிறார். அவளைப் பற்றிப் பேசும் போது, அவளிடம் அவருக்குத் தொழில்ரீதியான உறவையும் தாண்டி, ஒரு கனிவு இருந்ததாக அவன் சந்தேகித்தான். அந்த மேசைகளுக்கு அப்பால், வரிசையாக நிறைய கதவுகள் தென் பட்டன. அவற்றில் எழுதப்பட்டிருந்த பெயர்களுக்கு முன்னால் 'டாக்டர்' என்று குறிப்பிடப்பட்டிருந்தது. வெள்ளையாடை அணிந்த ஒருவர் ஒரு தள்ளு வண்டியில் நிறைய கோப்புகளை வைத்துத் தள்ளிக்கொண்டு வந்தார். அவர் ஒவ்வொரு மேசையின் முன்னும் நின்று கோப்புக் கட்டுகளை இறக்கி வைத்துக்கொண்டே போனார். உடனே இன்னொருவர் அந்தக் கோப்புகளை அப்படியே, எதையும் படிக்காமல், ஏற்கனவே இருந்த கோப்புகளோடு சேர்த்து வைத்தார். அவ்வப்போது ஒரு கதவு திறந்தது. அதன் வழியே சிலர் போவதும், வருவதுமாக இருந்தனர். அவர்கள் ஒருவிதமான 'காமிக் பாலே'வை நிகழ்த்தியதுபோல் இருந்தது. குரல்களின் முணுமுணுப்பும், இயந்திரங்களின் ஓசையும், அதற்கான பின்னணி இசையாக அமைந்தது. காஃப்கா தன் அறையின் தனிமையை மட்டுமே விரும்பியவர். அவர் எப்படி இதுபோன்ற சூழ்நிலையைப் பொறுத்துக்கொண்டார் என்று ராபர்ட் ஆச்சரியப்பட்டான். அலுவலக ஊழியர் ஒரு கதவுக்கு முன்னால் போய் சற்று நின்றார். கதவில் 'உதவி மேலாண்மை' என்று குறிப்பிடப்பட்டிருந்தது, அதை ஒரு தடவைத் தட்டினார். பின்னர் பதிலுக்காகக் காத்தி ராமல் கதவைத் திறந்தார். சற்று குனிந்து, ராபர்ட்டை சைகையால்

தடாகம் | 161

உள்ளே வர அழைத்தார். இரும்புச் சரவிளக்கு ஒன்று ஒரு குளிர்ச்சியான ஒளியைப் பரப்பிக்கொண்டிருந்தது. தாழ்வான மேற்கூரை கொண்ட அந்த அலுவலகம் அகலமாக இருந்தது. ஒரு சிறிய சாளரம் திறந்திருந்தது. அதற்கு அப்பால் எதுவும் தெரியவில்லை. தரைப் பகுதியில் சாயம் மங்கிப்போன சிறு சிறு அடைப்புகள் இருந்தன. சுவரில் தரையிலிருந்து கூரைவரை நூலகத் தட்டுகள் பொருத்தப்பட்டிருந்தன. ஒரு பெரிய மேசைக்குப் பின்னால், முற்றிலும் வழுக்கையான ஒரு மனிதர் ஒரு கண்ணில் கண்ணாடியோடு அமர்ந்திருந்தார். அவர் ஒரு கோப்பை ஆழ்ந்து பார்த்துக்கொண்டிருந்தார். தலையைத் தூக்கி ஒரு புன்னகையைக் கஷ்டப்பட்டு வரவழைத்துக்கொண்டு, அவனை எதிரில் இருந்த இருக்கையில் அமரச் சொன்னார். அவன் வருகையின் நோக்கத்தைத் தெரிந்துகொண்டு ஃபிரான்ஸ் பற்றிப் பேச ஆரம்பித்தார். அவர் அலுவலகத்தில் பணிசெய்யும் மிகவும் திறமையான ஒருவரை நோய் எவ்வாறு வேலை செய்யவிடாமல் தடுத்தது என்று வருத்தப்பட்டார். அவருக்கு ஃபிரான்ஸ் மீது எப்போதும் மதிப்பும் மரியாதையும் இருந்திருக் கின்றன. அவரது திறமை அவரது சக ஊழியர்கள் அனைவராலும் பாராட்டப்பட்டிருந்தது. அவர் சோர்வற்ற கடின உழைப்பாளி. திறமைகள் பல கொண்டவர். விசுவாசமானவர். அவர் எல் லோருக்கும் உதாரணமாகத் திகழ்ந்தார் என்று இயக்குநர் சொன் னார். கடந்த சில வருடங்களாக டாக்டர் காஃப்காவின் நோயின் காரணமாக சிக்கல்கள் மிகுந்திருந்தன. இது அனைவருக்கும் தெரியும். இருப்பினும், அவருடைய திறமையும், இரக்க குணமும், ஆர்வமும் எல்லோருக்கும் தெரிந்ததால், அவர் ஒரு 'பகுதி நேர' வேலை கேட்டதும், அளித்துவிட்டார்கள். இந்தப் பகுதி நேர வேலை காப்பீடு நிறுவனத்திற்கு ஒரு கொடூரமான பற்றாக்குறையை ஏற்படுத்திவிட்டது. அதிலும் குறிப்பாக தொழில்வழி விபத்துகள் தவிர்ப்பதிலும், பாதுகாப்பிலும் அந்தப் பற்றாக்குறை தென்பட்டது. டாக்டர் காஃப்கா அந்தத் துறையில் தனித்தகுதி பெற்றிருந்தார். அவருடைய சட்டத்துறை அறிவும், அவர் பதிலெழுதும் திறனும் அற்புதங்கள் நடத்திக் காட்டின. இப்படி அந்தத் துணை இயக்குநர் பேசிக்கொண்டிருக்கும் போது, ராபர்ட்டுக்கு ஃபிரான்ஸ் அந்த அலுவலகப் பணிகுறித்து சொன்னது நினைவுக்கு வந்தது:

"அந்த இரட்டை வாழ்க்கை பயங்கரமாக இருந்தது. அதன் விளைவாக மனநிலை மாறிவிடும். அங்குக் கோப்புகளைப் பார்க்கிறேன் என்று என் சதையில் ஒரு பகுதியைப் பிடுங்கிக் கொள்ளவேண்டி இருந்தது."

துணை இயக்குநர் சற்றுச் சிந்தித்துவிட்டு மீண்டும் சொன்னார்: என் சொந்தக் கோப்புகளுடன், டாக்டர் காஃப்கா எழுதிய ஓர் அற்புதமான கட்டுரையைப் பாதுகாத்து வைத்திருக்கிறேன். நன்றாகக் கவனியுங்கள், இளைஞரே. அதன் தலைப்பு: 'கட்டடத் தொழிலுக்கும் அது சார்ந்த துறைக்கும் காப்பீடு விரிவாக்கத்தின் அவசியம்.' அவர் அந்தச் சொற்களைப் பழைய நினைவினால் வரும் உணர்ச்சிப் பெருக்கில் உதித்தார். "அந்தக் கட்டுரை எல்லோர் பார்வையிலும் ஒரு மாதிரிப் படிவமாக விளங்கும். புதிதாக பணியில் சேர்பவர்களுக்கு அதிலிருந்து சில பகுதிகளை படித்துக் காட்டுவதுண்டு. அந்த உரைநடையும், அதன் கண்டிப்பும், காப்பீடு குறித்த புரிதலும், அவர்களுக்கு ஓர் உந்துதலாக அமையும்." பின்னர், அவர் தன் மேசை டிராயரிலிருந்து ஒரு சின்ன கோப்பையை எடுத்து மேசைமீது வைத்தார். அதிலிருந்து அலுங்காமல் குலுங்காமல் ஒரு தாளை எடுத்தார் – ஒரு சட்ட நிபுணர் ஒரு உயிலை எடுப்பதுபோல! தன் ஒற்றைக் கண்ணாடியைக் கழற்றிவிட்டு அந்தத் தாளைக் கண்களுக்கருகில் கொண்டுவந்து இரட்டைக் கண்ணாடி உதவியோடு பார்த்தார். "இதில் சில பகுதிகளை உங்களுக்குப் படித்துக் காட்ட வேண்டுமென்ற ஆர்வத்தை அடக்க முடியவில்லை. இது என்னைப் பொறுத்தவரையிலும், என் சக ஊழியர்களைப் பொறுத்தவரையிலும் காப்பீட்டுக் கலையின் உச்சத்தைத் தொட்டிருக்கிறது எனலாம்." ஒரு திறமையற்ற நடிகரைப்போல், அவர் மூச்சை இழுத்து, பிறகு ஆழமாக அதை வெளியேற்றிவிட்டு, ஃபிரான்ஸ் பத்தாண்டுகளுக்கு முன் எழுதிய உரையைப் படித்தார் - படித்தார் என்பதைவிட அறிவித்தார் என்றே சொல்ல வேண்டும்:

"கல்வெட்டுவோர், கிணறு தோண்டுவோர், உலோக கட்டுமான நிறுவனங்கள் சம்பந்தப் பட்ட நீட்டிப்புச் சட்டத்தில், முன்பு கட்டாய காப்பீட்டிற்கு உள்ளடங்காத செயல்பாடுகளின் வடிவங்களும் உட்படுகின்றன. அவை கட்டுமானத் தொழில்

சம்பத்தப்பட்டவையாக இருந்தும், பிரதான சட்டத்தின் படி கட்டுமான நிறுவனங்களின் பல்வேறு தொழில் வகைகள் இன்னும் கட்டாய காப்பீட்டிற்கு உட்படுத்தப்படவில்லை. காப்பீடு திருத்தம் சில தொழில்களுக்கு மட்டுமே நீட்டிக்கப் பட்டுள்ளதால் மற்ற தொழில்களுக்கு அது பொருந்தாது. திருத்தம் இந்தத் தொழில்களுக்கு மட்டுமே பட்டறை வேலை வரை நீட்டிக்கப்பட்டுள்ளது. மற்ற தொழில்களின் பட்டறை வேலைகளுக்கு இந்த நீட்டிப்பு பொருந்தாது என்று முடிவு செய்யவேண்டி இருக்கிறது."

துணை இயக்குநர் சற்று நிறுத்திவிட்டு சட்டையின் உள் பாக்கெட்டிலிருந்து ஒரு கைக்குட்டையை எடுத்து நெற்றியைத் துடைத்துக் கொண்டார். "இவ்வளவு அழகான வாசகத்தை நான் எங்குமே படித்ததில்லை," என்று தனக்குள் முணுமுணுத்துக் கொண்டார்.

பின்னர் ராபர்ட்டின் கண்களை உற்றுப் பார்த்துக்கொண்டே அவேசமாகச் சொன்னார் :

"காத்திருங்கள், அதெல்லாம் ஒன்றுமில்லை, முடிவைக் கேளுங்கள்!"

பின்னர் அவர் தொடர்ந்தார்:

"எனவே, ஷரத்து 1 வரி 10, மூலம் சட்டமியற்றியவருக்குக் காப்பீடு கடமைக்கான புதிய சட்டத் தலைப்புகளை உருவாக்கு வதைவிட வேறு நோக்கம் எதுவும் இல்லை என்பதை நாங்கள் உறுதிப்படுத்த முடியும், இல்லையென்றால், கட்டாயக் காப்பீடு நீட்டிப்புச் சட்டத்தில் தச்சுத் தொழிலையும், மண் வெட்டும் தொழிலையும் சேர்க்காததை நியாயப்படுத்த முடியாது. அத் தொழில்களில் மேற்சொன்ன தொழில்களைவிட அதிக ஆபத்துகள் நிகழும் வாய்ப்பு இருக்கிறது."

இந்தத் தீர்ப்பு நிர்வாக நீதிமன்றத்தின் ஜூன் 1, 1908 ஆண்டு தீர்ப்பு 10674 எக்ஸ் 1907 ஆல் நிறைவு செய்யப்பட்டது. (அதிகாரபூர்வ அறிவிப்பு 1908, பக்கம் 296.)

அவர் சற்று நிறுத்தினார். தாளை மேசைமீது வைத்துவிட்டுத் தலையைத் தூக்கி ஆர்வத்துடன் கேட்டார்.

"எல்லாமே சொல்லப்பட்டிருக்கிறதல்லவா?"

ராபர்ட் மரியாதையைக் குறிக்கும் வகையில் தலையை அசைத்தான்.

"ஆனால், டாக்டர் கஃப்கா இதுபோல் எழுதுவதில் மட்டும் திறமைசாலி இல்லை. முதலாளிகள் செலுத்தவேண்டிய பங்கு, முதலாளிகளுக்கும் தொழிலாளிகளுக்கும் ஏற்படும் பிரச்சினைகள், செலுத்தவேண்டிய தொகையை மறு ஆய்வு செய்தல் – இப்படி அவருக்குக் கொடுக்கப் பட்ட பணி எதுவானால் சரியாக செய்து முடிப்பார். பொஹீமியா இராச்சியத்தின் தொழில்வழி விபத்துகள் காப்பீடு அலுவலகம் ஒரு தேசிய நிறுவனம். நான் இங்கு வரலாறு பேசுவதைத் தவறாக எடுத்துக்கொள்ள மாட்டீர்கள் என்று நினைக்கிறேன். பணியின்போது ஏற்படும் விபத்துக்களுக்கான காப்பீடு, அதன் தொடர்ச்சியான நோய்க் காப்பீடு, ஆகியவை ஹாப்ஸ்பர் அரசின் பொற்காலத்தில் தொடங்கியது. அப்போதிலிருந்து எங்கள் நிறுவனம் பேரரசுக்குள் ஒரு பேரரசாகச் செயல்படுகிறது. பிராகா நகர் அலுவலகம் மட்டுமே 35 000 தொழிலகங்களுக்குப் பொறுப்பேற்றிருக்கிறது. விபத்து – நோய் ஆகியவற்றிற்காக அனைத்துத் தொழிலாளிகளுக்கும் சந்தா கட்டி வருகிறது. இன்றைய தினம் இந்த அலுவலகத்தில் 294 பேர் பணியாற்றுகிறோம். பொஹீமியாவில் உற்பத்தி முறைகளில் – குறிப்பாகத் தச்சுத் தொழிலில், அவருக்கிருந்த அபார ஞானத்தைப் பயன்படுத்த ஒருபோதும் தயங்க மாட்டார். அவருடைய ஆர்வம், அறிவு, துடிப்பு ஆகியவற்றைக் கொண்டு அவர் வெற்றிகரமாக எல்லா படிநிலைகளையும் தாண்டி வந்துவிட்டார். அவர் 1910 ஆண்டு பணி உறுதி செய்யப்பட்டார். அப்போதிலிருந்து 1913ஆம் ஆண்டு துணைச் செயலாளராகவும் 1920 ஆண்டு செயலாளராகவும், 1923ஆம் ஆண்டு தலைமைச் செயலாளராகவும் உயர்ந்துகொண்டே போனார். ஆனால், அதற்குள் சில மாதங்களுக்கு முன்னால் அவர் விருப்ப ஓய்வு பெற்றுவிட்டார். அதுவும் எல்லோருக்கும் தெரிந்த கவலைக்குரிய காரணங்களுக்காக! தலைமை ஆய்வாளர் யூஜின் ஃபோல் "நமது நண்பர் டாக்டர் காஃப்கா இல்லாமல் நமது அலுவலகம் இடிந்துவிடும்" என்றார். இருந்தபோதும், அவர் பணி

நியமனத்தின்போது பிரச்சினைகள் இல்லாமல் இல்லை. எங்கள் நிறுவனம் யூதர்களைப் பணி நியமனம் செய்வதில்லை என்பது அனைவருக்கும் தெரியும். சரியான காரணம் என்னவென்று என்னிடம் கேட்க வேண்டாம். நிறுவனம் யூதர்களை அனு மதிப்பதில்லை. அவ்வளவுதான். நீங்கள் ஒரு யூதராக இருந்தால் இதுபோன்ற நடவடிக்கை அதிர்ச்சியை ஏற்படுத்தக் கூடும். என்னைப் போல், ஆய்வாளர் யூஜின் ஃபோலைப் போல், சொல்லப்போனால் இங்கு எல்லோருக்கும் மாதிரியாக இருக்கும் அலுவலர் வோல்ஃப்காங்க் மர்க்கஸ் போல் யூதராக இல்லாதவர்களுக்கும்கூட இந்த நடவடிக்கை அதிர்ச்சியளிக்கும். அனால், இது பல காலமாக நடைமுறையில் இருக்கிறது. மரபு ஆகிவிட்டது. பொஹீமியா இராச்சியத்தில் தொழில் சம்பத்தப் பட்ட விபத்துகளுக்கான காப்பீட்டு நிறுவனம் ஒன்று மரபுகளை எப்படி மீற முடியும்? அது தன்னையே நிராகரித்தது போலாகும். மாலை ஆறுமணிக்குப் பின் நான் டாக்டர் காஃப்காவை சில சமயம் ஃபிரான்ஸ் என்று அழைப்பதுண்டு. அவர் தன் இனத்தின் மீது விதிக்கப்பட்டிருந்த தடையை மீறி வந்திருந்தார். காரணம் அவருடைய விண்ணப்பம் நிர்வாகக் குழு உறுப்பினரான டாக்டர் பிரிபிராம் அவர்களால் பரிந்துரைக்கப் பட்டிருந்தது. அவருடைய மகன் டாக்டர் காஃப்காவிற்கு நெருங்கிய நண்பன் என்று பின்னர்தான் எனக்குத் தெரிய வந்தது. எங்கள் நிறுவனம் யூதர்களை அனுமதிப்பதில்லை என்று சொல்வது மிகைப் படுத்திச் சொல்வதாகும். ஏனென்றால், டாக்டர் ஃபிளேஷ்மான் எனும் இன்னொருவர் “தொழிற்சாலை விபத்துகள்” என்ற பிரிவில் சேர்ந்திருக்கிறார். அவர் தகுதியற்றவர் என்று நான் சொன்னால் உண்மைக்கு மாறாகும். அக்காலத்தில் இரு நூற்று முப்பது பேர் வேலை செய்த இடத்தில் இரண்டு யூதர்கள் என்பது அதிகமல்ல. எல்லாமே பார்க்கும் பார்வையைப் பொறுத்ததே. அப்படித்தான், செயற்குழுவில் இடம்பெற்றிருக்கும் டக்டர் ஹெர்மன் வொழேலுக்கு, இரண்டு பேர் மிக அதிகம் எனத் தோன்றுகிறது. இப்போது டாக்டர் காஃப்காவுக்கு வருவோம். அவரையும், அதுபோல் டாக்டர் ஃபிளெஷ்மேனையும் தெரிவு செய்தது குறித்து நிறுவனம் ஒருபோது வருந்த வில்லை. வேண்டுமானால், காஃப்கா எழுதிய மற்ற கட்டுரைகளைக்

கொடுக்கிறேன். அவர் உரைநடை எவ்வளவு சரியாகவும், துல்லிய மானதாகவும், அனைத்தையும் உள்ளடக்கியதாகவும் இருக்கிறது என்பதை நீங்கள் தெரிந்துகொள்ளலாம். அவர் ஓர் எழுத்தாளர் என்று யாரோ சொன்னார்கள். ஆனால், உண்மையைச் சொல்லப் போனால் அவருடைய மற்ற எழுத்துகளை நான் படித்ததில்லை. என்னுடைய சொந்த வாழ்க்கையைப் பற்றி இங்குக் குறிப்பிட வேண்டுமானால், நான் முழுநேரத்தையும் காப்பீட்டுத் துறை யிலேயே செலவிடுகிறேன். ஆனால், பொஹீமியா இராச்சியத்தில் தொழில் வழி விபத்துக்கள் காப்பீடு நிறுவனத்தில் அவருடைய எழுத்துக்கு வேறு ஏதோ ஒன்று இணையாக இருக்கக் கூடும் என்று நான் நிச்சயமாகக் கூற இயலாது. சரி, இப்போது நான் உங்களை என் பிடியிலிருந்து விடுவிக்க வேண்டும். காப்பீட்டுத் துறை ஒரு பெரிய பூதம். அது உங்களை முழுமையாக விழுங்கி விடும். நீங்கள் கொண்டுவந்த ஆவணத்தைக் கொடுங்கள். மதிப்பீட்டார் ஒருவர் உங்களை வழியனுப்ப வருவார். ஆனால், என்னை ஒன்று சொல்ல அனுமதித்தீர்களானால், நீங்கள் மீண்டும் இங்கு வந்து காஃப்கா அலுவலகத்தில் வேலை செய்யுங்கள் என்று சொல்வேன். நமது நண்பர் எர்னெஸ் குரூலிக் நிர்வாகத் திடம் புகார் கொடுத்திருக்கிறார். அதன்படி காஃப்கா தன் மேசை டிராயரிலும், அலமாரியிலும் ஏராளமான எழுத்து வேலைக்கான காகிதங்கள் விட்டுச் சென்றிருக்கிறார். கொஞ்சம் விட்டால், அவர் அவற்றையெல்லாம் குப்பைக் கூடையில் தூக்கி எறிந்துவிடுவார். நண்பர் டாக்டர் காஃப்கா திரும்பிவரும் சாத்தியமில்லை என்பது எனக்கும், உங்களுக்கும் நன்றாகவே தெரியும். ஆகையால், நீங்கள் அவர் அலுவலகத்தில் வேலை செய்வதற்குக் கதவு எப்போதுமே திறந்திருக்கும்."

அவர் தனக்கு முன்னால் இருந்த ஒரு மணியை அழுத்தினார். மதிப்பீட்டாளர் ஒருவர் கதவு வழியே தலையை நீட்டி, "என்ன வேலை" என்று கேட்டார்.

"எழுத்துதான் என் வாழ்க்கையின் முக்கியக் குறிக்கோள். அதற்கு ஒரே தடைதான் இருக்கிறது. ஆனாலும், அது மிகப் பெரிய தடை. என் அலுவலகம்தான் அந்தத் தடை" என்று ஃபிரான்ஸ் அவனிடம் ஒரு நாள் மட்லியாரியில் மனம் விட்டு சொல்லி இருக்கிறார்.

ராபர்ட் 'பார்' ஒன்றில் மேக்ஸ் பிராடுக்காகக் காத்திருந்தான். ஒருவாறாக அவர் வந்தார். அவனிடம் மன்னிப்பு கேட்டுக் கொண்டார். பின்னர் ஓர் இருக்கையில் போய் அமர்ந்து கொண்டு கொஞ்ச நேரம் விண்வெளியை வெறித்துப் பார்த்துக் கொண்டிருந்தார். அதன் பிறகு சர்வரைக் கூப்பிட்டு பீர் கொண்டுவரச் சொன்னார். அதை ஒரே மூச்சில் குடித்துவிட்டு, இன்னொரு பீர் கேட்டார். பின்னர் அவர் வேகமாகவும், தடு மாற்றத்துடனும், தான் காப்பீட்டு நிறுவனத்திற்குப் போய்விட்டு வந்த கதையைச் சொன்னார். போரிக் தெரு 7ஆம் எண்ணிலிருந்த அந்த அலுவலகத்திற்கு அவர் வரும்போது அவருக்கு மேலும் மேலும் பதற்றமாக இருந்தது. மதிப்பீட்டாளர் ஒருவர் அவரை ஃபிரான்ஸ் அறைக்குள் அழைத்துக்கொண்டு போய்விட்டார்.

அறைக்குள் அவரைத் தனியாக விட்டுவிட்டார். நுழை வாயிலில், கோட் ரேக்கில் ஃபிரான்ஸ் காஃப்காவின் மேலங்கித் தொங்கிக்கொண்டிருந்தது. அதன் கழுத்துப் பகுதி கசங்கிப் போய் இருந்தது. அவருடைய குடையும் அங்கு மாட்டப்பட்டிருந்தது. பிராட் திரைச் சீலையை விலக்கிக் கொஞ்சம் வெளிச்சம் வர வைத்தார். சன்னலைத் திறந்து கொஞ்சம் காற்று வரச் செய்தார். ஃபிரான்ஸின் மேசைக்கு எதிரே இருந்த நாற்காலியில் அமர வேண்டும்போல் இருந்தது. ஆனால், ஆவலைக் கட்டுப் படுத்திக்கொண்டார். அங்கு ஃபிரான்ஸ் வேலை செய்யும்போது, அவர் நூறு தடவை போய் நின்று அவர் தேக்கு மர மேசையைப் பார்த்து ரசித்திருக்கிறார். அது மோல்ஸ்கினால் மூடப்பட்டிருந்தது. அதன் மீதிருந்த இங்க் பாட்டில் முழுமையாக நிரப்பப்பட்டிருக்கும். பிராட் எதையும் தொடவில்லை. மூச்சு விடுவதற்குக்கூட அவருக்குத் தைரியமில்லை.

தொடர்ந்து பிராட் சொல்லும்போது ஏதோ ஒரு கருவறைக்குப் போய்விட்டு வந்தவர்போல் பேசினார். ஒரு பெரிய இரும்பு அலமாரியைத் திறக்கப் போகும்முன் நீண்ட நேரம் அதன் எதிரில் முடங்கிவிட்டதுபோல் நின்றுகொண்டிருந்தார். அதனைத் திறப்பது ஒரு தெய்வ நிந்தனைபோல் அவருக்குத் தோன்றியது. ஒருவாறாக அதன் பிடியைத் திருப்பிக் கதவைத் திறந்தபோது, ஸ்தம்பித்து நின்றுவிட்டார். அதனுள், ஏராளமான பயிற்சிப்

புத்தகக் கட்டுகள் அடுக்கி வைக்கப்பட்டிருந்தன. அவை வெவ்வேறு விதமானவை. சிறிது பெரிதானவை. வடிவங்கள் வெவ்வேறானவை.

“தொடரவும்!” என்று ராபர்ட் சொன்னான். குடிப்பதற்காக பிராட் கதையை நிறுத்தினார். இளைஞனது ரசனைக்கு ஒத்து வராத அளவுக்கு மிகவும் மெதுவாகக் குடித்தார்.

பிராட் தனது கோப்பையைக் கீழே வைத்தார். அவரது ஜாக்கெட் உள்ளே இருந்த பாக்கெட்டிலிருந்து ஒரு சிறிய நோட் புத்தகத்தை வெளியே எடுத்தார். அதை, ஒரு வார்த்தையும் சொல்லாமல், ராபர்ட்டிடம் கொடுத்தார். ராபர்ட் அதைத் திறந்து அங்குமிங்கும் நோட்டம் விட்டான்.

எழுத்து எனக்கு வர மறுக்கிறது. ஒரு சுய விசாரணையில் இறங்கும் எண்ணத்தில் இருந்துவருகிறேன். ஒரு சுயசரிதை அல்ல, ஆனால் ஒரு விசாரணை. சிறு சிறு கூறுகளை நான் தெளிவாக்கிக் கொள்ள விரும்புகிறேன்.

அவன் நோட் புத்தகத்தைப் படிக்கத் தொடங்கினான். அவனது இதயம் கடுமையாகத் துடித்தது. கையெழுத்து சில இடங்களில் பெரிதாகவும், தொடர்ச்சி இல்லாததாகவும் இருந்தது. இன்னும் சில இடங்களில் இடம் விடாமல் தொடர்ச்சியாகவும் இருந்தது. ஒரு பக்கம் ஒன்றும் எழுதப்படாமல் இருந்தது. இன்னொரு பக்கத்தில் பல வரிகள் அடிக்கப்பட்டிருந்தன. அடுத்த பக்கம் முழுமையாகக் கறுப்பாக்கப்பட்டிருந்தது. ஒரு பக்கம் பாதி கிழிக்கப்பட்டிருந்தது. அதன் ஒரு பத்தியைப் பொறுமையாகப் படித்துப் பார்த்தான்:

> *நான் சந்தித்ததில் மிகவும் ஒத்துவராத பெண் "நான் உன்னைக் காதலிக்கவில்லை" என்று சொன்னவள் அல்ல. “என்னை உன்னால் காதலிக்க முடியாது. எவ்வளவு ஆர்வமாக நீ விரும்பினாலும், என்னை விரும்புவது உனக்கு துரதிர்ஷ்டம்தான். என் மீதான காதல் உன்னைக் காதலிக்கவில்லை” என்று சொல்பவள்தான்.*

"அலுவலக ஊழியர் ஒருவர் மிகவும் நிதானமாக இருந்த நிலையில் இந்தக் குறிப்பேட்டை அலட்சியமாக விட்டுச் சென்றது எனக்கு விளங்கவில்லை" என்றார் பிராட். அவர் தன் உணர்ச்சிகளைப் பகிர்ந்துகொண்டதால் அவருக்கு ஒரு பாரம் குறைந்தது. அதுபோல் அவர் குரலிலும் கடுமை குறைய ஆரம்பித்தது.

"உண்மையில், அது அற்புதம்தான்!" என்றான் ராபர்ட் ஆர்வத்துடன்.

"இன்னும் இருக்கிறது," என்றான் பிராட் ஒரு ரகசியத்தை வெளியிடும் பாணியில்.

"அப்படியா?"

"அலமாரியைக் காலிசெய்து என்னுடைய பையில் அந்தக் குறிப்பேடுகளை வைத்து நிரப்பிய பிறகு, அவருடைய மேசை டிராயர்களைத் திறந்து பார்த்தேன்" என்று உணர்ச்சிவசப்பட்டுச் சொன்னார் பிராட். "அப்போது நடு டிராயரைத் திறந்தபோது அதில் ஒரு கவர் இருந்தது. அதன் மீது அவர் பெயர் எழுதப் பட்டிருந்தது.... உங்கள் காதுகளை நீங்கள் இப்போது நம்ப மாட்டீர்கள்" என்று சொல்லிக்கொண்டே அவர் தன் சட்டைப் பையிலிருந்த ஒரு கவரை எடுத்து அதில் இருந்த வாசகத்தைப் படிக்கத் தொடங்கினார்.

என் அருமை மேக்ஸ், இதுதான் என் கடைசி விருப்பம்: நூலகத்திலும், துணி அலமாரியிலும், மேசையிலும், என் வீட்டிலும், அலுவலகத்திலும், அல்லது வேறு இடங் களுக்கு அவற்றைக் கொண்டு வைத்திருந்து, அவை உன் கண்ணில் பட்டால் நான் விட்டுச் சென்ற அனைத்தையும் (அது என் நாட்குறிப்புகளாக அல்லது கையெழுத்துப் பிரதிகளாக இருப்பினும், நான் எழுதிய அல்லது பிறர் எனக்கு எழுதிய கடிதங்களாக இருப்பினும், சித்திரங் களாக இருப்பினும்) அவற்றைப் படிக்காமல் அப்படியே தீயிட்டுக் கொளுத்திவிட வேண்டும். அதுபோல் உனக்கு

அல்லது மற்ற எவருக்கோ அனுப்பிய வாசகங்கள் அல்லது சித்திரங்கள் முதலியவற்றை என் பெயரால் கேட்டு வாங்கிக் கொளுத்திவிட வேண்டும். சிலர் கடிதங்களை ஒப்படைக்க விரும்பவில்லையென்றால், அவரிடம் அவற்றை எரித்து விடுவதாக வாக்குறுதியாவது வாங்கிவிட வேண்டும்.

இப்படிக்கு உன் நண்பன் ஃபிரான்ஸ் காஃப்கா

கடிதத்தை மடித்து வேறெதுவும் சொல்லாமல் உறைக்குள் வைத்தார்.

டோரா நினைவுபடுத்திச் சொன்னாள். பெர்லின் மிக்கஸ்ட்ராஸ் வீதி 8ஆம் எண்ணில் சில குளிர்கால இரவுகளில், அவளும் ஃபிரான்ஸும் ஒரு பெரிய இரும்புச் சட்டியில் வைத்துப் பக்கம்பக்கமாகக் கொளுத்திய கையெழுத்துப் பிரதிகள் அவள் நினைவுக்கு வந்தன. அது போன்ற காட்சியை ஃபிரான்ஸ் மகிழ்ச்சியோடு கண்டு களிக்கவில்லை என்றும் டோராவே சொன்னாள். இருப்பினும், அது ஒரு கடமையை நிறைவேற்றிய திருப்தியை அளித்தது. ஏனென்றால், காஃப்காவின் பார்வையில், முழுமையடையாத படைப்புகளின் தடம்கூட மறைந்துவிட வேண்டும். அவற்றைத் திருத்த காலம் அனுமதிக்கவில்லை. ஃபிரான்ஸின் பலம் குறைந்துகொண்டே போனதால், அவருக்குக் காலம் இல்லாமல் போய்க்கொண்டிருந்தது.

"இன்னொரு டிராயரின் அடியில், இன்னொரு கடிதமும் இருந்தது" என்று பிராட் கவலை தோய்ந்த குரலில் சொன்னார்.

இரண்டாவது உறையை எடுத்து அதை ராபர்ட்டிடம் கொடுத்துப் படிக்கச்சொன்னார்:

"என் அருமை மேக்ஸ், ஒருவேளை நான் இந்தத் தடவை எழாமலிருக்கலாம். நுரையீரல் காய்ச்சலுக்குப் பின் நிமோனியா வரக்கூடும். இதை நான் எழுத்துப் பூர்வமாகத் தெரிவிப்பதால் அது வராமல் போய்விடாது. இருந்தும் அதில் ஏதோ ஒரு சக்தி இருக்கிறது.

அப்படி நிகழ்ந்தால், என்னுடைய எழுத்துகளைப் பற்றி என்னுடைய கடைசி ஆசை இதுதான்:

நான் எழுதியவற்றில் 'தீர்ப்பு', 'நிலக்கரித் தொழிலாளி', 'உருமாற்றம்', 'தண்டனை முகாம்', 'கிராமத்து மருத்துவன்' ஆகிய நாவல்களும், 'பசியில் வாடும் படைப்பாளி' என்ற கதையும் தகுதியானவை..."

ஒரு கணம் எதுவும் அவர்கள் பேசிக்கொள்ளவில்லை. ராபர்ட்டால் மௌனத்தைக் கலைக்க முடியவில்லை. அவன் சிந்தித்தான்: என் நினைவைப் போற்றும் விதமாக என் படைப்பு களை எரித்துவிடுங்கள். என் நினைவைப் போற்றும் விதமாக என் நினைவையே அழித்துவிடுங்கள். என்னைக் கொன்றுவிடு, இல்லையேல் நீ கொலைகாரன்.

"என்ன உங்கள் முடிவு?" என்றான் கடைசியில்.

"இந்தக் கடிதம் இயலாத ஒன்றைச் செய்யச் சொல்கிறது" என்றார் பிராட்.

"இந்தக் கடிதம் இயலாத ஒன்றைச் செய்யச் சொல்லவில்லை. செய்யும்படி வற்புறுத்துகிறது."

"ஒரு நண்பனிடம் அதை எதிர்பார்க்கக் கூடாது."

"பின்னர் யாரிடம் அதை எதிர்பார்க்கலாம்?"

பிராட் தன் நண்பனின் மறைவுக்கு முன் அவன் படைப்பைப் பற்றி விவாதித்ததாகச் சொன்னார். எழுத்தாளன் தன் எழுத்து களில் பெரும்பாலானவற்றை அழித்துவிட வேண்டும் என வற்புறுத்திய போது, பிராட் அது இயலாத காரியம் என்று மறுத்து விட்டார். அவரால் ஒருபோதும் அப்படிச் செய்ய முடியாது எனத் தெளிவாகச் சொல்லிவிட்டார்.

"அதனால்தான் அவர் எழுத்துப் பூர்வமாக மீண்டும் வற்புறுத்தி இருக்கிறார்போலும்."

"இப்போது நீங்கள் எந்தப் பக்கம் இருக்கிறீர்கள்?"

"இரண்டு பக்கங்கள் இருப்பது எனக்குத் தெரியாது."

"என் வீட்டுக்குப் போய் இந்தப் பையில் இருப்பதைக் கொளுத்திவிட சம்மதிக்கிறீர்களா?"

"ஃபிரான்ஸ் என்னிடம் அப்படியொன்றும் சொல்ல வில்லையே."

"சரி, நான் அதனைச் செய்யும்படிக் கேட்டுக்கொண்டால்?"

"அப்படியொன்றும் நீங்கள் கேட்கப் போவதில்லை. ஏற்கனவே நீங்கள் முடிவு செய்துவிட்டீர்கள். ஃபிரான்ஸின் கடைசி ஆசையை நீங்கள் மதிக்கப் போவதில்லை. உங்கள் உற்ற நண்பனுக்கு நீங்கள் துரோகம் செய்யப் போகிறீர்கள்."

"நான் அவரை மதிப்பதனால்தான் அந்தத் துரோகத்தைச் செய்யப் போகிறேன்."

"ஒரு மனிதனின் கடைசி ஆசையை மதிப்பதைத் தவிர, அவனை வேறு எந்த விதத்தில் மதிக்க முடியும்? தனிமனிதனை மதிப்பதற்கு எல்லைகளில்லை. மதிக்கப் போகிறோம் அல்லது மதிக்கப் போவதில்லை, அவ்வளவுதான்."

"நாம் இங்கு ஃபிரான்ஸ் பற்றிப் பேசுகிறோம். நீங்களோ கோட்பாடுகள் பற்றியும், தத்துவம் பற்றியும் பேசுகிறீர்கள்."

"நான் நீதி நெறிமுறைபற்றிப் பேசுகிறேன்."

"தீவைத்துக் கொளுத்துவதில் என்ன நீதி நெறிமுறை இருக்கிறது?" ஒரு மனிதனின் படைப்புகளைத் தீயினால் அழிப்பதில் என்ன நீதி இருக்கிறது? உலகம் ஃபிரான்ஸ் காஃப்காவை, அவர் எழுத்துகளை, அவர் சிந்தனையைத் தெரிந்துகொள்ள வேண்டுமல்லவா?"

"காஃப்காவே தான் அவற்றில் இல்லை என்று நினைத்தால்?"

"நாம் ஒரு சிலர் மட்டுமே அவருடைய படைப்புகளை அறிந்திருக்க வேண்டுமென்று நினைக்கிறீர்களா?"

"அவருடைய விருப்பமும் அதுதான். 'கோட்டை' என்ற புத்தகமும், அமெரிக்காவைப் பற்றிய புத்தகமும், படிப்பதற்காக எழுதப்பட்ட நூல்கள் அல்ல என்று அவர் நினைத்தார்."

"உங்களைப் பொறுத்தவரையில் அவை எதற்காக எழுதப் பட்டவை?"

“அவை எழுதுவதற்காக எழுதப்பட்டவை. எழுதுவதெல்லாம் படிப்பதற்காக மட்டும்தான் என்று யார் சட்டம் கொண்டு வந்தது.”

“இவ்வளவு அருமையான சிந்தனையின் அடிப்படையில், இதுபோன்ற கதைகளையும், இது போன்ற உலகங்களையும் படைத்தது மற்றவர் எவரும் அவற்றில் இடம்பெறக் கூடாது என்பதற்காகவா? நீங்கள் ஃபிரான்ஸை ஒரு சுயநலப் பேயாக பார்க்கிறீர்களா? ‘கோட்டை’ என்ற புத்தகத்தை எழுதுவதற்கு அவர் தன் வாழ்க்கையில் பல மாதங்கள் செலவிட்டார். சக்தி யெல்லாம் வீணடித்தார். அப்படிப்பட்ட அந்தப் படைப்பைப் பிற்காலத்தில் அழித்துவிட வேண்டுமா? வாசகனை மறையச் செய்யவும், வாசகனை இல்லாமல் செய்யவும் அவர் நினைக்க வில்லை. ஃபிரான்ஸ் ஒரு நாசக்காரரல்ல. ஃபிரான்ஸ் உலகத்தின் அழிவை விவரித்தார். அது வேறு விஷயம். ஃபிரான்ஸ் மற்ற வர்களோடு தன்னுடைய படைப்புகளைக் பகிர்ந்துகொள்ள விரும்பினார். தன் படைப்புகளைப் பொது மேடையில் படித்துக் காட்ட விரும்பினார். அவர் அப்படிச் செய்வதை நான் எத்தனையோ தடவை பார்த்திருக்கிறேன். அவர் தன் நூல்களைப் பதிப்பிக்க விரும்பினார். ஆனால், ஏனோதானோ என்று இல்லாமல் பதிப்பிக்க விரும்பினார். அதனால் அவரிடம் பெரிய மனஉளைச்சல் ஏற்பட்டது. நீங்கள் அவர் எவ்வாறு உணர்வின் உச்சத்தை அடைந்தார் என்று அவருடைய பதிப்பகத்தாரிடம் விசாரிக்கலாம். ஆனால், ஃபிரான்ஸ் கடைசியில் சமரசத்திற்கு வந்துவிடுவார். அவர் இறப்பதற்கு முந்தைய நாளில், ஜோசஃபின் நாவலைத் திருத்திக்கொண்டிருந்ததைப் பார்த்ததில்லையா? அந்த பிரதி ‘ஸ்கை மிதி’ என்ற பதிப்பகத்தால் சானடோரியத்துக்காக அர்ப்பணிக்கப்பட்டது. அதை என்ன சொல்வீர்கள்? ஃபிரான்ஸ் தன் விருப்பத்திற்கு மாறாக நடந்துகொண்டார் என்றா? இல்லை, இந்த இரண்டு குறிப்புகளும் அவருடைய கடைசி ஆசைகளின் முந்தைய ஆசைகள். அவை ஒரு பதற்றத்தில் எழுதப்பட்டவை. அந்த வார்த்தைகளை எழுதும்போது, அவருக்கு தன்னம்பிக்கை இல்லாமல் இருந்தது. ஃபிரான்ஸ் தன்னுடைய சிந்தனையையும், நம்பிக்கைகளையும் மாற்றிக்கொண்டேயிருந்தார் அவருடைய நிச்சயங்களில் காலப்போக்கில் ஒரு பரிணாம வளர்ச்சி இருந்தது.

உதாரணமாக, அவரை ஒரு யூதமதவாதியாகப் பார்த்திருப்பீர்கள். டோராவோடு பாலஸ்தீனம் சென்று வாழ்நாள் முழுதும் அங்குத் தங்கி இருக்க விரும்பினார். இரவும் பகலும் ஹீப்ரு மொழி படிக்கவும், ஹீப்ரு நாவல்களைப் படிக்கவும் விரும்பினார். பாலஸ்தீன நிலங்களைப் பயிரிட விரும்புவதாக ஆரவாரத்துடன் சொன்னார். தெல்-அவீவில் டோராவோடு சேர்ந்து ஒரு தேநீர் விடுதித் தொடங்கவும்கூட நினைத்தார்! எனக்கு இருபது வயதாகும்போது, அவர் சியோனிஸத்துக்கு எதிராக மாறி இருந் தார். ஐரோப்பாவையும், அதன் பேரழிவுத் திட்டங்களையும் விட்டுவிட்டு ஒரு யூத தேசம் அமைக்கப் புறப்பட்ட என்னையும் என் நண்பர்களையும் குறைகூறினார். எங்கள் லட்சியத்தை பழித்தார். எங்கள் கனவுகள் அபத்தமானவை என்றார். இதெல் லாம் அவருடைய மாணவப் பருவத்தில் நடந்தது. ஆனால், இருபதுகளில் அவர் ஒரேயடியாக மாறிவிட்டார். கடைசியாக வந்த சியோனிச காஃப்கா, தொடக்கத்தில் இருந்த சியோனிச எதிர்ப்பு காஃப்கா ஆகிய இருவரில் எதைத் தேர்ந்தெடுத்துக் கொள்வது. நான் பார்த்தபோது, அவரிடம் தற்கொலை மனோ பாவம் இருந்தது. அவர் கதைகளின் கதாநாயகர்கள் கொடூரமாக இறந்து போவார்கள். நீங்கள் அவரை பெர்லினில் பார்த்தபோது, அவரிடம் பிரம்மாண்டமான விரக்தி இருந்தபோதும், தன் சக்தியெல்லாம் திரட்டி வாழ்க்கையைக் கெட்டியாகப் பிடித்துக் கொண்டிருந்தார். இதைப் பற்றியெல்லாம் என்ன சொல்வது? அவர் டோராவுடன் வாழ்ந்த அந்த ஆண்டைப் பற்றியும் என்ன சொல்வது? அவர் ஒரு பெண்ணோடு அதற்கு முன் வாழ்ந்ததில்லை. பிராகா நகரைவிட்டு அவரால் வெளியேற முடியாது. அவர் தன் அறையைவிட்டு வேறொரு அறைக்குப் போவதென்றாலும் அவருக்குத் தன்னுடைய சகோதரியின் உதவி தேவைப்படும். அப்படிப்பட்டவர் தன் குடும்பச் சிறையை விட்டு வெளியேறினார். ஒருவேளை காதலினால் உந்தப்பட் டிருக்கலாம். அல்லது தவிர்க்க முடியாத மரணத்தின் விதி யாகக் கூட இருக்கலாம். அவருக்கு விதிபோல் தோன்றியதையும், ஊழ்வினையையும் அவர் வென்றிருந்தார் அல்லவா?

“எனக்குத் தெரியாது.”

"தெரியாது என்று சொல்வது ஒரு பதில் அல்ல."

ராபர்ட் சொன்னான்:

"அவர் உயிலுக்குத் துரோகம் செய்வது அவரது நினைவுக்கும், நட்புக்கும் துரோகம் செய்வதுபோலாகும். இரண்டாவது முறையாக அவரைக் கொல்வதாகும். இதையெல்லாம் நினைத்தால் எனக்கு மிகவும் வருத்தமாக இருக்கிறது."

பிராட் கேட்டான்:

"அவருடைய படைப்புகளைக் கொளுத்துவது அவரை இரண்டாவது முறையாகக் கொல்வதாகாதா? அது மரணம் வாழ்க்கை மீது வெற்றிகொள்வதாகாதா? அந்த மோசமான நோயை வெற்றிபெற வைக்க வேண்டுமா? வாழ்க்கைதான் வெற்றி பெற வேண்டும், ராபர்ட்! நாம் கடந்து வந்த ஒரு கொடூரமான சோகத்தில் - ஃபிரான்ஸ் என்னும் கதாநாயகனைப் பலிகொண்ட ஒரு துன்ப நாடகத்தில் - மனித இனம்தான் வெற்றி பெற வேண்டும். வாழ்க்கை இலக்கியமாகாது, ராபர்ட். இப்படிச் சொல்வது ஓர் எழுத்தாளன்தான்."

"நீங்கள் தத்துவம் பேசுகிறீர்கள், மேக்ஸ். நீங்கள் ஏதோ நன்மையின் பிரதிநிதிபோல் பேசுகிறீர்கள்."

"நான் நன்மையின் பக்கம்தான் நிற்க விரும்புகிறேன், ராபர்ட். அது அவ்வளவு சுகமான நிலைப்பாடு இல்லைதான். எழுத்துலகில் கொடிகட்டிப் பறக்கும் போலிகளை யார் வேண்டுமானாலும் பாராட்டிக்கொண்டிருக்கலாம். நான் கார்ல் கிராஸ் படித்தேன். அவர் எனக்கு எதிராக எழுதிய கட்டுரைகளைப் படித்தேன். ஆனால், மீண்டும் ஒரு முறை சொல்கிறேன், ராபர்ட். ஒரு அசாதாரண மேதையின் எழுத்துகளைப் பாதுகாப்பதை மட்டுமே நாம் பேசிக்கொண்டிருக்கிறோம்."

"ஃபிரான்ஸுக்குத் துரோகம் செய்வதாக உங்களைக் குற்றம் சாட்டுவார்கள்."

"அது பற்றி எனக்குக் கவலையில்லை! துரோகி என்ற பட்டத்தை நான் ஏற்றுக்கொள்கிறேன். வியென்னாவின் மத்திய தேநீர் விடுதி மேதாவிகளின் எள்ளல்களை நான் ஒரு பொருட்டாக

மதிக்கவில்லை. ஃபிரான்ஸ் உயிருடன் இருக்கும்போதே, கார்ல் கிராஸ் அவர் எழுத்துகளைக் குறைகூறினார். அல்லது ஒரு போதும் கண்டுகொள்ளவில்லை. கார்ல் கிராஸ் போன்ற எழுத்தாளர்களின் மேதாவித்தனமான சில்லறை எழுத்துகளைப் படிப்பதைவிட காஃப்காவின் படைப்புகளைப் படிப்பது மனித இனத்துக்குப் பெரிதும் பயன்படும் என்று நினைக்கிறேன். நம்மைச் சீண்டுபவர்கள் எதன் அடிப்படையில் பேசுகிறார்கள்? ஃபிரான்ஸின் உயிலுக்குத் துரோகம் செய்கிறேன் என்று எதன் பேரில் சொல்கிறார்கள்? நான் அந்தத் துரோகத்தைச் செய்யா விட்டால், ஃபிரான்ஸ் பெயரைக்கூட அவர்கள் நினைவில் வைத்திருக்க மாட்டார்கள். இல்லை, ராபர்ட். இலக்கியத்துக்கு கார்ல் கிராஸுக்கு மேல் தகுதியானவர்கள்தான் தேவை. அதற்குக் காஃப்காதான் தேவை. மற்றவற்றையெல்லாம் நான் புறக்கணிக்கிறேன்."

"நாம் பேசவேண்டிய விஷயத்தைவிட்டு விலகிச் செல்கிறோம் என்று நினைக்கிறேன்."

"நாம் பேசவேண்டியது காஃப்காவைத் தீயிட்டுக் கொளுத்துவதல்ல."

"ஒருவேளை ஃபிரான்ஸ் தன்னுடைய படைப்புகள் பதிப்பிக்கத் தகுதியானவையல்ல என்று நினைத்திருக்கலாம்."

"இந்த விஷயத்தில் நான் உங்களோடு ஒத்துப் போகிறேன். அவர் அப்படித்தான் நினைத்தார். நாம்தான் – நாம் மட்டும்தான் இன்று அவர் நினைத்தது எவ்வளவு தவறு என்று சொல்ல முடியும். படிக்கத் தகுதியில்லாதவை என்று அவர் நினைத்த படைப்புகளை நாம் அறிவோம். அவர் எவ்வளவு தவறாக மதிப்பிட்டிருக்கிறார் என்பதை நம்மால் புரிந்துகொள்ள முடிகிறது. அவர் இலக்கியத்துக்கு அளித்த மகத்தான இடத்திற்கு அவர் எழுத்துகள் தகுதியற்றவை என்று நினைத்து, அவற்றை எரித்துவிட வேண்டும் என்று நினைத்தார். பெட்ராச்டூங் வெளிவருவதற்கு முன்னால் எர்ன்ஸ்ட் ரோவோல்ட்டிடம் அவர் தெரிவித்த சந்தேகங்கள் அதைத்தான் உணர்த்துகின்றன. அவர் ஒரு நாள் "கடவுள் நான் எழுதுவதை விரும்பவில்லை. ஆனால், நான் எழுதியே ஆகவேண்டும்" என்று சொன்னது நினைவிருக்கிறதா?

இதிலிருந்து எழுதுவதை ஒரு தெய்வீகத் தளத்தில் வைத்துப் பார்த்திருக்கிறார். ஆகையால், தன்னுடைய எழுத்துக்களை அந்தத் தளத்தில் வைத்துப் பார்ப்பது அகந்தையைக் குறிப்பதாகும். நாம் அவற்றைப் படித்துப் பார்த்திருப்பதால் அவை அந்தத் தளத்தில் இடம்பெற முற்றிலும் தகுதி வாய்ந்தவை என்று நமக்குத் தெரிகிறது. அவர் படைப்புகளை கெதே, கிளெய்ச்ட், ஃபுளோபேர் ஆகியோர் படைப்புகளுக்கு இணையாக வைக்கலாம். அவருடை 'கோட்டை' 'இலியடு'க்குச் சமமானது என்பது என்று நமக்குத் தெரியும்."

"ஆனால், 'அமெரிக்கா'வும், 'கோட்டை'யும் இன்னும் முற்றுப் பெறாதவை. முற்றுப் பெறாத படைப்பை, முடிவுறாத கதையை வெளியிடப் போகிறீர்களா? வெளியிடத் தகுதியில்லாத கதையை... படைப்பாளியே முடிக்க முடியாமல் விட்டுச் சென்றிருந்ததைப் படிக்கும் வாசகன் அவரைப் பற்றி என்ன நினைப்பான்."

"அவருடைய 'அமெரிக்கா' வும், 'கோட்டை'யும் நம்முடைய கொடுங்கனவுகளில்தான் வந்து போகும். ஒருவேளை எந்த ஒரு படைப்பும் முற்றுப் பெறாமல்தான் இருக்குமோ? அல்லது ஒரு நாவலை முற்றுப்பெறச் செய்வதில் அர்த்தம் இல்லாமலிருக்குமோ? எந்த முடிவும் முழுமையாகாது. அது ஏமாற்று வித்தையாகத்தான் இருக்கும். ஒரு நாவலை முடித்து வைப்பது ஒரு முழுமையான, முடிவுற்ற படைப்பின் அடிப்படை நம்பிக்கையை மறையச் செய்வதாகும். ஒரு முழுமையான வாழ்க்கையின் நம்பிக்கையைத் தகர்ப்பதாகும். அப்படியிருக்கும்போது, ஒரு வேளை ஒவ்வொரு எழுத்தாளனுக்கும், தன் நாவலின் முடிவு அவனுடைய மருட்சியின் முடிவாகவும், முழுமையான நாவலைப் பற்றிய கனவின் முடிவாகவும் இருக்கலாம். ஒருவேளை காஃப்காவைப் பொறுத்தவரையில், அவர் ஒரு பூரணமான எழுத்தாளராக இருந்ததால், ஒரு நாவலை முடிப்பது தன்னையே முடித்துக்கொள்வதாகத் தோன்றி இருக்கலாம். நாவலை முடிப்பது ஒருவேளை தனக்குத் தானே மரணத்தைத் தருவித்துக் கொள்வதாக இருக்கலாம்."

“வாசகனுக்கு ஆசிரியனின் நோக்கம் பற்றிக் கவலையில்லை. முடிக்கப்படாத நாவலை அவன் ஏற்றுக்கொள்ள மாட்டான். அவனை ஏமாற்றிவிட்டதாக நினைத்துக்கொள்வான்.”

“நம் சொந்த வாழ்க்கையின் முடிவும்கூட நமக்குச் சரியாகப் படுகிறதா? இல்லையே. முடிவு ஒன்றும் முக்கியமானதல்ல. அது எப்போதும் ஒரே மாதிரியாகத்தான் இருக்கும். இதயம் துடிப்பது நிற்கிறது. அத்துடன் எல்லாம் முடிந்துவிடுகிறது. காஃப்காவின் நாவல்கள் வாழ்க்கையை ஒட்டி இருக்கின்றன. முடிவு முக்கியமல்ல. கடந்து வந்த பாதைதான் முக்கியம். காஃப்காவின் கதாநாயகர்கள் தனித்து வாழ்பவர்கள். தன்னிச்சையான வாழ்க்கை வாழ்பவர்கள். வாழ்க்கையின் தன்னிச்சையான தன்மையையிலிருந்து விடுபடுவது சாத்தியம் என்று நினைப்பவர்கள். தாங்கள் சுதந்திரமாக வாழ்வதாக நினைத்துக் கொள்கின்றனர். அந்த நம்பிக்கையை வளர்த்துக்கொள்கின்றனர். அவர்கள் வாழ்க்கையின் கடைசி நிமிடம்வரை அதனை நோக்கிப் பயணிக்கின்றனர். அந்தப் பயணத்தை – அந்த உலக உண்மையை – வாழ்க்கைச் சோகத்தின் மீது அவர்கள் பெறும் வெற்றியை – ஆறுதல் தரும் அந்த விஷயத்தை நீங்கள் தீயிட்டுக் கொளுத்தப் போகிறீர்களா? என்னால் அந்த பாவத்தைச் செய்ய இயலாது.”

ராபர்ட் தொடர விரும்பவில்லை. அவனிடம் தன் நண்பன் படைப்புகளை எரிக்குமாறு மேக்ஸ் பிராடைச் சம்மதிக்க வைக்கக்கூடிய தைரியம் இல்லை. மீண்டும் சந்திப்பதாகச் சொல்லிக்கொண்டு இருவரும் பிரிந்து சென்றனர்.

அடுத்த நாள் ராபர்ட் பூடபெஸ்ட் நகருக்கு இரயிலில் பயணம் மேற்கொண்டான். தான் விட்டுவிட்டு வந்த பிரச்சினைகளுக்குத் திரும்பவும் விடை தேடிச் சென்றான். ரயில் பெட்டியில் தனியாக இருந்த அவன் சன்னலுக்கு அப்பால் உருண்டோடும் இயற்கைக் காட்சியை ரசித்துப் பார்த்தான். மூன்றாண்டுகளுக்கு முன், 1921ஆம் ஆண்டு குளிர்காலத்தில், வேறொரு ரயிலில், வேறொரு ரயில் பெட்டியில், அவன் பயணம் செய்தது நினைவுக்கு வந்தது. அப்போது, அவன் மாணவப் பருவத்து

செயல்பாடுகளை விட்டுவிட்டு, தன் நோயைக் குணப்படுத்து வதற்காக, சானடோரியம் நோக்கிச் சென்றான். அந்தப் பயணம் அவன் வாழ்க்கையைத் தலைகீழாகப் புரட்டிப் போட்டது. மிகவும் செழிப்பான, கவர்ச்சிகரமான அனுபவம் அவனுக்குக் காத்திருந்தது. அது படைப்பின் இரகசியத்திற்கு அருகே அவனைக் கொண்டுசென்றது. அதே சமயம், துன்பம், காதல், மரணம் – இவையெல்லாவற்றையுமே அவனால் புரிந்துகொள்ள முடிந்தது.

இரண்டாம் பாகம்

1933-1936

டோரா

பெரிலினில் உள்ள ஸ்டெக்லிஸ் அடுக்கு மாடிக் குடியிருப்பில்தான் டோரா டைமண்ட் பல வாரங்களாகத் தஞ்சம் புகுந்திருந்தாள். எப்போதும் முழுமையாக உடுத்திக்கொண்டே ஹாலில் கிடந்த சோபாவில் தூங்குவதற்குப் பழகிக்கொண்டாள். கறுப்பு உடை அணிந்த மனிதர்கள் எப்போது வேண்டுமானாலும் வரக் கூடும். ஆகவே, தயாராக இருக்க வேண்டும். ஆனால், அன்று காலை, துப்பாக்கி முனையால் யாரும் கதவைத் தட்டவில்லை. கட்சியின் எச்சரிக்கைகளுக்கு மாறாக, அன்று பறவைகள் எழுப்பிய ஓசைதான் அவளைக் கண்விழிக்க வைத்தது. இனிமையான நாளை எதிர்பார்த்து அவள் கண் விழித்தாள். இந்த ஒரு நாளை லாபக்கணக்கில் சேர்த்துக்கொள்ளலாம்.

சற்று நேரம் சோபாவில் இளைப்பாறிவிட்டு அவள் சன்னல் அருகில் போய் உட்கார்ந்துகொண்டாள். சூரிய வெப்பம் கடுமையாக உள்ளே நுழைந்தது. நுரையீரல் நிறைய மூச்சை இழுத்துக்கொண்டாள். 1933ஆம் ஆண்டு கோடைக்காலம் அதற்கு முந்தைய இளவேனிலைவிட குறைவாகவே துன்பங்களையும், பேரிழப்புகளையும், சோகங்களையும் கொண்டுவரும்போல் இருந்தது. மோசமாகவா இருக்கப் போகிறது? கெதே, பீத்தோவன், மார்க்ஸ் போன்றவர்களை உலகுக்கு அளித்த ஜெர்மானிய மக்கள் தங்கள் கொடையைத் திருப்பிப் பெற்றுக்கொள்ள மாட்டார்கள் என்ற நம்பிக்கை அவளிடம் அதிகமாகவே இருந்தது. சார்லாட்டன்பர் தீவட்டி ஊர்வலங்களும், ஓப்பன்பிளாட்ஸ் தீயெரிப்பு சம்பவங்களும் கசப்பான நினைவுகளாக வந்து போய்விடும். அவள் வயிற்றில் சுமந்திருக்கும் குழந்தை சாதகமான சூழ்நிலைகளில்தான் பிறக்கப் போகிறது.

அது ஆண் குழந்தையாக இருந்தால் ஃபிரான்ஸ் என்றுதான் அழைப்பாள். பெண் குழந்தையாக இருந்தால் மரியான் என்று பெயர் சூட்டுவாள். காரணம், அவளுக்கு ஃபிரான்ஸ் நாட்டைப் பிடிக்கும். உண்மையில், பெண்ணாக இருந்தாலும், ஆணாக இருந்தாலும் அவளுக்குக் கவலையில்லை. முப்பத்து நான்கு வயதில், அவள் தாயாக இருப்பதில் மகிழ்ச்சிதான். ஃபிரான்ஸ் லாஸ்க், நல்ல பெயர். லூட்ஸ் ஒரு சிறந்த அப்பாவாக இருப்பார்.

அவர் ஒரு அக்கறையுள்ள கணவர், மென்மையான மனிதர், உறுதியான மனிதநேயவாதி. அவர் இப்போது எங்கே இருக்கிறார்? மற்ற கம்யூனிஸ்ட் தலைவர்களுடன் டச்சோவில் அடைக்கப்பட்டிருக்கிறாரா? பெர்டா, லூட்ஸின் சொந்த தாய், ஜெர்மனி முழுவதும் பாராட்டப்பட்ட தன்னிகரில்லாத நாடக ஆசிரியர். அவள் சட்டவிரோத செயல்களுக்காகச் சிறையில் தள்ளப்பட்டார். யூதர்கள், சோசலிஸ்டுகள், கம்யூனிஸ்டுகள், தொழிற்சங்கவாதிகள் – இப்படி ஏராளமான பேர் சிறையில் அடைக்கப்பட்டார்கள். டோரா மூன்று ஆண்டுகளாக ஜெர்மன் கம்யூனிஸ்ட் கட்சியின் உறுப்பினராக இருந்து வந்தாள். அவள் பிடிபட்டால், அவளுக்கு நேரப்போகும் கதியைப் பற்றி அவளுக்குத் தெரியும். அவள் இப்போது ‘மரியா ஜெலன்’ என்னும் ஒரு குறியீட்டு பெயரில் இயங்கினாள். அந்தக் குறியீட்டு பெயர் அழகான காதல் ரசம் பொருந்தும் பெயராக இருந்தது என்று நினைத்தாள். அவள் தன்னை போலிஷ்-ஜெர்மன் புரட்சிக்காரி ரோசா லக்சம்பர்க் போல் நினைத்துக் கனவு கண்டாள். ஆனால் அவள் ரோசா லக்சம்பர்க் போல் கொலை செய்யப்பட்டு, உடல் சிதைக்கப்பட்டு, ஸ்ப்ரீ நதியில் தூக்கி எறியப்பட்டு இறக்க விரும்பவில்லை. அவள் தனக்காக பயப்படவில்லை, தன் குழந்தைக்காகத்தான் பயந்தாள்.

அவள் எல்லாவற்றிற்கும் கட்சிக்குத்தான் கடன்பட்டிருந்தாள் – அவள் கணவனோடு ஏற்பட்ட சந்திப்புக்கும்கூட. கணவன் லூட்ஸ் லாஸ்க் ஒரு பொருளாதார பட்டதாரி, ஜெர்மன் யூதர், அடிப்படையில் ஒரு மார்க்சிஸ்ட், கம்யூனிஸ்ட் கட்சியின் பிரதான உறுப்பினர். உற்பத்தி சக்திகளைப் பற்றியும் இயங்கியல் சிந்தனை பற்றியும், மார்க்ஸ் பற்றியும் அவர் பேசுவதை

மணிக்கணக்கில் கேட்டிருக்கிறாள். அக்காலகட்டத்தில், அவர்கள் செலண்டார்ஃபில் வாழ்ந்த போது, சில ஆலோசனைக் கூட்டங்கள் அவர்கள் வீட்டில் நடந்தன. இப்போது கட்சி தலைமறைவாக இருந்தது. பதுங்கும் நேரம் வந்துவிட்டது. உலகத்தின் முகம் மாறிவிட்டது. நகரத்தில் பயங்கரவாதம் ஆட்சி செய்தது. பயங்கரவாதம் இப்போதெல்லாம் மனிதன் விதித்துக் கொண்ட சட்டமாகிவிட்டது.

பத்து வருடங்களுக்கு முன்புதான் 'அன்டர் டென் லிண்ட'னில், ஃபிரான்ஸ் காஃப்காவின் கையைப் பிடித்துக்கொண்டு, பெர்லினின் பிரபல கடைவீதி குடாம்முக்கு உலா சென்று கொண்டிருந்தாள் என்றால் நம்ப முடியவில்லை. அப்படிப் பட்ட காலம் ஒன்று இருந்ததா? அவர்கள் பெர்லினை மிகவும் நேசித்தார்கள். மகிழ்ச்சியாகவும் சுதந்திரமாகவும் இருந்தார்கள். இப்போதோ, அவர்கள் எலிகள்போல ஒளிந்துகொண்டிருக் கிறார்கள். லூட்ஸ் லாஸ்க் டச்சாவில் இருக்கலாம். ஸ்பீல்மேன், சிறைக்கூட அறை 218 தோழன், அவர்கள் அனைவரும் அங்கு போய்தான் இறப்பார்கள் என்று கூறினார். ஸ்பீல்மேன் ஒரு பெரிய அவநம்பிக்கையாளன். அவள் வாழ்க்கையின் நல்ல பக்கத்தைப் பார்க்க விரும்பினாள். அவளுக்கு மகிழ்ச்சியின் அனுபவம் இருக்கிறது. பேர்லினில், பத்து ஆண்டுகளுக்கு முன்பு, 'நான் ஃபிரான்ஸ் காஃப்காவின் மனைவி' என்று சொல்லிக்கொண்டாள்.

லூட்ஸோடு கொண்ட உறவை காதல் என்று அழைக்கலாமா? அவளது இதயத்தில் இரண்டு உணர்ச்சிகள் குடிகொள்ள போது மான இடம் இல்லை.

லூட்ஸின் புத்திசாலித்தனத்தால் அவள் கவரப்பட்டாள். அவனது செயலாக்கமும், தைரியமும் அவளை போதையில் ஆழ்த்தின. அவள் அவன் பேச்சைக் கேட்டு மயங்கினாள். ஒரு தீர்மானம் கொண்டுவர வேண்டுமென்றால், அவன் அனை வரின் சம்மதத்தையும் முழுமையாகப் பெற்றுவிடுவான். ஒரு நடவடிக்கை எடுக்க வேண்டுமானாலும், அவனுக்கு அவர் களுடைய ஆதரவு கிடைத்துவிடும். வர்க்கங்கள் அற்ற சமுதாயத்தைப் பற்றிப் பேசியும், வரலாற்றுப் பொருள்முதல்வாதம்

பற்றிப் பேசியும் அவன் தன் வாழ்க்கையை ஆபத்தில் சிக்க வைக்கிறான். அந்த ஒல்லியான – இளைத்துப்போன உடலி லிருந்து ஒரு மாபெரும் சக்தி வெளிப்பட்டது. அதைத்தான் – அந்தச் சிந்தனையின் ஆளுமையைத்தான் அவள் மனிதர்களிடம் அதிகம் போற்றினாளா? பெர்லினின் பிரபல மார்க்ஸியப் பொருளியல் அறிஞனும், பிராகா நகரின் அதிகம் பேசாத எழுத்தாளனும், ஒருவர் அரசியலிலும், மற்றொருவர் இலக்கியத் திலும், அதே லட்சியத்துடன் வாழ்ந்தார்களா? அவர்கள் இரு வருமே அவமதிக்கப்பட்டவர்கள் முகாமில் இல்லையா?

லூட்ஸுக்கு 'கோட்டை' என்ற நாவலைப் பற்றி எதுவும் புரியாது. அவள் அவனுக்குப் படிக்கக் கொடுத்த பெரும்பாலான நாவல்களைப் போலவே, அது தெளிவற்றும் ஆர்வத்தைத் தூண்டாமலும் இருந்தது. அவன் எங்கெல்ஸ், மார்க்ஸ் ஆகி யோரின் படைப்புகளை விரும்பினான். லூட்ஸ் அதிக புத்தி சாலித்தனம் உள்ளவன்போல் இருந்தாலும், உள்ளுக்குள் ஒரு விதத்தில் மடையனாகவே இருந்தான்.

ஹிட்லர் வருவதற்கு முன்னால், 'உருமாற்றம்' என்ற நாவல் ஒரு ஜெர்மன் பல்கலைக்கழகப் பாடத்திட்டத்தில் சேர்க்கப் பட்டிருந்தது. கட்சித் தொண்டர்கள் அவளை அழைத்து காஃப்கா மார்க்ஸிச எழுத்தாளரா என்று விசாரித்தார்கள். அவள் எதிர்மறையாகப் பதிலளித்தாள். அது மட்டுமன்றி, அவர்களுக்கு ஏமாற்றம் தரும் வகையில் காஃப்காவின் படைப்புகள் எந்த ஓர் அதிகாரத்திற்கும் – தந்தையின் அதிகாரம் முதல் மிக உயரிய சர்வாதிகார சக்தி வரையில் – அடிபணிவதைக் கண்டிக்கின்றன என்றும் சொன்னாள். அவர், அவர் காலத்துப் போர்களில் ஈடு பட்டாரா என்றும், மார்க்ஸ் வாசித்திருக்கிறாரா, போல்ஷிவிக் புரட்சியில் உண்மையான ஆர்வம் காட்டினாரா என்றும் கேட்கப் பட்டன. அதற்கும் அவள் இல்லை என்றுதான் பதில் சொன்னாள். அப்போதுமுதல் பெர்லின் கம்யூனிஸ்ட் கட்சியின் சிறை அறை எண் 218இலிருந்து முதலாளித்துவ எழுத்தாளர் ஃபிரான்ஸ் காஃப்கா பற்றிப் பேசுவதை நிறுத்திவிட்டார்கள்.

அவள் கட்சியின் கருத்துக்களுக்கு எப்போதும் உடன் பட்டதில்லை. பாட்டாளி வர்க்கத்தின் சர்வாதிகாரக் கருத்தில்

அவள் ஆர்வமாக இருந்ததில்லை. பாட்டாளி வர்க்கத்தின் சர்வாதிகாரம் என்று சொல்லும்போது சர்வாதிகாரம் என்ற வார்த்தைதான் அவள் காதில் முதலில் விழும். ஸ்பீல்மேன் அவருக்கேயுரிய கற்றறிந்தோர் தொனியிலும், இதயத்தை உலுக்கும் தொனியிலும் அவளுக்கு விளக்க முயன்றான். சர்வாதிகாரம் அனைத்து வகுப்புகள் மறைவதற்கும் இன்றியமை யாத முன்னுரை எனவும், லெனினிஸத்தின் அடிக்கல் எனவும், தாராளவாத முதலாளித்துவத்திற்குக் கொடுக்கப்படும் தவிர்க்க முடியாத பதில் எனவும் விளக்கிப் பார்த்தான். ஆனால், அவள் அதையெல்லாம் நம்பவில்லை. அப்போது அவள் எதிர் புரட்சிக் கருத்துகளைப் பரப்புவதாகவும் டிரோஸ்கி பக்கம் சாய்ந்திருப்பதாகவும் அவளைக் குற்றம் சாட்டினர். அவள் இந்தக் குற்றச்சாட்டுகளை மறுத்தாள். அவளுக்குக் கொள்கை சார்ந்த பாடங்கள் தேவையில்லை.

கம்யூனிஸ்ட் கட்சியில் சேருவதற்கு முன்பு, அவள் ஒரு நடிகை. அவர் டுய்சர்டோஃப் கலை அகாடமியில் கல்வி பயின்றாள். அரங்கம் நிறைந்திருந்த பார்வையாளர்கள் முன் நடித்திருக்கிறாள். ஃபிரான்ஸ் அவளைப் பற்றிப் பெருமை பட்டிருப்பார். ஒவ்வொரு தடவையும் திரை விலகும்போதும், அவள் அவரைப் பற்றிக் கொஞ்ச நேரம் நினைப்பாள். அவர் அந்த ஹாலில் இருப்பதாகக் கற்பனை செய்துகொள்வாள். அல்லது, முதல் வரிசையில் அமர்ந்திருக்கும் ஒரு நபரைப் பார்த்துவிட்டு, ஒருவேளை அது ஃபிரான்ஸாக இருக்கும் என்று நினைத்துக்கொண்டு அவருக்காக நடிப்பாள்.

ஆனால், வாழ்க்கையில் எதிர்பாராத சம்பவங்கள் நிகழ்ந்த வண்ணம் இருந்தன. ஒரு சோக நாடகம் தொடர்ந்தது.

சில ஆண்டுகளுக்கு முன்பு – அது 1926 ஆண்டு வசந்தம் அல்லது கோடையாக இருக்கலாம் – ராபர்ட் அவள் வீட்டிற்கு வந்திருந்தான். அவன் பெர்லினில் அறுவைச் சிகிச்சை நிபுண னாகத் தனது பயிற்சியை முடித்திருந்தான். காசநோய் சிகிச்சையில் சிறப்புப் பயிற்சிப் பெற்றிருந்தான்! வாழ்க்கையின் முரண் பாடுகளைப் பற்றி ஒன்றாக உரையாடினர். அவர்கள் இளமைக் காலத்தில் சில மாதங்கள் அவர்களுடைய வாழ்க்கையை

உலுக்கி எடுத்துவிட்டன. அந்தரங்கமான தேர்வுகளை அவர்கள் தீர்மானித்தார்கள். வாழ்க்கையின் முக்கியமான முடிவுகள் எடுக்கப்பட்டன. ஜெர்மனியில் ‘கோட்டை’ என்னும் நாவல் வெளியானபோது அவர்கள் கொண்டாடினார்கள். புத்தகத்தின் அட்டையில் “20ஆம் நூற்றாண்டின் தொடக்கத்தில் சிறந்த எழுத்தாளன்” என்று பெருமையாகக் குறிப்பிட்டிருந்தார்கள். ஆனால், ஆயிரம் பிரதிகள்கூட விற்பனையாகவில்லை.

ராபர்ட் அவளிடம் ஹங்கேரியரான தனது மனைவியை அறிமுகப்படுத்தினான். அற்புதமான, எழுத்தாளர் மற்றும் மொழி பெயர்ப்பாளர். ஜிசேல் என்பது அவள் பெயர். அந்தத் தம்பதிகள் ஹங்கேரிய மொழியில் ‘விசாரணை’ என்னும் நாவலை மொழிபெயர்க்கும் பணியில் ஆர்வத்துடன் தங்களை ஈடுபடுத்திக்கொண்டனர்.

ஒவ்வொருவரும் தங்கள் நடவடிக்கைகளில் தீவிரமாக ஈடு பட்டனர், டோரா, ஒரு புரட்சி பரப்புரையாளார். ராபர்ட், நவீன அறுவைச் சிகிச்சையின் உபதேசகன். அவர்கள் ஒருவரை ஒருவர் அதிகம் பார்த்துக்கொள்ளவில்லை. ஒரு கம்யூனிஸ்ட் பெண்மணி, ஒரு யூத மருத்துவன். அவர்கள் இருவரும் குறி வைக்கப்பட்டிருந்தனர்.

டோரா ஃபிரான்ஸ் எழுதிய குறிப்பேடுகளை ஒரு பெட்டி முழுதும் அடைத்து வைத்திருந்தாள் - பல நூறு பக்கங்கள், கதைகள், சிறுகதைகள், நாடகங்கள் ஆகியவற்றின் முழு கையெழுத்துப் பிரதிகள், அவர்கள் பெர்லினில் தங்கியிருந்த காலத்தில் எழுதப்பட்ட நாட்குறிப்புகள். அந்தப் பெட்டி அவள் போகுமிடமெல்லாம் அவளைப் பின்தொடர்ந்தது. இது அவளது பாரம்பரிய சொத்து, அவளுக்குக் கிடைத்த மிகவும் மதிப்பு வாய்ந்த திருமணப் பரிசு.

அவள் தான் அதைப் பதுக்கி வைத்திருப்பது பற்றிப் பிராடிடம் மூச்சு விடவில்லை. அவர் எவ்வளவோ வற்புறுத்திப் பார்த்தார், மீண்டும்மீண்டும் கேட்டுப் பார்த்தார், அவள் அவனிடம் பொய் சொல்கிறாள் என்று வெளிப்படையாகச் சொல்லிப் பார்த்தார். அவள் எதுவும் வைத்தில்லை என்று அழுத்தம் திருத்தமாகச் சொல்லிவிட்டாள். எல்லாமே 8ஆவது

எண் மிக்கெல்ஸ்ட்ராஸ் வீதியில் எரிந்து சாம்பலாகிவிட்டன என்று சாதித்தாள். ஒரு நாள் மீண்டும் அவன் நச்சரித்தபோது, பாதி உண்மையை அவள் ஒப்புக்கொண்டாள். "உலகம் முழுமையும் காஃப்காவைத் தெரிந்துகொள்ள வேண்டும் என்று இல்லை. அது அவர்களுக்குச் சம்பந்தம் இல்லை!"

மேக்ஸ் பிராட் சில படைப்புகளை வெளியிட தீர்மானித் திருந்தார். ஆனால் அவளிடம் இருந்த பிரதிகளை அவற்றுடன் சேர்த்துக்கொள்ள விருப்பமில்லை. அவர் காஃப்காவின் குறிப் பேடுகள் பலவற்றைப் பதிப்பிக்க முயற்சித்தார். அவள் ஃபிரான்ஸின் கடைசி விருப்பங்களை ஏமாற்ற விரும்பவில்லை. அவள் ஃபிரான்ஸ் வெளியுலகத்திற்கு தர விரும்பியதற்கு மேல் எதுவும் கொடுக்க விரும்பவில்லை. ஆகவே அவள் மேக்ஸ் பிராடோடு சண்டை போட்டுக் கொண்டாள். கையெழுத்து பிரதிகளைத் தன் பெட்டியிலேயே வைத்துக்கொண்டாள்.

ஆனால் சில வாரங்கள் சென்ற பின் மிகவும் மோசமான சம்பவம் ஒன்று நிகழ்ந்தது ஒரு நாள் காலை அவள் கதவை யாரோ வேகமாக தட்டினார்கள். கறுப்பு உடை அணிந்த இரண்டு நபர்கள் வாசலில் நின்றுகொண்டிருந்தார்கள்.

"மிஸ் டோரா டைமண்ட் நீதானே?"

"நான் மிஸ் டோரா லாஸ்க்."

"நீயே உன்னுடைய அடையாளத்தைத் தெரிவுசெய்து கொள்ள உனக்கு உரிமை இல்லை. நாங்கள் வீட்டை சோதனை செய்ய விரும்புகிறோம்."

அவள் எழுத்தாணையைப் பார்க்க விரும்பினாள்.

"அவள் எழுத்தாணை கேட்கிறாள்."

"இவர்களை எல்லாம் திருத்தவே முடியாது!"

"டோரா, நாங்கள் எழுத்தாணையைக் காட்டினால் என்ன வாகப் போகிறது? அப்போதுதான் எங்களை உள்ளே விடுவாயா? இல்லையென்றால் தடுத்துவிடுவாயா? அல்லது சட்டத்தை மதிப்பதற்கு நாங்கள் எங்கள் அதிகாரத்தைப் பயன்படுத்த வேண்டுமா? ஒன்றை தெரிந்துகொள். எங்களிடம் அனைத்து

அனுமதிகளும் இருக்கின்றன. மேலும் நாங்களே சிலவற்றை அனுமதித்துக்கொள்வோம். உண்மையைச் சொல்லப்போனால், எங்களுக்கு அனுமதி தேவை இல்லை. ஸ்டெக்ளிஸில் இன் னொரு யூதனைப் பார்த்தோம். அவனும் எழுத்தாணையைப் பார்க்க வேண்டும் என்றான். அவனிடம் சொன்னேன், "உங்களுக்கு ஜெர்மனியின் சட்டதிட்டங்களைப் பற்றி ஒரு ஜெர்மன் பிரஜையைவிட - ஒரு கெஸ்தாப்போ அதிகாரியைவிட - சட்டம் இயற்றும் கோயெபெல்ஸைவிட - அதிகம் தெரியுமா?"அவன் மீண்டும் சம்மதிக்கவில்லை. "நான் ஒரு வழக்கறிஞர். எனக்கு என்னுடைய உரிமைகளைப் பற்றி தெரியும்" என்று சொன்னான். உண்மையில், அவன் ஓர் வழக்கறிஞன்தான். அதை அவன் அதைத் திருப்பிதிருப்பி சொன்னான். "எனக்கு ஓர் எழுத்தாணைத் தேவை" என்று அடம்பிடித்தான்.

"நாம் எந்த உலகத்தில் வாழ்கிறோம்?"

"அதற்காகத்தான் நாங்கள் இங்கிருக்கிறோம். யூத அறிவு ஜீவிகள் ஜெர்மன் ஆன்மாவைக் காயப்படுத்துகிறார்கள், அதன் தூய்மையைக் கெடுக்கிறார்கள், அப்பாவித்தனத்தைப் பாழ் படுத்துகிறார்கள். அவர்கள் புனித இனமனைத்துக்கும், நமக்கும், ஒரு சவாலாக இருக்கின்றனர் அந்த வழக்கறிஞரின் தொண்டை யைப் பிடித்து நெரித் திருப்பேன். சமீபத்தில் இயற்றப்பட்ட ஏப்ரல் சட்டத்தின்படி, யூத வழக்கறிஞர்கள் வழக்காடத் தடை செய்யப்பட்டிருக்கிறார்கள் என்று சொல்வதோடு நிறுத்திக் கொண்டேன். ஆனால், ஓட்டொ என் அருகில் இருந்தான். உனக்கு அவனைத் தெரியும். அவன் நரம்பு பலகீனமானது. இப்படி அந்த ஆள் நம் நாட்டு நீதித்துறைக்கு எதிர்ப்பு தெரிவிப்பது அவனுக்கு அளவில்லாத கோபத்தை உண்டாக்கியது. அதனால், அவன் அந்த வழக்கறிஞனை நாயைப் போல் அடித்துப் போட்டுவிட்டான். ஓட்டோவிடம் சொன்னேன்: "நீ நடைமுறையை மறந்து விட்டாய். நடைமுறை முக்கியம். அதனை மதிக்காவிட்டால் நாம் மனிதர்களல்ல. அதைத்தான் யூதர்களிடம் சுட்டிக்காட்டிக் குறைசொல்கிறோம். ஆகவே, நேர்மையாக இரு." அதற்கு எர்னெஸ், ஓட்டொ என்ன சொன்னான் தெரியுமா? "எனக்குத் தெரியும், ஆனால், என்னால் பொறுத்துக்கொள்ள முடிய

வில்லை” என்று சொன்னான். இந்த யூத விஷப்பூச்சிகள் நம்மை எங்குக் கொண்டுவிடுகின்றன, பார்த்தாயா? அவர்களால்தான் சாதுவான ஆட்டுக்குட்டிகள் ஓநாய்களாகிவிடுகின்றன! அவர்கள் ஜெர்மன் ஆன்மாவை, ஜெர்மன் இதயத்தை, அதனுள் ஓடும் பரிசுத்தமான இரத்தத்தைக் கேடுகெட்ட நிலைக்குக் கொண்டு செல்கின்றனர்.

“பேசியது போதும். உள்ளே நுழைவோம்!”

“அவள் தன்னிடம் என்ன குற்றம் கண்டுபிடித்தீர்கள் என்று கேட்கிறாள்!”

“என்னால் அதையெல்லாம் சொல்ல முடியாது. நீதான் பெண்களிடம் பேசி பழக்கப்பட்டவன். நீயே பேசு.”

“சரி. நான் சுருக்கமாகச் சொல்லவேண்டுமானால், உன் போன்ற ஏராளமான பேர் அகற்றப்பட்டிருக்கும்போது, நீ மட்டும் உயிரோடு இருப்பதுதான் உன் குற்றம். இந்த விளக்கங்க ளெல்லாம் உனக்கு முழு திருப்தி அளிக்காது என்பதால், மேலும் சிலவற்றைச் சொல்கிறேன். இனப் பிரச்சினைகள் மட்டு மன்றி, சில அரசியல் காரணங்களும் எங்களை இங்கு வரச் செய்திருக்கின்றன. நாங்கள் ஆவணங்கள் சேகரிக்கிறோம். எவ்வித ஆவணங்களாக இருந்தாலும் சரி. எல்லாமே எங்களுக்கு வேண்டும், ஏனென்றால் நீ கே.பி.டி.யில் உறுப்பினராகையால் துண்டு பிரசுரம், தோழர்கள் பட்டியல் போன்ற எந்த ஆவணமும் உன்னைக் காட்டிக் கொடுத்துவிடும். ஆகவே, தயவு செய்து எங்கள் வேலையை நாங்கள் செய்ய அனுமதிக்கவும்.”

எந்த வித சலுகையும் காட்டாமல் அவளை விலக்கிவிட்டு, அவர்கள் வாசற்படியைத் தாண்டிச் சென்று அங்கிருந்த சிறு அலமாரியைச் சோதனை செய்தார்கள். அதிலுள்ளவற்றையெல் லாம் கீழே கொட்டினார்கள். கொத்து விளக்கின் கண்ணாடியை உடைத்தார்கள். உணவு பாதுகாத்து வைக்கும் அலமாரியைக் கீழே தள்ளினார்கள். ஹாலில் பொருட்களெல்லாம் தாறு மாறாகச் சிதறிக் கிடந்தன. தரையில் தட்டுகள் உடைந்து கிடந்தன. அவர்களில் ஒருவன் அறைக்குள் நுழைந்தான். சற்று நேரத்தில் வெற்றிக் களிப்பில் கூச்சல் போட்டான். அவள்

அருகில் நின்றுகொண்டிருந்தவனைக் கூப்பிட்டான். அதே வெற்றிக் களிப்பிலும் மகிழ்ச்சியிலும், அவர்கள் பயணப் பெட்டியை வெளியில் கொண்டுவந்தனர். அவர்கள் தேடியது கிடைத்துவிட்டது என்று அறிவித்தனர். அந்தப் பெட்டியில் அரசியல் ஆவணங்கள் இருப்பதாகக் கருதினர். அவள் ஓட்டம் பிடித்துவிடாமல் இருக்கும்படிச் செய்ய அவர்கள் திரும்பி வருவதாகக் கூறினர். பின்னர், அவர்கள் அந்த இடத்தைவிட்டு அகன்றனர்.

அவளுடைய தவறினால், ஃபிரான்ஸின் எழுத்துகள் உலகத் துக்குக் கிடைக்காமல் போய்விட்டன.

ராபர்ட்

அவனுடைய நண்பன் இறந்த சில காலத்திற்குப் பின், ராபர்ட் பிராகா நகரில் சென்று குடியேறினான். அங்குக் குடியேறியது உணர்ச்சிபூர்வ செயலல்ல. 1924 ஆண்டு, மார்ஷல் ஹோர்த்தியின் ஹங்கேரிய அரசு யூதர்களின் ஓட்டுரிமையைத் திரும்பப் பெற்றுக் கொண்டது. மனிதர்கள்மீதும், உடைமைக்ள்மீதும் வன்முறை அதிகரித்தது. காவல்துறை அதனைக் கண்டுகொள்ள வேண்டாம் என்று அறிவுறுத்தப்பட்டதாகப் பேசிக்கொண்டனர். சில சட்ட ஷரத்துகளை மேற்கோள்காட்டி மருத்துவம் படிக்கும் யூத மாணவர்களின் எண்ணிக்கையைக் குறைத்தனர். அப்படித் தடை செய்யப்பட்டவர்களில் அவனும் ஒருவன். மிகவும் நீண்ட நிர்வாக நடவடிக்கைகளுக்குப் பின் மேக்ஸ் பிராடின் உதவி யோடு, அவன் பிராகா பல்கலைக்கழகத்தின் ஓர் இடம்பிடித்தான்.

சாலைகளில் நடக்கும்போது அவனுக்கு யாரோ ஒருவர் அவன் கூட வருவதுபோன்ற உணர்வு ஏற்பட்டது. நகரத்தின் ஆரவாரம், கட்டட முகப்புகளின் பிரகாசம் ஆகியவை அவனுக்குத் தன் நண்பனின் நினைவைக் கொண்டுவந்தன. பெரு வீதிகளில் உலவும்போது, வின்செலாஃப் சதுக்கம்வரை சென்று லூவ்ர் தேநீர் விடுதிக்குச் செல்வான். சில சமயம் மாலையில், ஒரு பெரிய சுற்று சுற்றி வரலாம் என்று சார்லஸ் பாலத்தைக் கடந்து, நீதிமன்றம் வழியாக மாலா ஸ்டிரானாவுக்குச் சென்று ஷோன்பார்ன் அரண்மனை, தூரத்தில் தெரியும் பேராலயம் ஆகியவற்றைக் கண்டு களிப்பான். அல்கிமிச்டெங்காஸில் சற்று நின்றுவிட்டு சோட்டெக் பார்க்வரை நடப்பான். தெருக்களையும் தெரு ஓரங்களையும் கடக்கும்போது, அவனுக்கு காஃப்காவின் அடிச்சுவட்டில் நடப்பதுபோன்ற உணர்வு ஏற்படும்.

ஆனால், வருடங்கள் செல்லச்செல்ல, அரண்மனை, மணிக் கூண்டுகள் ஆகியவற்றின் மீது அவனுக்கிருந்த ஈர்ப்பு குறைந்தது. பெல்வெதேர், கிராபேன் ஆகிய இடங்களில் உலவி வருதல்

முன்போல் ஒரு மந்திரத்தன்மை கொண்டில்லை. விலாடாவாவின் அலை அவனுக்குக் கொஞ்சம்கூட சோகத்தை ஏற்படுத்த வில்லை. சார்லஸ் பாலத்தைக் கடக்கும்போது அங்கிருந்த சிலை களைப் பார்த்துக்கொண்டு போகவில்லை. அங்கு மாலைப் பொழுதில் கதிரவன் மறையும்வரைக் காத்திருக்கவில்லை. நகரம் மாறிவிட்டது. அல்லது வாழ்க்கை மாறிவிட்டதா? அவன் எதிரில் அவனுடைய கடந்தகாலம் ஊர்வலமாக நகர்ந்து சென்றது. பழைய யூதக் கல்லறையில் சிதறிக் கிடக்கும் சமாதிகள் முன்பெல்லாம் அவனுக்குக் கண்ணீர் வரவழைக்கும். இப்போதெல்லாம், அதுபோல் இல்லை. பிராகா ஒரு அருங் காட்சியகமாகி விட்டது.

அவன் எதேச்சையாக ஜிசேல் டாட்ச் என்னும் ஓர் இளம் ஹங்கேரியப் பெண்ணைச் சந்தித்தான். சிறு வயதில் அவளோடு பழகி இருக்கிறான். இப்போது அவள் ஒரு மொழிபெயர்ப்பாளர். அவளைப் பார்த்ததும் அவனுக்குக் காதல் ஏற்பட்டுவிட்டது. இருப்பினும், நிலை சரியாகட்டுமென்று 1929 ஆண்டு ஆகஸ்ட் மாதம்வரை காத்திருந்து, இருவரும் திருமணம் செய்து கொண்டனர்.

அவனுக்கு இரண்டு பேராசைகள் இருந்தன. ஒன்று, தான் ஒரு சிறந்த தொண்டை அறுவைச் சிகிச்சை நிபுணனாக வேண்டும். மற்றொன்று, 'தீர்ப்பு' என்ற நாவலை அவன் மனையாளுடன் சேர்ந்து மொழிபெயர்க்க வேண்டும். அவ்விரண்டு லட்சியங் களை அடைய, எல்லா விஷயத்திலும் நடந்துகொள்வதுபோல், அவன் அளவு கடந்த ஆர்வமும், முனைப்பும் காட்டினான். பகல் முழுதும் பயிற்சி மருத்துவனாகவும், இரவில் மொழி பெயர்ப்பாளனாகவும் செயல்பட்டான். தனியாக அறுவைச் சிகிச்சை மேற்கொள்ளும்போது, அதிக கவனத்துடன் இருப்பான். ஞாயிற்றுக் கிழமைகளிலும், மாலை நேரத்திலும் ஒரு மாபெரும் இலக்கியப் படைப்பாகக் கருதிய நாவலை மொழிபெயர்ப்பதில் கொஞ்சம் கொஞ்சமாக முன்னேறிக்கொண்டிருந்தான். அறுவைச் சிகிச்சை செய்யும்போது ஓர் இரத்த நாளம் துண்டிக்கப்பட வேண்டுமென்றால் எவ்வளவு கவனம் தேவையோ அவ்வளவு கவனத்துடன் ஒவ்வொரு வரியையும் அவன் செம்மைப்படுத்திக்

கொண்டிருந்தான். மருத்துவத்தில் தவறு ஏற்பட்டு விடுமோ என்று பயப்படுவதுபோல், அர்த்தத்தில் தவறு ஏற்படுமோ என்று பயந்தான். அறுவைச் சிகிச்சை செய்ய கை இதயத்தை நெருங்கும்போது ஏற்படும் நடுக்கம், மூல ஆசிரியருக்குத் துரோகம் செய்துவிடுவோமோ என்று நினைக்கும்போதும் ஏற் படும். நீண்ட நாள் அவனால் நாவலின் முதல் வரியைத் தாண்டிச் செல்ல முடியவில்லை. பின்வரும் இரண்டு வாக்கியங்களில் அவனால் சரியானதைத் தேர்ந்தெடுக்க முடியவில்லை: *ஜோசஃப் கே மீது அவதூறு பரப்பி இருக்கிறார்கள, ஏனென்றால், அவர் எந்தக் குற்றமும் செய்யாமலேயே ஒருநாள் காலையில் அவரைக் கைது செய்துவிட்டார்கள்./ ஜோசஃப் கே எந்தக் குற்றமும் செய்யாமல் கைது செய்ததற்குக் காரணம் அவர்மீது யாராவது பழி சுமத்தி இருப்பார்கள்.* இன்று ஜிசேலும் அவனும், தங்கள் மொழிபெயர்ப்பு வேலையில் வெகுதூரம் வந்துவிட்டார்கள். இன்னும்கூட ஐந்தாவது அத்தியாயத்தின் தலைப்பைப் பற்றி முடிவு செய்யவில்லை. 'தூக்கிலிடுபவர்' 'தடியாலடிப்பவர்' 'சாட்டையால் அடிப்பவர்' – இப்படி மூன்றில் எந்தத் தலைப்பு சரியாக இருக்கும் என்று முடிவு செய்யவில்லை. தொடக்க வரியாக என்ன போடுவதென்று தடுமாறிக்கொண்டிருந்தார்கள். ஒரு நீண்ட ஜெர்மன் வாக்கியம் அவர்களுக்கு சவாலாக இருந்தது. அதன் ஆற்றலை, தனித்தன்மையை, நகைச்சுவையை எவ்வாறு தங்கள் மொழியில் கொண்டுவருவதென்று விழித்தனர். அது முடியாது என்றும்கூட நினைத்தார்கள்.

பிராகா நகரம் அவர்களுக்குக் கசந்துவிட்டது. பெர்லின் செல்ல கனவு கண்டார்கள் - அங்கு குழப்பம், வறுமை, வன்முறை வெறுப்பு ஆகியவை உச்ச கட்டத்தை எட்டியிருந்தாலும்கூட! பெர்லினின் மீது ஓர் ஈர்ப்பு இருந்தது. அந்த ஊரில்தானே காஃப்கா மகிழ்ச்சியுடனும், அமைதியுடனும் இருந்தார்? 1926ஆம் ஆண்டு, ராபர்ட் சார்லஸ் பல்கலைக்கழகத்தைவிட்டு வெளியேறி, கியேல் பல்கலைக்கழகத்தில் தன் பயிற்சியைத் தொடர முற்பட்டான். பால்டிக் கடற்கரையோரம் இருந்த அந்த ஊர் ஓர் அமைதியான நகரம். அது அவனுக்கு ஏறுமுகமாக அமைந்தது. பெர்லின் சேரிட்டி மருத்துவமனையில், பேராசிரியர்

ஃபெர்டினண்ட் சாவர்ப்ருக் என்பவரிடம் பணியில் அமர்ந்தான். அவர் தொண்டை அறுவைச் சிகிச்சையில் சிறப்பு மருத்துவர்.

சாவர்ப்ருக் அவனுக்கு ஆலோசகரானார். அவனுக்கு எப்போதும் இன்னொருவர் நிழலில் வாழ்வதுதான் பிடிக்கும். போற்றிப் புகழ்தல் அவன் தலையாய குணம். அல்லது அவன் தன் தந்தையை இளவயதிலேயே இழந்துவிட்டது ஒரு காரணமாகக்கூட இருக்கலாம்.

சாவர்ப்ரூக் அவன்மீது அன்பு காட்டினார். அவரது கட்டுப் பாட்டில் அவனை வைத்துக்கொண்டார். அவர் தனது அறுவைச் சிகிச்சை நுட்பங்களைக் கற்றுக் கொடுத்தார்: தொராகோட்டமியை எப்படி செய்வது – தொரக்கோட்டமி உன்னதமான ஸ்டெரோலேட்டரல், அதைவிட குறைவான, பக்கவாட்டு தொரோட்டமி - ஸ்டெர்னோட்டமியின் அடிப் படைகள், நுரையீரல் தமனியைப் பிரித்தெடுத்தல், மூச்சுக்குழாய் தையல் போடுதல், மூச்சுக்குழாயை மீண்டும் வெட்டுதல், பெரிய அறுவையின் அணுகுமுறையை எப்படித் தேர்வு செய்தல், லோபெக்டோமி, நிமோனெக்டோமி, ஹீமோஸ்டாசிஸுக்கு ஆகியவற்றிற்குச் சாதகமான நிலைமைகள், வாஸ்குலர் பாதங்கள், மற்றும் வெளியேற்றங்களை வெளியேற்றுதல், தொராசிக் போன்ற மிக உயர்வான அறுவைச் சிகிச்சை விதிகள் – இவையெல்லாம் அவனுக்கு அத்துப்படி.

உண்மையில், அவன் ஒரு விஷயத்தைப் பற்றி மட்டுமே யோசித்தான். அவனால் காசநோயின் அழிவிலிருந்து அவனது நண்பனைக் காப்பாற்ற இயலவில்லை என்று மனதில் ஓர் ஆவேசம் இருந்தது – அந்த நோயைப் பற்றி அனைத்தையும் தெரிந்துகொள்ள வேண்டும்.

சில சமயங்களில் வாழ்க்கை இழந்ததை மீட்டெடுக்க வாய்ப்பளிக்கலாம் என்றெண்ணி, அவன் ரகசியமாக ஒரு புதிய சிகிச்சையை வடிவமைக்க வேண்டும் என்று கனவு கண்டான். காசநோயைக் குணமடையச் செய்ய வேண்டும். அந்தச் சிகிச்சையில் புதுமை புகுத்த வேண்டும் என்று கனவு கண்டான். அவனது வாழ்க்கையின் முடிவில், “என்னால் காஃப்காவைக் காப்பாற்ற முடியவில்லை, ஆனால், நான் எனது

மற்ற சகோதரர்களைக் காப்பாற்ற உதவினேன்" என்று அவன் சொல்ல வேண்டும். மார்ச் 1930இல், சாவர்பாக்கின் ஆதரவுடன், அவனுக்கு பெர்லின் புறநகரில் உள்ள சோமர்ஃபெல்டில் உதவி யாளராக வேலை கிடைத்தது. அது காசநோய் சிகிச்சையில் நிபுணத்துவம் பெற்ற மருத்துவமனை. அவன் நோயாளிகள்மீது காச நோய்க்கான அவனது சொந்த அறுவைச் சிகிச்சை முறைகளை உருவாக்கத் தொடங்கினான். நுரையீரலுக்கு அப்பால் அவனது நோயாளிகளின் குரல்வளை ஆக்கிரமிப்புக்கு உள்ளானபோது, அவன் குரல்வளை அறுவைச் சிகிச்சை மேற்கொண்டான். அவன் தன் ஆய்வுக் கட்டுரையை பெர்லினில் ஃபிரெடெரிக் வில்லெம் பல்கலைக்கழகத்தில் பரிசீலனைக்கு அனுப்பி வைத்தான். அது குடலை நோய் ஆக்கிரமிக்கும் பட்சத்தில் சிகிச்சை செய்ய ஒரு புதிய தொழில் நுட்பமாகும். தலைப்பு: 'குடல் காச நோய் அறுவைச் சிகிச்சைக்கு நூமோ பெரிடோன்.' தேர்வுக் குழு பாராட்டுதல் தெரிவித்தது. அவனுடைய நெறியாளர் நுண்கதிர் மருத்துவரும், அறுவைச் சிகிச்சை நிபுணருமான ஹெர்மன் மாரிட்ஸ் கோட் அவனுக்கு மிகச் சிறந்த எதிர்காலம் இருப்பதாகச் சொன்னார். அவன் ஆய்வு நூலின் நான்காவது பக்கத்தில் 'எஃப். கே' என்று குறித்திருந்ததை யாரும் கவனிக்கவில்லை.

சம்மர்ஃபெல்டில், அவனுடைய சரியான நோய்கண்டறி தலும், திறமையும், தீவிரமாக முடிவெடுக்கும் விதமும், நோயாளி களிடம் காட்டும் பரிவும் அவனுக்குப் பெருமதிப்பைப் பெற்றுத் தந்தன. பேராசிரியர் வொல்ஃப்காங் ஜி "உனக்கு பிரகாசமான எதிர்காலம் காத்திருக்கிறது" என்றும் "ஜெர்மன் மருத்துவ உலகம் உனக்கு ஒரு காலத்தில் மிகவும் கடமை பட்டிருக்கும்" என்று பாராட்டி அவனை ஊக்குவித்தார்.

ஃபியூரர் அதிகாரத்துக்கு வந்ததும் வொல்ஃப்காங் ஜி தன் உரையாடல்களை 'சீக் ஹெயில்' என்று சொல்லி முடிப்பது வழக்கமாகிவிட்டது. அது ஹிட்லர் மீது அவருக்கிருந்த பாசத் தினாலல்ல. இன்னும் சொல்லப்போனால், ஹிட்லரை அவர் படிக்காதவனென்றும், இங்கிதம் தெரியாதவன் என்றும் கருதி னார். அப்படியிருந்தும், அவர் 'சீக் ஹெயில்' என்று சொன்ன தற்குக் காரணம், அவர் பார்வையில் ஜெர்மன் விழுமியங்களும்,

கட்டுப்பாடும் மீண்டும் திரும்பி வருவதுதான். அவர் சொல்வார்: "ஹிட்லரின் கரம் இரும்புக்கரம். அது ஒருபோதும் நடுங்காது, அறுவைச் சிகிச்சை நிபுணனின் அறுவை மேற்கொள்ளும்போது எப்படி நடுங்காமல் இருக்குமோ அப்படி இருக்கும்." கட்டுப்பாடு பொது வாழ்க்கைக்கும், பொதுவாக ஒவ்வொருவர் வாழ்க்கைக்கும் அடிப்படையான பண்பு. ஒரு நாடு கட்டுப்பாடின்றி வளர முடியாது. ஒழுங்கின்மை மனித குலத்தின் எதிரி. ஒரு மனிதன் சந்தேகத்திலும், நிச்சயமற்ற நிலையிலும் வாழ முடியாது. உண்மையில், ஒரு சிறிது ஒழுங்கின்மை, உதாரணமாக, மேசைமீது சிதறிக் கிடக்கும் சில ரொட்டித் துண்டுகள், இரண்டு நிமிடம் தாமதமாக வருதல், பறந்து போகும் ஒரு துண்டுத் தாள், தான் அறுவைச் சிகிச்சை செய்யும்போது சற்றுத் தாமதமாகக் கொடுக்கப்படும் கட்டுத் துணி – இவையெல்லாம் அவருக்கு பயங்கரமான கோபத்தை ஏற்படுத்தும். ஒரு சின்ன தடுமாற்றம்கூட அவரைத் திக்குமுக்காட வைக்கும். இவ்வளவு கடுமையான தோற்றத்திற்குப் பின்னால் அவர் உண்மையில் பலவீனமானவர். வொல்ஃப்காங் ஜி மனதில் சஞ்சலமில்லாமலும், எதிர்காலம் குறித்து பயம் இல்லாமலும் இருக்க வேண்டுமானால், சமுதாயத்தில் எந்தக் கொதிப்பும், குழப்பமும் இருக்கக் கூடாது. அவர் 'சீக் ஹெயில்' என்று சொல்லிக் கொள்வது, அவருக்குள் குடிகொண்டிருந்த அச்சத்தை அடக்கி வைப்பதற்குத்தான். அவர் ஒல்லியானவர். நினைத்ததைச் சாப்பிட மாட்டார். எந்த ஆசைக்கும் அடிபணியக் கூடாது என்பதுதான் அவர் கொள்கை. அவர் உயரமானவர். அவரது உயரம் மற்றவர்கள்மீது ஆதிக்கம் செலுத்த உதவியது. தான் மேல் உலகில் சஞ்சரிப்பதாக நினைத்துக்கொள்வார். அவரது விரல்கள் அறுவைச் சிகிச்சை நிபுணருக்குப் பொருத்தமானவை. ஆனால், அவருக்குக் கோபம் வரும்போது அவர் கைகள் எதிரியின் கழுத்தை நெரித்துவிடும்போல் தோன்றும். மங்கிய நீல நிறக்கண்கள். சுருக்கம் விழுந்த முகம். அறுவைச் சிகிச்சையின் போதுதான் கண்ணாடி அணிவார். தன் தோற்றத்தைக் குறைவாக எடைபோடக் கூடாது என்று நினைப்பார். அதற்குத் தேவையானது என்று அவர் நினைக்கும் 'டை' கட்டிக் கொள்வார். அவர் எதிரில் இருப்பவர்களை நேரடியாகப் பார்க்க மாட்டார்.

அவரிடம் பேசுபவர் அவருக்குத் தொந்தரவு கொடுப்பதுபோல் நினைப்பார். அல்லது அவருடைய நேரத்தை வீணடிக்கிறார் என்று நினைப்பார். அல்லது அவர்களுடைய கருத்து முக்கிய மற்றது என்று நினைப்பார். அவர் உங்களுக்குச் சொல்ல நினைத்ததைச் சொல்வார் - மனதிலிருப்பதை மறைக்காமல் சொல்வார். மிகவும் மோசமான எண்ணங்கள் என்றாலும் சொல்லிவிடுவார். அவருடன் பணியாற்றுபவர்களும் - அதாவது மருத்துவர்கள், செவிலியர்கள் எல்லாம் - அவருடன் ஒத்துப் போக வேண்டும். அவர் யாருக்கும் எதுவும் கடன் பட்டு இல்லை. அவர் இல்லை என்றால் அவர்கள் ஒன்றும் இல்லை. அவர்கள் ஒருவரை ஒருவர் எதிர்த்துக்கொள்ளுமாறு செய்வார். சின்ன உரையாடலிலும் ஒரு சதி இருப்பதாக நினைப்பார். மற்றவர்கள் எல்லாம் அவர்களுக்கு அவருக்கு பகடைக் காய்கள் தான். வாழ்க்கை ஒரு பெரிய சதுரங்க விளையாட்டு, அதில் அவர் வீரனாகவும், அரசனாகவும் இருந்தார். அதே சமயம் தன்னை தொண்டை அறுவைச் சிகிச்சையில் ஒரு வாக்னராக (Wagner) நினைத்துக்கொண்டார். வாக்னர் அவர் காலத்தில் மிகப்பெரிய சிந்தனையாளராகவும் இசையமைப்பாளராகவும் இருந்தார். தன்னுடைய அறுவைச் சிகிச்சை பகுதியில் எப்போதும் கிராமபோன் இசை ஒலிக்கச் செய்வார். அதில் ஃபர்ட்வான்கிளர் இயக்கத்தில் வால்கிரி குதிரையோட்ட சத்தம் கேட்டுக்கொண்டிருக்கும். அவர் கச்சேரியை ஒவ்வொரு வருடமும் சால்ஸ்பர் சென்று கேட்பார்.

ஹிட்லர் ஜெர்மனியில் சான்சலர் ஆக நியமிக்கப்பட்டது ஒரு வித ஊழ்வினை என்று ராபர்ட் நினைத்தான். அவன் ஏற்கனவே எதேச்சை அதிகார அரசையும், யூத எதிர்ப்பு அரசியலையும் புடாபெஸ்டில் ஹார்த்தி ஆட்சியில் சந்தித்திருக்கிறான். அவன் மீண்டும் எல்லாவற்றையும் கைவிட விரும்பவில்லை. எஸ்.ஏ. வின் வெறுப்பு வெளிப்பாட்டைப் பார்க்கும்போதும், நாஜிக் கட்சி பொதுக்கூட்ட அழைப்பில் ‘யூதர்களும் நாய்களும் தடை செய்யப்பட்டு இருக்கிறார்கள்’ என்ற வாசகத்தைப் படிக்கும் போதும் அவனுக்கு ஒன்றும் புதிதாகத் தோன்றவில்லை. சக்கரம் எப்போதும் ஒரே திசைதான் சுற்றுகிறது என்று நினைத்தான். ஃபிரான்ஸ் காஃப்கா பிராகாவில் 1920ஆம் ஆண்டு வெடித்த கலவரங்களைப் பற்றி சொல்லி இருக்கிறார் அல்லவா? அவர்

சொன்னார்: "ஒவ்வொரு நாள் பிற்பகலிலும் நான் தெருக்களில் நடைப்பயிற்சி செய்வேன். அங்கு யூத வெறுப்பு அலைகளில் மூழ்க வேண்டும். யூதர்களைக் கரப்பான் பூச்சுகள் என்று கத்து வார்கள். நம்மை அந்த அளவுக்கு வெறுக்கும் இடத்திலிருந்து வெளியேறுவது இயல்பு அல்லவா? சன்னல் வழியாகப் பார்ப்பேன். எங்குப் பார்த்தாலும் ஆயுதம் ஏந்திய காவல் துறையினர், கையில் தடியோடும் துப்பாக்கியோடும் அலை வார்கள். மக்கள் என் சன்னலைப் பார்த்து கத்திவிட்டுக் கலைந்து செல்வார்கள். அங்குப் பாதுகாப்பு இல்லாமல் வாழ்வது வெட்கக் கேடு." இதுபோன்ற பேச்சுக்களும், சுவர்களில் எழுதப்பட்ட வாசகங்களும், உடைந்த வீட்டுக் கண்ணாடிகளும் ராபர்ட்டின் இரண்டு பேராசைகளைக் கைவிடச் செய்யவில்லை. நம்மைத் தாக்கும் நோய்கள்போல் வரலாற்றின் வன்முறைச் சம்பவங்கள் நம் வாழ்க்கையின் போக்கைத் திடீரென மாற்ற வல்லவை என்பதைத் தெரிந்திராதவன்போல் காட்டிக்கொண்டான். இப் போது அவன் திருமணமானவன். சிறந்த எதிர்காலத்தை எதிர் நோக்கி இருக்கும் ஓர் அறுவைச் சிகிச்சை மருத்துவன். திறமையான மொழிபெயர்ப்பாளன். அப்படி அவனை வர வேற்று உருவாக்கிய அந்த மண்ணின் மீது அவனுக்கிருந்த அசைக்க முடியாத நம்பிக்கையை எதுவும் தகர்க்க முடியாது.

ஒரு நாள் பிற்பகல். சூரியன் சுட்டெரித்துக்கொண்டிருந்தது, ராபர்ட் ஐந்து மணி நேரம் ஒரு தொண்டைப் புற்று நோய்ச் சிகிச்சை அளித்துவிட்டு கையில் அறுவைக் கத்தியோடு வெளியில் வந்தான். அப்போது பேராசிரியர் வொல்ஃஃப்காங் தன்னைத் தன் அலுவலகத்தில் வந்து பார்க்கும்படி செய்தி அனுப்பினார்.

"சற்றுப் பொறுத்து வரலாமா, ஐயா?" என்று அவன் கேட்டான். உடையில் இரத்தக் கறையோடு, தன் துறைத் தலைவரைப் போய்ப் பார்க்க அவனுக்குக் கூச்சமாக இருந்தது. மேலும் அவனை ராபர்ட் என்று சொல்லி செல்லமாக அழைக்காதது அவனுக்கு வியப்பாக இருந்தது.

"இல்லை, குளோப்ஸ்டோக், காத்திருக்க இயலாது."

"அவசர சிகிச்சையா?" என்று ராபர்ட் கேட்டான். அவனிடம் பதற்றம் அதிகரித்தது.

"அப்படியும் சொல்லலாம்" என்று சொன்னார். அவர் பார்வையில் எப்போதும் காணப்படும் அன்பு கலந்த உரிமை பளிச்சிடவில்லை.

"அப்படியென்றால், வருகிறேன்" என்று ராபர்ட் முணுமுணுத்தான். அறுவைச் சிகிச்சையில் ஏதோ ஒரு தவறு நடந்துவிட்டது என்று முதலில் நினைத்தான்.

அவன் பேராசிரியர் அலுவலகத்துக்குள் நுழைந்தபோது, அவர் தன் கறுப்புத் தோலாலான கம்பீரமான நாற்காலியில் அமர்ந்திருந்தார்.

ராபர்ட் அவர் அனுமதிக்குக் காத்திராமல், அவர் எதிரில் இருந்த நாற்காலியில் உட்கார்ந்தான். அவர்களிடையே இருந்து வந்த உறவு அப்படித்தான் இருந்தது.

"நீங்கள் நின்றுகொண்டு பதில் சொல்ல விரும்புகிறேன்" என்றார் பேராசிரியர். அவர் தன் மேசையை விரல்களால் தட்டிக்கொண்டிருந்தார். அதில், சட்டம் போட்ட நாயின் புகைப்படத்திற்கு அருகே, ஒரு கோப்பு இருந்தது. அவர் அதை எடுத்தார்.

ராபர்ட் உடனே எழுந்துவிட்டான். அவன் தான் மரியாதை குறைவாக நடந்துவிட்டோமா என்று குழம்பிப்போய், குரலில் தடுமாற்றத்தோடு பேசினான்:

"என்னை மன்னித்துவிடுங்கள்."

அவர் கோப்பை புரட்டிக்கொண்டிருந்தார். கண்ணாடியை எடுத்துப் போட்டுக்கொண்டார். சில பக்கங்களை நிறுத்திப் படித்துப் பார்த்தார். மற்றவற்றை வேகவேகமாகப் புரட்டினார். அவர் கோப்பை மூடியபோது, ராபர்ட் அதில் தன் பெயர் சிவப்பு மையால் எழுதப்பட்டிருப்பதைப் பார்த்தான்.

நீண்ட யோசனைக்குப் பிறகு, பேராசிரியர் பேசினார்: "நீங்கள் ஒரு யூதன் என்று ஏன் என்னிடம் சொல்லவில்லை?"

"நீங்கள் ஒருபோதும் கேட்கவில்லையே" என்றான் ராபர்ட் சற்றுக் குழப்பத்துடனும் வியப்புடனும். "மேலும், அது முக்கியம் என்று எனக்குத் தோன்றவில்லை."

"அதாவது, உங்கள் கருத்துப்படி, நான் ஒவ்வொருவரிடமும் நீங்கள் யூதரா இல்லையா என்று கேட்க வேண்டும், அப்படித் தானே? 'எஸ் எஸ்' நிர்வாகிகள்தான் இப்போது கேட்டு வருகிறார்கள்."

"நான் அப்படிச் சொல்லவில்லை..."

"உங்கள் பார்வையில், யூதராக இருப்பது அவ்வளவு முக்கியமான விஷயமல்ல, அப்படித்தானே?"

"அது என் தனிப்பட்ட வாழ்க்கை சம்பந்தப்பட்டது – என் நம்பிக்கையைப் பொறுத்தது என்று சொல்லலாமல்லவா? அது என் தொழிலுக்கு எவ்விதத்திலும் தொடர்புடையதல்ல."

"இப்படிப் பேசினால், குளொப்ஸ்டோக், நீங்கள் ஃபூரரையும் ஜெர்மனியையும் அவமதிப்பதாகும்! யூதனாய் இருப்பதில் ஒன்றுமில்லை என்றால், எங்கள் ஃபியூரர், அவரது கட்சி, அவரது அரசு எல்லாம் யூதர் பிரச்சினையைத் தீர்ப்பதற்கு இவ்வளவு நேரத்தையும் சக்தியையும் செலவழிப்பது ஏன்?"

"பேராசிரியர் ஐயா, என்னைப் பொறுத்தவரை யூதர் பிரச்சினை என்று ஒன்றில்லையே."

"என்ன சொல்ல வருகிறீர்கள்?" என்று பேராசிரியர் உண்மையில் குழம்பிப்போய் கேட்டார்.

"நல்லது, நான் ஒரு யூதனாய் இருப்பது ஏதோ ஒரு பிரச்சினையைக் கிளப்பி, அதனை நீங்கள் பெரிதாக எடுத்துக் கொண்டு, அதற்கு ஏதோ ஒரு தீர்வு காண வேண்டுமென்பது வீண் வேலையாகத்தான் தோன்றுகிறது."

"நீங்கள் என்னை கேலி செய்கிறீர்கள் என்று நினைக்கிறேன். யூதர்கள் ஒரு பிரச்சினை இல்லையென்றால், பின்னர் எதுதான் பிரச்சினை?"

"பொருளாதார நெருக்கடி, போர்கள்..."

“பொருளாதார நெருக்கடி ஏற்படுவது யூதர்கள் பொருளாதாரப் பலன்களை அபகரித்துக்கொள்வதால் வந்த வினை. போர்கள், யூதர்கள் போர் வெறித்தனத்தால் விளைவதுதான்.”

“அப்படியென்றால் நான் என்ன குற்றம் செய்தேன்?”

“உங்கள் கேள்விக்கு கெஸ்தாபோ பிரதிநிதிகளால்தான் பதில் சொல்ல முடியும். அவர்களிடம் போய்க் கேளுங்கள்... என்னைப் பொறுத்தவரை, நீங்கள் ஒரு யூதன் என்று சொல்லாததற்காகக் கோபப்படவில்லை...” அவர் சற்று நேரம் நிறுத்தி தான் சொன்னதன் விளைவைக் கணக்கிட்டார்போலும். “ஏனென்றால், எனக்கு என்மேல்தான் கோபம்!”

“உங்கள் மீதா?”

“ஆமாம் என்மீதுதான். ஏனென்றால், வழக்கமாக, என்னால் யூதர்களை இனம்காண முடியும். உங்கள் விஷயத்தில் நான் சந்தேகப்படாமல் இருந்துவிட்டேன்.”

“எப்படி எங்களை இனம்கண்டுகொள்கிறீர்கள்?”

“குளோப்ஸ்டோக், தெரியாததுபோல் நடிக்காதீர்கள்!”

“ஆனால், அது உங்களுக்கே தெரியும். இப்போதுவரை, நான் எந்தக் குற்றமும் செய்யவில்லை என்பது உங்களுக்குத் தெரியும்.”

“காரணம் உங்கள் தோற்றத்தைக் கண்டு நான் ஏமாந்து விட்டேன், அவ்வளவுதான்! உங்கள் நிறம், உங்கள் மூக்கு, உங்கள் நடத்தையெல்லாம் பார்க்கும்போது நீங்கள் ஒரு யூதன் என்று சொல்ல முடியவில்லை! குளோப்ஸ்டோக் என்ற பெயரை வைத்துக்கொண்டு நீங்கள் எதிரியை ஏமாற்றுகிறீர்கள். உங்களுக்கு ஒன்றை நினைவுபடுத்துகிறேன். உங்கள் பெயர் ஒரு மாபெரும் ஜெர்மன் கவிஞரின் பெயர்: ஃப்ரீட்ரிக் காட்லிப் குளோப்ஸ்டோக். வாழ்க்கையின் யதார்த்த கவிஞர். ‘மெஸ்ஸியா’ எனும் மறக்க முடியாத நூலின் ஆசிரியர். அவர் பெயரை முகமூடிபோல் வைத்துக்கொண்டு முன்னேறி வந்திருக்கிறீர்கள். உங்கள் மூக்கு ஒரு பொய் மூக்கு போலும். ஆனால், நான் சொன்னதுபோல், எல்லாம் என் குற்றம்தான். நான் எப்படி ஏமாந்தேன்? உங்களை ராபர்ட் என்று அழைத்து, என்

மகனைப்போல் பாவித்து உங்களுக்கு என்னுடைய பிரிவில் சேர்த்துவிட்டேன்! யூதர்களெல்லாம் பெரும் ஏமாற்றுக்காரர்கள்! நல்ல வேளை. எங்கள் நிர்வாகம் நுணுக்கமாக எல்லாவற்றையும் கவனிக்கிறது... இந்த உதவியாளர் பணியை நீங்கள் பெற்றுக் கொண்டபோது – நான் வேண்டுமென்றுதான் சொல்கிறேன் - மோசமான 'வெய்மார்' (1919-1933) காலகட்டமாக இருந்தது. இப்போது அது முடிந்துவிட்டது..."

கொஞ்ச நேரம் மௌனம் காத்துவிட்டு, பின்னர் சொன்னார்:

"குளோப்ஸ்டோக், கடைசியாக வந்த தீர்ப்பாணைகளைப் படித்தீர்களா?"

ராபர்ட் 'இல்லை' என்று தலையசைத்தான். அவன் அதை யெல்லாம் படிப்பதை நிறுத்திவிட்டான். தொடர்ந்து இயற்றப் பட்ட யூத எதிர்ப்பு தீர்ப்பாணைகள் அவன் தன்னம்பிக்கையைக் கெடுத்தன.

"நான் படித்திருக்க வேண்டுமா?"

"நிச்சயமாக. உங்களுக்கு யோசனை சொல்வது என் வேலை யல்ல, ஆனால் இருப்பதை எடுத்துச் சொல்வேன், அவ்வளவு தான்."

"என்ன இருக்கிறது?"

"உங்கள் சம்பந்தப்பட்ட கடைசி தீர்ப்பாணையின் தன்மை."

"தீர்ப்பாணை என்னைப் பற்றியதா?"

"இல்லையேல், நீங்கள் ஏன் என் அலுவலகத்திற்கு வர வழைக்கப்பட்டிருக்கிறீர்கள்? எனக்கு வேறு வேலை இல்லை என்று நினைக்கிறீர்களா?"

"இந்த அலுவலகத்தில் இதற்கு முன்பு பல பிரச்சினைகளைப் பற்றி நான் பேசி இருக்கிறேன், பேராசிரியர் ஐயா."

"கடந்தகாலத்தைப் பற்றிப் பேசாதீர்கள். தவறான வெளித் தோற்றங்களால் எல்லாம் நிகழ்ந்துவிட்டதுபோல் தெரிகிறது. மேலும், எல்லாவற்றையும் என்மீது திணிக்காதீர்கள். நான் ஒரு தூதுவன் மட்டுமே. தூதுவன்மீது பழிபோடுவது உண்மையை

மறைக்கும் ஒரு வழிதான். விஷயத்துக்கு நேரடியாக வருவதையே நான் விரும்புகிறேன்." கோப்பிலிருந்து ஒரு காகிதத்தை எடுத்து, சுருக்கமாகப் படித்துவிட்டு மீண்டும் பேசினார். "மருத்துவமனை நிர்வாகம் இன்று காலையில் 1933ஆம் ஆண்டு ஏப்ரல் 7ஆம் தேதி என்று குறிப்பிட்ட ஒரு தீர்ப்பாணையை எனக்கு அனுப்பியது. 'அது பொது அரசுப் பணி மறுசீரமைப்பு' பற்றியது. சுருக்கமாகச் சொல்லவேண்டுமானால், அதன்படி அனைத்து யூத அரசுப் பணியாளர்களும், நோய்க் காப்பீட்டால் அங்கீகரிக்கப்பட்ட யூத மருத்துவர்களும், பதவி நீக்கம் செய்யப்பட வேண்டும்."

"யூத மருத்துவர்களைப் பதவி நீக்கம் செய்யப்பட வேண்டுமா? காரணம்?"

"சொல்லப்பட்ட விஷயங்களைப் பற்றிக் கருத்து கூறவோ, விவாதிக்கவோ கூடாது."

"ஆனால், இந்தப் பதவி நீக்கம் சட்டவிரோதமானதல்லவா!"

"நீங்கள் தீர்ப்பாணைகளைத் தொடர்ந்து படிக்கவில்லை என்று சொன்னீர்கள். படித்திருந்தால் ஜெர்மன் சட்டம் மாற்றப்பட்டிருப்பது தெரிந்திருக்கும். அது இப்போது எளிமையாக்கப் பட்டிருக்கிறது."

"எப்படி?"

"சட்டம் என்பது இனிமேல் ஃபூரரால்- ஹிட்லரால் - சொல்லப்படுவதுதான்."

"அது சட்டத்திற்கு முற்றிலும் எதிரானதல்லவா?"

"நான் சொல்வதை நீங்கள் சரியாகக் கவனிக்கவில்லை என்று தோன்றுகிறது."

"அப்படியென்றால், எனக்கு விளக்குங்கள். நான் அறுவைச் சிகிச்சை செய்வதை எந்தக் காரணத்தினால் தடை செய்ய வேண்டும்?"

"நான் எதையும் விளக்குவதற்கு இல்லை! சட்டங்களின் உட்பொருளை எடுத்துக் காண்பிப்பது என் வேலையுமல்ல.

மேலும், சட்டங்களுக்கு எப்போதும் காரணங்கள் சொல்ல வேண்டுமா? அதற்கெல்லாம், சிறப்புப் பயிற்சி பெற்ற வல்லுநர்களின் விவாதங்களில் பங்கேற்க வேண்டும். நீங்களோ, நானோ சட்ட வல்லுநர்கள் அல்ல. நாம் தொண்டை அறுவைச் சிகிச்சை செய்யும் சிறப்பு மருத்துவர்கள். சட்டப்படி சொல்ல வேண்டுமானால், நான் தொண்டை அறுவை சிறப்பு மருத்துவராக இருக்கிறேன். நீங்கள் இதற்கு முன்பு தொண்டை அறுவைசிறப்பு மருத்துவராக இருந்தீர்கள். நான் இப்படிச் சொன்னால் பரவாயில்லையா?

"நான் இன்னும் சொல்ல நினைத்ததைச் சொன்னதாகத் தெரியவில்லை."

"சரி, நீங்கள் புரிந்துகொள்ள ஆரம்பித்திருக்கிறீர்கள்..."

"ஆனால், என்னைப் பேச அனுமதித்தால், ஒன்று சொல்வேன். அதாவது, நான் யூதனாய் இருப்பதற்கும், நான் தொழில் செய்வதைத் தடுப்பதற்கும் என்ன தொடர்பு என்று புரியவில்லை. என்னுடைய பூர்வீகம் நான் அறுவைச் சிகிச்சை செய்வதில் தலையிடுவதில்லை. யூதனான நான் செய்யும் அறுவைச் சிகிச்சையை வேறுவிதமாகச் செய்ய முடியுமா? வேறு விதமாகச் சொல்ல வேண்டுமானால், அறுவைச் சிகிச்சை செய்வதில் யூதர்கள் பாணியென்று ஒன்றிருக்கிறதா?"

"எழுதுவதில் யூதர்கள் பாணி என்று ஒன்றிருக்கிறது. அதனால்தான், உங்கள் புத்தகங்களைத் தடை செய்யப்போவதாகப் பேச்சு அடிபடுகிறது. சிலர் எரிக்க வேண்டும் என்றும் சொல்கிறார்கள். கோயபெல்ஸ் ஒருவராகிலும் அப்படித்தான் நினைக்கிறார்."

"நீங்களும் அப்படித்தான் நினைக்கிறீர்களா?"

"பெரும்பாலான ஜெர்மானியர்கள் கோயபெல்ஸ் கருத்தை ஏற்றுக்கொள்கிறார்கள். தற்போதைக்கு நான் பெரும்பான்மை ஜெர்மானியர்களோடுதான் இருக்கிறேன்."

"சரி, உங்கள் மருத்துவமனையில் நிறைய யூத மருத்துவர்கள் இருக்கிறார்கள். அவர்களை என்ன செய்யப் போகிறீர்கள்!"

"எனக்குத் தெரியும். எங்களிடம் பட்டியல் இருக்கிறது."

“அவர்களையெல்லாம் துரத்திவிட நினைக்கிறீர்களா?”

“எல்லோரையும்தான். சட்டம் அப்படிச் சொல்வதால், அதனை அமல்படுத்தத்தான் வேண்டும். கட்டுப்பாட்டுக்கு அதுதான் முதல் இன்றியமையாத கூறு.”

“அப்படியென்றால், மருத்துவமனை சேவையை எப்படி நடத்தப்போகிறீர்கள்?”

“நீங்கள் இல்லாமல் எங்களால் சமாளித்துக்கொள்ள முடியும்.”

“எந்த யூத மருத்துவனும் இல்லாமலா?”

“அவர்கள் ஒருவர்கூட இல்லாமல்! சட்டம் அதனைக் கடுமை யாக வலியுறுத்துகிறது. அதில் எந்த விதி மீறலும் இருக்காது. மேலும், எதற்காக விதி மீற வேண்டும்? பொது மக்களுக்கு விமோசனம் என்றால், எதற்காக அநீதி இழைக்க வேண்டும்? இருந்தலும், நான் சொன்னதுபோல், நான் ஒரு சட்ட நிபுணன் அல்ல. அறுவைச் சிகிச்சைப் பேராசிரியர். ஆகவே, சட்டத்தை அமல்படுத்தும்போது அதன் நுணுக்கங்களில் என்னை இழுத்துச் செல்லாதீர்கள்.”

“நீங்கள்தானே என்ன இழுத்துச் செல்கிறீர்கள்! என்னுடைய பிறப்பைக் காரணமாக வைத்து என்னைப் பதவி நீக்கம் செய் கிறீர்கள். இப்போது நான் ஒரு கேள்வியை முன் வைக்கிறேன்: யூதர்களில்லாமல் மருத்துவ உலகம் சாத்தியப்படுமா? விரும்பத் தக்கதாகவும் இருக்குமா?”

“யூதர்கள் இல்லாத உலகம் விரும்பத்தக்கதா என்ற கேள்வி நமது ஃபூரரால் தீர்மானிக்கப்பட வேண்டும். அவர் எழுதிய ‘மெயின் காம்ஃப்’ (எனது போர்) என்ற புத்தகத்திலேயே அதற்கு அறுதியான விடை இருக்கிறது என்று நினைக்கிறேன்.”

“அதாவது ‘யூதர்கள் இல்லாத மருத்துவ உலகம்’, அப்படித் தானே?”

“நான் அப்படிச் சொல்லவில்லை.”

“நீங்கள் ‘யூதர்கள்இல்லாத உலகம்’ என்று சொன்னீர்கள்.”

“ஓ, குளோப்ஸ்டோக், நீங்கள் புத்திசாலி, ஆகையால் என்னை எல்லாவற்றையும் முழுமையாகச் சொல்லவைக்காதீர்கள்.”

“அதுதான் எனக்கு பயங்கரமாகத் தெரிகிறது, பேராசிரியர் ஐயா.”

“சட்டமியற்றுபவரின் நோக்கம் அதுதான் என்று தோன்று கிறது, குளோப்ஸ்டோக்... எல்லாம் தெளிவாகத் தோன்றுவ தால், நீங்கள் முற்றிலுமாக விடைபெறலாம். போய்வாருங்கள், குளோப்ஸ்டோக்!”

“நல்லது, பேராசிரியர் ஐயா, போய்வருகிறேன்.”

ராபர்ட் அவன் பொருட்களையெல்லாம் எடுத்துக்கொண்டு மருத்துவமனையை விட்டு நிரந்தரமாகப் புறப்பட்டுவிட்டான்.

அவன் பெர்லின் தெருக்களில் நடந்துகொண்டிருந்தான். நகரத்தைச் சுற்றி வருவது இப்போது அவனுடைய அத்தியாவசிய நடவடிக்கையாக உள்ளது. நகரமே ஒரு நோயுற்ற உடல். அதனை ஒவ்வொரு பகுதியாகக் கடந்துவந்தான். முதலில் வந்த டிராம் வண்டியில் ஏறினான். நகரம் அவனுக்கு முன்னால் வரிசையாக நகர்ந்து சென்றது. கூட்டமான நேரம் என்றால், பெட்டிகளில் நெரிசலாக இருக்கும். ஆனால் இது மதிய வேளை. சன்னலில் வசதியாகத் தலைவைத்துக்கொண்டு வேடிக்கை பார்க்கலாம். காற்று அவன் முகத்தைத் தாக்கியது. பெர்லின் முழுதும் அவனுக்குச் சொந்தம். ரிங் புலவர்டு, ஹெர்மன்பிளாட்ஸ், பால்டன்பிளாட்ஸ், நிப்ரொடெஸ்ட்ராஸ், ஸ்கோன்ஹாசர் அல்லி, ஹால்லெஷ் டோர் – இவையெல்லாமே அவனுக்குச் சொந்தம். அவனுக்கு விருப்பமான தடம் 68, விட்டேனாவ், திருமண்ப்ளாட்ஸ், ரோசென்தாலர்பிளாட்ஸ், லிச்சென்பெர்க். நடைபாதைகளில் மக்கள் கூட்டத்தைக் கவனித்தான். கட்ட டங்களின் முகப்புகளைப் பார்த்தான், கண்கள் அகல விரிந்தன. கடைகளையும், திரையரங்குகளையும், புதிய வண்ணங்களில் அலங்கரிக்கப்பட்ட நகரத்தின் ஜன்னல்களையும் பார்த்துக் கொண்டே போனான். பால்கனிகளில் ‘சுவஸ்திகா’க்கள் பறந்தன. தலையை ஜன்னலில் வைத்து வெளியே பார்க்கும்போது, கறுப்பு ‘எஸ். எஸ்’ சட்டைகளோடும், ஸ்வஸ்திகாக்களோடும் ஏதோ ஒரு

பெரிய சிலுவைப் போருக்குச் செல்லும் கப்பலில் சென்றதுபோல் இருந்தது. வீதிகளின் நடுவில் ஆண்கள் கூட்டம், அமைதியாக, ஒழுங்காக, முன்னேறிக்கொண்டிருந்தது. அப்பழுக்கில்லாத ஆடைகள் உடுத்திய பெண்கள் ஏதோ ஒரு 'பால்' நடனத்துக்குப் போவதுபோல் தோன்றினார்கள். மே மாதத்தில், புத்தகங்களை எரித்த சாம்பல் காற்றைக் கருமையாக்கியது. இன்று வானம் தூய நீலமாக இருந்தது. நாஜிக் கொடி பறந்துகொண்டிருந்தது. ராபர்ட் தனது இதயத்தை அரைக்கம்பத்தில் வைத்ததுபோல் நடந்தான்.

டோராவிடமிருந்து ஒரு கடிதம் வந்திருந்தது. அதை வெகு நாட்களாகவே பார்க்காமலிருந்தான். அதில் அவள் தன் கணவன் கைது செய்யப்பட்டதைத் தெரிவித்தாள். அவன் எங்கு அடைக்கப்பட்டான் என்று அவளுக்குத் தெரியவில்லை. எண்ணற்ற கட்சி உறுப்பினர்கள், அவனுடைய தோழர்கள், பெரும்பாலான தலைவர்கள், காணவில்லை என்று அறிவிக்கப் பட்டிருந்தனர். ஆனால் அதே சமயம் அவளுக்கு ஏற்பட்ட அபரிமிதமான சந்தோஷத்தைப் பற்றியும் அறிவித்தாள். அவள் ஒரு சிறுமியைப் பெற்றெடுத்திருந்தாள், குழந்தைக்கு மரியான் என்று பெயரிட்டிருந்தாள். இறுதியில் வாழ்க்கை எப்போதும் வென்றது. ஃபிரான்ஸ் அவர்கள் ஒவ்வொருவரையும் மேலுலகி லிருந்து கவனித்துக்கொண்டிருந்தார். ஒரு நாள், நம் வாழ்வில் மீண்டும் மகிழ்ச்சியை அனுபவிப்போம். உன் உடல்நிலையைக் கவனித்துக்கொள், ராபர்ட், என் அருமை நண்பா."

1934ஆம் ஆண்டு வசந்த காலத்தில் ஒரு நாள் பிற்பகல் இறுதியில் அவன் பெர்லினைக் கடந்து சென்றான். அதுவே அவனது கடைசித் தடவை என்ற உணர்வு அவனுக்கு இருந்தது. ஆயிரம் சிரமங்கள் அனுபவித்தபின், கடைசியில் அவனுக்கு புடாபெஸ்டில், செயிண்ட்-ரோச் மருத்துவமனையில், பேராசி ரியர் ஆர்னல்ட் வின்டர்னிட்ஸ் சேவையில் அறுவைச் சிகிச்சை நிபுணர் பதவி ஒன்று கிடைத்தது - எல்லாம் மீண்டும் ஆரம் பத்திலிருந்து! அவன், அனுமதிக்கப்பட்டவரை, இரண்டு தலை நகர்களுக்கிடையே போய் வருவதைத் தொடர்ந்தான். ஒரு நாள், அவன் ராபர்ட் வெல்ட்ச் வீட்டிற்குச் சென்றான். அவர்தான் அரிய யூத இதழ்களில் ஒன்றான 'ஜூடிஸ்ச் ருண்ட்சா'வின்

இயக்குநர். அந்த இதழ் சில கடுமையான நிபந்தனைகளின் கீழ் வெளியிடுவதற்கு அனுமதிக்கப்பட்டிருந்தது. ஆட்சியின் கறுப்புப் பட்டியலில் இருந்த யூத எழுத்தாளர்கள் – அதாவது, பெரும்பாலானோர் - அதில் ஆசிரியர்களாக இருக்கக் கூடாது. யூத இலக்கியம் மட்டுமே அதில் இடம்பெற வேண்டும். அது ஒரு யூத இதழாக இருந்ததால், அது ஆரிய இலக்கியத்தைப் பற்றி விமர்சனம் செய்ய தகுதியற்றதாக அதிகாரிகளால் கருதப் பட்டது. ஒரு வார்த்தையோ, ஒரு விமர்சனமோ அதில் இடம் பெற்றால், அது ஆரிய இலக்கியத்தின் புனிதத்தைக் கெடுத்து விடும்.

அதன் ஜூன் 1934 இதழுக்காக, 'ஜூடிஷ் ருண்ட்சாவ்', காஃப்காவின் பத்தாவது ஆண்டு நினைவு தினத்தை ஒட்டி, ஓர் அஞ்சலியை வெளியிடத் தேர்ந்தெடுத்திருந்தது. ராபர்ட் வெல்ட்ச் - பிறப்பால் பிராகாவைப் பூர்வீகமாகக் கொண்ட அவர் - மேக்ஸ் ப்ராடை அடிக்கடி சந்தித்திருக்கிறார். அவருக்குக் காஃப்காவைத் தெரியும். அவரை அந்த இதழுக்குப் பங்களிக்கத் தேடிக்கொண்டிருந்தார். அச்சமயத்தில்தான், பிராட் பிராகா நகரிலிருந்து குளோப்ஸ்டோக்கைப் பரிந்துரைத்திருந்தார்.

இன்று மாலை அவரது இல்லத்தில் கூட்டம் நடைபெற்றது. ஓரளவுக்கு எல்லாம் ரகசியமாகவே நடந்தது. காரணம், அதில் ஆட்சியின் கறுப்புப் பட்டியலைச் சேர்ந்த சில எழுத்தாளர்களும் பங்கேற்றனர். அவர்களில் முதலிடத்தில் இருந்தவர் அதிகம் எதிர்பார்க்கப்பட்ட வால்டர் பெஞ்சமின். காஃப்கா உயிரோடு இருந்தபோது கடைசியாகப் பார்த்திருந்த நபராக ராபர்ட் இருந்த தால், அவனுடைய வருகை மிக முக்கியமாகக் கருதப்பட்டது.

"நான் அந்தச் சந்தர்ப்பத்தின்போது முக்கியமானவராக இருக்க விரும்பவில்லை," என்று அவன் வெல்ச்சிடம் தொலைபேசியில் திட்டவட்டமாகக் கூறிவிட்டான்.

"இந்தச் சந்திப்பு ஒரு சர்க்கஸ் அல்ல" என்று பத்திரிகையாளர் பதிலளித்தார். "முதலில் நாங்கள் தெரிந்துகொள்ள விரும்புவது கியெர்லிங்கில் அவர் கழித்த நாட்கள் மட்டுமே. காஃப்காவின் நாவல்கள் வாழ்க்கையைப் பற்றியும், அதன் முடிவைப் பற்றியும்

அவருடைய கோட்பாட்டை விளக்குகின்றன. ஆனால், அவர் எப்படி மரணத்தை எதிர்கொண்டார் என்பதை அறிய வேண்டும்."

"நீங்கள் ஏமாற்றமடைவீர்கள். காஃப்காவை நான் எதிலும் ஒரு கோட்பாட்டாளராக அறிந்ததே இல்லை."

"அதைப் பற்றி விவாதிக்கத்தான் நாங்கள் இருக்கிறோம். எங்கள் லட்சியம் காஃப்காவுக்கு ஜெர்மன் இலக்கியத்தில் அவருக்கேயுரிய முழு இடத்தையும் அளிப்பதாகும். அவர் ஒரு மர்ம ஆசிரியராகவே இருக்கிறார். அவரது முக்கியத்துவத்தை பொதுமக்கள் உணர வேண்டும். அதற்கு நீங்கள் பங்களிப்பீர்கள்."

"ஜெர்மன் மக்களுக்கு இனி யூத எழுத்தாளர்களைப் படிக்க அனுமதி இல்லை. மேலும் காஃப்காவின் புத்தகங்களை எங்கும் காண முடியாது."

"நாங்கள் எதிர்காலத்திற்காக உழைக்கிறோம்."

"ஜெர்மனியில் யூதர்களின் எதிர்காலமா?"

"யூதர்களின் எதிர்காலம் பாலஸ்தீனத்தில்தான் உள்ளது என்று நாங்கள் நம்புகிறோம்."

"எங்களது செய்தித்தாள் ஒரு யூதச் (சியோனிஸ்ட்) செய்தித்தாள் என்பது உங்களுக்கு நன்றாகவே தெரியும்."

"என் தயக்கத்திற்கு அதுவும் ஒரு காரணம்..."

"ஆம், மேக்ஸ் பிராட் என்னை எச்சரித்தார். ஆனால், உண்மையாக, உங்களுக்கு அத்தகைய பரிசீலனைகளுக்கான நேரம் வந்துவிட்டது என்று நினைக்கிறீர்களா? காஃப்கா, உங்கள் நண்பர் என்று மேக்ஸ் என்னிடம் சொன்னார். அவருக்குச் செலுத்தப்படும் முதல் உண்மையான அஞ்சலியில் நீங்கள் பங்கேற்கப் போவதில்லை, காரணம் இந்தச் செய்தித்தாளின் நிர்வாகிகளின் பார்வையில், யூதர்கள் ஜெர்மன் ரைக்கில் இருப் பதைவிட பாலஸ்தீனத்தில் அதிக சௌகரியத்துடன் இருப் பார்கள், அப்படித்தானே? காஃப்கா தன் வாழ்க்கையின் இறுதி நாட்களில் சியோனிஸ்டாக இருந்தார் அல்லவா?"

"இது எங்களுக்குள் ஒரு சர்ச்சையாக இருந்தது."

"சரி, நீங்கள் வந்து உங்கள் கருத்து வேறுபாடு, ஆர்வம் பற்றி எங்களிடம் கூறுங்கள். சியோனிசத்தில் காஃப்காவின் ஈடுபாடு, டெல் அவிவ் நகரில் தனது தோழியுடன் சேர்ந்து ஓர் உணவகத்தைத் திறக்கும் திட்டம் பற்றியெல்லாம் சொல்லுங்கள். அவர் அதைப் பற்றியெல்லாம் யோசித்திருந்தார், இல்லையா?"

"அவர் அதைப் பற்றிப் பேசினார், ஆனால் அதை ஒரு கனவாக, ஒரு இலட்சியமாகப் பேசினார். அவரது உடல்நிலை யைக் கருத்தில் கொண்டு பயணம் சாத்தியமற்றது என்பதை அவர் நன்றாக அறிந்திருந்தார். பயணம் சாத்தியமாகியிருந் தாலும், நிச்சயமாக அவர் அதை கைவிட்டிருப்பார்."

"இது உங்கள் விளக்கம். உங்கள் வாதங்களை எங்களுக்கு அறிமுகப்படுத்த வாருங்கள். காஃப்காவைப் பற்றி பேச வாருங்கள். உங்கள் சாட்சியம் தனித்துவமானது. பின்னர், நீங்கள் என்ன ஆபத்து எதிர்பார்க்கிறீர்கள்? கெஸ்டபோ சோதனையின் போது, உங்களைக் கண்டுபிடித்தால் சிறைக்குச் செல்ல வேண்டு மென்பதா?"

இந்தக் கருத்து, நகைச்சுவை தொனியில் வெளியிடப்பட்டது ராபர்ட்டைச் சமாதானப்படுத்தியது. அவர் தன்னைக் கோழை என்று நினைப்பதை விரும்பவில்லை.

அவன் ஓரியன்பர்கர் ஸ்ட்ராஸில் இறங்கினான். ராபர்ட் வெல்ட்ஷின் வீடு நோக்கி நடந்தான். இரவு விரைவில் வந்து சூழ்ந்துவிடும். எரிவாயு விளக்குகள் எரிந்தன, தெரு கிட்டத் தட்ட காலியாக இருந்தது. யூதன் ஒருவன் அந்த நேரத்தில் அங்கு நடக்க உரிமை இருந்ததா? அந்தி வேளையில் நகரத்தில் நடப்பதை அவன் எப்போதும் விரும்பினான். அவன் தெருக் களின் சாம்பல் நிறத்தையும், மக்களின் உப்புசப்பற்ற வாழ்க்கை யையும் விரும்பினான். அவன் வழக்கமாக மதுக்கடைகளில் சிறிது நேரம் செலவழிப்பான். இப்போது அப்பழக்கத்தையும் விட்டுவிட்டான்.

வெல்ட்ச் வீட்டுக்கு முன் வந்துவிட்டான். அது ஒரு நான்கு அல்லது ஐந்து மாடி கட்டடம். முகப்பு பாழடைந்திருந்தது. சன்னல்கள் குறுகலானவை. வண்டி நிறுத்தத்தின் கதவைத் திறந்து

வராந்தாவில் நடந்தான். இடது பக்கம், சன்னலுக்குப் பின்னால், ஒரு திரை விலகியது. காவலாளி ஒருத்தி வந்தாள். அவனைச் சந்தேகத்தோடு உற்றுப் பார்த்தாள். கதவு பாதி திறந்தது. அரை இருட்டில் ஒரு குள்ளமான பெண் தெரிந்தாள். அவள் வலு வானவள். பிரம்மாண்டமான முன்கைகளும், கனமான கரங் களும், காளையை ஒத்த கழுத்தும் வெளிப்பட்டன.

"நீங்கள் எங்கே போகிறீர்கள்?" என்று கவலையோடு வினவினாள்.

"வெல்ட்ஸ். ராபர்ட் வெல்ட்ஸிடம். ஆனால், அவர் எந்த மாடியில் இருக்கிறார் என்று தெரியாது."

"எந்த மாடியில் இருக்கிறார் என்று தெரியாமல் எப்படிப் போக முடியும்?"

"தெரியவில்லை."

"எப்படி என்றும் தெரியவில்லை. எந்த மாடி என்றும் தெரியவில்லை. உங்களுக்கு என்னதான் தெரியும்?"

"யாராவது ஒருவர் உதவுவார் என்ற நம்பிக்கைதான்."

"நம்பிக்கையா? அதுவும் இந்தக் காலகட்டத்திலா?"

"நான் விசாரிக்க விரும்பினேன்..."

"யாரிடம்? காவலாளியிடமா?"

"ஆமாம். காவலாளிப் பெண்ணிடம்தான்."

"அப்படித்தான் இருக்க வேண்டும்." உடனே பின்னால் ஓர் அடி எடுத்துவைத்துவிட்டு, சுட்டு விரலால் உள்ளே போகும் வழியைக் காட்டினாள். "நெருங்கிப் போய்ப் பாருங்கள். அங்கு என்ன எழுதியிருக்கிறது? 'இரட்சண்ய சேனை' என்றிருக்கிற தல்லவா?

இல்லை என்று தலையசைத்தான்.

"அங்கு என்ன எழுதியிருக்கிறது?"

திருமதி ஹெர்ஷன்.

"அதற்குக் கீழ்?"

"'கூவி விற்பவர்களுக்குத் தடை. நான் ஒன்றும் 'கூவி விற்பவன்' அல்லவே."

"நிச்சயமாகவா?"

"நிச்சயமாக. என்னை நம்புங்கள்."

"கடைசியாக ஒரு நல்ல வார்த்தை..."

அந்தச் சமயம் பார்த்து, அவனது பார்வை முழு உயர சன்னல் பக்கம் சென்றது. திரைக்குப் பின்னால் இரண்டு சிறு பிள்ளைகள் உருவம். அங்கிருந்து சிரிப்பொலி – குழந்தைகளின் குப்பென்ற சிரிப்பொலி - கேட்டது.

காவலாளிப் பெண் சொன்னாள்: "ஒருவேளை – நன்றாகக் கவனியுங்கள் – ஒருவேளை என்று சொல்கிறேன். ஒருவேளை, காவலாளி இல்லாமலிருந்தால், அல்லது விஷயம் தெரியாத வளாக இருந்தால், அல்லது நிறைய பேர் மாடிப் படியேறி அந்த வெள்ஷிடம் போய் இருக்கிறார்கள் என்ற எண்ணத்தில் இருந்தால், அதாவது, மூன்றாவது மாடி, வலது பக்கத்து முதல் கதவைத் தட்டியிருக்கிறார்கள் என்று நினைத்திருந்தால்..."

"அப்படி நிகழும் பட்சத்தில் நான் வேறுவிதமாக சமாளித்துக் கொள்வேன்."

"அதாவது, காவலாளி தேவையில்லை என்று சொல்ல வருகிறீர்கள். அப்படித்தானே?"

"அப்படியல்ல."

"பின்னர் ஏன் நீங்கள் சொல்ல விரும்பியதைச் சொல்ல வில்லை?"

"தெரியவில்லை."

"விசாரித்துக்கொண்டு வாருங்கள். என்னால் எல்லா கேள்வி களுக்கும் – அவை நியாயமான கேள்விகளாக இருந்தாலும்கூட – பதில் சொல்ல முடியாது" என்று சொல்லிவிட்டு மீண்டும் கதவைச் சாத்திக்கொண்டு உள்ளே போய்விட்டாள்.

அவன் வராந்தாவைக் கடந்து, வளைந்து வளைந்து சென்ற மாடிப்படியில் ஏறிச் சென்றான். மூன்றாவது மாடிப்படி வாசலில் நின்று காது கொடுத்துக் கேட்டான். முதல் கதவுக்குப் பின்னால் சத்தம் கேட்டது. அதனருகில் சென்று தட்டினான். "கதவு திறந் திருக்கிறது. உள்ளே வரலாம்" என்று ஒரு குரல் ஒலித்தது. அவன் உள்ளே சென்றான்.

தெருவைவிட உள்ளே அதிகக் குளிராக இருந்தது. அத்துடன், ஒரு மோசமான சுருட்டு நெடி வீசியது. ஒரு நீண்ட நடைக் கூடம். சுவர்களில் நிறைய அறிவிப்புகள். பத்திரிகைகளின் முதன்மைச் செய்திகள் கத்திரித்து ஒரு பழுப்புத் தாளில் ஒட்டப்பட்டிருந்தன. அதனைக் கடந்து சென்றால் புகை மண்டலமாக இருந்த ஒரு ஹால். ஒரு சாதாரண பல்ப் எரிந்து கொண்டிருந்தது. சுவர் ஓரத்தில் நிறைய புத்தகங்கள் அலமாரி களில் அடுக்கி வைக்கப்பட்டிருந்தன. ஹாலின் நடுவில் ஆண்களும் பெண்களும் தாறுமாறாகப் போடப்பட்டிருந்த சாதாரண நாற்காலிகளிலும், சாய்மான நாற்காலிகளிலும் அமர்ந்திருந்தனர். அங்கு ஒருவர் ஒரு கையில் பயிற்சிப் புத்தகத் துடனும், இன்னொரு கையில் பென்சிலோடும் நின்றுகொண் டிருந்தார். உதட்டில் ஒரு சிகரெட். கண்ணில் ஒற்றைக் கண்ணாடி. 'டை' கட்டியில்லாத அவர் முகத்தில் ஒரு புன்னகை. அவர்தான் வெல்ட்ச்சாக இருக்க வேண்டும் என்று நினைத்தான் ராபர்ட். அவர் அவனை அன்போடு வரவேற்றார். "கூச்சப்படாதீர்கள், ராபர்ட். வந்து உட்காருங்கள். நாங்கள் இப்போதுதான் தொடங்குகிறோம்" என்றார். காலியாகக் கிடந்த ஒரு நாற்காலியை அவனிடம் காண்பித்துவிட்டு, "ஒரு கோப்பை காஃபி சாப்பிடுங்கள் – இதை காஃபி என்று சொல்லலாமென்றால்!" என்றார்.

நீல நிற உடையில் ஒருவர் இருந்தார். அவருக்குக் கோணல் முகம். முகத்தில் ஒரு ஆணவத்தின் வெளிப்பாடு. கையில் ஒரு சுருட்டின் மீதிப் பகுதி. அவர் கர்ஜித்தார்:

"நான் தொடர்ந்து பேசலாமா?"

"நான் முதலில் புதியவரின் அடையாளத்தை அறிய விரும்பு கிறேன்" என்றார் இன்னொருவர். அவருக்கு வட்டமான முகம். குறுந்தாடி. அவர் நிறம் பழுப்பு. ஃபிராக் கோட் அணிந்திருந்தார்.

"இந்தக் காலகட்டத்தில் முன்பின் தெரியாதவர்கள் முன் பேசக் கூடாது."

"யூகோ, நீங்கள் சொல்வது சரிதான்," வெல்ட்ச் கூறினார். "நான் என் கடமையைச் செய்யவில்லை. நமது நண்பர் டாக்டர் குளோப்ஸ்டோக்."

வந்திருந்தவர்களில் பெரும்பாலோர் புருவத்தை உயர்த்த வில்லை. கறுப்பு உடையில் வழுக்கைத் தலையுடன் இருந்த ஒரு மனிதர் மட்டும் இந்தப் பெயரைக் கேட்டதும் ஆச்சரியப் பட்டார். அந்தப் பெயர் அவரிடம் ஏதோ ஒன்றை ஞாபகப் படுத்தியது.

"டாக்டர் குளோப்ஸ்டோக்," வெல்ட்ச் தொடர்ந்தார், "நான் உங்களுக்கு எல்லோரையும் அறிமுகப்படுத்துகிறேன்... டாக்டர் ஐடா மன்ச், மார்ட்டின் ப்ளம்ஃபெல்ட், ஹ்யூகோ ஸ்பிரிங்கர், டாக்டர் மேக்ஸ் கிராஸ்கி, எம்மா, ஆல்ஃபிரட் கிராஸ்மேன், மாஸ்டர் சாலமன் மெண்டல்சோன், ஆர்தர் மற்றும் எல்சா வெய்சன்பெர்க்... பேராசிரியர் எர்ன்ஸ்ட் வாசர்மேன்."

"அறிமுகங்கள் செய்யப்பட்டுவிட்டதால், நான் மீண்டும் தொடரலாமா?" என்று முதல் பேச்சாளர் வலியுறுத்தினார்.

"தொடருங்கள் மார்ட்டின்" வெல்ட்ச் சங்கடத்துடன் சைகை செய்தார்.

"நாம் பொதுமக்களுக்கு அவ்வளவாக அறிமுகமாகாத ஓர் எழுத்தாளரின் பத்தாவது நினைவு தினத்தைக் கொண்டாடு வதால் நம் பத்திரிகைக்கு என்ன லாபம். அவருடைய நூல்கள் சில ஆண்டுகளுக்கு முன்தான் வெளிவந்தன. ஒரு சில இலக்கியத் திறனாய்வாளர்களைத் தவிர மற்றவர்கள் அவற்றின் மீது ஆர்வம் காட்டவில்லையல்லவா? யூத எழுத்தாளர் ஒருவர் எழுதிய ஒரு நூலைப் பதிப்பித்தல் மட்டுமல்லாமல் வைத்திருப்பதும்கூட தடை செய்யப்பட்டிருக்கும் இவ்வேளையில் அவருக்கு அஞ்சலி செலுத்துவது..."

"இந்த விஷயத்தில், கோயரிங் பற்றி கடைசியாக வந்த தகவல்கள் தெரியுமா?" என்றான் சற்றுப் பருமனான ஓர் ஆள்.

அவன் வயிறு சட்டையிலிருந்து பிதுங்கி வந்தது. பட்டன்கள் திறந்தே இருந்தன.

"நீங்களே அதைச் சொல்லுங்கள், ஆல்ஃபிரட்," என்று வெல்ட்ச் அக்கறையுடன் கூறினார்.

"சரி," மற்றவர் பதிலளித்தார், "இனிமேல், யூத எழுத்தாளர் களால் எழுதப்பட்ட எல்லா புத்தகங்களும் இப்போது பல் கலைக்கழக நூலகங்களில், ஆய்வு நோக்கத்திற்காக மட்டுமே வைக்கப்பட்டிருக்கின்றன. அவற்றிலெல்லாம் "ஹீப்ருவில் இருந்து மொழிபெயர்க்கப்பட்டது" என்று முத்திரையிட வேண்டும். ஃபிராய்ட், ஸ்வைக் ஆகியோர் ஹீப்ருவில்தான் எழுதியிருப்பார்கள். இப்படிச் செய்வது தவறு அல்லவா?"

"அது உங்களைத்தான் சிரிக்க வைக்கிறது, ஆல்ஃபிரட்!" வெல்ட்ச் பொறுமை இழந்து சொன்னார். "என்னுடைய கேள்விக்கு யாராவது பதிலளிக்க முடியுமா? நாஜிக்களே அவர்கள் விரும்பாத யூத ஆசிரியர்களின் பட்டியலிலும், எரிக்க வேண்டிய நூல்களின் பட்டியலிலும் வைக்காமல் இருக்கும் அவ்வளவு முக்கியமற்ற எழுத்தாளருக்கு நாம் ஏன் அஞ்சலி செலுத்த வேண்டும்?

"சரி," வெல்ட்ச் அமைதியாகப் பதிலளித்தார். "முதல் காரணம் நமக்கும், நாஜிகளுக்கும் வெவ்வேறு இலக்கிய ரசனைகள் உள்ளன. அடுத்ததாக, ஃபிரான்ஸ் காஃப்கா எனும் மகத்தான எழுத்தாளர் யார் என்று தெரியப்படுத்துவதே இந்த அஞ்சலியின் நோக்கம்."

"யாருக்குத் தெரியப்படுத்த வேண்டும்?"

"நமக்கு அல்ல. நம் வருங்கால சந்ததியினருக்கு."

"ஆ, ஆம், நான் வருங்கால சந்ததியினரை... மறந்து விட்டேன்..."

"நீங்கள் நல்லதில் நம்பிக்கையற்றவர், மார்ட்டின்!" என்றார் ஆல்ஃபிரட் என்றழைக்கப்பட்டவர்.

"நான் ஒரு இனிமையான கனவு கண்டு இறந்து போவதை விட நல்லதில் நம்பிக்கையற்று உயிருள்ளவனாக இருப்பதை விரும்புகிறேன், ஆல்ஃபிரட்!"

"நீங்கள் நல்லதில் நம்பிக்கையற்றும் இறந்தவராக இருக்கலாம், மார்ட்டின்!"

"மார்ட்டின், ஆல்ஃபிரட், நீங்கள் உங்கள் விவாதத்தை ஒரு நொடி நிறுத்துகிறீர்களா?" வெல்ட்ச் தலையிட்டார். "காஃப்கா வுக்குத் திரும்பி வருவோம். முதலில், அவர் எழுதியதைப் படிக்காதவர்களுக்கும், மார்ட்டினைப் போல் இந்த அஞ்சலி தேவையில்லை என்று நினைப்பவர்களுக்கும், நான் ஒன்று சொல்ல விரும்புகிறேன்: ஃபிரான்ஸ் காஃப்கா ஒரு முக்கிய எழுத்தாளர். தனது புத்தகங்களில் இன்று நாம் வாழும் மோசமான சூழ்நிலையை விவரித்த தீர்க்கதரிசன எழுத்தாளர். அவரது கதாநாயகிகளில் ஒருவரின் வாயால் இதைச் சொல்ல வைக்கிறார். (இந்த மேற்கோளை நினைவிலிருந்து சொல்கிறேன்): "கடந்தகாலத்தில், நாங்கள் இப்போதைவிட அதிகமாக நம்பிக்கை வைத்திருந்தோம். ஆனால் அப்போதும், எங்கள் நம்பிக்கை பெரியதாக இல்லை, எங்கள் கஷ்டம் மட்டுமே பெரியதாக இருந்தது. இப்போது அதுதான் எஞ்சியிருக்கிறது."

"காஃப்கா நமது துன்பங்களை நன்றாக விவரிக்கிறார் என்றால் அதனை நீங்கள் தினசரி செய்தித்தாள்களில் படிக்கலாம்" என்றார் மார்ட்டின் ஒரு ஏமாற்றம் மிகுந்த தொனியில்.

அதைக் கண்டுகொள்ளாமல் வெல்ட்ச் தொடர்ந்தார்: "மாண்பு மிகு வால்டர் பெஞ்சமின் நமக்கு அனுப்பியிருக்கும் கட்டுரைக்கு முன்னுரையாக நான் எழுதிய வாசகத்தை உங்களுக்குப் படித்துக் காட்ட விரும்புகிறேன். என் தொண்டை குளிரினால் கொஞ்சம் பாதிக்கப்பட்டிருக்கிறது. மன்னித்துக்கொள்ளுங்கள்."

"இருப்பிடம் சூடாக்கப்பட்டால் நல்லதுதான்."

"சரி, மார்ட்டின். வெல்ட்ச்! நீங்கள் தொடருங்கள்."

"நன்றி, இடா."

வெல்ட்ச் தனது கால்சட்டைப் பையிலிருந்து நான்காக மடித்திருந்த ஒரு தாளை எடுத்தார். அதை விரித்து படிக்க ஆரம்பித்தார்:

"ஜெர்மன் இலக்கிய உலகத்தில், யூத இரத்தம் ஓடும் அனைத்து எழுத்தாளர்களையும்விட ஃபிரான்ஸ் காஃப்காதான்

மேலானவர். உயர்ந்தவர். தனியானவர். அவர் நூல்களைச் சிலர் தெய்வீகமாகக் கருதுகின்றனர். ஆனால், மேலும் அகண்ட இலக்கிய வட்டங்களுக்குத் தெரியுமளவுக்குத் தகுதி வாய்ந்தவர். ஃபிரான்ஸ் காஃப்கா அவருடைய நூல்களில் யூத விஷயங்களைப் பற்றி ஒருபோதும் பேச வராதபோது அவரை 'யூத' ஆசிரியராகக் கருதுவது சரியா என்ற கேள்வி இன்று அர்த்தமற்றது. இன்றிருக்கும் ஜெர்மன் சூழலில், ஜெர்மன் மொழி பேசும் யூத எழுத்தாளர் ஒரு யூதராகக் கருதப்படுகிறார். யூதர்களாகிய நாம் வெளியிலிருந்து வேறு யாரையாவது யூதர் என்று நம்முடன் சேர்ப்பதை ஏற்க முடியாது. காஃப்காவை நம்முடன் சேர்த்தால் ஏற்றுக்கொள்கிறோம், ஏனென்றால் அவர் எப்பொழுதும் நம்மில் ஒருவராக இருந்தார். காஃப்காவுக்கு, தான் யூதன் எனும் உணர்வு இருந்தது. உடல்நலம் குன்றிப் படுக்கையில் கிடந்தபோது அவர் ஹீப்ரு கற்றார். அவர் நூல்களில் யூத ஆன்மீகம் சார்ந்த, அறிவு சார்ந்த, மொழி சார்ந்த பாரம்பரியத்தின் எதிரொலி கேட்கும் என்பதில் சந்தேகமில்லை. நாம் ஜூடிஷ் ரண்ட்ஷோ வாசகர்களுக்கு காஃப்கா எனும் இலக்கியவாதியை மேலும் அறிமுகம் செய்துவைக்க வேண்டும். டாக்டர் வால்டர் பெஞ்சமின் நமக்கு ஒரு நீண்ட கட்டுரையைக் கிடைக்கச் செய்தார். துரதிர்ஷ்டவசமாக, இடப்பற்றாக்குறை காரணமாக, அதனை முழுமையாக வெளியிட முடியவில்லை. இரண்டு பெரிய பகுதிகளை மட்டும் படிக்கக் கொடுக்கிறோம்."

"உங்கள் அறிமுகம் சரியானது!"

"மீண்டும் நன்றி, இடா."

"ஒரு சின்ன தயக்கம் இருக்கிறது, இடா அனுமதித்தால் நிச்சயமாக..."

"அதை வெளியிடலாம், மார்ட்டின்."

"நான் வால்டர் பெஞ்சமினைத் தேர்வு செய்யும் விஷயத்துக்கு வர விரும்புகிறேன்."

"அவர் இந்த அஞ்சலி செலுத்துவதின் நியாயத்தன்மை பற்றிக் கேட்க விரும்புகிறேன். அவர் நாடு கடத்தப்படுவதற்கு முன், வானொலியில் அவர் ஆற்றிய சொற்பொழிவுகளைக்

கேட்டது என் ஞாபகத்திற்கு வருகிறது. அந்த நேரத்தில் அவர் கூறியது என் கவனத்தை ஈர்த்தது. அவர் 'நான் காஃப்காவை விளக்குவதிலிருந்து விலகிக்கொள்கிறேன்' என்று கூறினார்." காஃப்காவை விளக்குவதிலிருந்து விலகிக்கொள்ளும் ஒருவரிடம் காஃப்காவை விளக்கும் பொறுப்பை எவ்வாறு ஒப்படைக்கலாம் என்பதுதான் என் கேள்வி."

"வால்டர் பெஞ்சமின் தான் விளக்கம் கொடுக்கும் எண்ணத்தைக் கைவிடுவதாகப் பாவனை செய்கிறார். காரணம், அவருக்குத் தெரியும்: இவ்வளவு பொருள் பொதிந்த, ஆழமான சிந்தனையை யார் விளக்க முயன்றாலும் தோல்வியில்தான் முடியும். ஆனால், காஃப்காவின் படைப்பு அதுபோன்ற தோல்வியை எடுத்துக்காட்டும் எண்ணத்திலேயே உருவாக்கப் பெற்றிருக்கிறது."

"நீங்கள் சொல்வது எனக்குப் புரியவில்லை."

"பெஞ்சமின் உரையைப் படிப்பதன் மூலம் நீங்கள் புரிந்து கொள்வீர்கள். ஐம்பது தாள்களின் உரையும், வரிகளுக்கு இடையில் காணப்படும் அற்புதமான விளக்கமும் அவர் விளக்கத்தை கைவிடுதல் பற்றிய அவரது கருதுகோளை கோடிட்டுக் காட்டுகின்றன. அந்த வகையில், பெஞ்சமின் காஃப்காவின் சிந்தனை, படைப்பு ஆகியவற்றின் வாரிசு. அதன் சொந்த கவித்துவ வாழ்க்கையைத் தன்னகத்தே கொண்டிருக்கும் ஒரு படைப்பு – விளக்கங்களுக்கு அப்பால் நிலைகொண்டிருக்கும் ஒரு படைப்பு. 'கோட்டை'யின் உண்மை என்னவென்றால், அதனை நாம் அணுக முடியாது. காஃப்கா இலக்கியத்தைவிட அதிகமாக தத்துவத்தை நாடவில்லை. காஃப்கா ஒரு கதை சொல்லி. உலகை ஒத்திருக்கும் இந்த நிழல் நாடகத்தில் நடிகர்களை முன்னிறுத்துகிறார். அது ஓர் உலகம். அவர் இல்லாத ஒரு உலகம், நாம் அதனைத் தூரத்திலிருந்து பார்க்கச் செய்கிறார். காஃப்காவின் படைப்பை விளக்க முனையும் ஒவ்வொருவரும் 'கோட்டை'யில் வரும் 'கே'வாகத் தன்னைப் பாவித்துக்கொள்ள வேண்டும். அதாவது, தன் நோக்கத்தை அடைய முடியாது என்று தெரிந்துகொண்டு செயல்பட வேண்டும்: எந்த விளக்கமும் சரியென்று ஏற்றுக்கொள்ளப்பட மாட்டாது. ஆனால், அதன்

உண்மையை – ஏன், ஒரு மீட்சியைத் – தேடிக்கொண்டே இருக்க வேண்டும். 'கே' கோட்டைக்குப் போகும் வழியைத் தேடிக்கொண்டே இருப்பான். அதுபோலத்தான் விளக்கம் சொல்ல முன்வரும் விமர்சகனும். காஃப்காவின் படைப்பில் ஓர் அர்த்தத்தைத் தேடுவது வீண். ஏனென்றால், அதுவே ஓர் அர்த்தத்தைத் தேடுவதுதான். "வெறுமையாகத் தோன்றும் அந்த உயரங்களை நோக்கி" ஏறுவதுதான். அர்த்தத்தைத் தேடுவது என்றால், கோட்டையில் ஓர் உண்மை உள்ளது என்று நம்புவ தாகும். வெஸ்ட்வெஸ்ட் பிரபுவுக்கு ஓர் ஆன்மா இருப்பதாக நம்புவதாகும். இந்த வெறுமையைக் கண்டு காஃப்கா நம்பிக் கையை இழக்கவில்லை. வாசகன் அசராமல் அதில் ஓர் அர்த்தத் தைத் தேடுகிறான் என்றால், காரணம், காஃப்கா தன் கடைசி மூச்சுவரை எழுதுவதை நிறுத்தவில்லை. அதைத்தான், குளோப்ஸ்டோக் உறுதி செய்கிறார். எழுதுவது ஒரு பிரார்த்தனை போன்றது என்று விளக்கினார். எழுதுவதில் அவருடைய விசுவாசம், இரட்சிப்பை, மீட்பைத் தேடும் விசுவாசம். அதை நீங்கள் எப்படி வேண்டுமானாலும் அழைக்கலாம், மார்ட்டின். கோட்டைக்கு, அறிவுக்கு, இரட்சிப்புக்குச் செல்லும் பாதை அடைய முடியாத பரலோக உயரத்தில் இல்லை. இது ஒரு நம்ப முடியாத அளவுக்குப் பூமிக்குரிய பாதை, நம்ப முடியாத அளவுக்கு மனித இனம் சார்ந்த பாதை. கே.வின் இலக்கு கோட்டையின் உள்ளே நுழைவதல்ல, ஆனால் அவனது பாதை முழுவதும் நிரம்பி இருக்கும் தடைகளை அயராது கடப்பது தான். எங்களுக்கு ஒரு பலவீனமான காஃப்காவின் உருவம் தான் தெரியும். அவர் வேதனையால் பயமுறுத்தப்பட்டிருந்தார், ஆனால், அவரது கதாநாயாகர்கள் யாரும் அப்படி இல்லை. அவர்களிடம் பயத்தின் ஒரு சின்ன அறிகுறியையும் காண முடியாது. கே.யும் காஃப்காவும் கிரேக்கக் கவிஞன் ஹோமரின் கதாநாயகர்கள். அது இந்தச் சிறிய இடமாக இருக்கட்டும், பனி மூடிய நிலமாக இருக்கட்டும், அல்லது தீயிட்டுக் கொளுத்து வதற்கான கறுப்பு மையால் எழுதப்பட்ட பயிற்சி புத்தகங்களாக இருக்கட்டும், அதுதான் எல்லையென்றால், கே.யும், காஃப்காவும் போவதற்கு ஒருபோதும் தயங்கியதில்லை. திரு. குளோப் ஸ்டோக்கும் இதை எங்களிடம் உறுதிப்படுத்தலாம். அதனால்தான்

காஃப்காவின் நாவல்கள் முழுமையடையாமல் உள்ளன. அவற்றை முடிவுக்குக் கொண்டுவருவது நம்பிக்கைக்கு முற்றுப் புள்ளி வைப்பதாகும். வாழ்க்கையின் நித்தியத்தை, இரட்சிப் பையும் துறப்பதாகும். இன்று 1934ஆம் ஆண்டில், கொடூரமான உலகில் நாம் வாழவேண்டிய கட்டாயத்தில் இருக்கும்போது, நாம் காஃப்காவைப் படிக்க வேண்டும். பிறரைப் படிக்கவைக்க வேண்டும். இந்த உலகில் அதன் எதிரொலியைப் பெருக்கவும் கேட்கவும் வைக்க வேண்டும். காஃப்காவில், நாம் நம்பிக்கை யையும், ஓய்ந்துவிட மறுக்கும் மனதையும், வீரம்பற்றிய பாடத்தையும் பார்ப்போம் அல்லது பார்க்க முற்படுவோம் - நம்மை நாமே ஏமாற்றிக்கொள்ளவேண்டி இருந்தாலும்கூட! அவர் அதையெல்லாம் மிகவும் அழகாக – எளிமையாக – ஒரு மேதையைப் போல் எடுத்துரைக்கிறார். காஃப்காவைப் பொறுத்தவரை, அவருக்கு எழுத்தில் நம்பிக்கை. நமக்கு, யூத நம்பிக்கை, அல்லது குறைந்தபட்சம் நாம் என்னவாக இருந்தோம் அல்லது இருக்கக் கனவுகண்டோம் என்பதில் நம்பிக்கை. கே. தொடர்ந்து நம்பினான் போலும். அதனால்தான் சல்மான் ஷாக்கன் தன் பதிப்பகத்தில் வெளியிடும் திட்டத்தில் இருப்ப தாகச் சொல்லும்போது, காஃப்கா வேண்டத்தகாத யூத எழுத்தாளர்கள் பட்டியலில் சேர்ந்துவிடுவார். அது நிச்சயம் என்று உறுதி கூறுவேன். மீண்டும் எரிக்கும் சம்பவம் நிகழ்ந்தால், அவருடைய நூல்களெல்லாம் நெருப்புக்கு இரையாகிவிடும். ஏனென்றால், இதுவரை வந்த அனைத்து யூத நூல்களும் ஏற்கனவே எரியூட்டப் பட்டுவிட்டன. நாம் ஒன்றை ஏற்றுக் கொள்ள வேண்டும். நாமெல்லாம் இந்த இடத்தில் ஒன்று கூடி கலந்துரையாடவும், நாம் இனிமேல் படிக்க முடியாத புத்தகங்களைப் பற்றிப் பேசவும் அனுமதிக்கப்பட்டிருக்கிறோம். நம்மிடம் வேறு ஒன்றும் இல்லை. கெஸ்தாப்போ பிடியில் இருக்கும் ஒரு பதிப்பகத்தில் நாம் ஆழ்ந்த நம்பிக்கை வைத் திருக்கிறோம். படிப்பறிவில்லா காட்டுமிராண்டிகளின் தயவில் இருக்கிறோம். ஒரு காலத்தில் நாம் அறிவை வளர்ப்பதில், நம் வாழ்க்கையைச் செலவிட்டோம். சுதந்திரமான – அறிவு பூர்வமான உலகம் பற்றிக் கனவு கண்டோம். அங்கு நூல்களும், மற்றவர்மீது பாசமும் உலகை வழிநடத்திச் செல்லும் என்று

நினைத்தோம். ஆனால், உலகம் இராணுவத்தினரின் ‘வாத்து நடை’ போட்டுச் செல்கிறது. சிந்தனை இருளின் ஆழத்துக்குச் சென்றுகொண்டிருக்கிறது. அவகீர்த்தி சட்டங்கள்தான் ஆட்சி செய்கின்றன. நம் நண்பர்கள் துன்புறுத்தப்படுகிறார்கள். படுகுழியில் தள்ளப்பட்டுக் கொல்லப்படுகிறார்கள். நம்முடைய வாழ்க்கையும்கூட ஒரு நூலில்தான் தொங்கிக்கொண்டிருக்கிறது. அன்பு மார்ட்டின்! காஃப்காவுடன் சேர்ந்து நானும் ஒரு மேலான உண்மை இருக்கிறதென்றும், ஒரு உயர்ந்த நோக்கம் இருக்கிறதென்றும், ஓர் உறுதி செய்யப்பட்ட நாடு இருக்கிறதென்றும், சாத்தியப்படுகிற ஓர் இலக்கியம் இருக்கிறதென்றும் கனவுகாண அனுமதியுங்கள். அதை நீங்கள் எப்படி வேண்டுமானாலும் அழையுங்கள். இந்த அசுரத்தனமான உண்மையைத் தவிர வேறொன்று இருப்பதாகவும், இதைவிட மேலான - ஆனால் நம்மால் அடையமுடியாத, பார்க்க முடியாத உலகம் இருப்பதாகவும் கனவு காண அனுமதியுங்கள். ஏனென்றால், இந்த இடத்தைவிட்டு நீங்கள் வெளியே செல்லும்போது பாதுகாப்புத் தேடி ஹோட்டலைவிட்டுக் கிளம்பும் கே. போல்தான் இருப்பீர்கள். அதன் பின்பு ‘தீர்ப்பு’ நாவலில் வரும் ஜோசப் கே போல் சிந்திக்க அனுமதியுங்கள். அதாவது, கடைசி வரையில் நான் ஒரு குற்றமும் செய்யவில்லை. ஒரு நாயைப் போல் அலையும் தண்டனையைப் பெறவில்லை. ஒரு தண்டனை முகாமில் மாட்டிக்கொண்டு டாச்சோவில் இறந்துபோன நம் நண்பர்கள் பலரைப் போல கத்தியால் கழுத்து அறுக்கப்பட்டு அல்லது ஒரு கசப்புக் கடை கொக்கியில் மாட்டப்பட்டு இறந்து போகவில்லை. மற்றபடி, மார்ட்டின் அவர்களே, காஃப்காவின் நம்பிக்கையிலும்கூட ஒரு சிறு ஒளியால் நான் உந்தப்பட்டாலும், ஒரு விஷயத்தில் நான் தெளிவாக இருக்கிறேன். அவரைப் போலவும், உங்களைப் போலவும், நமக்கு என்ன காத்திருக்கிறது என்பது தெரியும். முடிவாக காஃப்காவின் ‘ஒரு போரின் வர்ணனை’ என்ற நூலிலிருந்து ஒரு சில வார்த்தைகளை நினைவு படுத்திச் சொல்கிறேன்: *“உண்மையில், நாம் அனைவரும் பனி மூடியிருக்கும் மரங்களின் நடுப்பகுதிகள்போல் இருக்கிறோம். பார்ப்பதற்கு அவை உறுதியற்றவையாகவும், ஒரு மூச்சில் சாய்த்துவிடக் கூடியதாகவும் தோன்றும். ஆனால், அவற்றைச்*

சாய்த்துவிட முடியாது. காரணம், அவையெல்லாம் மண்ணில் ஆழமாக வேர்விட்டிருக்கும்."

அறையில் ஓர் அழுத்தமான நிசப்தம் நிலவியது. திடீரென, அந்த நிசப்தத்தைக் கிழித்துக்கொண்டு ஒரு ஓலம் காதில் விழுந்தது. இதாமூன்ச் தன் தலையைத் தன் கைகளில் சாய்த் திருந்தாள். பின்னர் தன் கண்ணீரைத் துடைத்துக்கொண்டு மன்னிப்பு கேட்டுக்கொண்டாள்.

"நீங்கள் மன்னிப்பு கேட்கத் தேவையில்லை. நீங்கள் வெளிப் படுத்தியது இந்தத் துன்பமான நேரத்தில் நாங்களெல்லாம் உள்ளுக்குள் அனுபவிப்பதுதான்" என்றார் வெல்ட்ச்.

மீண்டும் நிலவிய ஒரு நிசப்தத்திற்குப் பின் ஆல்ஃபிரெட் குரோஸ்மான் பேசத் தொடங்கினார்:

"நாம் செலுத்தும் அஞ்சலியில் அடொர்னோவையும், பிரெக்ட்டையும் சேர்த்துக்கொள்ள வேண்டும். ஒரு மார்க்ஸியப் பார்வையும் இன்றியமையாதது என்று நான் நினைக்கிறேன். பிரெக்ட் காஃப்காவை ஓர் மார்க்ஸிய எழுத்தாளராகத்தான் கருதினார் என்றும் சொல்கிறேன்..."

"காஃப்கா மார்க்ஸிய எழுத்தாளரா? இது என்ன கூத்து?"

"மார்ட்டின் தயவுசெய்து... ஆல்ஃபிரெட் நீங்கள் தொடருங்கள்."

"நல்லது. பிரெக்டில் தொடங்குவோம். அவர் காஃப்காவின் படைப்புகளை நன்கு அறிந்திருப்பதாகக் கூறுகிறார்..."

"மாஸ்டர் பிரெக்ட்டுக்குத் தெரியாத விஷயம் இருக்கிறதா?"

"மார்ட்டின், போதும்! தொடருங்கள், ஆல்ஃபிரட்..."

"சரி, பிரெக்ட் பார்வையில், காஃப்காவின் அனைத்துப் புத்தகங்களிலும் கருப்பொருள் ஒன்றுதான்... நன்றாகக் கவனி யுங்கள். அந்தக் கருப்பொருள் வியப்பு ஒன்றுதான்."

"வியப்பா?"

"ஆம், வியப்புதான்! எதிர்கொள்ளும் எல்லாவிதமான சூழ் நிலைகளையும், எல்லாவிதக் கட்டளைகளையும் பார்த்து அவரிடம் வியப்புதான் முதல் எதிர்வினை. மிகவும் அபத்தமான

ஆணைகளுக்கும் அவர் இப்படித்தான் பதில் சொல்கிறார். ஆனால், பிரெக்ட்டுக்கு வியப்பு என்பது கீழ்ப்படிய மறுப்பதன் முதல் கட்டம். கிளர்ச்சியின் அடிப்படை. வியப்பில் ஆழும் காஃப்கா, விரைவில் கிளர்ச்சி செய்யப் போகும் மனிதர். போல்ஷிவிக் எழுத்தாளராக இருக்க மிகவும் தகுதியானவர்."

"இது தெளிவாக இருக்கிறது. அன்புள்ள ஆல்ஃபிரட், அடோர்னோ சிந்தனையைப் பற்றியும் ஒரு வார்த்தை?"

"நிச்சயமாக."

ஆல்ஃபிரட் கிராஸ்மேன் விளக்கினார்: அடோர்னோவின் பார்வையில், காஃப்கா ஒரு மதத்தின் தீர்க்கதரிசி அல்ல, அல்லது ஒரு தேசத்தின் – குறிப்பாக யூத தேசத்தின் – புகழ்பாடுபவரும் அல்ல. அவருடைய மகத்துவமும், நவீனத்துவமும் அவரது எழுத்தின் இயல்பிலிருந்தே பெறப்பட்டவை. அவரது நடை எளிமையானது. எந்த ஜோடனையும் அற்றது என்று அடோர்னோ குறிப்பிடுவார்."

இப்போது கிராஸ்மேன் பேசுவதை ராபர்ட் கேட்டான். அதில் உலக வயது பற்றிய கருத்தும், நிகழ்காலத்தின் இடப்பெயர்வு பற்றிய கருத்தும் இருந்தன. தொன்மையான பொருளும், இயங்கியல் பொருளும் இருந்தன. ராபர்ட்டுக்கு வியப்பு ஏற்பட்டது. அவனிடம் கேள்வி கேட்டால், அவனால் அவ்வளவு தெளிவாக ஒரு கருதுகோளை எடுத்துரைக்க முடியுமா என்று தன்னையே கேட்டுக்கொண்டான். அவன் அங்கு வந்திருப்பது ஒரு பெரிய சாட்சியாக - கிறிஸ்துவின் ஆடையைத் தொட்டவனாக - அவன் நண்பனைப் பற்றியும் அவர் படைப்புகளைப் பற்றியும் பேச வந்திருந்தான்.

கிராஸ்மேன் அடோர்னோ பற்றிப் பேசி முடித்தவுடன், மார்ட்டின் பிளம்ஃபெல்ட் தலையிட்டார்: "நான் ஒன்றை நினைவுபடுத்த விரும்புகிறேன். கெஸ்டபோ நம் பத்திரிகையைத் தொடர்ந்து வெளியிட அனுமதிக்கிறது. அதற்கு ஒரேயொரு நிபந்தனை விதித்திருக்கிறது. அதாவது, யூதப் படைப்புகளுக்கு, யூத விளக்கங்கள் மட்டுமே கட்டுரைகளில் இடம்பெற வேண்டும். காஃப்காவின் படைப்பு எவ்வாறு யூதப் படைப்பாகும்? எனக்குத்

தெரிந்தவரை, அவரது நாவல்களில் 'யூதர்' என்ற ஒற்றை வார்த்தைகூடக் குறிப்பிடப்படவில்லை. ஒருவேளை கடவுள் என்ற வார்த்தையைக்கூடக் குறிப்பிடவில்லைபோலும்."

வெல்ட்ச் பதிலளித்தார்: "இந்தக் கேள்விக்கு என் அறிமுக உரையில் ஓரளவுக்குப் பதில் இருக்கிறது. இருந்தாலும், நீங்கள் வலியுறுத்தினால், உங்களுக்கு என்னால் விரிவாகச் சொல்ல முடியும்."

"தயவுசெய்து சொல்லுங்கள்."

"முதலில் இந்த வாக்கியத்தை முன்னிலைப்படுத்த விரும்பு கிறேன்: நீங்கள் கோட்டையைச் சேர்ந்தவர் அல்ல. கிராமத்தைச் சேர்ந்தவரும் அல்ல, நீங்கள் ஒன்றும் இல்லை. ஆனாலும், துரதிர்ஷ்டவசமாக நீங்கள் இன்னும் ஏதோவொன்றாக இருக் கிறீர்கள், ஓர் அந்நியனாக..." ஆதி முதல் நாம் அப்படித்தானே இருக்கிறோம்? இங்கு வால்டர் பெஞ்சமின் ஏற்கனவே பல ஆய்வுக் கட்டுரைகளில் குறிப்பிட்டதை நான் மீண்டும் மேற் கோள் காட்டுகிறேன். பெஞ்சமின் விளக்கத்தின்படி, காஃப்கா நாவல்களின் கதைகள் யூத மதத்தில் ஹக்கடா, ஹலகாவோடு தொடர்புகொண்டவை. இன்னும் விளக்கமாகச் சொல்கிறேன். இங்குள்ள நம்மில் பலருக்குத் தெரியும். ஹக்கடா, ஹலக்கா கதைகளும் அதில் இடம்பெறும் சம்பவங்களும் ரபினிக் இலக் கியம் சார்ந்தவை. அவை யூதக் கோட்பாடான ஹலக்காவை விளக்க உதவும். தல்மூதில் இடம்பெறும் ஏராளமான ஹக்கடாக்கள் போலவே காஃப்கா நாவல்களின் கதைகள் ஒரு தொங்கலில் முடிகின்றன. ஏராளமான விவரிப்புகள் கொண்டவையாக இருக்கின்றன். ஒருவேளை, ஹலக்காவின் கொள்கைகளுக்குள் சிக்காமல் இருப்பதைக் குறிக்கோளாகக் கொண்டு அவை படைக்கப்பட்டிருக்கலாம். பெஞ்சமின் இந்த அழகான சூத்திரத்தை எடுத்துரைக்கிறார்: "அது போன்ற ஒழுக்கம் நிறைந்த கதைகள் உலகில் ஒருபோதும் இருக்க வில்லை. மேலும், 'கோட்டை' எனும் கருப்பொருள் தால்முதீக் புராணத்தில் இருப்பதாக வால்டர் பெஞ்சமினும் நம்புகிறார். ஆனால், நான் அது பற்றிப் பேச விரும்பவில்லை."

"எஸ். எஸ்கள் ஹலக்காவிற்கும், ஹக்கடாவிற்கும் இடையிலான வேறுபாட்டைச் கண்டுபிடிப்பார்களா என்று எனக்குத் தெரியவில்லை... அதனால் காஃப்கா மார்க்சியவாதியாக இருப்பதைவிட கபாலிஸ்டாக இருந்திருக்கலாம், அல்லவா?"

"மார்ட்டின், நான் வால்டர் பெஞ்சமினை வாசிப்பதோடு நிறுத்திக்கொள்கிறேன்... ஆனால்... கே.வின் அலைச்சல். இந்த அலைச்சலில் - வெறுப்பை நோக்கிச் செல்லும் இந்த அலைச்சலில் - மற்றொரு அலைச்சல் தெரிகிறதா? கே., உலகளவில் எல்லோருக்கும் பொருந்தும் உரிமைகளைக் கோரும் அந்த அந்நியன் கதவைத் தட்டும்போது, அவமதிப்பு அல்லது வன்முறையால் பதிலளிக்கிறோம். அப்படிப்பட்டவர் இன்று மாலை நம்முடன் இருக்கக் கூடாதா?"

"இருக்கலாம், இருக்கலாம்..."

"மேலும் கார்ல் ரோஸ்மேனின் நடத்தையிலிருந்து வெளிப்படும் இந்த பயங்கரமான குற்ற உணர்வு கே.ஜோசப்பை அவரது தண்டனையை ஏற்கவும், 'தீர்ப்'பின் கதாநாயகன் கே பாலத்திலிருந்து குதிக்கவும் தூண்டுகிறது, அல்லவா? அடிக்கடி சொல்லப்படும் 'யூதக் குற்றவுணர்வை' அது எதிரொலிக்கிறது அல்லவா?

"சந்தேகமேஇல்லை."

"காஃப்கா கதாநாயகர்களின் இந்த நிரந்தர சுயநிந்தனை - இந்த மயக்கம் தரும் நகைச்சுவை, காட்டுமிராண்டித்தனத்தை எதிர்க்கும் இந்தச் சிரிப்பு ஆகியவையெல்லாம் உங்களுக்கு ஒன்றையும் உணர்த்தவில்லையா?"

"எனக்கு யூதப் பூர்வீகம் என்றாலும், யூத நகைச்சுவை எனக்கு அவ்வளவாகப் பரிச்சயமாகாத ஒன்று. அது உங்களுக்கே தெரியும்."

"எனக்குத் தெரியும், மார்ட்டின்... உங்களிடம் வருகிறேன், அன்புள்ள குளோப்ஸ்டோக், சமீபத்திய ஆண்டுகளில் அவர் பாலஸ்தீனத்திற்குச் செல்ல வேண்டும் என்று கனவு கண்டார் என உறுதிபடுத்த முடியுமா?

"நான் அதை உங்களுக்கு உறுதிப்படுத்துகிறேன்," ராபர்ட் ஆவேசமாகக் கூறினான்.

“அவர் எங்களைப் போலவே ஒரு ‘சியோனிஸ்ட்’, இல்லையா?”

“உங்களைப் போல் இருக்க வேண்டும் என்று அவசிய மில்லை, ஆனால் அவர் சியோனிஸ்டாக இருப்பதாகத்தான் கூறினார். அவரது உடல்நிலை அவரை அவ்வாறு செய்ய அனுமதித்திருந்தால், அவர் பாலஸ்தீனத்தில் குடியேறியிருப் பாரா? – அது எனக்குத் தெரியாது. ஆனால் அவர் அப்படித்தான் பேசினார், அது உண்மைதான், அது எனக்கு ஆச்சரியமாக இருந்ததில் ஐயமில்லை. டெல் அவிவில் டோராவுடன் ஓர் உணவகம் நடத்தும் ஒரு விசித்திரமான கனவைப் பற்றி அவர் பேசினார். இருப்பினும், அவரது மனதில், இஸ்ரேல் நிலம் ‘வாக்களிக்கப்பட்ட நில’த்தைவிட வெகுதொலைவில் இருந்தது என்பது எனக்குத் தெரியும். அது ஓர் இலக்கியக் கண்டம் - அடைய முடியாத அடிவானம். அவரைக் கட்டுப்பாடுகளிலிருந்து விடுவிக்கும் மற்றொரு சாத்தியமான வாழ்க்கையின் வாய்ப்பு. இந்தப் பயணம் அவரை வழிக்குக் கொண்டுவந்திருக்கும். அவருக்கு ஒருவகை இயல்புத் தன்மையைக் கொடுத்திருக்கும். சாதாரண மனிதர்களைப் போல ஒரு குடும்பத்தைச் சார்ந்து, ஒரு மக்களைச் சார்ந்து இருக்கும் ஒரு நிச்சயத்தைக் கொடுத்திருக்கும். ஆனால், நான் ஒன்றை நினைவுபடுத்த வேண்டும். காஃப்கா, நிச்சயமாக, புற பிரிவினர் மத்தியில் சௌகரியமாக இருப்பதாக உணரவில்லை. அவருடைய சொந்த யூதர்கள் மத்தியிலும், அவர் சௌகரியத்தை உணரவில்லை. ஒரு குழந்தையாக இருக்கும்போது அவரை அவர் தந்தை அழைத்துச் சென்று ‘பார் மிட்ஸ்வா’ செய்த ஜெப ஆலயத்திலும் கலகலப்பாக இல்லை. பழைய மரபு யூதர்கள், ‘ஹசிடிச’த்தின் பக்தர்கள், ஆகியோரை அவர் வணங்கியது உண்மைதான். அவர்களது நேர்மை, மகிழ்ச்சி, நம்பகத்தன்மை எல்லாம் அவருக்குப் பிடிக்கும். ஆனால், நமக்குள் வைத்துக்கொள்வோம். உண்மையாக அவர் உணவகம் ஒன்றில் கணக்கு வழக்குப் பார்ப்பதாகவும், அங்கு டோரா சமையல் வேலை செய்வதாகவும் கற்பனை செய்து பார்க்க முடியுமா..? மத்தியதரைக் கடலைக் கடந்தால், அவர் வேறொரு மனிதனாக இருப்பார் என்று நான் நம்பவில்லை. தனியாக இருக்கக்கூடிய ஒரு மனிதனாக மட்டுமே - யூத

உலகத்தைப்போல் மற்ற அனைத்து உலகங்களிலும் ஒரு அந்நியனாக மட்டுமே - அவரால் இருக்க முடியும். போரிடும் ஓர் உலகத்தோடு அவர் ஒத்துப் போயிருப்பார் என்றும் சொல்ல முடியாது. போரிடும் குணம் அவரிடம் எள்ளளவும்இல்லை.

"அவர் பலவீனமாக இருந்தார் என்று நீங்கள் சொல்கிறீர்களா?"

"அவர் பலவீனமானவர் அல்ல! சந்தேகம் கொண்டவர். அது நிச்சயமாக மனித அறிவின் அதிக சக்திவாய்ந்த வடிவம்."

எந்தவொரு சந்தர்ப்பத்திலும், அவர் சியோனிசம் உருவாக்க விரும்பும் புதிய மனிதன் நியதிகளுக்குப் பொருத்தமானவரல்ல, அதாவது, புலம்பெயர்ந்த யூதர்களின் பலவீனத்தில் இருந்து விடுபட்டுத் தனது உரிமைகளில் உறுதியாக நிற்பவரல்ல. சிலர் அவர் பலவீனம் பற்றிப் பேசலாம். மேலும் சிலர் அவர் ஆற்றலின்மை பற்றிப் பேசலாம். அதெல்லாம், அவருடைய தந்தையின் சர்வ வல்லமைக்கு எதிர்வினையாகத்தான் இருக்கும். தன்னை அவரிடமிருந்து தற்காத்துக் கொள்ளும் ஒரு வழியாகத் தான் இருக்கும்.

"நன்றி, ராபர்ட்... நாம் இது பற்றிப் பேசிக்கொண்டிருப்ப தால், இடா, நீங்கள் விளக்கம் தரலாம். நீங்கள் மருத்துவ மனையில் அவருடைய மனநல மருத்துவராக இருந்திருக் கிறீர்கள். இங்கு நான் இறந்த காலத்தைப் பயன்படுத்துவதற்கு வருந்துகிறேன். அவருக்கு மனோப் பகுப்பாய்வு செய்யப் பட்டதா? எப்படியிருந்தாலும், அதனால் வேறு சில விஷயங்கள் வெளிப்பட்டிருக்குமல்லவா?"

இளம்பெண் எழுந்து நின்றாள். அவளது உரையின் தொடக் கத்தில், அவளது திக்குமுக்காடும் குரல் அவள் இன்னும் அவளை ஆட்கொண்டிருந்த உணர்ச்சிப் பெருக்கத்தின் பிடியிலிருந்து விடுபடவில்லை என்பதைக் காட்டியது. அவள் சொல்வதைக் கேட்பது கடினமாக இருந்தது. ஆனால், விரைவாகவே, அவளது கூச்சம் கலைந்தது. அவள் தன்னம்பிக்கையோடு பேச ஆரம் பித்தாள். மனோப் பகுப்பாய்வு மூலம் கலைப் படைப்புகளை முழுமையாக ஆராய்ந்து புரிந்துகொள்ள முடியும் எனும் கருத்தை அவள் அவ்வளவாக ஏற்றுக் கொள்ளவில்லை. எழுத்துப் பணி

ஒட்டுமொத்த விளக்கத்துக்குக் கட்டுப்படுவதில்லை. கலையில் ஒரு மர்மம் புதைந்திருக்கும். பின்னர் காஃப்காவிடம் காணப் பட்ட ஒரு வித குற்றவுணர்வைப் பற்றிப் பேசினாள். அப்பா என்ற அந்தஸ்தையும், பலத்தையும் வைத்துக்கொண்டு அவருடைய அப்பா காஃப்காவின் காதல், கோபம், கடந்தகாலம் ஆகியவை குறித்துக் குற்றம்சாட்டிக்கொண்டிருந்தார். காஃப்கா அவர் தந்தையால் நசுக்கப்பட்டார். பிராகா நகரால் நசுக்கப்பட்டார். காப்பீடு அலுவலகத்தில் அவருடைய பணி அவரை நசுக்கியது. பின்னர் யூதமார்க்கம், அதன் மீது எழுந்த எதிர்ப்பு, அவருடைய தாய்மொழியாகிய ஜெர்மன், திருமணம் பற்றிய பேச்சு – இவை எல்லாமே அவரை நசுக்கிப் பிழிந்தன. அதேபோல் பிரமச்சரியம், மனவாட்ட நோய் அனைத்தும்கூட அவரைக் கசக்கிப் பிழிந்தன. பெண்களும், ஒருவர் பின் ஒருவராக அவருக்குப் பாரமாக இருந்தனர். அவர்கள் அவரை முழுமையை எட்டவிடாமல் தடுத்தனர். அவரை அவராக இருக்கவிடாமல் – வெறும் சிந்தனையாளராக மட்டும் இருக்க விடாமல் தடுத்தனர். மேலும், அவர் படைப்புகளில் பெண்கள் சில சமயம் தீய சக்திகளாகத் தென்படுகின்றனர். காஃப்கா அடிக் கடி பல்வேறு அழுத்தங்களுக்குள்ளான கற்பனையின் பிடியில் இருந்திருக்கிறார். எழுதுவதும்கூட அவருக்குக் குற்ற உணர்வை ஏற்படுத்தி இருக்கிறது."

சற்று மௌனமாக இருந்து சிந்தித்துவிட்டு மீண்டும் பேசினாள்:

"ஃப்ராய்ட் மூலமுதல் சொற்களின் பொருள் தலைகீழ் மாற்றத்தைப் பற்றிப் பேசியிருக்கிறார். காஃப்கா கையாண்ட மொழி பிராகாவில் வழங்கும் ஜெர்மன் மொழி. அந்த மொழி அவ்வளவு செழிப்பான மொழியல்ல. அதில் உணர்ச்சிகளைத் தூண்டும் சொற்கள் அவ்வளவாக இருக்காது. அது காப்பீட்டுத் துறையில் பயன்படுத்தும் மொழி. மூலமுதல் மொழிச் சொற் களின் அணிவகுப்பு. அவை இருபொருட்படும் சொற்கள், ஒரு வித சோக நகைச்சுவையை ஒலிக்கச் செய்யும். அந்த நகைச் சுவை அவர் படைப்புகளிலெல்லாம் வெளிப்படும். ஆனால், முக்கியமாக, அவர் வாசகர்களிடம் ஒருவித நித்திய அச்சத்தை ஏற்படுத்துகிறார். அந்த ஜோடனையற்ற – தேவைக்கதிகமான

சொற்கள் நீக்கப்பட்ட மொழி அவருடைய படைப்புக்கு ஒரு பிரகாசத்தை அளிக்கின்றது.”

அவள் தான் அதிகமாகப் பேசிவிட்டோமோ என்ற பயத்தில் பேச்சை நிறுத்திவிட்டு அமர்ந்தாள்.

வெல்ட்ஸ் பேசினார்:

“நன்றி, இடா. எப்போதும்போல், நீங்கள் பேசியது பிரமாதம். சரி, இப்போது மீண்டும் நமது விருந்தினர் ராபர்ட் கடைசியாகச் சொல்லவிருப்பதைக் கேட்போம். ராபர்ட் அவர்களே, நீங்கள் காஃப்காவை அறிந்தவர். உங்களால் ஒரு முடிவுரை கூற முடியுமா? நீங்கள் ஏதாவது சேர்க்க விரும்புகிறீர்களா? காஃப்கா விடமிருந்து நீங்கள் கற்றுக்கொண்டது என்ன?”

அவன் எழுந்தான். அந்த இளவயது நட்பிலிருந்து அவன் பெற்றுக்கொண்ட செய்தியைப் பற்றி தனக்கிருந்த சந்தேகத்தை வெளிப்படையாக வெளியிட்டான். விதியின் விளையாட்டால் அவன் அவரை அருகிலிருந்து பார்க்க நேர்ந்தது. ஒரு படைப் பாளியிடம் அன்னியோன்னியமாகப் பழகி, படைப்பின் இரகசி யத்தை அறிய விரும்பினான். ஆனால், இரகசியம் வெளியாக வில்லை. ஒன்று மட்டும் அவனுக்கு விளங்கியது. காஃப்கா ஏதோ ஒரு சக்தியின் தூண்டுதலால் எழுதினார். அந்தச் சக்தி மேலுலக சக்தியல்ல. உள்ளத்திலிருந்து வந்த சக்தி. உள்ளத்தி லிருந்து வந்த உந்துதல். ஏதோ ஒரு வற்புறுத்தலின் பேரில் எழுதுவதுபோல் இருந்தது - ஒரு மென்மையான வற்புறுத்தல்! தற்காலிக மன அழுத்தத்தின் காரணமாக அல்ல, தற்காலிக மயக்கத்தினால் – வெள்ளைக் காகிதத்தின் முன் எழும் மயக்கத் தினால் இருக்கலாம். பேனாவை எடுத்தவுடன், காஃப்காவாக அல்லாமல் வேறொருவராக ஆகிவிடுவார். காப்பீட்டு முகவ ராகவோ, சபிக்கப்பட்ட மகனாகவோ, சோகமான மண மகனாகவோ இருக்க மாட்டார். தன் மனசாட்சியின் பாரத்தி லிருந்து விடுபட்டவராக, நிர்ப்பந்தம் எதுவுமற்றவராக, மனிதத் தளைகளனைத்திலிருந்தும் விலகியவராக மாறிவிடுவார். அவர் உலகத்தைப் புவியீர்ப்பு சக்தியின் பிடிப்பிலிருந்து விடுபட்ட உயரத்திலிருந்து பார்த்தார் – விவரித்தார். சங்கிலிகளை உடைத்துக் கொண்டு தங்களை விடுவித்துக்கொண்ட அடிமைகள்போல்,

கையில் பேனாவை எடுத்துக்கொண்டு எழுத ஆரம்பிக்கும் போது, மற்றவர் முன் தரையில் தவழ்ந்து செல்லும் மனிதனாக இல்லாமல் ஒரு சுதந்திர மனிதனின் நிலைக்குப் போய்விடுவார். இருண்டதாக, மலட்டுத்தனமாக, மூடுபனிபோன்று குழப்பமாக இருந்ததெல்லாம், அவருடைய மனதின் பிரகாசத்தில் ஒளிர்ந்து, வளமான ஓர் ஒழுங்கில் வெளிப்படும். வழக்கமாக அவரது குரல் தடுமாறும், அச்சம் தோய்ந்திருக்கும். ஆனால், அதுவே திடீரென வலுவானதாகவும் உறுதியானதாகவும் மாறிவிடும். சிறிய காப்பீட்டு முகவர், தந்தைக்கு அடிபணிந்த மகன், பணிவு கொண்ட மணமகன் திடீரென உலகங்களை உருவாக்குபவராக மாறிவிடுவார். மகா அலெக்சாண்டரின் பிரம்மாண்ட சாம்ராஜியத்தைவிட பலமான – ஆற்றல்மிக்க - காலத்தால் அழிக்க முடியாத சாம்ராஜியங்களை வென்றவராகிவிடுவார். அவை யெல்லாம் மனித அறிவு, ஞானமெல்லாம் திரண்டிருக்கும் 'தீர்ப்பு', 'கோட்டை', 'அமெரிக்கா' ஆகிய சாம்ராஜியங்களாகும்.

அவன் தனது கட்டுக்கடங்காத உணர்ச்சியால் சிறிது வெட்கப் பட்டவனாகத் தன் பேச்சை நிறுத்தினான். அவனது அபிமானமும், அவனது உணர்வும் எல்லை கடந்துவிட்டன. அவற்றைச் சமன் செய்ய விரும்பினான்.

"ஆனால் ஒருவேளை, மிக நெருக்கமாக இருப்பது தெளிவாகப் பார்ப்பதைத் தடுக்கலாம். ஒரு மனிதனைப் பற்றிய உண்மை அவன் படைப்புகளைப் பற்றிய உரைகள், அல்லது அவன் வாழ்க்கைக் கூறுகளின் விளக்கம், ஆகியவற்றினால் மட்டுமே வெளிப்படலாம். எப்படியிருந்தாலும், அந்த உண்மையை முழுமையாகப் புரிந்துகொள்ளும் திறன் கொண்டவனாக நான் இல்லை என்பதில் உறுதியாக இருக்கிறேன். அதனால்தானோ என்னவோ நான் மனநல மருத்துவனாக இல்லாமல் தொண்டை அறுவைச் சிகிச்சை மருத்துவனாக இருக்கிறேன்."

" 'இருந்ததற்கு'," என்று விஷமத்தனத்தோடு திருத்தினார் மார்ட்டின். "நேரடிச் சாட்சியை நம்பாவிட்டால், பின்னர் யாரை நம்புவது?"

"தன்னையே நம்பலாம், அல்லவா?" என்றான் அவன்.

அதன் பிறகு நிதானம் அடைந்தான்.

வெல்ட்ஸ் மீண்டும் பேசினார்.

“நன்றி, அன்பு ராபர்ட் அவர்களே... சரி. விவாதத்தை முடித்துக்கொள்ளும் நேரம் வந்துவிட்டது. பதினைந்து நாட்கள் கழித்து மீண்டும் சந்திப்போம். அப்போது உணர்ச்சிகளெல்லாம் கட்டுக்குள் இருக்கும். தெளிவாகப் பேசலாம். யூதர்கள் பூங் காக்கள், தோட்டங்கள் ஆகியவற்றில் காலடி எடுத்து வைப்பதைத் தடுக்கும் நடவடிக்கைகள் பற்றிய வதந்திகளுக்கு நம் இதழின் எதிர்வினை பற்றிப் பேசலாம். ஏற்கனவே, நாட்டின் வடக்குப் பகுதிகளில் உள்ள கடற்கரைகளில் அதுபோன்ற நடவடிக்கைகள் எடுத்துவிட்டார்கள். நீங்கள் வந்ததற்கு நன்றி. திரும்பிப் போகும் வழியில் கவனமாக இருக்கவும்.”

அந்த இடத்தைவிட்டுக் கிளம்புவதற்கு முன், ராபர்ட் ஆல்ஃப்ரெட் கிராஸ்மானோடு வந்திருந்த ஒரு யூதப் பெண் மணி தன்னை நோக்கி வருவதைக் கண்டான். அவள் கடந்த நூற்றாண்டைச் சார்ந்தவள் என்று பார்த்தவுடனேயே சொல்லி விடலாம். அவளைப் பிராகா மருத்துவமனையில் ஒரு நோயாளி யாகப் பார்த்த ஞாபகம். தான் ஒரு யூத முகாமில் பிறந்ததாகச் சொல்லி இருக்கிறாள். அந்த முகாமும், பாழடைந்த வீடுகளும், ஏராளமான யூத வழிபாட்டு இடங்களும், இருண்ட வீதிகளும், அதில் வாழ்ந்த பேய்களும் பின்னர் முற்றிலுமாக அழிக்கப் பட்டுவிட்டன. அவள் அவன் கையை இறுக்கமாகப் பற்றிக் கொண்டாள். அவன் கண்களை அவள் அகலமான கண்களால் உற்றுப் பார்த்தாள்.

அந்தப் புகை நிறைந்த அறையை விட்டுப் போக பலருக்கு மனம் இல்லை. தொடர்ந்து பேசிக்கொண்டிருந்தார்கள். கப்பால், மார்க்ஸ் அல்லது ஃபிராய்ட் ஆகியோரைப் படித்தால்தான் காஃப்காவைக் கண்டுபிடிக்க முடியுமா என்று விவாதித்தார்கள். நேரத்தை நீட்டித்தார்கள் - வெளியில் நடக்கும் காட்டு மிராண்டித்தனமான நிகழ்வுகளை மறந்துவிட்டு! அதைப் பார்த்த ராபர்ட் இந்த சிறு குழுவுக்கும் பிராகாவிலிருந்த பழைய முகாமுக்கு ஏற்பட்ட கதிதான் என்று நினைத்தான். அவர்களைப் பார்க்கும்போது கல்லறைகளைப் பார்க்கும் சோகமும், பரி தாபமும் அவனுக்கு ஏற்பட்டது.

டோரா

அவள் ராபர்ட்டிடம் ‘டயர்கார்ட்ட’னில், விலங்கியல் பூங்காவின் முன், ஒரு மொட்டை மாடியில் உள்ள கஃபேவில் சந்திக்கலாம் என்று சொல்லியிருந்தாள். அந்த இடத்திற்கு சற்றுத் தூரத்திலிருந்த ‘வெற்றித் தூண்’ கம்பீரமாகக் காட்சியளித்தது. அதைச் சுற்றி பீரங்கிகள் தங்க நிறத்தில் ஜொலித்தன. அங்குப் பள்ளி மாணவர்கள் பெரியவர்களின் மேற்பார்வையின் கீழ் ‘ஆ’ ‘ஓ’ என்று மகிழ்ச்சியுடன் கூச்சலிட்டுக்கொண்டிருந்தனர். அதனைப் பார்த்த பெரியவர்களும் மகிழ்ச்சியடைந்தனர். அந்தத் தூண் பிரெஞ்சு நகரம் செதானில் ஜெர்மானியர்கள் வெற்றி பெற்றதைக் குறிக்கும் நினைவுத்தூண். ஃபிரான்ஸ் மீதான வெற்றியையும், இரண்டாவது ரைக் பிறந்ததையும் குறித்தது.

அவள் தான் எப்போதும் கண்காணிப்பில் இருப்பதாகக் கற்பனை செய்துகொள்கிறாள். தான் மாஸ்கோவிற்குச் செல்வது கடைசி நேரத்தில் ரத்து செய்யப்பட்டுவிடுமோ என்று நினைத்து நடுங்கிக்கொண்டிருந்தாள். எதுவும் இங்கு நிச்சயமாக எடுத்துக் கொள்ள முடியாததாக இருந்தது, அல்லவா?

பதின்மூன்று ஆண்டுகளுக்கு முன்பு ஃபிரான்ஸுடன் இந்த இடத்தைக் கண்டுபிடித்திருந்தாள்.

தாவரங்களின் நறுமணத்தை நுகர்வதற்கு அவ்வப்போது அங்கு வருவதை விரும்பினாள். ஒரு மணி நேரத்திற்கு அவள் தன் பெயர், பூர்விகம், மரண அச்சுறுத்தல் அனைத்தையும் மறந்திருப்பாள். விலங்கியல் பூங்காவின் சாலைகள் அவள் தன் காதலனோடு கைகோர்த்துக்கொண்டு, வேலியிடப்பட்ட வயல்களுக்கு முன்னால் நடந்துசென்ற காலத்திற்கு அழைத்துச் செல்லும். மான்கள் அவர்களைப் பார்த்துக்கொண்டிருக்கும். குரங்குகள் கூண்டுக்கு அருகில் செல்லும்போது, பாபூன்கள் பெருங்களிப்புடன் அலறுவதைக் கேட்டு அவர்கள் அழாதக்

குறையாகச் சிரித்தார்கள். சற்றுத் தூரத்தில், குளத்தில் இருந்த முதலைகள் அவர்களைச் சோகமாகவும், கொடூரமான தோற்றத் துடன் பார்த்துக்கொண்டிருந்தன. இன்று அவள் தானும் இந்தக் கூண்டு விலங்குகள்போல் இருப்பதாக உணர்கிறாள்.

பின்தொடர்வதிலிருந்து அவள் பாதுகாப்பாக இல்லை. கவுண்ட்டரில் மது அருந்திக்கொண்டிருக்கும் அந்தப் பையனை அவள் ஓரக்கண்ணால் கவனிக்கிறாள்.

1936ஆம் ஆண்டில், மூன்று வருட அசாத்தியமான பயங்கர வாதத்திற்குப் பிறகு,

கெஸ்டபோ கடைசியாக சுதந்திர நோய் பாதிக்கப்பட்டவர் களைத் தொடர்ந்து வேட்டையாடுகிறது. சந்தேகத்திற்கிடமான தோற்றமுடைய அந்த இளைஞன் சாப்பிட்டதற்குப் பணம் செலுத்துகிறான். அவன் அந்த இடத்தை விட்டு வெளியேறும் போது, அவள் பார்வையால் அவனைப் பின்தொடர்கிறாள்.

இதெல்லாம் அவளை பைத்தியமாக்கிவிடும்.

ஆட்சி கயிற்றை இறுக்குகிறது. 'ஜெர்மன் இரத்தம் மற்றும் மாண்புப் பாதுகாப்பு' பற்றிய சட்டம், இனிமேல் யூதர்களுக்கும் 'ஜெர்மன் இரத்த குடிமக்களுக்கும்' இடையே நிகழும் திரு மணங்கள் மற்றும் திருமணத்திற்குப் புறம்பான உறவுகள் அனைத் தையும் தடைசெய்கிறது. அந்தக் குற்றத்திற்கு 'இன அசுத்தக் கறை' என்று பெயர் வைத்திருந்தார்கள். குற்றவாளிகள் சித்திர வதை முகாமில் வரம்பற்ற தடுப்புக்காவலுக்கு உள்ளக்கப் படுவார்கள். ரைக்கைச் சேர்ந்த ஒரு மூத்த அதிகாரி அறிவித் திருந்தார்: "இது சமாதானத்துக்கும், சண்டைக்கும் இடையே நம்முடைய தேர்வு இருக்கப் போவதில்லை. நம்முடைய தேர்வு யூதர்கள் அழிப்புக்கும் ரைச் அழிவுக்குமான தேர்வு."

அவள் காஃபி குடித்து முடிக்கிறாள். ராபர்ட் தாமதமாகி விட்டான். அவன் எப்போதும் தாமதமாகவே வருவதை அவள் அறிந்திருந்தாள். அவள் அவனிடம் எல்லாவற்றையும் மன்னிப்பது வழக்கமாகிவிட்டது.

அவளுக்குப் பின்னால், சிரிப்புச் சத்தம் வெடித்தது. வாடிக்கையாளர்கள் குடித்துக்கொண்டிருந்தார்கள். அவர்கள் எதற்காகச் சிரித்தார்கள் என்று அவள் அறிய விரும்பவில்லை. ஒரு சிறு பெண் சாலையில் விளையாடிக்கொண்டிருந்தாள். அவளுடைய தாய் பக்கத்து மேசையிலிருந்து அவளைக் கவனித்துக்கொண்டிருக்கும்போது, தன்னுடைய பையிலிருந்து ஒரு சிகரெட்டை எடுத்துத் தன்னுடைய சிகரெட் ஹோல்டரில் பொருத்தி, வாயில் வைக்கிறாள். பின்னர் ஒரு லைட்டரை எடுத்து அதைப் பற்றவைத்துவிட்டு, ஒய்யாரமாகப் புகையை ஒரு இழுப்பு இழுக்கிறாள். புகை மூட்டம் அவள் முகத்தைச் சூழ்கிறது. அவள் முகம் முழுதும் பிரகாசிக்கின்றது: அவ ளுடைய பொன்னிறம், அவள் கண்கள், அவளது கவனமாக வரையறுக்கப்பட்ட உதடுகள், தோலின் வெண்மை ஆகியவை யெல்லம் ஒளிர்கின்றன. அவள் முத்துகள் பதித்த மாலை ஒன்றைக் கழுத்தில் அணிந்திருந்தாள். அவ்வப்போது அவள் பெண் அவள்மீது பார்வையைச் செலுத்துகிறாள். தாய் அவள் செய்வதற்கெல்லாம் பார்வையால் அங்கீகாரம் தெரிவிக்கிறாள்.

டோரா தன் மகள் மரியானைப் பற்றி நினைக்கிறாள். அவளுக்கு உடல்நிலை சரியில்லை – சிறுநீரகப் பிரச்சினை என்றார்கள். இரண்டு வயதில் சிறுநீரகப் பிரச்சினை வரும் என்று அவளுக்குத் தெரியாது. ரஷ்யாவில் அவளுக்குத் தேவை யான சிகிச்சை இருக்கும் என்று நம்பினாள். சோவியத் யூனியன்மீது அவளுக்கு நம்பிக்கை இருந்தது. அவளுடைய நம்பிக்கைகள் எல்லாம் அந்த நாட்டின் மீதுதான். அவள் நம்ப வேண்டும், இல்லையெனில், அவள் ஆற்றொணா கவலைக்கு ஆளாகிவிடுவாள். அவள் எதிரே உள்ள உலகின் காட்சியைப் பார்க்கிறாள், ஆனால், அவள் அதிலிருந்து விலக்கப்பட்டு விட்டாள். அவளுக்கு அதில் இடமில்லை. அங்கு அவளை யாரும் விரும்பவில்லை. நாஜிக்கள் என்ன விரும்புகிறார்கள் என்று அவளால் புரிந்துகொள்ள முடியவில்லை. இவ்வளவு சட்டங்களும், விதிமுறைகளையும் இயற்றி யூதர்களை என்ன செய்ய விரும்புகிறார்கள். அவர்கள் ஏற்கனவே எல்லா வற்றையும் இழந்துவிட்டார்கள். அவர்களுக்கு எந்த உரிமையும் கிடையாது. அவர்கள் அழிக்கப்பட்டுவிட்டார்கள். செல்வந்தர்கள்

சொத்துகளைப் பிடுங்கிக்கொண்டார்கள். ஒன்றுமில்லாதவர்கள் வேலைக்குச் செல்வதைத் தடுத்து அவர்களைச் சிறையில் தள்ளிவிட்டார்கள். அவர்களைப் பார்க்க முடியாமலும் செய்து விட்டனர். ஆனால், மொத்த யூத மக்களையும், அவர்கள் வரலாற்றையும் பூஜ்யமாக்க முடியாது. அப்படியிருக்கும்போது, நாஜிக்கள் என்ன நினைத்துக்கொண்டிருக்கிறார்கள். யூதர்களை அடிமைகளாக்கப் பார்க்கிறார்களா? அவள் அந்த உலகத்தை விட்டுக் கிளம்பிவிடுவாள். அந்த நகரத்திலிருந்தால் சுவாசிப் பதற்குக்கூட பிச்சை எடுக்கவேண்டியிருக்கிறது. ஆகவே, அங்கிருந்து அழிந்துபோக விரும்பவில்லை. இப்பூமியில் எப்படியும் ஓர் இடம் இருக்கிறது. அங்கு தான் வேண்டத் தகாதவளாக இருக்க மாட்டாள் என்று நம்பினாள். அந்த இடம் மாஸ்கோதான்.

அவளுக்கெதிரே ஓர் இசைக் கூடம் இருந்தது. அங்கிருந்த மங்கிய ஒளியில் இசைக்குழுவின் ஒலிக்கேற்ப ஆண்களும், பெண்களும் தாளத்திற்குக்கேற்றாப்போல் நடனமாடிக்கொண் டிருந்தார்கள். இசைக்கூடத்திற்கு எதிரே நின்றுகொண்டிருந்த காவல்துறை அதிகாரி அவருக்கு வணக்கம் சொன்ன இரண்டு பேருக்கு 'ஹெயில் ஹிட்லர்' என்று பதில் சொன்னார். அவ்விருவரும் சாம்பல் நிற மேற்கோட்டு அணிந்திருந்தார்கள். ஒரே மாதிரி அடியெடுத்து வைத்து நடந்தார்கள்.

அவள் ராபர்ட்டைப் பார்த்துப் பல மாதங்கள் ஆகிவிட்டன. கடைசித் தடவை எதார்த்தமாக நடந்தது. அவன் டிராம் வண்டியிலிருந்து இறங்கினான். அவள் படிகளின் மீது ஏறினாள். இருவரும் அருகருகே சற்று நேரம் அமர்ந்திருந்தனர். அது அதிக நேரம் நீடிக்கவில்லை.

இன்று பிற்பகல், இந்தத் தொலைதூர இடத்தில், அவர்கள் கூடிப் பேசுவதற்குப் போதுமான நேரம் இருக்கும். தன்னுடைய புறப்பாடு பற்றிய செய்தியை அவளால் சொல்ல முடியும். அவள் ஒருவாறாக விசாவைப் பெற்றுவிட்டாள். அந்த விலைமதிப்பற்ற திறவுகோல் சிலருக்குத்தான் கிடைக்கும். அதற்காக நீண்ட நாள் காத்திருக்கும்போது, இந்த நாட்டைவிட்டுக் கிளம்ப முடியாது என்ற விரக்தி ஏற்பட்டுவிட்டது. அவள் காத்திருந்த அழைப்பு

சென்ற வாரம்தான் கிடைத்தது. அவள் விசா அலுவலகத்துக்குப் போனபோது, நாஜி ஆட்சியைச் சேர்ந்த ஆரிய அலுவலர் ஒருவர் போலந்து பெட்சினைச் சேர்ந்த ஒரு கம்யூனிஸ்ட் ரைக்கை விட்டுக் கிளம்ப எந்தத் தடையுமில்லை என்று ஆர்வத்துடன் சொன்னார். அந்த முடிவை அறிவிக்கும்போது அவர் முகத்தில் ஒரு வெறுப்புணர்ச்சி தென்பட்டது. அவள்மீது பார்வையைச் செலுத்தாமல் ஜெர்மன் அரசு ஒருத்தியை நரகத்துக்கு அனுப்ப கடைசியில் ஒரு வழியைக் கண்டுபிடித்துவிட்டது என்று சொல்லாமல் சொன்னார்.

மாஸ்கோவில், அவள் இறுதியாகத் தனது கணவரைக் கண்டு பிடித்துவிடுவாள். லூட்ஸ் சில மாதங்களுக்கு முன்புதான் ஜெர்மன் சிறைகளில் இருந்து விடுவிக்கப்பட்டான். ரைச்சை விட்டுப் போக சொல்லிவிட்டார்கள். அப்போதிலிருந்த மாஸ்கோ பல்கலைக்கழகத்தில் அவன் துணைப் பேராசிரியராக இருக் கிறான். ஒரு புதிய வாழ்க்கை அவர்களுக்குக் கிடைத்திருக்கிறது. அலைந்து திரிந்த வாழ்க்கைக்கு அதுவே ஒரு முற்றுப் புள்ளி. நம்பிக்கை மீண்டும் துளிர்விட்டது. அவள் எப்போதும் நம்பிக்கையில்தான் வாழ்ந்தாள். அவள் தன் மகிழ்ச்சியை, நிம்மதியை, நம்பிக்கையை ராபர்ட்டுடன் பகிர்ந்துகொள்ள விரும்பினாள். அவனிடம் ஃபிரான்ஸின் ஹேர் பிரஷை மீண்டும் கொண்டுவரும்படி கேட்டிருந்தாள். கெஸ்டபோவின் தேடலுக்குப் பிறகு அவள் அதைப் பாதுகாப்பாக வைத்திருக்கும் பொருட்டு, அதை அவனுக்கு அனுப்பிவைத்தாள். அப்போது அவளைக் கைது செய்யும் அபாயம் இருந்தது. ஃபிரான்ஸின் ஒரே நினைவுப் பொருள் அதுமட்டுமே! இப்போது அவள் ரைச்சைவிட்டுப் போகும்போது அந்த விலைமதிப்பற்ற பொக்கிஷத்தைத் திரும்பவும் பெற்றுக்கொள்ளலாம்.

பத்திரிகை விற்பவன் ஒருவன் அவள் அருகில் சென்றான். 'டெர்ஸ்டூமர்'. 'டெர்ஸ்டூமர்' வாங்குங்கள் என்று கத்தினான். அவனுக்குப் பதினைந்து வயது இருக்கலாம். அவன் கன்னங்கள் கொழுகொழுவென்றிருந்தன. ஹிட்லர் பாணி இளைஞர் சீருடை அணிந்திருந்தான்.

இசைக்குழு 'தி பியூட்டிஃபுல் ப்ளூ டானூ'பைத் தொடங்கியது. அதன் மெதுவான இயக்கத்தில் உடல்கள் அசைந்தன. உள்ளே சீருடை அணிந்த அதிகாரி ஒருவர் தன் அருகில் இருந்த பெண்ணை அவரோடு கொஞ்ச நேரம் நடனமாட அழைத்தார். அவர்கள் இருவரும் மகிழ்ச்சியுடன் சுழன்றுச் சுழன்று ஆடினர். எல்லோரும் கைதட்டினர். நேர்கொண்ட பார்வையோடும், ஜெர்மன் இரத்தத்தின் பெருமைமிக்க தோற்றத்தோடும், அவர்கள் ஆடிக்கொண்டிருந்தனர். சட்டம் அவர்கள் மாண்பை இப்போது அனைத்து இன அசுத்தக் கறைகளிலிருந்தும் பாதுகாத்துக்கொண்டிருந்தது. அவர்கள் தடையின்றி, சுதந்திரமாக, மகிழ்ச்சியோடும், இசையின் மயக்கத்தோடும் ஆடிக்கொண்டிருந்தனர். பெண்களின் கறுப்பு மேற்சோடு அணிந்த கால்கள் அவர்களது நீண்ட கோட்டிலிருந்து நீண்டு வெளியில் தெரிந்தன. டோரா கீழே அவளது வெற்றுக் கால்களையும், அவளது வெல்வெட் ஆடையின் துண்டிக்கப்பட்ட விளிம்பையும் பார்க்கிறாள்.

அவளுக்குப் பக்கத்தில் இருந்தவள் பேப்பர் விற்றவனுக்குச் சமிக்ஞை செய்கிறாள். ஒரு நாணயத்தை அவன் கையில் திணிக்கிறாள். சிறுவன் நன்றி கூறி, செய்தித்தாளை மேசைமீது வைக்கிறான்.

அவன் டோராவை அணுகுகிறான். "மேடம், நீங்கள் டெர் ஸ்டர்மர் வாங்கவில்லையா?" அவள் பயத்தின் பிடியில் 'வேண்டாம்' என்று சொல்கிறாள். 'பரவாயில்லை' என்று சொல்லிவிட்டு மற்ற மேசைகளுக்குத் தொடர்ந்து சென்றான்.

மாஸ்கோவில், ஃபிரான்ஸின் புத்தகங்களை விற்று அதிலிருந்து கிடைக்கும் வருமானத்தை நம்பியிருக்கிறாளா? முதல் வெளியீட்டில் இருந்தே, பிராட் பெருந்தன்மையுடனும், நியாயத்துடனும் விற்பனையில் ஒரு சதவீதம் "மேடம் காஃப்காவுக்கு" என்று அனைத்து ஒப்பந்தங்களிலும் கையொப்பமிட்டுக் கொடுத்திருந்தான். கீர்லிங் சானடோரியத்தின் இயக்குநர் அதிகாரப்பூர்வமாக அவர்களை ஒன்றிணைப்பதுதான் சரியென்று வற்புறுத்தினார். ஆதலால், இறக்கவிருப்போரின் மனைவி என்ற முறையில் நெறி பிறழாமல், தொடர்ந்து ஒரே வீட்டில் இருக்க

முடியும். அந்த ஆவணம் உண்மையான மதிப்பு கொண்டில்லை யாயினும், பதிப்பகங்களிடம் பெற்ற கையெழுத்து மதிப்பு வாய்ந்தது - கொஞ்ச பணமாக, அதுவும் சரிவர வராமலிருந் தாலும்!

'தீர்ப்பு' நாவலின் முதல் ஜெர்மன் பதிப்பு 1925ஆம் ஆண்டில் வெளிவந்தது. இந்த நாவல் போலிஷ் மொழியில் 1936 ஆண்டு வெளியிடப்பட்டுள்ளது. 'உருமாற்றம்' 1928இல் பிரான்சில் மதிப்புமிக்க நுவேல் ரெவுய் ஃப்ரன்சேஸில் வெளி யானது. 'கோட்டை' 1930இல் நியூயார்க்கில் வெளியிடப் பட்டது. இங்கே, பெர்லினில், ஷோக்கன் அனைத்துப் படைப்பு களுக்கும் உலக உரிமை வாங்கியுள்ளார். முதல் நான்கு தொகுதிகள் கடந்த ஆண்டில் வெளியிடப்பட்டன - ஒரு யூதப் படைப்பு, ஒரு யூதப் பதிப்பகத்தால் வெளியிடப்பட்டது. யூத வாசகர்கள் மட்டுமே படிக்க அனுமதிக்கப்படுகிறார்கள். எந்த ஆரியனும் அந்தப் புத்தகங்கள் வைத்திருந்தால் சிறைக்குச் செல்லவேண்டியிருக்கும்.

மேசைமேல் இருந்த ஸ்டர்மரின் முன் பக்கத்தில் அவள் பார்வை விழுகிறது.

அதில் ஒரு கேலிச்சித்திரம்: வளைந்த மூக்கையுடைய ஒருவன் ஒரு குழந்தையின் கழுத்தை நெரிக்கிறான். பெரிய எழுத்தில் அதன்மீது ஒரு செய்தி.

"யூதர்கள் எங்கள் துரதிர்ஷ்டம்."

அவள் மேலே பார்க்கிறாள். தூரத்தில் ராபர்ட்டின் உருவம் தெரிகிறது. அவன் வேகமான அவளிருக்கும் திசையை நெருங்கிக் கொண்டிருந்தான். அவன் அவளைக் கவனிக்கவில்லை போலும். தேடுகிறான். அவன் தனது கறுப்பு உடையில் மிகவும் கவர்ச்சியாக இருக்கிறான். அது மிக மெல்லியதாகவும், குளிருக்குப் பொருந் தாததாகவும், தோளில் அகண்டும் இருந்தது. அவனிடம் எப் போதுமே ஒரு வசீகரம் இருந்தது. சாதாரண உருவம்தான். குழந்தையின் முகம், தொங்கும் தோள்கள், முன்நெற்றியில் குறைந்த அளவில் முடி. ஆனால், அவனுடைய பார்வையையும், புத்திசாலித்தனத்தையும் அவளுக்குப் பிடிக்கும். அவனை

நோக்கி அவள் கையசைத்தாள். அவனும் கையசைத்துவிட்டு வேகமாக வந்து அவளை அணைத்துவிட்டு அமர்கிறான். ஒரு பீர் கொண்டுவரச் சொல்கிறான். அவள் மீண்டும் ஒரு காஃபி கொண்டுவரச் சொல்கிறாள்.

பயம் தோய்ந்த குரலில் கேட்கிறாள்:

"நீ மறக்கவில்லையே?"

அவன் எப்படி மறப்பான்? அதன் முக்கியத்துவம் அவனுக்குத் தெரியும். அந்த பிரஷை விட்டுப் பிரிவது என்ன ஒரு மனவேதனையைத் தந்தது என்று அவனுக்குத் தெரியும். ஓர் அட்டை காகிதத்தினால் மூடப்பட்டிருந்த அந்தப் பொருளை அவனது கோட் பாக்கெட்டிலிருந்து எடுத்து மேசைமீது வைக்கிறான்.

அவள் சுற்றியிருந்த காகிதத்தை நேர்த்தியாக அவிழ்த்து, அதனைப் பார்த்தாள். அவளுக்குள் ஒரு நடுக்கம். அவள் விரல் நுனிகள் தடுமாறுகின்றன. அவள் கையில் உள்ளது முடிகளால் மூடப்பட்ட ஒரு மரச் சட்டம். அதனைப் பற்றிக்கொள்கிறாள். நான் நேசித்தேன் - நான் நேசிக்கப்பட்டேன் என்று தனக்குள் சொல்லிக்கொண்டாள். கற்பனையில், அவள் மீண்டும் காதலனின் முகத்தைப் பார்க்கிறாள். கற்பனையில், அவள் அதை அவளுடைய நித்திய இளவரசனின் உன்னத முடியில் செலுத்தினாள்.

"நன்றி," என்று மெல்லிய குரலில் சொல்லிவிட்டு, அவள் அதைத் தனது பையில் பத்திரமாக வைத்தாள்.

"மேடமுக்கு காஃபி, சாருக்கு பீர்" என்று சர்வர் தலையிட்டான்.

ஒரு மௌனம் தொடர்கிறது.

"அப்படியானால், முக்கியச் செய்தி?" என்று கேட்டுவிட்டு, உடனே " நீ ஒன்றும் சொல்ல வேண்டாம். நானே சொல்கிறேன்.... நீ ரஷ்யா புறப்படுகிறாய்!" என்றான்.

அவள் ஆம் என்று தலையசைத்தாள். "அற்புதம்" என்றான் அவன்.

"அடுத்த வாரம் நான் மாஸ்கோவில் இருப்பேன்!"

அவள் தப்பித்துவிட்டாள் என்கிறான்.

"உனக்கு பூடபெஸ்ட்தான்."

"ஆம், ஹார்த்தியும், ஹிட்லரும் ஒருவரையொருவர் மிகவும் விரும்புகிறார்கள். ஆகவே. நான் பெர்லினுக்குச் சுதந்திரமாக வரலாம்."

"இல்லையென்றால் நீ எங்குப் போக விரும்புகிறாய்?... அமெரிக்காவுக்கா?"

அமெரிக்க நிர்வாகம் அமெரிக்காவுக்குள் நுழைவதற்கான சாத்தியக்கூறுகளை வெகுவாகக் குறைத்தது என்று அவளுக்குத் தெரியும்.

வாய்ப்புள்ளவர்களிடம் அவனுக்கு உதவும்படிக் கேட்டுக் கொண்டதாக அவன் பதிலளித்தான். யாரென்று அவனிடம் கேட்கிறாள்.

"நீ என்னைக் கேலி செய்ய மாட்டாயே?"

அவள் புன்னகைக்கிறாள். இல்லை, நிச்சயமாக அவள் கேலி செய்ய மாட்டாள்.

"தாமஸ் மான்," என்று மெதுவாகச் சொன்னான்.

அவளால் வாய்விட்டுச் சிரிக்க முடியாமல் இருக்க முடிய வில்லை. பின்னர் சிரிப்பதை நிறுத்திவிட்டு, அவனிடம் மன்னிப்புக் கேட்டுக்கொள்கிறாள். அவனால் எப்படி தாமஸ் மானுடம் தொடர்புகொள்ள முடியும்?

"அது சற்றுச் சிக்கலான விஷயம். எளிதில் விளக்க முடியாது" என்றான் அவன்.

"நமக்குத்தான் நேரம் இருக்கிறதே" என்றாள் அவள்.

அவன் மனைவி ஜிசேல் ஃப்ரான்ஸ் வெர்ஃபேல் என்னும் எழுத்தாளனின் படைப்புகளை ஹங்கேரிய மொழியில் மொழி பெயர்த்திருந்தாள். அவள் மூலமாக ஃப்ரான்ஸ் வெர்ஃபேலுடன் அவனுக்கு நட்பு ஏற்பட்டது. ஃப்ரான்ஸ் வெர்ஃபேல் லட்விக்

வோன் ஹட்வானி என்னும் பரோபகாரியான ஒரு ஹங்கேரிய பிரபுவை அவனுக்கு அறிமுகம் செய்துவைத்தான். அந்தப் பிரபுதான் தாமஸ் மானுடன் தொடர்பு ஏற்படுத்தினார். நோபல் பரிசு பெற்றிருந்த தாமஸ்மான் சுவிட்ஸர்லாந்திலேயே தங்கி விட்டார். அவருடைய 'மந்திரமலை' எனும் நாவலில் காச நோய்பற்றி நிறைய வர்ணனைகள் வரும். அவற்றைப்பற்றி இருவரிடமும் கருத்துப் பரிமாற்றம் ஏற்பட்டது. அப்போது, ராபர்ட் கண்டுபிடித்த புதிய சிகிச்சைமுறைகளை தாமஸ் மான் தெரிந்துகொள்ள விரும்பினார். பின்னர் காஃப்காவைப் பற்றிப் பேச்சு வந்தது. தாமஸ் மான் காஃப்காவை மிகவும் நேசிக்கத் தொடங்கினார். ஜெர்மனியில் காஃப்காவின் படைப்புகளைக் கண்டுபிடித்தவர்களில் அவரே முதலாமவர்.

"அவரிடம் நான் அமெரிக்க நிர்வாகத்திடம் என்னைப் பரிந் துரைக்குமாறு கேட்டுக்கொண்டேன். காஃப்காவின் கடைசி காலத்தில் அவருக்கு நான் உதவி செய்தேன். இப்போது எனக்குத்தான் உதவி தேவை."

"அப்படித் துணிந்து எழுதினாயா?"

"இந்த எலிப்பொறியைவிட்டு தப்பித்துக்கொள்ள எது வேண்டுமானாலும் எழுதுவேன். அது மட்டுமல்ல. நான் தாமஸ் மானுடன் நிற்கப்போவதில்லை...."

"கடவுளிடம் வேண்டிக்கொள்ளப் போகிறாயா?"

"கிட்டத்தட்ட அப்படித்தான்... அதாவது ஐன்ஸ்டினிடம் வேண்டிக்கொள்ளப் போகிறேன்!"

அவள் வாய்விட்டுச் சிரிக்கிறாள். ஆனால், அவளுக்குத் தெரியும். பிரின்ஸ்டனில் அடைக்கலமானபின், ஐன்ஸ்டின் ஜெர்மனிலிருந்து அடைக்கலம் தேடி வருவோர்க்கெல்லாம் உதவி செய்ததாக எல்லோரும் பேசிக்கொண்டார்கள். அவர் வேண்டுவோர்க்கெல்லாம் கையெழுத்திட்டுப் பரிந்துரை செய்து கொண்டிருந்தார். அவர் கையெழுத்திட்ட படிவங்களை அமெரிக்க நிர்வாகம் உறுதிமொழிகளாக ஏற்றுக்கொண்டு அவர்கள் நாட்டில் நுழைவதற்கும், தங்குவதற்கும் அனுமதி யளித்தது.அவர் ஜெர்மன் யூதர்களின் மோசஸாக மாறி அவர்கள்

கடலைக் கடக்க அனுமதிக்கிறார். துரதிருஷ்டவசமாக, வலிமை மிக்க அமெரிக்க வெளியுறவுத்துறை செயலாளர் கோர்டெல் ஹல்லின் இரக்ககுணத்திற்கு வரம்புகள் இருக்கின்றன. யூதர் களைக் காப்பாற்றும் விஷயத்தில், அந்த வரம்புகளை நீண்ட காலமாகவே மீறப்பட்டுள்ளன.

"நீ ஐன்ஸ்டீனிடம் என்ன சொல்ல விரும்புகிறாய்?"

போருக்கு முன்பு அந்த இயற்பியலாளர் பிராகா பல்கலைக் கழகத்தில் பேராசிரியராக இருந்திருக்கிறார். அதே பல்கலைக் கழகத்தில், பதினைந்து ஆண்டுகளுக்குப் பிறகு ராபர்ட் படித்திருக்கிறான். அது ஒரு தொடர்பை ஏற்படுத்தும். ஆனால், அவன் முக்கியமாக காஃப்காவைப் பற்றிப் பேசப் போகிறான். பிராகாவில் ஐன்ஸ்டீன் பெர்தா ஃபாந்தா குடியிருப்புக்குப் போவதுண்டு. அது ஓர் இலக்கிய சங்கம். அதுபற்றி ஃபிரான்ஸ் காஃப்கா அடிக்கடிச் சொல்லி இருக்கிறார். அங்கு அவர் பலவற்றை வாசித்துக் காட்டியிருக்கிறார். இரண்டு மேதைகளும் அங்கே சந்தித்திருக்கிறார்களா? ஏதோ ஒரு நாள் மாலையில், காஃப்கா 'தீர்ப்பு' எனும் தன் நாவலில் சில பகுதிகளை வாசித்திருக்கலாம். ஐன்ஸ்டீன் வயலின் வாசித்திருக்கலாம்! இப்போதுதான் போய் ஐன்ஸ்டீனிடம் தான் காசநோய் அறுவைச் சிகிச்சைக்கான ஜெர்மன் நிபுணர்களில் ஒருவன் என்று சொல்லிக் கொள்ளலாம். அவன் தனது அறிவு, அனுபவம், தான் 'சாரிட்டி' மருத்துவமனையில் கற்றுக்கொண்ட இயக்க நுட்பங்கள் அனைத்தையும் அமெரிக்காவுக்கு அர்ப்பணிக்கலாம்.

"நீ இன்னும் பைத்தியமாக இருக்கிறாய்!" என்று சொல்லி விட்டு அவள் சிரித்தாள். "நீ அமெரிக்கர்களின் ஆதரவைப் பெறாமலேயே, அவர்களுக்கு உன் உதவியை வழங்குகிறாய்!"

கொஞ்ச நேரம் கழித்து அவள் சொல்கிறாள்: "நான், மாஸ் கோவில் - நீ நியூயார்க்கில். நாம் சுதந்திர உலகைப் பகிர்ந்து கொள்வோம். புரிகிறதா?"

"சோவியத் யூனியனையும், சுதந்திர உலகத்தையும் என்று சொல். அவை இரண்டும் வெவ்வேறு என்று எனக்குத் தோன்று கிறது."

“நீ கூட சோவியத் நாட்டை ஒரு சர்வாதிகார நாடாகக் கருதுகிறாயா?”

“நான் அப்படிக் கருதவில்லை, ஆனால், உன் ஸ்டாலின் கருதுகிறார்!”

“உன்னுடன் அரசியல் பேசி இந்த நேரத்தை வீணாக்க விரும்பவில்லை.”

ஃபிரான்ஸின் புத்தகங்கள் ரெயிச் முழுவதும் சமீபத்தில் தடை செய்யப்பட்டதும், காஃப்கா விரும்பத்தகாத எழுத்தாளர்கள் பட்டியலில் இடம் பெற்றுள்ளதும் அவனுக்குத் தெரியுமா?

“தெரியும். மார்ட்டின் ப்ளம்ஃபீல்ட், ராபர்ட் வெல்ட்ச் ஆகியோருக்கு இரண்டு வருடங்கள் கழித்து பதில்...”

“அவர்கள் யார்?”

“சொல்ல அதிக நேரம் எடுக்கும்...”

ஓட்லா பற்றிப் பேச்சு எழுகிறது. செய்திகள் அரிதாகவே வருகின்றன. பிராகா நாட்களில் துக்கச் செய்திகளே தொடர்ந்து வருகின்றன. ஹெர்மன் 1931இல் இறந்தார். அடுத்தது ஜூலி. ஓட்லா தனது உறவுக்காரப் பெண் ஒருத்தியை இந்தச் சூழ் நிலையில் இழந்ததற்கு தான் தான் காரணம் என்று நினைக்கிறாள். ஆயினும், அவள் இரண்டு மகள்களும் வளர்ந்து வருவதைப் பார்க்கும் அவளுக்கு நிச்சயம் மகிழ்ச்சியாகத்தான் இருக்கும். ஆனால், ராபர்ட்டுக்கும் டோராவுக்கும் கவலை தரும் ஒன்று நிச்சயமாகத் தெரிந்தது. ஓட்லாவின் கடிதங்களைக் கவனமாகப் படிக்கும்போது, அவள் நிச்சயமாக ஏதோ ஒரு விதத்தில் உடைந்து போய்விட்டதாக உணர்கின்றனர். எப்போதும் மகிழ்ச்சியை விரும்புபவள், அவள் சகோதரனின் மரணத்திலிருந்து இன்னும் மீளவில்லை!

தியானம் செய்வதுபோல் இருவரும் ஒரு நீண்ட மௌனத்தைக் கடைபிடிக்கிறார்கள். மிருகக்காட்சி சாலையில் இருந்து ஒரு குரங்கின் அழுகை அவர்கள் மௌனத்தைக் கலைக்கிறது. அவர்களிடம் ஒரு வெடிச்சிரிப்பை வரவழைக்கிறது. கடந்த

கால நினைவுகளை அசைபோட ஆரம்பிக்கிறார்கள். ஃபிரான்ஸ் காஃப்கா பெர்லினில் எவ்வளவு மகிழ்ச்சியாக இருந்தார் என்பது நினைவுக்கு வருகிறது. ஸ்டெக்லிஸ் தோட்டங்களின் அமைதியும், ஃபிரெய்டிரிச் ஸ்ட்ராஸின் இடைவிடா ஓசையும் நினைவுக்கு வருகின்றன. குளிரால் நடுங்கிக்கொண்டிருந்த துண்டு. பசிக்குச் சாப்பிடுவதில்லை. அவர்களின் சிறிய குடியிருப்பின் வாடகை பல பில்லியன் மார்க்ஸ் உயர்ந்துவிட்டது. இருந்தும், நாடகங்களுக்குப் போனார்கள். கஃபேக்களில் மதிய உணவு சாப்பிட்டார்கள். வாழ்க்கையை அனுபவித்தார்கள். காதலில் மிதந்தார்கள். இது எல்லாம் பதின்மூன்று ஆண்டுகளுக்கு முன்பு நடந்தது. அதுபோன்ற மகிழ்ச்சி இன்றைய உலகத்தில் கற்பனை செய்து பார்க்க முடியுமா?

அவள் தன் கையை ராபர்ட் கைமீது வைத்துக்கொண்டு புன்னகை புரிகிறாள். ஒருவர் கண்கள் இன்னொருவர் கண்களில் குத்திட்டு நிற்கின்றன். இரவு நெருங்கிக்கொண்டிருந்தது. இசைக்குழு தன் வேலையை முடித்துவிட்டது. தேநீர் விடுதி காலியாகிவிட்டது. இசைக்கலைஞர்கள் தங்கள் கருவிகளை எடுத்து வைத்துக்கொண்டனர். மீதமிருந்த வாடிக்கையாளர்கள் கிளம்பிவிட்டனர். மிருகக் காட்சி சாலையின் கதவுகள் மூடப் பட்டன. ஆனால், இருவரில் ஒருவரும் எழுந்திருக்கவில்லை. தாங்கள் இனிமேல் ஒருவரையொருவர் பார்த்துக்கொள்ளப் போவதில்லை என்பதை உணர்ந்தனர். இருந்தும் ‘போய் வருகிறேன்’ என்று சொல்லிக்கொள்வதற்கு மனமில்லை. பிரியவேண்டிய நேரம் வந்துவிட்டது. அவன்தான் முதலில் எழுந்தான். அவள் போகவேண்டிய திசைக்கு எதிர் திசையில், அவன் போவதைக் கண்கொட்டாமல் பார்த்துக்கொண்டிருந் தாள். அவளும் எழுந்திருக்கிறாள். டிராம் வண்டி நிலையம் நோக்கி நடக்கிறாள். நடந்துகொண்டிருக்கும்போது ஃப்ரான்ஸ் அவளுக்குச் சொல்லிக் கொடுத்திருந்த வெர்லேன் கவிதை யொன்று நினைவுக்கு வருகிறது. இருள் சூழ்ந்துகொண்டிருக்கும் வேளையில், அவள் மௌனமாக அந்தக் கவிதையைச் சொல்லிக் கொண்டு போகிறாள்:

தனித்த பனிவிழுந்த பழைய பூங்காவை
இரண்டு உருவங்கள் கடந்து சென்றன.
கண்களில் மரணக் களை. தளர்ந்த உதடுகள்.
அவர்கள் பேசுவது கேட்கவில்லை.
தனித்த பனிவிழுந்த பழைய பூங்காவில்
இரண்டு ஆவிகள் தங்கள் கடந்தகாலத்தை
நினைவூட்டிக்கொண்டிருந்தன.

1936 கோடைக்காலம்

டோரா

உன்னால் முடிந்தால், நான் என்ன விவரிக்கப் போகிறேன் என்று கற்பனை செய்துபார். ஜெர்மனியிலிருந்தும், நியூரம்பெர்க் சட்டங்களிலிருந்தும் தப்பிய ஒரு நபருக்கு ஏற்பட்டிருக்கும் உணர்வைப் பற்றித்தான் எழுதுகிறேன். மெட்ரோவில் வந்தோம், திரையரங்கம் நோக்கி நடந்தோம். எதிரில், தெருவின் மறு புறத்தில், ஒரு பெரிய கட்டடம். அதன் மீது ஒளிரும் ஹீப்ரு எழுத்துகளில் பின்வரும் வாசகம் எழுதப்பட்டிருந்தது: யூத தொழிலாளர்களின் அரங்கம். அதற்கும் இன்னும் கொஞ்சம் மேலே, மிகச் சிறிய ரஷ்ய எழுத்துகளில்: யெப்ரைஸ்கே கோசுடர்ஸ்ட்வேனி டீட்டர் என்று எழுதப்பட்டிருந்தது. நான் அங்கு ஸ்தம்பித்து நின்றேன். என் கண்களை என்னால் நம்ப முடியவில்லை. அனைத்து மொழிகளும் பேசும் அனைத்து இனங்களின் சந்ததியினரும் இட்டிஷ் மொழியில் 'கிங் லியர்' பார்க்க வந்திருந்தார்கள்!

அவள் எழுதுவதை நிறுத்திவிட்டு சுற்றுமுற்றும் பார்த்தாள்.

அவள் மனதில் ஏராளமான கேள்விகள் எழுந்தன. இந்தக் கனவிலிருந்து அவளைத் திடீரென வெளியே இழுத்துவிடுவார்களோ? அவளது கதவை பலமாகத் தட்டி, அறைக்குள் வந்து, அவள் தலையில் ராஸ், ராஸ்! என்ற சத்தத்தை மழைபோல் பொழியப் போகிறார்களோ? ஆனால், அப்படி எதுவும் இல்லை. அமைதி நிலவியது – மாலையின் அமைதி. அந்த அமைதி அறையிலும் குடிகொண்டிருந்தது. துரதிர்ஷ்டம் மீண்டும் அவள் கதவைத் தட்டாது. அவள் கண்களை மூடி, மூடிய கண்களுடன் சிறிது நேரம் இருந்தாள். ஜன்னலிலிருந்து தெருவின் சத்தம் கேட்டது. மகிழ்ச்சியான குரல்களும், குழந்தைகளின்

சிரிப்பும், மோட்டார் வாகன முழக்கங்களும், டிராம் வண்டி அலறல்களும் எதிரொலித்தன. கட்சி பொய் சொல்லவில்லை. மாஸ்கோ அமைதியின் புகலிடமாகவே இருந்தது. கட்சி ஒருபோதும் பொய் சொல்லவில்லை. பிராவ்தா உண்மையின் குரலாகவே ஒலித்தது. பயப்படுவதற்கு அவளுக்கு ஒன்று மில்லை. வெறுப்புகளெல்லாம் துடைத்தெறியப்பட்ட ஒரு நிலத்தில் இது ஒரு புதிய வாழ்க்கை. இது அலைந்து திரிந்ததன் முடிவு, துரதிர்ஷ்டத்தின் முடிவு, நாடு கடத்தலின் முடிவு. மாஸ்கோ டெர்மினஸ். வாழ்க்கையென்னும் துன்ப ஊற்றிலிருந்து அவளை இழுத்துவிட்டார்கள். தொழிலாளர்களின் தாய் நாட்டையும், சாத்தியப்படும் கனவுகளின் தாய் நாட்டையும் அவள் அடைந்துவிட்டாள்.

நேற்று அவள் நிகோல்ஸ்காயாவில் நடந்து சென்றாள். அங்கிருந்த கிட்டாய்-கோரோட்டையும், அதன் கடைவீதி களையும் கடந்தது சென்றாள். அங்கிருந்து கூரைகளுக்கு இடையில், தூரத்தில் கிரெம்ளின் கோபுரங்களைப் பார்க்க முடிந்தது. துடிக்கின்ற இதயத்தோடு, கூட்டத்தோடு கூட்டமாய் வாழ்க்கைப் பெருங்கடலின் நடுவில், வேலைக்குச் செல்லும் ஆண்களோடும், பெண்களோடும் நடந்து சென்றாள்.

நேற்று முன்தினம், ட்வெர்ஸ்கயா தெருவில் கடைகள், உண வகங்கள், ஹொத்தேல் த பரி ஆகியவற்றைக் கடந்து சென்றாள். தேசிய விழாக் கொண்டாட்டங்களில், அந்த ஹோட்டலின் பால்கனியிலிருந்துதான், ஸ்டாலின் மக்கள் கூட்டத்தை வாழ்த்துவது வழக்கம். அவள் மதிய உணவுக்காக ஒரு சிறிய உணவகத்தினுள் புகுந்தாள். அங்கு ஐம்பது கோபெக்குகளுக்கு, இறைச்சி, முட்டைக்கோஸ் சூப், ஒரு குவாஸ் பானம் சாப்பிட்டாள். நாளை ஸ்மோலென்ஸ்காயா சந்தைக்கும், கொரொச்சேவோ அங்காடிக்கும் செல்வாள். இன்னொரு நாள் மரியான்னுடன் சுற்றுலா சென்று, புவா தர்ழான், சூரிய அஸ்த மனத்தில் டச்சாக்களின் கூரைகள் ஆகியவற்றைப் பார்க்க முடிவெடுத்திருந்தாள்.

அவள் கூட்டத்தில் கலந்தாள். அவர்கள் பார்வையில் விரோதம் இல்லை. அவளது இருப்பு வெறுப்பைத் தூண்டவில்லை. அங்கு

ஆரியர்கள் இல்லை, யூதர்கள் இல்லை. எஜமானர்கள் இல்லை, அடிமைகள் இல்லை, அதுதான் சோவியத் மக்கள். இனங்களையும், மதங்களையும் புறக்கணித்தவர்கள். அனைவரும் சமம். அவளைச் சுற்றி மனித சகோதரர்கள் அதே வேகத்தில் நகர்ந்தனர். அவள் எல்லாவற்றையும்விட மெட்ரோவையே அதிகம் விரும்பினாள். அத்தகைய ஆடம்பரத்தை, பிரம்மாண்டத்தை, இடப்பரப்பை கற்பனை செய்து பார்க்கமுடியுமா? எங்கும் பளிங்கு, எங்கும் எஸ்கலேட்டர்கள்! எல்லாமே தொழிலாளர்களுக்கா? ஒவ்வொரு நாளும் பாட்டாளி வர்க்கத்தை மென்மையான —கதகதப்பான நிலைமைகள் ஏற்றிச் செல்லும் கோவில் அது. எல்லாமே ஸ்டாலின்தான். அனைத்துமே மக்களின் சிறிய தந்தையான ஸ்டாலினுடைய பணியும் விருப்பமும் ஆகும்!

அவளால் இப்போது தலையை உயர்த்த முடியும். அவள் தன்னுடைய கௌரவத்தை மீட்டெடுத்துவிட்டாள். அவர்கள் கட்டியெழுப்பிய நன்மையான சமுதாயத்திற்காக அவள் வழிப் போக்கர்களையெல்லாம் கட்டிப்பிடித்து நன்றி சொல்ல விரும்பினாள். வழியில் சந்தித்த ஒவ்வொரு முகத்தின் முன்னும், உதட்டு நுனியால் "நன்றி நன்றி!" என்று முணுமுணுத்தாள். தனது மிதமிஞ்சிய செய்கையை நினைத்து உடனே சிரித்தாள். ஆனால், அடுத்த கணமே, மீண்டும் நன்றி சொல்லும் ஆசைக்கு அடிபணிந்தாள். சில சமயம் தன்னை யாராவது பைத்தியம் என்று நினைத்துவிடுவார்களோ என்றும் பயந்தாள். உண்மையில், அவள் பைத்தியமாகத்தான் இருந்தாள், மகிழ்ச்சியில் பைத்தியமாக இருந்தாள், மகிழ்ச்சி தரும் போதையில் பைத்தியமாக இருந்தாள், வாழ்ந்துகாட்ட வேண்டும் என்ற வெறியில் பைத்தியமாக இருந்தாள்.

அர்பத் தெருவில், ஒரு முதியவர் சாலையோரத்தில் பொறுமையாக நடந்துகொண்டிருந்தார். அவர் அணிந்திருந்த கோட்டின் மீது ஏராளமான பதக்கங்கள் அணிவிக்கப்பட்டிருந்தன. நிச்சயமாக அவர் அக்டோபர் புரட்சி வீரராகத்தான் இருக்க வேண்டும். அவரைப் பார்த்ததும், ஒரு நிமிடம் அவர் முன்பு மண்டியிட்டு தன்னுடைய நிரந்தர நன்றியறிதலைத் தெரிவிக்க வேண்டுமென்ற எண்ணம் வந்து போயிற்று.

மாலையில், அவள் திரையரங்குக்குச் சென்றாள். அதற் கேற்ற ஆடை அணிந்துகொண்டாள். தொப்பி வாங்குவதற்கு பெட்ரோவ்கா தெருவில் ஒரு கடையைப் பரிந்துரைதிருந்தார்கள். ஆடைகள் வாங்குவதற்கு ஸ்டோலெச்னிகோவ் தெருவில் ஒரு கடையைப் பரிந்துரைதிருந்தார்கள். அவற்றையெல்லாம் மகிழ்ச்சி யுடன் அணிந்து பார்த்துவிட்டு, நிச்சயம் அடுத்த முறை அவற்றை வாங்குவதாக முடிவெடுத்தாள். ஆனால், உண்மையில், அவள் அணிந்திருந்த ஒட்டுப் போடப்பட்ட ஆடைகளைப் பற்றிக் கவலைப்படவில்லை. முதலாளித்துவ முட்டாள்தனத்திற்கெல் லாம் இங்கு எந்த முக்கியத்துவமும்இல்லை. இன்று ஏழைகளோ பணக்காரர்களோ இல்லை. புரட்சி வறுமையை ஒழித்ததுபோல், சமத்துவமின்மையையும் ஒழித்துவிட்டது. நாடகம் இந்தப் போராட்டத்தின் முன்னணியில் இருந்தது. புரட்சி நாடகத் துறையின் முன்னணியாக இருந்தது. *“கட்சி இலட்சக் கணக்கான விரல்கள் கொண்ட ஒரு கை. அது நொறுக்கும் முஷ்டியாகச் செயல்படும்”* என்று மாபெரும் தலைவர் மாயகோவ்ஸ்கி சொல்லவில்லையா?

கடந்த வாரம் புல்காகோவின் நாடகமான ‘பக்தர்களின் சூழ்ச்சி’ என்னும் ஒரு நிகழ்ச்சியில் கலந்துகொண்டாள். அவருடைய நாவல்களை அவள் விரும்பிப் படித்திருக்கிறாள். அவள் ஏமாற்றம் அடையவில்லை. நேற்றைக்கு முந்தைய நாள், அவள் மிட்சென்ஸ்கின் ‘லேடி மேக்பத்தை’ ஓபராவில் பார்த்திருந்தாள். அது ஷோஸ்டகோவிச்சின் கடைசி படைப்பு. அடுத்த நாள் பிராவ்தாவின் அந்தக் கடுமையான விமர்சனம் அவளுக்குப் புரியவில்லை. விமர்சகர்கள் கருத்துப்படி, ஸ்டாலின் இறுதிவரை இல்லாமல் சென்றுவிட்டதும் அவளுக்குப் புரிய வில்லை.

கட்சியின் உறுப்பினராவதற்கான கோரிக்கையில் அவள் இவ்வாறு எழுதியிருந்தாள்: *“நான் போல்ஷெவிக் கட்சியில் அனுமதிக்கப்பட விரும்புகிறேன், ஏனென்றால், நான் தொழி லாளர்கள் இயக்கத்தின் தீவிர உறுப்பினராகி சோசலிசத்தைத் தட்டியெழுப்புவதில் இன்னும் பயனுள்ளவளாக இருக்க விரும்பு கிறேன். எனது பரிணாம வளர்ச்சிக்கும், எனது தனிப்பட்ட*

விடுதலைக்கும், நான் கட்சிக்கு வெகுவாகக் கடமைப்பட்டிருக் கிறேன்."

மீண்டும் நடிகையாக வேண்டும் என்றும் நினைத்தாள். ஒருங்கிணைக்க ஒரு குழுவை ஏற்படுத்த வேண்டும். அவள் தன்னுடைய முதல் ஆர்வத்திற்குத் தன்னை அர்ப்பணித்துக் கொள்ள வேண்டும். ஒரு கணம் மார்க்ஸை மறந்துவிட்டு ஷேக்ஸ்பியரைப் பிரகடனப்படுத்த வேண்டும். போராட்டம் இன்னும் முடிய வில்லை. மாஸ்கோ அனைவருடைய வெற்றிக்கும் இடமாக இருந்தது. நீதி, சமத்துவம் ஆகியவற்றின் இடமாக இருந்தது. அவள் இழந்த அமைதியை அங்குதான் அவள் மீட்டெடுத் திருக்கிறாள்.

இத்தனை வருடப் போராட்டம், இத்தனை தியாகங்கள், சுடப்பட்ட தோழர்கள் சிறையில் அடைக்கப்பட்ட மற்றவர்கள், எல்லாம் வீணாக வேண்டுமா? நாங்கள் சொல்வது சரிதான். நாங்கள் நினைத்ததும் சரிதான். ஓ, அதைப் பார்க்க ஃபிரான்ஸ் இருந்திருக்க வேண்டும் என்று அவள் விரும்பினாள்! உலகம் உங்கள் நாவல்களில் விவரித்திருப்பதுபோல் இல்லை.

நிச்சயமாக, இந்த சாதனைகள், இந்த அற்புதமான வெற்றிகள் எல்லாம் ஒரு துல்லியமான - திறன் வாய்ந்த அமைப்பினால் மட்டுமே சாத்தியமானது. அவள் வந்ததிலிருந்து, நிறைய கேள்விகள், விசாரணைகள், மாநில அதிகாரிகளின் கோரிக் கைகள் ஆகியவற்றிற்கெல்லாம் அவள் பதிலளிக்கவேண்டி யிருந்தது. அவளது வாழ்க்கை பற்றிய விவரங்கள், அவளது குடும்ப உறுப்பினர்கள், அவளைச் சுற்றியுள்ளவர்கள், அவளது குடும்பத்தைச் சுற்றியுள்ளவர்கள், சுற்றியுள்ளவர்களைச் சுற்றி யுள்ளவர்கள் என எல்லோருமே விசாரணை வளையத்திலிருந்து தப்பவில்லை. அவளது கடந்தகாலத்தை ஆராய்ந்தார்கள். பெர்லினில், ஜெர்மன் கம்யூனிஸ்ட் கட்சியின் சார்லட்டன்பர்க் பிரிவின் செல் 218இல் அவள் பங்கேற்ற ஒவ்வொரு நிகழ்வும் முக்கியத்துவம் வாய்ந்தது. ஒரு புதிய நண்பர் வந்துவிட்டால், அவரது சுவைகள், அவர் என்ன செய்ய விரும்புகிறார், எங்கே பயணம் செல்கிறார் என்ற விபரங்கள் சேகரிப்பதுபோல், அவளைப் பற்றி எல்லாவற்றையும் தெரிந்துகொள்ள விரும்பி னார்கள்,... அவள் சோவியத் மக்களின் கூட்டாளியாக,

புரட்சிக்குப் பங்களித்தவளாக நடத்தப்பட்டாள். பெர்லின் தெருக்களில் சில துண்டுப் பிரசுரங்களை விநியோகிப்பதன் மூலமும், கூட்டங்கள் ஏற்பாடு செய்தது மூலமும், அவளும் சோசலிசத்தின் தாயகக் கட்டுமானத்திற்குப் பங்களித்திருந்தாள் போலிருந்தது. அவள் எழுதிய ஒரு கட்டுரை, அவள் சந்தித்த ஓர் அந்நியன் – இவையெல்லாமே முக்கியத்துவம் வாய்ந்தவை. எல்லாவற்றையுமே தெரிந்துகொள்ள விரும்பினார்கள். எல்லாமே விசாரிக்கத் தகுதி வாய்ந்தவையாக இருந்தன. அவள் சந்தித்த ஒவ்வொரு ஆர்வலரையும், அவள் ஆற்றிய ஒவ்வொரு சொற்பொழிவையும் அவள் நினைவுகளில் ஆழ்ந்து தேடவேண்டியிருந்தது, நினைவுபடுத்திக்கொள்ள வேண்டியிருந்தது. அதிர்ஷ்டவசமாக, அவளிடம் மறைக்க எதுவும் இல்லை. அவளைக் காப்பாற்றிய தாய்நாட்டிடம் மறைக்க எந்த ஒரு சிறு ரகசியமும் இல்லை. மறைத்தால் மிகவும் நன்றியற்றவளாக இருந்திருக்க வேண்டும். ஆனால், டோரா டைமண்ட் நன்றியற்றவள் அல்ல.

லுபியங்கா வளாகத்தின் அருகிலிருந்த ஒரு கட்டடத்தில் அலுவலர் ஒருவரிடம், அவளால் கொடுக்க முடிந்த விவரங்கள் அனைத்தையும் கொடுத்துவிட்டாள். அந்த நபர் அவளைப்பற்றி ஏற்கனவே எல்லாவற்றையும் அறிந்திருப்பதைச் சீக்கிரமாகவே உணர்ந்தாள். ஒரு விதத்தில் அவளது சொந்த வாழ்க்கையின் கதையை அவருடன் சேர்ந்து சரிபார்ப்பதுபோல் ஆயிற்று. ஆம், அவள் போலந்தில், பாபியானிஸில்தான் பிறந்தாள். முதலில் அவள் டாக்டர் ஃபிரான்ஸ் காஃப்காவின் மனைவியாக இருந்தாள். பின்னர், பெர்லின் பொதுவுடைமை கட்சியில் ஹான்ஸ் எய்லர் எனும் பெயரில் அறியப்பட்ட லுட்விக் லாஸ்க்கைத் திருமணம் செய்துகொண்டாள். அவர் 'கே.பி.டி' யின் ஆயுதமான 'டியே ரோட் ஃபானெ' எனும் பத்திரிகைக்கு பொறுப்பாசிரியர். அவளுக்கு மரியான் எனும் மூன்று வயது மகள் இருந்தாள். மரியான் கருஞ்சிவப்பு காய்ச்சலால் பாதிக்கப்பட்டாள். மருத்துவமனைகளில் சிறுநீரகச் சிக்கல்களால் அவதிப்பட்டாள். மாஸ்கோவியர்கள், உலகின் மிகச் சிறந்த மருத்துவர்களாக இருந்தாலும் அவளைக் குணப்படுத்த கஷ்டப்பட்டார்கள். அவள் 1930இல் 'கே.பி.டி'யில் சேர்ந்தாள்.

"இல்லை 1929 இறுதியில், இல்லையா?"

"ஆம், நிச்சயமாக அதுதான், டிசம்பர் 1929..."

"எதிர்காலத்தில், தயவுசெய்து துல்லியமாகச் சொல்லுங்கள்!"

அவள் தன் வாழ்க்கையின் கதையைச் சொல்லி முடித்ததும், அவர் லோட் கிளின்ஸ்மேன் என்று அழைக்கப்படும் ஒருவரைப் பற்றித் தகவல் கேட்க வந்தார். கட்சிக் கூட்டங்களில் அவளை அவள் சந்தித்திருக்க வேண்டும். அவள் தனக்குத் தெரிந்த எல்லாவற்றையும் சொன்னாள். ஆனால், அது அதிகமில்லை. லோட் கிளின்ஸ்மேன் உண்மையில் ஒரு தோழி அல்ல என்று சொல்லலாம். அவள் அவளுக்குத் தெரிந்த ஒரு நபர். அவ்வளவு தான்.

"ஆனால் இதையெல்லாம் நீங்கள் ஏன் தெரிந்துகொள்ள விரும்புகிறீர்கள்?"

"நான் இங்கு கேள்வி கேட்பதற்காகத்தான் இருக்கிறேன்!"

கடைசியாக, லோட் கிளின்ஸ்மேன் பற்றித் தனக்கு நிறையவே தெரியும் என்பதை உணர்ந்தாள். அவளுடைய முகவரி அவளுக்குத் தெரியும். அவளுடைய சிகரெட்டின் பிராண்ட், அவள் உடைகள், வாங்கும் இடம், அவள் மாலையில் வீடு திரும்பும் நேரம் – இதுபோல் இன்னும்பல சாதாரணமான விஷயங்கள் புலனாய்வாளரைக் கவர்ந்ததாகத் தோன்றியது.

சில வாரங்களுக்குப் பிறகு, அவள் மீண்டும் ஒரு விசாரணைக்கு ஆஜராகவேண்டியிருந்தது. இந்தத் தடவை விசாரிப்பவர் வேறொருவர். கேள்விகள் நேரடியாக அவளைப் பற்றியவை. விசாரணை அதிகாரிக்குக் கிடைத்த தகவல்கள் பெர்லினில் முன்னணி உறுப்பினர் ஒருவரிடமிருந்து வந்த குற்றச்சாட்டுகள் அடிப்படையில் இருந்தன. அந்த மனிதன் டோராமீது வலுவான குற்றச்சாட்டுகளை முன்வைத்தான். கட்சிமீது அவள் கொண்டிருந்த அர்ப்பணிப்பின் நேர்மை பற்றியே சந்தேகம் இருப்பதாகச் சொன்னான். "எனது அர்ப்பணிப்பில் சந்தேகமா?" அவள் பல சந்தர்ப்பங்களில், கூட்டங்களின்போது, மார்க்சிய-லெனினி சத்தின் கொள்கைகளுக்கு எதிராக அவதூறான தாக்குதல்கள் நடத்தி இருக்கிறாள். அவை கடினமானவை. துல்லியமாகச்

சொன்னால், பாட்டாளி வர்க்கத்தின் சர்வாதிகாரம் மீதான குற்றச்சாட்டுகள் அவள் முன்வைத்திருக்கிறாள். அது தவறா?

"எனக்கு ஞாபகம் இல்லை!" என்று அச்சத்தோடு பதில் சொன்னாள்.

"நாங்கள் உங்களுக்கு நினைவுபடுத்திச் சொல்கிறோம்," என்று புலனாய்வாளர் கூறினார்.

அவள் மீண்டும் ஆரம்பத்திலிருந்து போராளியாக அவளது பயணக் கதையை பற்றிச் சொல்ல வேண்டும் என்றான் அவன். அவள் சொல்லி முடித்ததும் ஒரு சிறு மௌனம் நிலவியது. அதற்குப் பின் அவளை வீட்டிற்கு அனுப்பினான். விசாரணை தொடர்வது குறித்து அவளுக்குத் தெரிவிக்கப்படும் என்று உறுதியளித்தான்.

"கிளின்ஸ்மேன் விவகாரம் குறித்து விசாரணையா?" என்று கேட்டாள்.

"டோரா லாஸ்க்-டைமண்ட் விவகாரம் குறித்து!" என்று பதில் சொன்னான்.

உடனே அனைத்து வெளிநாட்டு ஆசிரியர்களும் பணியிலிருந்து நீக்கப்பட்டனர். அவர்கள் அரசுக்கு விரோதமாக இருப்பதாக சந்தேகிக்கப்பட்டனர். காரணம், அவர்கள் நாடு கடத்தப்படுவதற்கு முன் 'ட்ரொட்ஸ்கிச' சிந்தனைகளாலும் நடவடிக்கைகளாலும் ஈர்க்கப்பட்டிருந்தனர். வெளியேற்றப்பட்டவர்களிடையே ஏராளமான ஜெர்மன் கம்யூனிஸ்டுகள் இருந்தனர். அவர்களில் பெரும்பாலானோர் யூதர்கள். அவர்கள் நாஜி அதிகாரிகளிடம் ஒப்படைக்கப்பட்டனர்.

லூட்ஸ், அவனுடைய சேவைகளையெல்லாம் கருத்தில் கொண்டு, தொடர்ந்து சோவியத் ஒன்றியத்தில் இருக்க அனுமதிக்கப்பட்டான், ஆனால், கடுமையான கட்டுப்பாட்டின் கீழ்!

ஆனால், ஒருநாள் காலையில், அவர்கள் அவனை அழைத்துச் செல்ல வந்தார்கள். காவல்துறை அதிகாரிகள் அவனை லூபியன்கா அலுவலகத்திற்கு அழைத்துச் செல்வதாகக் கூறினார்கள். டோரா பயப்படவில்லை. கட்சிமீது நம்பிக்கை

வைத்திருந்தாள். லூட்ஸ் எப்போதும் கட்சிக்கு விசுவாசமாகவே இருந்திருக்கிறான். லூட்ஸுக்கு எதுவும் நடக்காது. கட்சியால் அவனை ஒன்றும் செய்ய முடியாது. கட்சி லூட்ஸுக்கு எந்தத் தீங்கும் செய்யாது. கட்சி உண்மையைத் தேடியது. லூட்ஸ் லாஸ்க் கட்சியிடமிருந்து எதையும் மறைக்கப் போவதில்லை.

அதே நேரத்தில்தான், பிராவ்தா மற்றும் இஸ்வெஸ்டியா பத்திரிகைகள், "பதினைந்து பேர் வழக்கு" என்று அழைத்த ஒரு வழக்கு நடந்துகொண்டிருந்தது. இந்த வழக்கு சினோவியேவ், காமனேவ் உட்பட கட்சியின் உயர் தலைவர்களை விசாரிப்பதற்கான வழக்கு. இந்த இரண்டு தலைவர்களும் புரட்சி வீரர்கள். அவர்களை அவர்களின் அசல் குடும்பப்பெயர்களான ஆப்பிள் பாம் என்றும், ரோசன்ஃபீல்ட் என்றுதான் அழைப்பார்கள். அப்படிப்பட்டவர்கள் அவ்வளவு தூரம் கீழிறங்கி சோவியத் மக்களை இழிவுபடுத்தி, இலட்சியங்களை ஏமாற்றி சோஷலிஸத்தை ஆபத்துக்குள்ளாக்குவார்கள் என்று யாரால்தான் கற்பனை செய்திருக்க முடியும்? தேசத்துரோகிகளாகக் குற்றம் சாட்டப் பட்டு, மரண தண்டனை விதிக்கப்பட்டு மறுநாள் 1936 ஆண்டு ஆகஸ்ட் 25ஆம் தேதியன்று சுடப்பட்டனர்.

அவர்கள் சுடப்பட்ட செய்தி உண்மையாகவே டோராவை வருத்தமடையச் செய்தது. காமனெவ் சுப்ரீம் சோவியத்தின் தலைவராக இருந்திருக்கலாம். ஜினோவியேவ் கோமிண்டெர்னை ஆளுமையோடு வழிநடத்தி இருக்கலாம். இருப்பினும், ஸ்டாலின் நினைத்ததுபோல் உச்ச தண்டனைக்கு அவர்கள் தகுதியானவர்கள்தானே?

டோரா மாஸ்கோவை விட்டு வெளியேறி செபாஸ்டோபோலில் குடியேற நினைத்தாள் என்றால், தலைநகரில் ஒருவருக்கொருவர் துரோகம் செய்து காட்டிக் கொடுக்கும் சூழ்நிலை நிலவியது ஒரு காரணமல்ல. எந்த விதத்திலும் அவள் ஓடிப்போகவில்லை. அவள் கருங்கடல் கரைக்குச் செல்வதற்குக் காரணம், மரியானுக்கு உகந்த ஒரு காலநிலையைத் தேர்ந்தெடுத்து, அவள் சிறுநீரக நோயைக் குணப்படுத்த நினைத்ததுதான்.

அவள் சோவியத் மக்கள் எல்லோரையும் போலவே புரட்சிக்குப் புதிய உத்வேகம் கொடுக்க வேண்டுமானால்,

ஆட்சியின் விரோதிகளை அகற்றிவிட்டு தன்னைத்தானே சுத்தப் படுத்திக்கொள்ள வேண்டியிருந்தது என்பதை முழுமையாக அறிந்திருந்தாள். இச்சூழ்நிலையில், காட்டிக் கொடுப்பது ஒரு வெறுக்கத்தக்க செயலல்ல. அத்துடன், கேட்கப்படும் கேள்வி களுக்குச் சரியான பதில் கொடுக்கவும் வேண்டும். அது கீழ்ப் படிதலின் எளிய அடையாளம். காட்டிக் கொடுப்பது உண்மை யைக் கண்டுபிடிப்பதற்குத் தேவையான ஒன்று.

குற்றம் செய்திருக்கும் ஒரு தோழனை, ஒரு சகோதரனை, தன் மனைவியை, தன் தந்தையைக் காட்டிக் கொடுக்காமல் இருப்பது ஒரு துரோகமான செயல். அது கட்சிக்குத் துரோகம் செய்வதாகும். அதே சமயம் சம்பந்தப்பட்டவர்களுக்கும் துரோகம் செய்வதாகும்.

லுபியங்கா நிலையத்தின் துணை வளாகத்தில் இரண்டாம் நிலை ஆய்வாளர் தோழர் யூரி கோர்லோவ் அன்று காலை விசாரணையைத் தொடங்கிய போது "ஒவ்வொரு பழத்திலும் புழு இருக்கிறது," என்று நினைத்தான். இன்று, டோரா லாஸ்க்-டைமண்டின் எதிர்ப்புரட்சி நடவடிக்கைகள் குறித்து விசாரிக்க வேண்டி இருந்தது. அவள் கணவன், லூட்ஸ் லாஸ்க், 'கே. பி.டி'யின் மற்றொரு சமூக துரோகி. அவன்மீது குற்றம் சாட்டப் பட்ட தேசத்துரோகச் செயல்கள் எதையும் அவன் ஒப்புக்கொள்ள வில்லை. ஆனால், அவன்மீது பெரும் குற்றச்சாட்டுகளும், அவனது நெருங்கிய நண்பர்களிடமிருந்து கண்டனங்களும் எழுந்தன. தலைமைப் புலனாய்வாளர் செர்ஜி கட்டேவ் தான் விசாரணைக்குத் தலைமை தாங்கினான். ஆனால், யூரி கோர்லோவ் குற்றம் சாட்டப்பட்டவனின் திறமையைக் கண்டு வியந்தான். சோசலிசத்தின் மீதான அவனது நம்பிக்கை அப்படியே இருந்தது. அதே சமயம், அவனுக்கு பலமான அடி கள் கொடுக்கப்பட்டும்கூட, அவன் தன் நடவடிக்கைகளைப் பற்றி ஒன்றும் சொல்லவில்லை.

இன்று காலை யூரி கோர்லோவ் மட்டும் விசாரணை நடத்தி னான். கட்டயேவின் அறிவுறுத்தல்கள் எளிமையானவை: அவன் இளம் பெண்ணின் வாக்குமூலத்தைப் பெற வேண்டும், அவ்வளவுதான்.

டோரா லாஸ்க்-டைமண்ட் மீது பல குற்றச்சாட்டுகள் இருந்தன. முதலில், அவள் கே.பி.டி-இன் உறுப்பினராக இருந்தாள். லுபியன்காவில், கே.பி.டி யை யாரும் விரும்பவில்லை. ஜெர்மன் கம்யூனிஸ்ட் கட்சி ட்ரொட்ஸ்கிஸ்டுகளின் கூடாரமாக இருந்தது. அவர்கள் நாஜிசத்திலிருந்து தப்பி ஓடிவந்த கோழைகள். அவர்களை இளவரசர்கள்போல் வரவேற்று கினெவ்டிகோவ்ஸ்கி தெருவில், புதிய கட்டடங்களில் தங்க வைத்திருந்தார்கள். அதே சமயம் லூரி கொர்லோவுக்கும், என்கேவிடி (NKVD - சோவியத் இரகசிய உளவு நிறுவனம்)உறுப்பினர் பெரும்பாலானோர்க்கும், குடும்பத்தோடு வசிக்க 32 sq m அறை மட்டுமே ஒதுக்கப்பட்டிருந்தது. ஆறு பேர், அவர்களோடு அங்குமிங்கும் தரையில் ஓடிக்கொண்டிருந்த எலிகள் எல்லாம் அங்கு வசிக்கவேண்டி யிருந்தது. எலிகளை அவர் துப்பாக்கியால் சுடுவதுண்டு – அதன் பேரிரைச்சல் பெண்களையும் குழந்தைகளையும் அச்சுறுத்தி னாலும்கூட! அங்கு வசித்த ஒரு சோவியத் குடிமகன் ஒருவன் எலிகளையும் சுண்டெலிகளையும் கொல்வதற்கு சற்றுச் சாத்வீக வழிகள் இருக்கின்றன என்று சொன்னான். ஆனால், லூரிக்குச் சாத்வீக வழிகளில் நம்பிக்கை இல்லை.

நல்ல வேளையாக, இனிமேல் கே.பி.டி.யைச் சேர்ந்த டிராட்ஸ்கி – ஃபாஸிஸ கும்பல், கினெவ்டிகோவ்ஸ்கி தெருவில் உள்ள புதிய கட்டடங்களில் வசிக்கப் போவதில்லை. அவர்களில் பெரும்பாலானோர் கடும் தண்டனைக்கு – உச்சக்கட்ட தண்டனைக்குக் கூட - உட்படுத்தப்பட்டுவிட்டார்கள்.

இரண்டாவது குற்றச்சாட்டு, டோரா டைமண்ட் ஓர் அந்நியப் பெண்மணி, அதுவும் போலந்து நாட்டைச் சேர்ந்தவள். மாஸ்கோவில், கே.பி.டி.காரர்களையும் பிடிக்காது. போலந்து நாட்டுக் காரர்களையும் பிடிக்காது. மூன்றாவதாக, விசாரணை அதிகாரிகளில் யார்தான் டோரா பூர்வீகத்தில் ஒரு யூதப்பெண் மணி என்பதை மனதில் கொள்ளாமல் இருந்திருப்பார்கள்? லூரிக்கு அப்படி யாரையும் தெரியாது. வேண்டுமானால், அப்பிள்பாம், ரொசென்பெல்ட் ஆகிய இருவரும் அவர்கள் இருக்கும் நரகக் குழியிலிருந்து அவளுக்கு உத்தரவாதம் அளிக்கலாம்.

பெரும்பாலான கே.பி.டி முக்கியப்புள்ளிகள் இன்று சுடப் பட்டுவிட்டார்கள். அவர்களெல்லாம் டோரா லாஸ்க் டை மண்டை புரட்சி எதிர்ப்பாளர் என்று குற்றம் சாட்டியிருக் கிறார்கள். ஆகவே அவளிடமிருந்து ஒப்புதல் வாங்குவது அவ் வளவு சிரமமிருக்காது. எந்த ஒரு பெண்ணையும் – அவள் போலந்தைச் சேர்ந்தவளாக இருந்தாலும், யூதராக இருந்தாலும் – அவள்மீது கைவைப்பதில்லை என்ற தன் கொள்கைக்கு மாறாக நடக்காமலேயே அவன் காரியத்தை முடிக்க முடியும்.

லூட்ஸ் லாச்க் பெற்ற தண்டனையைப் பற்றி வெளியில் தெரியாது. லூரி ஐந்து ஆண்டுகள் இருக்கும் என்று நினைத்தான். ஆனால், செர்குயே கத்தாயேவ் மரணதண்டனையாக இருக்கும் என்று நினைத்தான். அவன் கோபத்துடன் பேசினான். அவன் வசம் சித்திரவதை வழிகள் இருந்தபோதிலும், லூட்ஸ் லாஸ்கிடம் இருந்து சிறிதளவு வாக்குமூலத்தைக்கூட பெற முடியவில்லை. அத்தகைய தோல்வியைத் தொழில்முறை தவறு என்று அவனது மேலதிகாரிகளால் கருதக்கூடும். ஆனால் லூரிக்கு மரண தண்டனையில் நம்பிக்கையில்லை. ஒரு. ஒருபுறம், ஒப்புதல் வாக்குமூலங்கள் பெற்றபின்தான் மரணதண்டனையைப் பற்றிப் பேசப்படும். எனவே அவற்றைப் பெறவேண்டியது முக்கியத் துவம் வாய்ந்தது. மறுபுறம், வெளிநாட்டினரை சுட அவர்கள் தயங்கினர். பிறந்த நாட்டிலிருந்து விரோதமான எதிர்வினைகள் வரக்கூடும் என்று பயந்தனர். லூரிக்கு இது சிரிப்பாக இருந்தது. உதாரணமாக லூட்ஸ் லாஸ்க் விஷயத்தில், ஒரு யூதரின் மரணதண்டனை பற்றி ஹிட்லர் ஆட்சி புகார் செய்யுமா? உலகமே தலைகீழாக மாறிவிடும்.

அவன் ஐந்து ஆண்டுகள் இருக்கும் என்று நிச்சயமாக நம்பி னான், ஆனால் உண்மையில் அது இருபதாகக்கூட இருக்க லாம். இந்த விஷயத்தில் சட்டம் என்ன சொல்கிறது? தண்ட னைச் சட்டத்தை நிறுவியது யார்? என்ன அளவுகோல்களின் படி அது நிறுவப்பட்டது? யூரிக்கு ஒரு வருத்தம் இருந்தது. காரணம், இதுபற்றித் துல்லியமான விதிகள் இல்லை. அவை தாறுமாறாக இருந்தன. சில நேரங்களில் அவன் தன்னைத் தானே கேட்டுக்கொண்டான்: இந்த விசாரணைகளின் பயன் என்ன? எந்தவித விசாரணையுமில்லாமல் ஒரேயடியாக ஏன்

குற்றவாளிகளை சுட்டுவிடக் கூடாது? ஏன் இத்தனை மணி நேரம் கோப்புகளை ஆராய்ந்து, குற்றங்களைப் பட்டியலிட்டு, குற்றச்சாட்டுகளை அடுக்கி, கேள்விகளைக் கவனமாக தேர்வு செய்துவிட்டு சரியான பதில்களுக்காக வீணாகக் காத்திருக்க வேண்டும்? கோபப்பட வேண்டும்? முஷ்டியை மேசையில் தட்டவும், அறையவும், ரத்தக்களரியாக அடிக்கவும், சவுக்கடி கொடுக்கவும், தண்ணீரின் மூலம் சித்திரவதை செய்யவும், மின்சாரம் மூலம் சித்திரவதை செய்யவும், இடுக்கியால் வெட்டவும் வேண்டும்? அலறல், அழுகை, வேண்டுதல் ஆகிய வற்றை ஏன் கேட்க வேண்டும்? ரத்தம் சிந்துதலையும், எலும்பு முறிதலையும், சிறுநீர் நாற்றத்தையும், வாந்தி எடுப்பதையும், மலம் வெளியாவதையும் பொறுத்துக்கொள்ள வேண்டும்? மற்றொரு குற்றவாளி வருவதற்குமுன் உணர்விழந்தவனைப் பலகையைவிட்டு அப்புறப்படுத்தவும், இரத்தம், மலம், சிறுநீர், வாந்தி ஆகியவற்றைக் கழுவவும் வேண்டும்? எந்த விதிமுறையும் இல்லையென்றால், இந்த வேதனைகளை, கவலைகளை, தொல்லைகளை, பின்னடைவுகளை, ஆட்சேபனைகளை முடி வில்லாத விவாதங்களை, நீதிக்கும் முன்னேற்றத்திற்கும் வேண்டு மென்றே எழுப்பப்படும் தடைகளை ஏன் தாங்கிக்கொள்ள வேண்டும்? தண்டனை எதுவாக இருந்தாலும் சரி, எவ்வளவு இலகுவாகவும், தற்காலிக மாகவும் இருந்தாலும் சரி, கோலிமா தொழிலாளர் முகாமில் அடைத்து வைக்கப்பட்டது உண்மை யில் ஒரு மரண தண்டனைதான் என்று தனக்குத் தானே சொல்லிக்கொண்டு தன்னை சமாதானப்படுத்திக் கொண்டான். சந்தேகம் இன்றி, அதுதான் சட்டம்.

யூரி கோர்லோவ் இரண்டாவது புலனாய்வாளன் என்ற பட்டத்தைப் பெற்றிருந்தான். அது லெப்டினன்ட் பதவிக்கு சமம். அவனுடைய கனவு ஒரு முதன்மை புலனாய்வாளனாக ஆக வேண்டும் - அவனுக்கு எல்லாவற்றையும் கற்பித்தவர், ஆசிரியர், ஆதர்ச மனிதர் கட்டயேவின் உயரங்களை அடைய வேண்டு மென்பதுதான். எழுத்தாளர் ஓச்சிப் மண்டேல்ஸ்டாம் மீதான விசாரணையின்போதுதான் அவனுக்கு முதல் பயிற்சி கிட்டியது. அந்த எழுத்தாளர் ஒரு கவிதையில் ஸ்டாலினை அவதூறு செய்து விட்டார். யூரியின் முரட்டுத்தனமான தோற்றத்தின் பின்னால் ஓர்

உணர்ச்சிமிக்க ஆன்மா இருந்தது. அந்தக் கவிதையின் மோசமான தொடக்கம் இன்றும் அவன் நினைவில் உள்ளது: “அவரது தடித்த விரல்கள் க்ரீஸ் புழுக்களைப் போல இருக்கும், அவரது வார்த்தைகள் நூறு கிலோ கனத்தைப் போல விழும்.” ஓசிப் மண்டேல்ஸ்டாம் இன்று சிறையில் வாடிக்கொண்டிருக்கிறார். ஆனால், எழுத்தாளர் போரிஸ் பாஸ்டெர்னக், அவர் சார்பாகத் தலையிட்டு மேல் மட்டத் தலைவரிடம் மன்றாடினார். ஒரு நாள் விரைவில் இந்த மண்டேல்ஸ்டாம் நாய் உயிருடன் சுதந்திரமாக வெளியே வரும் என்று யூரி கோர்லோவ் என்று நிச்சயமாக நினைத்தான். எழுத்தாளர்கள் எல்லா அறிவுசார் பூச்சிகள்போலவும் ஒன்றாக ஒட்டிக்கொள்கிறார்கள்.

1935 பிப்ரவரியில், யூரியும் தனிப்பட்ட முறையில், ஜெர்மன்-ரஷ்ய கலைக்களஞ்சிய அகராதியின் துணை இயக்குநர் சம்பந்தப் பட்ட விசாரணையில் கவனித்துக்கொண்டான். அவ்வகராதி கே.பி.டி உறுப்பினர்களின் விவரங்கள் கொண்டது. அதன் துணை இயக்குநருக்கும், மற்ற பெரும்பாலான ஆசிரியர்களுக்கும் மரண தண்டனை விதிக்கப்பட்டது. அதனால் யூரிக்கு இரண் டாம் நிலை விசாரணை அதிகாரி என்னும் பதவி உயர்வு கிட்டியது. கர்னல் கிரெடானோவ் அதனை எதிர்த்தார். காரணம், துணை இயக்குநரால் விசாரணையின் முடிவில் கையெழுத்திட முடியவில்லை. தூக்கிச் செல்வதற்குத் தகுதியற்றவராக கருதப் பட்டதால், பயன்பாட்டில் உள்ள பரிந்துரைகளுக்கு முரணாக, அவர் அவரது சிறை அறையிலேயே மரணதண்டனைக்கு உட் படுத்தப்பட வேண்டியிருந்தது.

“கோர்லோவால் செக்கிஸ்டுகளின் நற்பெயருக்கு இழுக்கு வந்து சேர்ந்தது” என்று கர்னல் கிரெடானோவ் கருத்து தெரி வித்திருந்தார். அதிர்ஷ்டவசமாக, கட்டயேவ் கர்னலின் கருத்தைக் கேலி செய்தார். அவரது பார்வையில், செக்கிஸ்ட் புலனாய் வாளர்களின் நற்பெயர் ஏற்கனவே எல்லோராலும் ஏற்றுக் கொள்ளப்பட்டிருந்தது.

யூரி கோர்லோவ் விசாரணைக்கு முந்தைய நாளை டோரா லாஸ்க்-டைமண்ட் கோப்புகளை ஆய்வு செய்வதில் கழித்தான். ஒவ்வொரு பக்கமும் அவளைக் குற்றஞ்சாட்டியது. அவள்

ட்ரொட்ஸ்கிஸ்ட் ஒருவரின் மனைவியாக இருந்து சோவியத் கோட்பாட்டிற்கு எதிரான கருத்துகளை மீண்டும் மீண்டும் தெரிவித்தது மட்டுமன்றி, பதினைந்து ஆண்டுகளுக்கு முன்பு, பிராகாவிலிருந்த ஃபிரான்ஸ் காஃப்கா என்ற ஒரு முதலாளித்துவ எழுத்தாளரின் மனைவியாக இருந்திருக்கிறாள். யூரி இந்தக் கடைசிக் குற்றச்சாட்டில் அவரது கேள்வியை மையப்படுத்த முடிவு செய்திருந்தான். டோரா லாஸ்க்-டைமண்ட் இன்றும் முதலாளித்துவ எழுத்தாளர் ஃபிரான்ஸின் படைப்புக்களை சோவியத் யூனியனில் பரப்பிக்கொண்டிருந்தாள் என்பதை நிரூபிக்க முடியும் என்று நம்பினான்.

அவன் கண்ணெதிரே இருந்த கோப்பில் முதலாளித்துவ எழுத்தாளரைப் பற்றி நிறைய பக்கங்கள் இருந்தன. அவற்றைக் கொண்டே குற்றவாளியை மடக்கிவிட முடியும். ஆதாரம் முக்கியமல்ல. நீதிக்கு ஆதாரம் தேவையில்லை. அதற்கு ஒப்புதல் வாக்குமூலம் மட்டுமே போதுமானது. குற்றவாளியின் ஒத்துழைப்பு தேவைப்படும். ஒப்புதல் வாக்குமூலங்கள் துன் புறுத்தல்களுக்கு முற்றுப் புள்ளி வைக்கும். பின்னர் ஏன் தவற்றிலேயே நின்றுகொண்டிருக்க வேண்டும்? எதற்கு அனை வருக்கும் மிகவும் வேதனையளிக்கும் அமர்வுகளை நீட்டிக்க வேண்டும்? ஆயுதங்களைக் கீழே போட்டுவிட்டு தண்டனைக் கொடுப்பவரோடு கைக் கோர்த்தால் என்ன? ஆனால், குற்ற வாளியிடம் ஏன் அதை எடுத்துச்சொல்லாமல், அவனைத் துன் புறுத்துவதில் மகிழ்ச்சி கொள்கிறார்கள். ஒப்புதல் வாக்குமூலம் தண்டனையின் நியாயத்தன்மை, மரணதண்டனை அல்லது கட்டாய உழைப்புத் தண்டனை ஆகியவை பொருத்தமானது என்பதற்கு உத்தரவாதம். ஒப்புதல் வாக்குமூலங்கள் சட்டத்தின் வெற்றியை உறுதி செய்யும். பாரபட்சமற்ற தன்மை, நேர்மை, நன்னடத்தை ஆகியவற்றை உறுதி செய்யும். ஒருபுறம், மரண தண்டனை நிறைவேற்றுபவர், மறுபுறம், குற்றவாளி என்பது நீதியல்ல. மேலான ஒரு நலனுக்காக, புலனாய்வாளரும், குற்றம் சாட்டப்பட்டவரும் ஒருவரையொருவர் புரிந்துகொண்டு இணைந்து தங்கள் பலத்தை ஒருமுகப்படுத்தி பரஸ்பரத்துடன் செயலாற்ற முடியும். ஒப்புதல் வாக்குமூலங்கள் இந்த ஒருங் கிணைப்புக்கு முத்திரை குத்தும்.

ஒருமுறை குற்றப்பத்திரிகையில் குற்றவாளியின் கையொப்பம் பெறப்பட்டுவிட்டால், யூரி ஒருபோதும் தாமதிப்பதில்லை. குற்றவாளி விசாரணை அறையை விட்டு வெளியேற அவர் அனுமதிப்பார். பெரும்பாலான நேரங்களில், பலர் ஒன்றாகக் கூடி குற்றவாளியை வெளியேற்ற வேண்டியிருக்கும். அவரது 'என்கேவிடி' சகாக்கள் பலரைப் போலல்லாமல், அவர் செயல்பாட்டில் மனிதநேயம் காட்டுவதில் கவனமாக இருந்தார். மனிதநேயம், சட்டம், நீதி ஆகியவற்றின் பெயரால் அல்லவா நாம் சித்திரவதை செய்து மரணதண்டனை நிறைவேற்றுகிறோம்?

ஆனால், சில சமயங்களில், குற்றவாளி, புரட்சியின் மீதான வெறுப்பின் காரணமாக, நீதியின் போக்கைத் தடுக்க வேண்டும் எனும் ஒரு தவறான மகிழ்ச்சியில் செயல்படக்கூடும். அவன் அல்லது அவள் மறுப்பதில் பிடிவாதமாக இருக்கக்கூடும். புறக்கணிக்கக் கூடும். கலகம் செய்யக்கூடும். ஓர் எளிய விசாரணை, பின்னர் உடல்ரீதியான வலிமிகுந்த அமர்வாக மாறிவிடும். ஓர் அமைதியான புலனாய்வாளர் துன்புறுத்துபவராகவும், ஒரு பிரதிவாதி சித்திரவதை செய்யப்படுபவராகவும் மாறிவிடுவர். யூரி, அல்லது வேறொரு செக்கிஸ்ட் சக ஊழியர் கோப்பை முடிக்க முடியாமல், குறிப்பிட்ட நேரத்தில் வீட்டுக்குப் போய் குடும்பத்தோடு கடமையை நிறைவேற்றிய உணர்வுடன் தூங்க முடியாது. 'என்கேவிடி' முகவர்கள், அரசியல் கைதிகளை லூபியென்கா அடித்தளத்தில் தூக்கிலிட நேர்ந்தால், அவர்களும் மற்றவர்களைப் போல் மனிதர்கள்தானே. அவர்களுக்கும் துன்பம், மகிழ்ச்சி, உணர்ச்சி வெளிப்பாடு இருக்குமல்லவா? புரட்சி எதிர்ப்பாளர்களுக்குக் கசையடி கொடுக்கும்போது, அவர்கள் மனமும் இரத்தம் சிந்துமல்லவா?

சில சமயங்களில் வழக்கத்தைவிட அதிகக் கடினமான விசாரணைக்குப் பிறகு நிறைய கேள்விகளோடும், சந்தேகங்களோடும், யூரி வீடு திரும்புவான். அச்சத்தோடு அவன் தன்னையே கேட்டுக் கொள்வான்: எல்லா மனிதர்களும் குற்றவாளிகளாக இருந்தால் - தான் ஒரு நாளும் கட்சிக்குத் துரோகம் செய்யவில்லை என்று பெருமை கொள்ள முடிந்தால் - தூய ஆத்மாக்களின் அப்பாவித்தனத்தை அவனால் கண்டுபிடித்துவிட முடியுமா? ஒரு தடவை

கூட அவன் அடாத கருத்தை வெளியிட்டதோ அல்லது வெறு மனே சிந்தித்ததோ கிடையாதா? சில இரவுகளில், அவன் படுக்கை அருகே ஸ்டாலின் அழகான இருண்ட, குற்றம் சாட்டும் தோற்றம் அவனைப் பார்ப்பதாகக் கற்பனை செய்திருக்கிறான். ஸ்டாலின் அவனைக் கண்காணிக்கிறார். ஸ்டாலினுக்கு அவ னுள்ளே நழுவும் சக்தி இருந்தது. ஆட்சிக்கு விரோதமாக யூரி எந்த எண்ணமும் கொள்ளாதவண்ணம் ஸ்டாலின் பார்த்துக் கொள்கிறார். யாரும் அவரவர் ஆழ்ந்த கனவிலும்கூட ஓர் எதிர்ப்பு எண்ணம் வளராதவாறு பார்த்துக்கொள்வது போல்ஷி விசத்தின் மாபெரும் வெற்றிகளில் ஒன்று என யூரி நினைத்தான்.

இன்று காலையில் அவனுக்குக் கனத்த இதயம்இல்லாமல் தான் இருந்தது. ஓர் எழுத்தாளனின் மனைவியோடு நேர்காணல் நடத்தப்போவது நினைத்து மகிழ்ந்தான் – அவ்வெழுத்தாளன் முதலாளித்துவத்தைச் சேர்ந்திருந்தவனாக இருந்தபோதும்! தான் ஒரு பெரிய வாசகனாகவும், இலக்கியப் பிரியனாகவும் இருப் பதில் பெருமை கொண்டான். ஒவ்வொரு இளைஞனைப் போலவும், அவன் கோகோல், தஸ்தாயெவ்ஸ்கி, டால்ஸ்டாய் ஆகியோரைப் படித்திருந்தான். அவனால் புஷ்கினின் பல கவிதை களைத் தன் நினைவகத்தில் இருந்து மேற்கோள் காட்ட முடியும். அவனுக்கு மிகவும் பிடித்தது "இலையுதிர் காலம்".

இன்று, கோர்க்கி மட்டுமே அதிகம் பேசப்பட்டார். மாக்ஸிம் கோர்க்கிதான் எல்லோரையும்விட சோவியத் யூனியனையும், அதன் தலைவரையும் அதிகம் தூக்கிப் பிடித்தார். யூரியின் பார்வையில், டால்ஸ்டாய்தான் உண்மையில் மார்க்ஸியச் சிந்தனையில் ஊறியிருந்தார். அம் மாபெரும் எழுத்தாளர் பின் வருவதைக் குறிப்பிட்டிருந்தாரல்லவா? "வரலாற்றின் விதிகளைப் படிக்க, மன்னர்கள், அமைச்சர்கள், தளபதிகள் எல்லோரையும் ஒதுக்கிவிட்டு வெகுஜனங்களை வழிநடத்தும் எண்ணற்ற சிறிய புள்ளிகள்மீது கவனம் செலுத்த வேண்டும்."

ஆனால், வயதாகிவிட்டதால், குறைவாகவே படித்தான். இப்போதெல்லாம் சினிமாவுக்குத்தான் சென்றான். கடந்த வாரம் அவன் கிரிகோரி அலெக்ஸாண்ட்ரோவின் படத்திற்குச் சென்றான். அதில் கதாநாயகியாக நடித்த அழகான லியுபோவ் ஓர்லோவா

அவன் மனைவி ஒல்கா சிறுவயதில் இருந்ததுபோல் இருந்தாள். இது சோவியத்தின் முதல் இசை நாடகம்! ஸ்டாலின்தான் துவக்கி வைத்தவர். இந்த தூய தலைசிறந்த படைப்பு ‘யாங்க்கி’ முதலாளிகள் தயாரித்த எல்லா உணர்ச்சிகரமான முட்டாள்தனங் களையும் தாண்டி நின்றது. ஹாலிவுட் தோற்கடிக்கப்படப் போகிறது. முதலாளித்துவம் தோற்கடிக்கப்படப் போகிறது. அதற்கான காலம் வரப்போகிறது.

யூரி முதலாளித்துவ எதிர்ப்புரட்சிகர எழுத்தாளர் காஃப்கா வுடைய நூல்கள் எதையும் படிக்கவில்லை. கொள்கையளவில், அவன் வெளிநாட்டு எழுத்தாளர் எவரையும் படிப்பதில்லை.ஒரு வெளிநாட்டு எழுத்தாளரைப் படிப்பது, ரஷ்ய இலக்கியத்தை அவமதிப்பதாகும். ரஷ்ய ஆன்மாவால் எல்லாவற்றையும் வெளிப்படுத்த இயலாது என்று நம்பச் செய்யும் அல்லவா? எங்களிடம் தஸ்தாயெவ்ஸ்கியும் கோகோலும் இருக்கும்போது, டிக்கன்ஸுடன் நேரத்தை வீணடிக்க வேண்டுமா? ஒருபோதும் வேண்டாம். எந்த வெளிநாட்டவரும் ரஷ்ய ஆன்மாவைக் கொண்டிருக்க மாட்டார்கள். அதுதான் உண்மை! வெளிநாட்டவர் களிடம் ஆன்மாஇல்லை என்று மகிழ்ச்சியுடன் சொல்வதற்கு வெகு நேரம் ஆகாது.

காஃப்கா ஒரு வெளிநாட்டு எழுத்தாளர் மட்டுமல்ல. அவர் எல்லாவற்றிற்கும் மேலாக ஒரு முதலாளித்துவ எழுத்தாளர். அப்படித்தான் ஆவணக் காப்பகங்கள் விளக்கின. யூரி தன்னைத் தாழ்த்திக்கொண்டு தனது கொள்கைகளுக்கு எதிராக செல்ல விரும்பினாலும், அவனால் முடியாது. காஃப்கா ரஷ்ய மொழியில் மொழிபெயர்க்கப்படவில்லை. காஃப்காவை ஒரு முதலாளித்துவ எழுத்தாளராகக் கருதும் கட்டுரை ஆசிரியர்கள் காஃப்காவைப் படித்திருக்கிறார்களா? அதையும் உறுதியாகச் சொல்ல முடியாது. ஒரு எழுத்தாளரைப் படித்தால்தான் அவரது எண்ணங்களைப் புரிந்துகொள்ள முடியுமா? ஒரு முதலாளித்துவ எழுத்தாளரின் எண்ணங்கள் அவரது புத்தகங்களில் இல்லை, அது அவரது பூர்வீகத்தில்தான் இருக்கின்றன.

ரோரா லாஸ்க்-டைமண்ட் அவனை நோக்கி அமர்ந்திருந்தாள். தலை குனிந்து, வாடிய முகத்துடன், கண்களில் களையின்றி

காணப்பட்டாள். ஆறு மாதங்களுக்கு முன்பு முதல் விசாரணையின்போது, அவள் இருந்ததைவிட அதிக வயதானத் தோற்றம் அவளிடம் தோன்றிவிட்டது. அவளது முகத்தில் ஆணவத்தின் எந்த அறிகுறியும் இல்லை. சென்ற முறை அவள் உதடுகளுக்குச் சிவப்பு சாயம் பூசப்பட்டிருந்தது. இன்று காலை அவளது வாய் வெளிர் நிறமாகவும், உடம்பு இளஞ்சிவப்பாகவும் இருந்தன. உன் அழகான முகத்தில் ஏன் இத்தனைச் சோகம், டோரா? லூட்ஸ் லாஸ்க் கோலிமாவுக்குச் சென்றுகொண்டிருக்கிறான் என்று யாராவது சொன்னார்களா? உன் துக்கத்தை ஒதுக்கி வை. உன் கண்ணீரைக் கட்டுப்படுத்து. இந்த நேரத்தில் ஆபத்தில் இருப்பது உன் வாழ்க்கைதான்.

“தொடங்கு முகமாக, என்னுடைய கேள்வி, தோழர் டோரா லாஸ்க்-டைமண்ட், உன் முதல் துணைவனைப் பற்றியது” என்று யூரி விளக்கினான். உன் கருத்துப்படி, ஃபிரான்ஸ் காஃப்கா ரஷ்ய மொழியில் மொழிபெயர்க்கப்படாதது ஏன் என்று எனக்குத் தெரிய வேண்டும். நிறைய நாடுகளில் அவர் மொழிபெயர்க்கப் பட்டிருந்தாலும், அவர் ஏன் ரஷ்ய மொழியில் மொழிபெயர்க்கப் படவில்லை? எங்கள் மொழி அவரை மொழிபெயர்க்கும் அளவுக்கு வளமானது இல்லையென்றும், அதனால் அவர் சிந்தனையின் நுணுக்கங்களை வெளிப்படுத்த முடியாதென்றும் நினைக்கிறாயா? ஒருவேளை மொத்த ‘நாமென்குளோதுய்ரா’வும் உன் கணவனின் படைப்புகளைப் புரிந்துகொள்ளவில்லை என்று சொல்லலாமா? அவருடைய சில கட்டுரைகள் என் வசம் இருக்கின்றன. அவை அவரை ஒரு தொலைநோக்கு தீர்க்கதரிசி என்றும், இரட்சிப்பின் நாவலாசிரியர் என்றும் சொல்கின்றன. இன்னும் சில காருண்ய நாவலாசிரியர் என்றும், வேதனையின் நாவலாசிரியர் என்றும் அபத்தத்தின் நாவலாசிரியர் என்றும் சொல்கின்றனர். சிலர் அவரைத் தஸ்தாயெவ்ஸ்கியுடன் ஒப்பிடத் துணிகின்றன! உண்மையைச் சொல்! அவரது கதாபாத்திரங்கள் எந்த முகாமைச் சேர்ந்தவர்கள்? நன்மையின் பக்கமா அல்லது எதிர்ப்புரட்சி பக்கமா? உழைக்கும் வர்க்கத்தினரை அவரது நாவல்கள் எப்படிக் கையாள்கின்றன? அக்டோபர் புரட்சிபற்றி அவதூறு பேசுகின்றனவா அல்லது நியாயப்படி அதனைக் கொண்டாடுகின்றனவா? ‘கோல்கோஸ்’ விவசாயிகள் பற்றிப்

பேசுகின்றனவா? உன் காஃப்கா ஒரு நாடு இல்லாத பிற்போக்கு வாதியா? பாட்டாளி வர்க்கத்திலிருந்து துண்டித்துக் கொண்ட எழுத்தாளரா? ஒரு கெரென்ஸ்கியா, ஒரு மென்ஷிவிக்கா? அவர் சோவியத் மக்களையும், அவர்களின் தலைவரின் மென்மை யையும் போற்றிப் புகழ்கின்றாரா? பிறர் சொல்வதுபோல் அவர் ஒரு நைலிஸ்டா? அனைத்து மக்களின் நம்பிக்கையாகவும், அனைவர் வாழ்க்கைக்கும் ஒளிவிளக்காகவும் இருக்கும் ஸ்டாலினைத் தூக்கிப் பேசவாவது செய்கிறாரா? அல்லது அவர் இந்தப் பைத்தியக்கார நாய்கள் ட்ரொட்ஸ்கிஸ்டுகளின் பக்கமோ, குலாக்குகளின் பக்கமோ, வெள்ளையர்கள் பக்கமோ இருந்தாரா? அவர் படைப்புகளின் உட்பொருள் என்ன? எதிலும் ஒளிவு மறைவு இருக்கக் கூடாது, அது உனக்குத் தெரியும். காஃப்கா யதார்த்த சோசலிஸ்ட் இலக்கியத்துடன் உறவைப் பேணுகிறாரா என்பதைச் சொல். ஜோசப் விஸ்ஸாரியோனோவிச் ஸ்டாலின் அவரது புத்தகங்களை விரும்பலாமா என்று சொல். கொம்சோமால் மாணவர்கள், கோல்கோஸ் கிராமவாசிகள், தேசத்தின் புகழ்பெற்ற பிள்ளைகள், வீரத் தாய்மார்கள், நமது மக்கள் ஆணையாளர்கள், எங்கள் வீரம் மிக்க வழக்கறிஞர் வைஷின்ஸ்கி ஆகியோர் படிக்க அவர் படைப்புகள் தகுதி யானவையா?"

அவன் நிறுத்தி, நெற்றியைத் துடைத்துக்கொண்டு, ஒரு கிளாஸ் தண்ணீரை ஒரே மொடக்காகக் குடித்தான். இதுபோன்ற வேலையில் ஈடுபடும் வயதைத்தான் கடந்துவிட்டதாக நினைத் தான் போலும். பின்தொடர்ந்து பேசினான்:

"இப்போதே சொல்லிவிடு, ஏனென்றால், காஃப்கா சார்பில் நீதான் வரலாற்றிற்கு முன்னும், சோவியத் மக்களுக்கு முன்னும் பதில் சொல்லவேண்டியிருக்கும்!"

சிறிது நேரத்திற்குப் பிறகு, டோரா அந்த மனிதனை நேராகப் பார்த்து சொன்னாள்:

"உங்கள் கேள்விகளின் அர்த்தம் எனக்குப் புரியவில்லை."

யூரி தனக்குள் எழுந்த கோபத்தை அடக்கிக்கொண்டான். அந்தப் பெண்ணின் கன்னத்தில் அறைய வேண்டும் என்ற ஆவலையும் அடக்கிக்கொண்டான். பின்னர் பேசினான்:

“அப்படியானால், அகாடமி ஆஃப் சயின்ஸின் இலக்கியக் கலைக் களஞ்சியத்தில் காஃப்காபற்றி குறிப்பிட்டிருப்பதை நான் உனக்குப் படித்துக் காட்ட வேண்டும். அப்போதுதான், சோவியத் ஒன்றியத்தின் மிக உயர்ந்த ஆளுமைகள் உன் முதல் கணவனின் எழுத்துகளில் சுட்டிக்காட்டும் குற்றங்களை உன்னால் மதிப்பிட முடியும்.”

கண்ணாடியை எடுத்துப் போட்டுக்கொண்டு அவன் முன் இருந்த கோப்பின் முதல் பக்கத்தைப் படிக்க ஆரம்பித்தான்:

“காஃப்கா, ஃபிரான்ஸ், 1883-1926: ஜெர்மன் எழுத்தாளர் களின் பிராகாக் குழு (மேக்ஸ் பிராட், குஸ்டாவ்,மெய்ரிங்) வின் பிரதிநிதி.

“மன்னிக்கவும், ஃபிரான்ஸ் இறந்தது 1924இல்” என்று அவள் தயக்கத்துடன் சொன்னாள்.

அவன் அவளைக் கோபத்துடன் பார்த்து விட்டு, கூச்சலிட்டான்:

“சோவியத் ஒன்றிய அறிவியல் அகாடமியின் இலக்கிய கலைக் களஞ்சியம் உறுதி செய்யும் ஒன்றின் மீது சந்தேகம் எழுப்ப நீ யார்? ஒரு சோவியத் கல்வியாளரைவிட உனக்கு அதிகம் தெரியும் என்று நினைக்கிறாயா? காஃப்கா 26இல் இறந்தார் என்று எழுதப் பட்டிருந்தால், அவர் 26இல் இறந்தார் என்றுதான் அர்த்தம். மீதி யெல்லாம் வெறும் முதலாளித்துவ திருத்தல்வாதம். இனிமேல், தயவுசெய்து நான் சொல்லும்போது நீ குறுக்கிட வேண்டாம். நான் தொடர்கிறேன்:

“காஃப்கா நாவல்களும் சிறுகதைகளும் மூன்று தொகுதிகளாக வந்திருக்கின்றன. அவற்றில் பெரும்பாலானவை ஓரளவு முடிக்கப் படாதவை. அவை அவரது மரணத்திற்குப் பிறகுதான் (மேக்ஸ் பிராட்டின் வழிகாட்டுதலின் கீழ்) பதிப்பிக்கப்பட்டிருக்கின்றன. ‘உருமாற்றம்’ காஃப்காவின் முதல் படைப்புகளுடன் இணைக்கப் பட்டுள்ளது.

அதன் கதாநாயகன் ஓர் எல்லையற்ற தனிமையில் வாழ்பவன். பின்னர், காஃப்கா தனிமையின் சிக்கலை இன்னும் உறுதியான வழியில் முன்வைக்கிறார். அதனால், ‘விசாரணை’யில், கதா நாயகனின் தனிமை அவன் குற்றம் சாட்டப்பட்ட சூழ்நிலையால்

தீர்மானிக்கப்படுகிறது. 'கோட்டை' யில் அது அவன் அந்நியனாக இருப்பதால் தீர்மானிக்கப்படுகிறது. இறுதியாக, 'அமெரிக்கா' என்னும் நாவலில் ஓர் அனுபவமற்ற இளைஞன் சமகால அமெரிக்காவின் கடினமான வாழ்க்கையை சமாளிக்கவேண்டிய கட்டாயத்தால் தனிமை தீர்மானிக்கப்படுகிறது.

தனிமனிதனுக்கும் அவனைச் சுற்றியுள்ள உலகத்திற்கும் இடையே காணப்படும் வேறுபாட்டைத் தனிமனிதன் சூழலின் அழுத்தத்திற்கு விட்டுக்கொடுக்கும் வகையில் காஃப்கா எழுது கிறார்.

மிகவும் திறமையான ஆளுமை அழிவதாகவும், குறுகிய, மழுங்கிய எண்ணம் கொண்ட குட்டி முதலாளித்துவம் வெற்றி பெறுவதாகவும் காட்டப்பட்டிருப்பதில், காஃப்காவின் யதார்த் தத்தின் மீது கொண்ட அவநம்பிக்கையான மறுப்பு தோன்றுகிறது.

காஃப்காவை நலிந்துவரும் ஒரு வர்க்கத்தின் உளவியல் கருத்தாக்கத்தின் பிரதிநிதியாக நாம் கருதலாம். அல்லது, இன்னும் துல்லியமாகச் சொல்லவேண்டுமானால், சொந்த வர்க்கத்துக்கு எதிர்ப்பாகிக்கொண்டிருக்கும் ஒரு சமூக அமைப்பின் பிரதிநிதி என்று சொல்லலாம். மொத்தத்தில் அவர் குட்டி முதலாளித்துவ அறிவுஜீவிகளின் பிரதிநிதி."

அவன் சற்று நிறுத்தி, கவனமாகத் தாளை மீண்டும் கோப் புறையில் வைத்த பின்னர் அறிவித்தான்:

"கடைசியாகச் சொன்னதைக் கேட்டாயா? குட்டி முதலாளித்துவ அறிவுஜீவிகளின் பிரதிநிதி." அத்தகைய குற்றத்திற்காக, உங்கள் காஃப்கா என்.கே.வி.டி கைகளில் விழுந்திருப்பார் என்பதை நீ உணர்வாயா?"

"உங்களிடம் நிறைய அதிகாரம் இருக்கிறது, ஆனால் இறந்த நபரைக் கொலை செய்ய அதிகாரம்இல்லை."

"என்.கே.விடியைக் குறைத்து மதிப்பிடாதே."

இந்தப் பெண் அவனை வெகுவாகத் தொந்தரவு செய்ய ஆரம்பித்தாள். எழுத்தாளர்கள், பத்திரிகையாளர்கள், அறிவுஜீவி களெல்லாமே அவனுக்குத் தொந்தரவு கொடுப்பவர்கள்தான். விஞ்ஞானிகளையும் மருத்துவர்களையும் சமாளித்துவிடுவான்.

பல்வேறு காரணங்களுக்காகக் கைதுசெய்துவிடலாம். அவர்கள் இந்த இடத்திற்கு வந்ததால் வியப்படைந்து அவ்வளவு பிரச்சினை பண்ணாமல் ஒப்புதல் வாக்குமூலங்களில் கையெழுத்திட்டு விடுவார்கள். ஆனால், அறிவுஜீவிகள் விவாதங்களிலும், சர்ச்சை களிலும் வல்லுநர்கள். அவர்கள் முடிவில்லாமல் உரையாடிக் கொண்டிருப்பார்கள்.

"உன் முதல் கணவன் பற்றிய அகாடமி ஆஃப் சயின்ஸ் சொல்வதை எதிர்ப்பதற்குக் காரணம் என்ன?" என்று தொடர்ந்து கேட்டார்.

"எனக்கு ஒன்று தோன்றுகிறது..."

"உனக்கு ஏதோ ஒன்று தோன்றுகிறதா? உனக்கு ஏற்கனவே சந்தேகம் இருக்கிறதா?" என்று அவன் இயந்திரத்தனமாகக் கேட்டான்.

"வாசிப்புகளில் பலவிதம் இருப்பதாக எனக்குத் தோன்று கிறது."

"சோவியத் ஒன்றியத்தின் அறிவியல் கழகம் உண்மையைச் சொல்லவில்லை என்று சொல்கிறாயா? மிகவும் மரியாதைக் குரிய அதன் உறுப்பினர்களின் இலக்கிய விமர்சனம் தவறானது என்று கருதுகிறாயா?"

"அகாடமி ஓர் உண்மையைச் சொல்கிறது, அது அதன் உண்மையைச் சொல்கிறது."

"எனவே பல உண்மைகள் இருப்பதாக நீ நினைக்கிறாய்! சோவியத் ஒன்றியத்தின் அறிவியல் அகாடமிமீது உனக்கு நம்பிக்கை இல்லை. நம் மதிப்புக்குரிய விச்சின்சஸ்கி அதன் நிர்வாகிகளில் ஒருவர் என்பதை உனக்கு நினைவுபடுத்துகிறேன். இத்தகைய கருத்துகளுக்கு நீ அதிக விலை கொடுக்க வாய்ப்பு இருக்கிறது. ஆகையால், அவற்றைப் பதிவுசெய்யாமல் இருக்க விரும்புகிறேன். சரி மேற்கொண்டு செல்வோம், இல்லை யென்றால், நாம் நாளை மீண்டும்வர வேண்டியிருக்கும். எனவே, உன் முதல் கணவன் புத்தகங்களில் ஒன்றை எனக்குச் சுருக்க மாகச் சொல். அப்போதுதான் என்னால் அதுபற்றி ஒரு கருத்து ஏற்படுத்திக்கொள்ள முடியும். அகாடமியின் அறிவிப்பைப்

பற்றி என் புரிதல் சரியாக இருக்குமென்றால், அதில் மூன்று நாவல்களைப் பற்றி பேசுகிறார்கள்: 'அமெரிக்கா', 'கோட்டை' மற்றும்..."

"விசாரணை."

அவன் முகத்தில் இனம்புரியாத புன்னகை. பின்னர் தொடர்ந்தான்:

"சரி, 'விசாரணை'யைப் பற்றி பேசலாம், கதையைச் சொல்."

"விசாரணை'யின் கதையையா?"

"ஆம். காஃப்காவின் நாவல்கள் கதை சொல்கின்றனவல்லவா?"

"ஒரு வகையில், ஆம், ஆனால், அதன் ஆழமான பொருள், அவரது கலையின் வலிமை வேறு எங்கோ உள்ளது."

"ஆழமான பொருளைப் பற்றி நான் கவலைப்படவில்லை! கதையைச் சொல்!"

"...சரி, அது ஒரு மனிதனைப் பற்றிப் பேசுகிறது..."

"அந்த மனிதனின் பெயர் என்ன?"

"ஜோசப்..."

"ஆ, அது எனக்கு மகிழ்ச்சி! ஜோசப், நமது தலைவர்களில் மிகவும் புகழ்பெற்றவர்... ஜோசப், பிறகு என்ன?"

"அவருக்கு குடும்பப் பெயர் இல்லை."

"நீ என்ன சொல்கிறாய், குடும்பப் பெயர் இல்லையா? அவரிடம் ஒரு பதிவு எண் உள்ளது, அல்லவா? அப்போது என்ன?"

"ஒரு முதல் பெயராக 'கே' என்று வரும்."

"தொடர்ந்து சொல்!"

"ஒரு நாள் காலை..."

"ஒரு நாள் காலை, சரி?"

"ஜோசப் கே. ஒரு நாள் காலை கைது செய்யப்பட்டார்."

“இது ஒரு சிறந்த தொடக்கம்! இந்த அற்புதமான தொடக்கம் நம்மைச் சிந்திக்க வைக்கிறது. கனவுகாண வைக்கிறது. கைதாவதற்கு அவர் என்ன செய்தார்?”

“அதாவது...”

அவள் தயங்கினாள்.

“நான் உனக்கு உதவுகிறேன்” என்றான் யூரி. “சில தடயங்கள் தருகிறேன். உன் ஜோசப் கே. கட்சிக்குத் துரோகம் செய்ததால் கைது செய்யப்பட்டார். அல்லது, அவரது கருத்துகள் சோசலிசக் கோட்பாட்டுடன் இணக்கமாக இல்லை. அல்லது கட்சிக்குத் துரோகம் செய்த அவரது சிறந்த நண்பரைக் காட்டிக்கொடுக்க மறுத்தார். பேசு!”

“அவர் கைது செய்யப்பட்டதற்கான காரணங்கள் அவருக்கே தெரியவில்லை.”

“அவருக்குத் தெரியாது, இதை நீ நம்புகிறாயா?”

“முதலில், அவர் அதை ஒரு நகைச்சுவை என்று நினைக்கிறார்.”

யூரி எதிர்வினையாற்றவில்லை. பதில் நம்பத்தகுந்ததாக இருந்தது. குற்றம் சாட்டப்பட்டவர்கள், ஆரம்பத்தில் அதைப் பெரிதாக எடுத்துக்கொள்வதில்லை. பேராசிரியர் அல்லது எழுத் தாளர் பார்வையோடு அவர்கள் அதைப் பார்க்கிறார்கள். ஆனால், அது நீடிப்பதில்லை. முதல் அடிகள் விழுந்ததும்தான் அவர்கள் அது நகைச்சுவையல்ல என்று புரிந்துகொள்கிறார்கள்.

அவள் தொடர்ந்தாள். ஒத்துழைக்க தயாராக இருப்பதுபோல் பேசினாள்:

“ஜோசப் கே ஏதோ தவறு நடந்திருக்கிறது என்று நினைக் கிறார். அவர் வழக்குரைஞரான தனது நண்பரை ஈடுபடுத்துவது பற்றிக்கூட நினைக்கிறார்.”

“முற்றிலும் சரியான எதிர்வினை!” என்று யூரி ஊக்கமளிக்கும் புன்னகையோடு கூறினான்.

இதுபோல் குற்றவாளிகள் மூன்றாம் தரப்பினரின் தலையீட்டை நாடுவதை எத்தனையோ முறை கேட்டிருக்கிறான். நீங்கள்

ஒருவரைத் தொலைபேசியில் கூப்பட்டால், அவர் உடனே குற்றச்சாட்டுகளை மறுப்பார்... ஏற்கனவே அவன் விசாரிக்கப் பட்டுவிட்டான் என்று அவனுக்குச் சொல்ல ஆவலாக இருந்தது. அல்லது அந்த நபர் தூரத்தில் இருப்பார், நிச்சயமாக சைபீரியாவில்தான் இருப்பார். குற்றவாளிகள் எப்போதும் தாமதமாகத்தான் செயல்பட்டார்கள். அவர்கள் ஏதோ அவர்கள் வாழும் உலகம் அந்தக் கால புனிதச் சட்டங்களால்தான் இயக்குகின்றது என்ற எண்ணத்தில். சில நேரங்களில் அவன் அவர்களை அசைத்துப் பார்க்க விரும்பினான். அவர்களிடம் உரத்தக் குரலில் "இறுதியாக, தோழரே, விதிகள் மாறிவிட்டன! அதை பார்க்கவில்லையா? இனி உலகம் அப்படி இல்லை! நீ ஒரு தனிமனிதன். கைவிடப்பட்ட தனிமனிதன். குற்றவாளி" என்று சொல்லவேண்டும்போல் இருந்தது.

"விசாரணை எங்கே நடக்கிறது?" அவன் தொடர்ந்தான்.

"நகரின் புறநகர்ப் பகுதியில்," என்று அவள் சொன்னாள்.

"எந்த நகர்?"

"அது நாவலில் விளக்கப்படவில்லை. அது எந்த நகரமாகவும் இருக்க முடியும்."

"மாஸ்கோவாகக்கூட இருக்கலாம்?"

"ஆமாம், மாஸ்கோவாகக்கூட இருக்கலாம்."

"ஆனால் இன்னும் துல்லியமாகச் சொல். எங்கே குற்றச் சாட்டுகள் சுமத்தப்படுகின்றன?"

நாவல் விளக்குகிறது: "ஒரு பெரிய கட்டடத்தில், ஒரு மிகப் பெரிய பரிமாணங்கள் கொண்ட கதவுடன் கூடிய ஓர் அசா தாரணமான நீண்ட முகப்பைக் கொண்டது."

அவள் லுபியங்கா கட்டடத்தை விவரிக்கிறாள் என்று யூரி நினைத்தான்.

அவள் தொடர்ந்தாள்: "முதல் எதிர்முகப்படுத்தும் ஆய்வு பார்வையாளர்கள் கூட்டமாக இருக்கும் ஒரு பெரிய அறையில் நிகழ்கிறது."

"ஒரு பொது விசாரணை!" என்று வாய்விட்டுச் சொல்லி விட்டான். தேவையற்ற உற்சாகம் காட்டிவிட்டதாக எண்ணி நாக்கைக் கடித்துக்கொண்டான்.

"உன் காஃப்கா எப்போது அப்படிப்பட்ட படைப்பை எழுதுகிறார்."

"1914இல்."

யூரியின் நினைவுக்கு வந்த முதல் வார்த்தை: தீர்க்கதரிசனம்! வியாக்கியானத்தைப் பற்றி எச்சரிக்கையாக அவன் அதைத் தனக்குள்ளேயே வைத்துக்கொண்டான், காரணம், தலைமை விசாரணையாளர் கட்டயேவ் தன்னைத் தவறாகப் புரிந்து கொள்ள முடியும் என்பதால்.

"டோரா, உங்கள் பிணைப்பின் உண்மையான தன்மை என்ன என்று சொல். நீ அவனைக் காதலித்தாயா?" என்று அவன் கேட்டான். திடீரென அவன் ஆன்மாவில் ஒரு குழப்பம் ஏற்பட்டிருந்தது.

அந்த இளம்பெண்ணின் முகத்தில் சோகம் படர்ந்தது. அவள் தனது பெரிய, அற்புதமான கண்களால் யூரியை வெறித்துப் பார்த்தாள். அந்தப் பார்வையில் அவன் திக்குமுக்காடுவது தெரிந்தது. அவன் தன்னை அலைக்கழிப்பதை உணர்ந்ததால் குரலில் கடுமையான மனச்சோர்வு தொனிக்க பதிலளித்தாள்.

"இதுவரை எந்த ஒரு மனிதனும் நேசிக்கப்படாத அளவுக்கு அவரை நான் நேசித்தேன். எந்தவொரு மனிதனையும் நேசிப்பதைவிட அவரை நான் அதிகமாகவே நேசித்தேன்."

சிறிது நேரம் மௌனம் நிலவியது, முடிவில் அவன் கூறினான்:

"உணர்ச்சிவசப்பட்டது போதும்! இந்த நாவலில் கே. என்ன தொழில் செய்தான் என்று சொல்லவில்லை!"

"அவர் ஒரு வங்கியின் அங்கீகரிக்கப்பட்ட பிரதிநிதி" என்று பதிலளித்தாள் டோரா.

"மூலதனத்தின் முகவர்! நான் நிச்சயமாக ஊகித்திருப்பேன்! அவன் எப்படி நீதிமன்றத்தில் நடந்துகொண்டான்?"

"முதலில் ஜோசப் கே. விசாரணையை மறுக்கிறார்..."

"எல்லா குற்றவாளிகளும்தான் இதைச் செய்கிறார்கள். தனக்காக வாதாட வழக்கறிஞர் வைத்துக்கொள்ள அவருக்கு உரிமை இருந்ததா?"

"இருந்தது. அவரது மாமாவின் ஆலோசனையின் பேரில், அவர் ஹூல்ட் என்ற வழக்கறிஞரிடம் யோசனை கேட்டார்."

"ஒரு வழக்கறிஞரா? அது யதார்த்தமானது அல்ல!" யூரி திருத்தினான்.

அவன் வாஷ்பேசினுக்குச் சென்று, கைகளைக் கழுவிக் கொண்டான். முகத்தை ஈரமாக்கிக்கொண்டான். திரும்பி வந்து குற்றவாளியை நோக்கி அமர்ந்தான். அவனைக் குழப்பிக் கொண்டிருந்த கேள்வியை அவளிடம் கேட்டான். அதாவது, இந்தக் கதையின் நாயகன் ஜோசப் கே தனக்கு நேர்ந்த விதியின் அடிகளை எப்படி எதிர்கொண்டான்?

டோரா பதிலளித்தாள்:

"ஆரம்பத்தில், ஜோசப் குற்றச்சாட்டைத் தூரத்தில் வைத்துப் பார்த்தார். அவர் தொடர்ந்து வாழ முயற்சிக்கிறார். ஒரு பயங்கரமான அச்சுறுத்தல் வரவில்லை என்பதுபோல் தொடர்ந்து வேலையில் ஈடுபடுகிறார். நீதித்துறைக்கு சவால் விடுகிறார். மண்டியிடவில்லை. அதே நேரத்தில் அவர் தனது விதியை ஏற்றுக்கொள்கிறார். தான் நிரபராதி என்று தெரிந்தாலும், குற்றச் சாட்டுகளுக்குக் காரணங்களைத் தேடுகிறார்."

"பிரமாதம்!" என்று தன் ஆர்வத்தை வெளிப்படுத்துகிறான்.

"கே. தான் சாட்டப்பட்டிருந்த குற்றத்தின் தன்மையை அறியாதிருந்தான். அவனுக்கு எதிராக விஷமத்தனமான ஆய்வாளர்கள், முட்டாள்தனமான நீதிபதிகள் கொண்ட அமைப்பு ஒன்று செயல்பட்டது. அவர்கள் செயலையும், அதற்கான காரணங்களையும் அவனால் புரிந்துகொள்ள முடியவில்லை. ஒரு மதகுரு அவரிடம் கூறினார். உதாரணமாக: "எல்லாம் உண்மை என்று நம்பவேண்டிய கட்டாயம் இல்லை, அது அவசியம் என்று கருதினால் போதும்."

"அருமை!" யூரி கூச்சலிட்டான். மேலும் அவன் அந்த வாக்கியத்தைப் பற்றி யோசித்தான். துணிச்சலான, நல்லொழுக்கமுள்ள வழக்கறிஞர் வைஷின்ஸ்கி சொன்னது நினைவுக்கு வந்தது: "எனக்கு ஒரு மனிதனைக் காட்டுங்கள். நான் அவனிடம் ஒரு குற்றத்தைக் கண்டுபிடிப்பேன்."

டோரா தொடர்ந்தாள்: "கே.வின் குற்ற உணர்வு மிகவும் தீவிரமானது. அவன் ஒருபோதும் பயங்கரவாதத்தின் முகத்தில் கிளர்ச்சி செய்ய மாட்டான். அவனுடைய குற்றம், அவனைப் பற்றிக் கூறப்படும் தவறு ஆகியவற்றால் அவனை அச்சம் முடக்கி விடும். அவன் அடுத்து வரும் 'கோட்டை' என்ற நாவலின் நாயகன்போல் இல்லை. 'கோட்டை'யின் கதாநாயகன் உலக ஒழுங்கிற்கு அடிபணிய மறுக்கிறான். கிளர்ச்சி செய்கிறான். அனைத்து கடுமையான எதிர்ப்புகளையும் சமாளித்து உண்மையைத் தேடுதலில் ஈடுபடுகிறான். ஆனால், ஜோசப் கே. தேவைக்கு முன் வளைந்துவிடுகிறான். தன் சொந்த அழிவிற்கு அவனே ஒரு கருவியாக ஆகிவிடுகிறான்.

"ஆனால் அந்த வீரன் உண்மையில் யார் என்றும் அவனது உணர்வுகள், அரசியல் கருத்துகள் என்ன என்றும் நீ என்னிடம் சொல்லவில்லையே."

"அது நாவலில் சொல்லப்படவில்லை. ஜோசப் கே. ஒரு கருத்தின் உருவம். அவன் ஒரு பொழுதும் உண்மையான வீரனாக நடந்து கொள்ளவில்லை. சில சமயங்களில் கோழைத்தனமாகவும், முதுகெலும்பற்றவனாகவும், இழிந்தவனாகவும், சந்தர்ப்பவாதியாகவும் தோன்றுகிறான். அவனிடம் இருக்கக் கூடிய ஒரே நற்குணம் அவனது நல்ல எண்ணம்தான். ஜோசப் கே. கெட்ட எண்ணம் கொண்ட உலகில் நல்ல எண்ணம் கொண்டவன். அவன் விதி நாவலின் முதல் வரியிலிருந்தே எழுதப்பட்டதாகத் தோன்றுகிறது. நியாயமற்ற, அபத்தமான சட்டத்தின் சக்திக்கும் எதிராக அவன் போராடவேண்டியிருக்கிறது."

"சட்டத்தைக் குற்றஞ்சாட்டி, உன் கதாநாயகன் விஷயத்தைப் பெரிதாக்காதே" என்று யூரி எச்சரித்தான். பின்னர் அவன் எந்தச் சூழ்நிலையில் நாவல் எழுதப்பட்டது என்று கேட்டான். இந்தக்

கதை அவனை மிகவும் கவர்ந்ததால் அது உண்மை என்று அவன் நம்பினான்.

டோரா விளக்கினாள்:

"காஃப்கா, பெர்லினில் இருந்து திரும்பியபோது, 'விசாரணை' எழுதத் தொடங்கினார். அங்கு அவர் தனது வருங்கால மனைவி யுடன் கொண்டிருந்த நீண்ட நாள் கடிதப் போக்கு வரத்து உறவை முறித்துக்கொண்டார். ஒரு பயங்கரமான நேர்காண லுக்குப் பிறகு - நேர்காணலைவிட ஒரு மோதலுக்குப் பிறகு - அவர் பிரிந்துவிட்டார். அப்போது, அவரது பொறுப்புகளும், அவர் கொடுத்திருந்த வாக்குறுதிகளை காப்பாற்ற இயலாமையும் எடுத்துக்காட்டப்பட்டன. முறிவுக்குச் சாட்சி யாக அழைக்கப் பட்ட ஒரு சிலருக்கு முன்னால், ஒரு நீதிமன்றத்தின் முன் இருந்ததுபோல் உணர்ந்தார். அக்கடினமான தருணத்தை மோதல் நடந்த அந்த ஹோட்டலின் பெயரால் "அஸ்கானிஷர் ஹோஃப் நீதிமன்றம்" என்று அவர் அழைத்தார். குடும்பச் சண்டையால் மனமுடைந்து ஒரு வகையான இருத்தலியல் விரக்தியில் மூழ்கி யிருந்த அவரை 'விசாரணை'யின் படைப்புமட்டுமே காப்பாற்றியது.

"நிச்சயதார்த்தத்தை முறித்துக்கொண்ட இந்த எளிய - மிகவும் சாதாரண சம்பவத்திலிருந்துதான், உன் காஃப்கா நமது ஆட்சியின் மகத்துவத்தை விவரிக்கும் ஒரு படைப்பை உருவாக்கி யுள்ளார் என்று நீ சொல்கிறாயா?"

"அப்படியும் சொல்லலாம்."

யூரி உடனே சொன்னான்: "அப்படியானால், உங்கள் காஃப்கா எளிதில் உணர்ச்சி வயப்படும் மனிதராக மட்டுமே இருந்திருக் கிறார் போலும். இந்த வார்த்தைகளைச் சொன்னபின் அவன் தன்னையே நினைத்துக்கொண்டான்.

"உணர்திறன் கொண்டவர், அதிக உணர்திறன் உடையவர் என்று சொல்லலாம்" என்றாள் டோரா.

ஒரு கணம் இருவரும் எதுவும் பேசவில்லை. மேலே எரிந்து கொண்டிருந்த விளக்கைச் சுற்றி ஒரு ஈ பறந்துகொண்டிருந்தது. அறையின் ஈரப்பதமும் குளிரும் உணரப்பட்டன.

யூரி தொடர்ந்தான்.

"புத்தகத்தில் நீதித் துறை அமைப்பு பற்றி எடுத்துச் சொல்."

"நீதித் துறை அமைப்பு அபத்தமான சட்டங்களால் நிர்வகிக்கப் படுகிறது. அதனை வர்ணிப்பவர் அது குற்றமற்றது என்று சான்றிதழ்கள் வழங்கலாம். ஆனால், அங்கு இந்த பயங்கரமான பழமொழி உலவியது: 'உன்மீது ஒரு வழக்கு இருக்கிறது என்றால் அதில் நீ தோற்றாய் என்றுதான் அர்த்தம்.'

குற்றச்சாட்டு குற்றம்சாட்டப்பட்டவருக்கும், வழக்கறிஞருக்கும் தெரிவிக்கப்படாமல் இருக்கும். அங்கு வாதம் வெளிப்படையாக அனுமதிக்கப்படவில்லை, ஆனால் சகித்துக்கொள்ளப் படும். அவ்வளவுதான். குற்றம்சாட்டப்பட்டவரின் முகத்தைப் பார்த்தும், அவரது உதடுகளைப் பார்த்தும் உடனடியாக குற்றத்தைத் தீர்மானிக்க முடியும் என்று நம்பினார்கள்போலும். தண்டனை எப்போதும் எதிர்பாராத நேரத்தில்தான் வரும். நீதிமன்ற அதிகாரிகள் எல்லா இடங்களிலும் இருக்கிறார்கள்.

யூரி மகிழ்ச்சியுடன் கூறினான்:

"பல விஷயங்களில், இந்த அமைப்பு சரியாக இருந்திருக்க வேண்டும். சரி, முடிவு என்ன?"

"ஒரு நாள் மாலை, குற்றம் சாட்டப்பட்ட நாளிலிருந்து சரியாக ஒரு வருடம் கழித்து, அவனது முப்பத்தி ஒன்றாவது பிறந்தநாளில், அவன் கைது செய்யப்பட்டான். மரணதண்டனை நிறைவேற்றுபவர்கள் இரண்டு பேர் ஜோசப் கே.யைத் தேடி வந்தனர். நிலவொளியில், கைவிடப்பட்ட ஒரு குவாரியில், அவனது தலையை ஒரு பாறையின் மீது சாய்த்து அவனை உட்காரவைத்தனர். அவர்களில் ஒருவன் ஒரு கசாப்புக்கடை கத்தியை எடுக்கிறான், மற்றவன் ஜோசப் கே.வின் குரல் வளையைப் பிடித்துக்கொள்கிறான். ஜோசப் கே.வின் பார்வை தூரத்தில் தெரியும் ஒரு உருவத்தின் மீது பதிகிறது. அதைப் பற்றித்தான் அவன் கடைசியாக சிந்திக்கிறான். அப்போது கசாப்புக் கடை கத்தி அவன் நெஞ்சில் பாய்கிறது." நாவலின் கடைசி வார்த்தைகள்: "ஒரு நாயைப் போல, அவன் போனபிறகு அவமானம் நிலைத்திருக்கும்போல் இருந்தது."

“அசாதாரணமானது!” என்றான் யூரி. அவனுக்குக் கண்ணீர் வரும்போல் இருந்தது. “நிச்சயமாக, எனக்குச் சில மாற்றுக் கருத்துகள் இருக்கும். ஆனால், நாவலாசிரியனிடம் முழு உண்மையை எதிர்பார்க்க முடியாது. இல்லையெனில், அவன் சோவியத்தின் உச்சத் தலைவராக இருப்பான். ஆனால், அது தவிர, ஆம், உன் காஃப்கா கட்சி எழுத்தாளர் எப்படி இருக்க வேண்டுமோ அந்த வகையில் யதார்த்தத்தை எழுதும் எழுத் தாளராக இருக்கிறார். ஆனால் அந்த முடிவைப் பற்றி என்ன சொல்வது! “ஒரு நாயைப் போல, அவன் போனபிறகு அவமானம் நிலைத்திருக்கும்போல் இருந்தது.”அது வைஷின்ஸ்கி விசார ணையை, அல்லது இஸ்வெஸ்டியாவின் தலைப்புச் செய்தியைப் படிப்பதுபோல் இருக்கிறது. உன் காஃப்கா அந்தக் கட்டடத்தில் இருந்து இருளின் சக்திகளை கவனித்துக் குறிப்பெடுத்திருக்க வேண்டும் என்று சொல்லத் தோன்றுகிறது. லுபியங்காவிற்குள் இலக்கியம் அழைக்கப்பட்டிருக்கும்போது, உலகம் கலையின் உச்சத்திற்குப் போய் இருக்கிறது என்று அர்த்தம். ஓ, காஃப்கா கோப்பைப் படிக்கும் போது, காஃப்கா ஒரு குட்டி முதலாளித்துவ எழுத்தாளராக மட்டுமே இருக்க முடியும் என்று நினைத்தேன். அவர் ஓர் இலக்கியப் பிற்போக்கு எழுத்தாளர் என்றும், அவரை அகற்றிவிடுவது நல்லது என்றும் நினைத்தேன். ஆனால், நீ மனதை மாற்றிவிட்டாய். காஃப்கா சோவியத் யதார்த்த நாவலின் உன்னத பரம்பரையைச் சார்ந்தவர்.”

ஒரு நிமிடம் மௌனமாக இருந்தான். அவ்விளம்பெண்ணின் மனதில் ஒரு சின்ன நம்பிக்கை ஒளியை ஏற்றிவைத்ததாக நினைத்துப் பெருமைபட்டான்.

பின்னர் அவன் தொடர்ந்தான். அவன் குரலில் கடுமையும், கறாரும் தென்பட்டது.

“இருப்பினும், நீ, உடனே மகிழ்ச்சியடைய வேண்டாம். கட்சியில் உறுப்பினராவதற்கான உன் விண்ணப்பம் தொடர்பாக செயற்குழு அமைப்புகளின் முடிவு பற்றிய செய்தியை உனக்குக் கொண்டுவர வேண்டும். பதில் நீ எதிர்பார்த்தது இல்லை என்பதைத் தெரிந்துகொள்.”

அவன் கோப்புறையிலிருந்து மற்றொரு தாளை எடுக்கிறான்.

“நான் படிக்கப் போவது எதிர்பார்த்ததுதான்:

டோரா லாஸ்க் விவகாரம் - பேர்லினில் உள்ள கே.பி.டிஇல் “மரியா ஜெலன்” எனும் புனைப்பெயரில் ஆராயப்படுகிறது.

நெறிமுறை எண் 2245. தோழரை ஜெர்மன் கம்யூனிஸ்ட் கட்சி கே.பி.டி யிலிருந்து சோவியத் கம்யூனிஸ்ட் கட்சி கே.பி.டி.எஸ்யூ.வுக்கு மாற்றுவதற்கான கோரிக்கை.

குழு பின்வரும் முடிவை எட்டியது: டோரா லாஸ்கின் செயல்பாடுகள் தொடர்பான உறுதிப்பாட்டை எங்களால் பெற முடியவில்லை. அவரது அரசியல் அர்ப்பணிப்பு பலவீனங் களைக் காட்டுகிறது. சமீபத்திய ஆண்டுகளில் அவரது இரகசிய செயல்பாட்டில் செயலற்றத் தன்மையைக் காட்டியிருக்கிறாள். ஆகையால், அவரை கே.பி.டி.எஸ்.யூ.வுக்கு மாற்றுவதற்கு முற்றிலு மாகச் சாத்தியமில்லை. அவர் 1930 ஆண்டுமுதல் கே.பி.டி.யில் உறுப்பினராக இருந்தார் என்பதை உறுதிப்படுத்துவதோடு நிறுத்திக்கொள்கிறோம்.

பேப்பரைக் கீழே வைத்துவிட்டு அவள் எதிர்வினையை கவனித்தான். அவள் வெளிறிப்போயிருந்தாள். கமிட்டியின் கருத்து வெறும் நிராகரிப்பு மட்டுமல்ல, அவள் செயல்பாடுகள் அனைத்தையுமே குழு கறாராகப் பார்க்கிறது என்பதையும் புரிந்துகொண்டிருக்க வேண்டும். விரைவில், அல்லது பின்னர் அவள் தன் கணவனைக் கோலிமாவில்தான் சந்திக்க முடியும் என்று நினைத்தான். ஆனால், ஏதோ ஒன்று அந்தப் பெண்ணின் மீது பரிதாபப்படவைத்தது. முதல் தடவையாக அவன் கடமை யையும், கட்சியின் நலனையும் தவிர வேறு ஒரு உணர்வினால் ஆட்கொள்ளப் பட்டான். அவன் எண்ணத்தைக் கட்டயேவ் கண்டுபிடித்துவிட்டானானால், அவன் கழுத்தை அறுத்துவிடு வான். ஆனால், இந்த நேரத்தில், அவன் கட்டயேவையும் கட்சியின் நலனையும் பெரிதாக நினைக்கவில்லை. அந்தப் பெண்ணை அவள் எதிர்கொள்ளவிருந்த விதியிலிருந்து காப் பாற்ற விரும்பினான். அவன் சொன்னான்:

“பெண்ணே, இன்று உன் முதல் கணவரின் படைப்பின் மூலம்தான் உன் உயிர் காப்பாற்றப்படுகிறது. ஆனால், நான் பதிவு செய்யாத ஒன்றை உனக்குச் சொல்ல வேண்டும். அதை

உனக்குள் வைத்துக்கொள். வெளியில் சொல்லாதே. வெளியில் சொன்னால், அது நாம் இருவரையுமே பயங்கரமாகப் பாதிக்கும்.”

ஒரு சில நிமிடம் மௌனமாக இருந்தான் – அவன் வியந்து பாராட்டும் நடிகர்களைப் போல்! கொஞ்சம் அவர்கள் தொனியிலேயே உறுதியான குரலில் சொன்னான், “டோரா டைமண்ட், நீ இந்த இடத்தைவிட்டு வெளியேறிவிடு! வேகமாக வெளியேறிவிடு! மாஸ்கோவில் இருக்காதே. எவ்வளவு தூரத்திற்குப் போக முடியுமோ அவ்வளவு தூரம் போய்விடு! நாளைக்கே இந்த நாட்டைவிட்டு வெளியேறு. இல்லை, நாளைவரை காத்திருக்காதே. நீ இங்கிருந்து புறப்பட்டு ரயில் நிலையத்திற்கு ஓடு. முதலில் வரும் ரயிலில் ஏறி வேறு எங்காவது போய்விடு. ஒரு பெரிய பயங்கரவாதம் மாஸ்கோவில் நடக்கப் போகிறது. அந்த மாபெரும் தூய்மை இயக்கத்திற்கு முன் ரொபெஸ்பியேர் காலத்தில் கில்லட்டின் மூலம் நடந்த பயங்கர கொலைகள் சாதாரணமென்று நினைக்கத் தோன்றும். ‘என்.கே.வி.டி.’ கொடுத்திருக்கும் உத்தரவுகள் பைத்தியக்காரத்தனமானவை. பத்தாயிரக்கணக்கான, லட்சக்கணக்கான மக்கள் விரோதிகளுக்கு வாய்ப்பூட்டு போட்டுவிடுவார்கள். ஏராளமான நாடு கடத்தல்களும், உயிர் பறிப்புகளும் திட்டமிடப்பட்டிருக்கின்றன. நகரம் புல்லுருவிகளிலிருந்து விடுபட்டு, அவர்கள் உடல்கள் சைபீரிய பனிப் பாறைகளைச் சிவப்பாக்கப் போகின்றன. மாஸ்கோவில் இருள் சூழும் முன் போய்விடு. நான் இதனை உனக்கு ஏன் சொல்கிறேன் என்று தெரியவில்லை. இது ஒரு மாபெரும் தவறு. பரவாயில்லை! புறப்படு.”

பின்னர் எழுந்துபோய் கதவைத் திறந்து, கண்களால் சைகை காட்டி அவளைக் கிளம்பும்படி அறிவுறுத்தினான். அவள் வேகமாக அவனைப் பார்க்காமலேயே வெளியேறினாள்.

செப்டம்பர் 17, 1938

ராபர்ட்

தூரத்தில் இங்கிலாந்தின் கடற்கரைகள் நகர்ந்துகொண்டே போகின்றன. தரை மூடுபனியில் மறைகிறது. தான் பிறந்த ஐரோப்பியக் கண்டத்திற்குப் பிரியாவிடை! எவ்வித வருத்தமும் இல்லாமல், பூடபெஸ்ட்டுக்குப் பிரியாவிடை! பெருமூச்சுடன் பிராகா நகருக்குப் பிரியாவிடை! மனதில் குமட்டலுடன் பெர்லினுக்கும் பிரியாவிடை! இன்னும் பத்து நாட்களில் 'சாம்ப்ளைன்' கப்பல் நியூயார்க்கில் வந்து நிற்கும். அங்கு வானளாவிய கட்டடங்களை - மனிதன் பிரம்மாண்டங்களால் நசுக்கப்படுவதை - கற்பனைசெய்து பார்க்கிறான். பெர்லின் இரவில் தொலைந்துபோனது. மார்ச் மாதம், பதினைந்து நாட்களில், வியென்னா மூழ்கடிக்கப்பட்டது. ஹிட்லர் ஜெர்மன் பேசும் பொஹீமியாவை வசப்படுத்திக்கொள்வார். ஃபிரான்ஸ் தனது படைகளைத் திரட்டுகிறது. சோவியத் ஒன்றியம் அதற்குத் தயாராகிவிடும். முசோலினி பேச்சுவார்த்தைக்கு அழைப்புவிடுக் கிறார். முனிச்சில் ஒரு மாநாட்டைப் பற்றி பேச்சு எழுந்திருக்கிறது.

கப்பலின் கீழ்த்தளத்தில், சிலர் பாடுகிறார்கள். சிலர் அழு கிறார்கள். இன்னும் சிலர் பிரார்த்தனை செய்கிறார்கள். கைப் பிடியின் மீது கைகளை வைத்தபோது, அவன் ஒரு நடுக்கத்தை உணர்கிறான். அவனது விரல்களுக்குக் கீழே ஆயிரம் இதயங் களின் அதிர்கின்றன. புடாபெஸ்டில் தங்கி இருக்கும் ஜிசேல், அவளால் முடியும்போது, அவனுடன் வந்துசேர்ந்துவிடுவாள். அங்கு மிகச் சிறிய அளவிலேயே வெளியில் போக அனுமதிக் கிறார்கள். வாழ்க்கை அந்தரத்தில் தொங்குகிறது.

கிளௌஸ்மேன் கூட பயணம் செய்கிறான். நோபல் பரிசு பெற்றவரின் மகன் அவனுக்கு ஒரு நண்பனாகிவிட்டான். அவன்

ரெயிச்சிலிருந்து தப்பி ஓடி ஹங்கேரியில் தஞ்சம் அடைந்தான். அவர்கள் புடாபெஸ்டில் சந்தித்துக்கொண்டார்கள். ஓர் அரசியல் பிரச்சினை இருந்தது. போதைப் பொருள் பிரச்சினைகளும் இருந்தன. கிளௌஸ்மேன் தனது போதைக்கு ஊருக்கு வெளியே ஒரு மருத்துவமனையில் சிகிச்சை பெற்று வந்தான். அப்போது ராபர்ட் அவன் போதைப் பழக்கத்திலிருந்து வெளிவர உதவி செய்தான். அவனுக்கு மார்பின் பற்றி நன்றாகத் தெரியும். கிளௌஸ்மேன் ஒருவாறாகக் குணமடைந்தான். ராபர்ட் மார்ஃபினைப் பயன்படுத்திக் கொலை செய்பவன் அல்ல.

ழிசேலுக்குக் கிளௌஸைப் பிடிக்கும். அவன் அவர்கள் வீட்டிற்கு அடிக்கடி உணவருந்த வருவான். எதற்கெடுத்தாலும் காஃப்கா பற்றிப் பேச்சு வரும். கிளௌஸ் ஒரு சிறந்த அறிவாளி. அவன் ‘விசாரணை’யில் வெளியிடப்படாத ஒரு பகுதியையும், நாட்குறிப்பின் சில பகுதிகளையும் வெளியிட்டான். ‘அமெரிக்கா’ எனும் நூலுக்கு ஒரு முன்னுரை தயார் செய்துகொண்டிருந்தான். அமெரிக்காவைப் பற்றித்தான் எப்போதும் பேச்சு. அங்கு எப்படியாவது ஓடிவிட வேண்டும். விசா வேண்டும் என்று கனவு கண்டார்கள். எல்லா கதவுகளையும் தட்டினார்கள். அவற்றில் ஒன்று சற்றுத் திறந்தது. ராபர்ட்டுக்கு அது ஏற்கனவே கிடைத்து விட்டது. பாரிஸுக்கு ரயில் ஏறியிருந்தான். அங்கு சில நாட்கள் தங்கியிருந்தான். பாரிஸில் போரைப் பற்றியே பேச்சு இருந்தது. ஃபிரான்ஸ் அணிதிரண்டிருந்தது. ராபர்ட் இங்கிலாந்துக்குச் சென்றுவிடவேண்டி இருந்தது. அங்கு சவுத்தாம்ப்டனிலிருந்து தான் சாம்ப்ளைன் கப்பல் புறப்பட்டது. அது 17ஆம் தேதி புறப்பட திட்டமிடப்பட்டது.

லண்டனில் தங்கியிருந்தபோது ராபர்ட்டுக்கு யாரையும் தெரியாது. ஊரைச் சுற்றிச்சுற்றி வந்துகொண்டிருந்தான். அனைவரின் மனதிலும் போர்தான் இருந்தது. ஆனால் ஒரு சந்திப்பு அவனைச் சலிப்பிலிருந்து விடுவித்தது. ராபர்ட் கிளௌஸிடமிருந்து ஒரு கடிதத்தை ஸ்வைக்கிடம் ஒப்படைக்கவேண்டி இருந்தது. ஸ்வைக்கும், மான்னும் நண்பர்கள். வியென்னாக்காரன் ஸ்வைக், நோபல் விருது பெற்றவருடைய மகனின் முதல் நாவல் வெளியீட்டின்போது ஆதரவு தந்தான். சந்தேகத்திற்கு இடமின்றி

தாமஸ்மான்னைவிட அதிகம் ஆதரவு தந்தான். இரண்டு எழுத் தாளர்கள். அதில் ஒருவருக்கு அறுபதுக்குமேல் வயது. அவர் உலகின் மிகவும் பிரபலமானோரில் ஒருவர். இன்னொருவர் அங்கீகாரம் தேடும் ஆர்வமுள்ள இளைஞர். இரண்டு எழுத் தாளர்களுக்கும் இடையில் கிட்டத்தட்ட தந்தை மகன் போன்ற பாசத்தின் பிணைப்புகள் இருந்தன. கிளௌஸ்மான் தனது கடிதத்தில் எழுதினான்:

13.IX.38

அன்புள்ள ஸ்டீபன் ஸ்வைக்,

இந்தக் கடிதத்தை எனது நண்பர் ஒருவன் உன்னிடம் கொண்டு வருவான். அவனை உனக்கு அறிமுகப்படுத்துவதற்குக் காரணம், அவருடன் உரையாடுவது உனக்குப் பிடிக்கும் என்பதே. அவன் மிகவும் புத்திசாலி. மிகவும் இனிமையானவன். இல்லையெனில் அவன் ஃபிரான்ஸ் காஃப்காவுடன் நெருக்கமாக இருந்திருக்க முடியுமா? மேலும் இலக்கியத்திற்கும், நாம் விரும்பும் மற்ற அனைத்திற்கும் அவனிடம் அதிக உணர்திறன் உள்ளது. அவன் லண்டனில் கொஞ்சம் தனிமையை உணர்கிறான். உங்களுடன் இருக்கும் ஒரு மணி நேரம் அவனுக்குப் பயனுடையதாக இருக்கும்.

நான் அங்கு இருக்க முடியாததற்கு மிகவும் வருந்துகிறேன்! இங்கிலாந்தில் நான் தங்கியிருக்க முடியாதபடி ஓர் உண்மை யான சாபம் இருக்கிறது! 17ஆம் தேதி 'சாம்ப்ளைன்'னில் ஏறி நேராக நியூயார்க் திரும்பிச் செல்கிறேன்... அங்கே எனக்கு ஒரு வார்த்தை எழுதுவீர்களா? எனது முகவரி: c/o வில்லியம், பி. ஃபீக்கின்ஸ், 500 ஐந்தாவது அவென்யூ. மேலும் உலக ளாவிய பேரழிவிற்கு முன் நாம் ஒருவரை ஒருவர் மீண்டும் சந்திப்போமா? இனிமேல் நான் அதை நம்பிக்கொண்டிருக்க விரும்பாவிட்டாலும், நம்புவது தவிர்க்க முடியாதது என்று நினைக்கவேண்டியிருக்கிறது: குறிப்பாக, நேற்று ஹிட்லர் எனும் இந்த 'மிருகம்' வானொலியில் அவமானங்களை அள்ளி வீசியதைக் கேட்ட பிறகு! இங்கே நாங்கள் மிகவும் பதட்டமாக இருக்கிறோம், ஆனால் நம்பிக்கையையும், அமைதியையும் இழக்கவில்லை. பெர்லினில் நிலைமை, தோற்றத்தில், அதிக

உற்சாகமாக இருக்கிறது, ஆனால் உள்ளுக்குள் மனக் கலக்கம் இருக்கிறது....

உங்களுக்கும், உங்கள் பணிக்கும் எனது வாழ்த்துகள்.

உங்களிடம் விசுவாசமும் அர்ப்பணிப்பும் கொண்ட

கிளௌஸ் மான்

கிளௌஸ் ஸ்வைக்கை எவ்வளவோ பாராட்டினான். ஆனாலும், அவன் ஸ்வைக்கின் பாணியில் ஏதோ ஒரு நெருடல் இருப்பதாகக் கருதினான். அவரை இரண்டாம் தர எழுத்தாளராகவே கருதி னான். ஆனால், ராபர்ட் அவரிடம் அவ்வளவு கடினம் காட்ட வில்லை. அவர் வாழ்க்கை வரலாறுகளை சுமாரானவை என்று நினைத்தாலும், அவருடைய சிறுகதைகளை அவனுக்குப் பிடித் திருந்தது. இருப்பினும், ஸ்வைக், காஃப்காவின் எதிர் துருவமாக இருந்ததை அவனால் மறுக்க முடியவில்லை. ஸ்வைக் ஒரு 19ஆம் நூற்றாண்டின் நாவலாசிரியர். 20ஆம் நூற்றாண்டிற்குத் தவறி வந்திருக்கிறார். ஆனால், ஃபிரான்ஸ் நவீனத்துவத்தின் அவதாரமாக இருந்தார். இருப்பினும், லண்டனில் இந்த சந்திப்பு அவனுக்கு ஒரு மறக்கமுடியாத சம்பவமாக இருந்தது. 47 ஹல்லாம் தெருவுக்குப் போகும்போது அவன் நினைத்தான்: இருபது வயதில் நான் இந்த நூற்றாண்டின் மிகப் பெரிய எழுத்தாளனைச் சந்தித்தேன். நாற்பதாவது வயதில் அதிகம் போற்றப்படும் ஓர் எழுத்தாளனைச் சந்தித்தேன். படைப்பின் இரண்டு முனைகளையும் பார்க்க சந்தர்ப்பம் கிடைத்தது.

ஸ்வைக் அவனை மரியாதையுடன் வரவேற்றார். இருவரும் சுருட்டு பிடித்தார்கள். எழுத்தாளரின் துணைவியால் சிறந்த தேநீர் வழங்கப்பட்டது. துணைவிக்கு அவரைவிட முப்பது வயது குறைவு. அவ்விளம் பெண் மொத்ததில் மூன்று வார்த்தைகள் மட்டுமே பேசினாள். அவள் பெயரை அவன் மறந்துவிட்டான். வியென்னா எழுத்தாளர் அன்புடன் பழகினார். ராபர்ட் ஐரோப்பாவை விட்டு வெளியேறியது சரிதான். நிலைமை இன்னும் மோசமாகிவிடும். போர் நாளைக்கே மூளலாம். ஆன்ஸ்க்ளூஸ் ஒரு கல்லறைபோல் இருந்தது. முதலில் கிளம்பியவர்களில் அவரும் ஒருவர். அந்த நேரத்தில், அவரைக்

கோழை என்று அழைத்தனர். அவர் கபுசினெர்பெர்க்கில் உள்ள அவரது வீட்டை விற்க விரும்பியபோது, அவர் மனைவி ‘பைத்தியக்காரன்’ என்று திட்டினாள். வியென்னா பிரஜையாக இருந்தால்தான் இதுபோன்ற தீர்க்கதரிசனம் வரும். வெகுஜனப் படுகொலைக்கு நேரம் வந்துவிட்டது.

“உலகளாவிய ஆதிக்கக் கனவு ஜெர்மன் மக்களின் ஆழ் மனதில் எப்போதுமே இருந்து வந்தது. ஹிட்லர்தன் அதைக் கண்டுபிடித்தார் என்று சொல்ல முடியாது” என்று அவர் தொடர்ந்தார்.

அவர் இறுகிய முகத்துடன் விளக்கினார்:

“ஒரு துரதிர்ஷ்டத்தை இன்னொரு துரதிர்ஷ்டத்தோடு ஒப்பிடுவது நியாயமற்றது. இருப்பினும், ஆஸ்திரிய யூத மதத்தின் சோகம், ஜெர்மானிய யூதமதத்தின் சோகத்தைவிடக் கொடுமையானது என்று கூறலாம். ஜெர்மனியில், அவர்களின் உரிமைகள் பறிக்கப்பட்டதும், கட்டாய வறுமையில் தள்ளப் பட்டதும் படிப்படியாகத்தான் ஏற்பட்டது. பல ஆண்டுகளாக, யூதர்கள் அதற்குப் பழகிக்கொள்ள நேரம் கொடுக்கப்பட்டது. மெதுவாகக் குடியேற்றத்திற்குத் தயாரானார்கள். ஆஸ்திரியாவில், அது ஒரே வாரத்தில், அதிகபட்சம் ஒரே மாதத்தில், லட்சக் கணக்கான மக்கள் அவர்கள் வாழ்க்கையை இழந்து, பயங் கரமான வறுமையில் தள்ளப்பட்டார்கள்.” ஒரு கணம் நிறுத்தி விட்டு, அவர் வார்த்தைகளிலும் சைகைகளிலும் பதற்றத்தோடு அறிவித்தார்: “அதனால்தான் இரண்டு மடங்கு வேகமாக அவர் களுக்கு நாம் உதவிக்கு வர வேண்டும். குற்றச்சாட்டுகளும், கிளர்ச்சிகளும் பயனற்றவை. இந்த லட்சக்கணக்கான - இந்த கால் அல்லது அரை மில்லியன் யூதர்களை - நீங்கள் மற்ற நாடுகளில் மீண்டும் குடியமர்த்த வேண்டும். அவர்களெல்லாம் தங்கள் பூர்வீக மண் தங்கள் காலடியைவிட்டு நழுவுவதைக் கண்டிருக்கிறார்கள். இரண்டாயிரம் ஆண்டுகள் யூதர்கள் வரலாற்றில், அவர்கள் ஒருபோதும் இதுபோன்ற மிகவும் கடினமான பணியை எதிர்கொள்ளவேண்டி இருந்ததில்லை.”

பின்னர் வியென்னா எழுத்தாளர் குழந்தைகளைக் காப்பாற்ற ஒரு சர்வதேச மாநாட்டைப் பற்றிப் பேசினார். பின்னர் அவர்

முற்றிலும் மாறுபட்ட விஷயத்திற்கு வந்தார். அது அவர் கடந்த சில வாரங்களாக வளர்த்து வந்த ஒரு தனிப்பட்ட திட்டம். அது திடீரென்று ராபர்ட்டுக்கு தேவையற்றதாகவும், ஏளனமாகவும் தோன்றியது.

"இந்த அறிவுசார் மற்றும் தார்மீக அவசரநிலையை எதிர் கொள்ள எனக்கு மலிவு விலையில் புத்தகங்களின் தொகுப்பு ஒன்றை உருவாக்கும் யோசனை வந்தது. ஒவ்வொரு தொகுதிக்கும் ஒரு ஆங்கில ஷில்லிங் செலவாகும். அத்தகைய சேகரிப்பின் தாக்கம் மிகப்பெரியதாக இருக்கும். தேசிய சோசலிச பிரச்சாரத்திலிருந்து ஜெர்மன் கலாச்சாரத்தை அடையாளப் படுத்த அது உதவும். காலம் கடந்துபோவதைத் தடுப்போம், ஏனென்றால் நேரம் நமக்கு சாதகமாக இல்லை."

அரசியல் பற்றிப் பேசியது போதும்! அவர் அரசியலில் விரக்தியடைந்தார். உலகின் துரதிர்ஷ்டத்திற்கு அரசியல்தான் காரணம்.

"கிளௌஸின் கடிதத்தின்படி, நீங்கள் காஃப்காவுடன் நெருக்க மாக இருந்தீர்கள் அல்லவா?" ஸ்வைக் காஃப்காவைப் படித் திருந்தார். மேக்ஸ் பிராட்டைப் பற்றி அவருக்கு நன்றாகத் தெரியும். அவரிடமிருந்து பிராகா எழுத்தாளரின் பல கடிதங்களின் கையெழுத்துப் பிரதியைக்கூட வாங்கியிருந்தார். ஆனால், அவர் பற்றி மேலும் அறிய விரும்பினார். அவரது முடிவைப் பற்றியும் அறிய விரும்பினார். ஆனால், ராபர்ட் வழுக்கலாகப் பதில் சொன்னான். மரியாதைக்காக, அவன் வியென்னா எழுத்தாளரிடம் அவர் தற்போது எழுதுவது பற்றிக் கேட்டான். ஸ்வைக் மாகெல்லனின் வாழ்க்கை வரலாற்றை எழுதி முடித்து விட்டதாக பதிலளித்தார். தற்போது அவர் ஒரு நாவல் எழுதிக் கொண்டிருந்தார். அது ஒருவகையில் அவருடைய முதல். அவர் அதற்கு 'ஆபத்தான பரிதாபம்' என்று தலைப்பிடவிருந்தார். முதல் பிரதியை முடித்துவிட்டார். மேசையில் வைக்கப்பட்ட பக்கங்களைச் சுட்டிக்காட்டி, அந்த ஆயிரக்கணக்கான பக்கங் களில் அவர் முன்னூறு அல்லது நானூறு பக்கங்கள் மட்டுமே வைத்துக்கொள்ளப் போவதாக விளக்கினார். அப்படி எழுதுவது வழக்கம் – அதாவது அவ்வப்போது தேவையற்றதை நீக்கிவிட்டு!

“தேவையற்றவையும், தொய்வுகளும் மிதமிஞ்சி இருந்து மேற்கொண்டு செல்வதைத் தடுக்கும் அனைத்தும் எனக்கு எரிச்சலூட்டும். ஒவ்வொரு பக்கத்திலும் வாசகனைத் தக்க வைத்து, அவனை விட்டு நீங்காமல், சுவாசிக்கக்கூட நேரமில்லாமல் கடைசிவரை இழுத்துச் செல்லும் நூல்தான் எனக்குக் கலப்பில்லாத இன்பத்தை தருகிறது... ஒரு புத்தகத்தின் முதல் பிரதியில் என் பேனாவை சுதந்திரமாக இயங்கவைக்கிறேன். என் இதயத்தில் உள்ளதை எல்லாம் நான் கதையில் திணிக்கிறேன். உண்மையான வேலை பின்னர்தான் தொடங்குகிறது. நூலை செறிவாக்குதலும், அதற்கு ஓர் உருவம் கொடுப்பதுதான் அந்த வேலை. அதை நான் காலவரையின்றி, ஒவ்வொரு பிரதியிலும் தொடர்வேன். பெரும்பாலான ஆசிரியர்களால் தங்களுக்குத் தெரிந்தவற்றில் ஒன்றை உடனே சொல்லாமல் இருக்க முடியாது. ஆனால், வெளியில் தெரிவதற்கு மேல் தெரிந்துகொள்ள வேண்டும் என்பதே என் லட்சியம். இந்தச் செறிவாக்கும் செயல்முறையும், அத்துடன் கதையை நாடகமயமாக்கும் செயல் முறையும் எனக்கு ஒரு மகிழ்ச்சியான வேட்டை. முன்னோக்கிச் செல்வதைத் துரிதப்படுத்தும் ஒரு வாக்கியத்தை, அல்லது ஒரு வார்த்தையைக் கண்டுபிடிப்பது முக்கியம். எல்லாவற்றையும் விட பிரதியில் நீக்கம் செய்வதுதான் எனக்கு அதிகம் பிடிக்கும். என் வெற்றியை ஓரளவுக்கு உறுதிசெய்வது என்னவென்றால் நான் அத்தியவசியத்தை மட்டும் வைத்துக்கொள்வதுதான்.”

எழுத்தாளரின் தோழி மேலும் கொஞ்சம் சுருட்டுகளைக் கொண்டுவந்தாள். ஸ்வைக் மீண்டும் பேசினார். இந்த முறை, மீண்டும் தீவிரமாகப் பேசினார். அவர் லண்டனை விட்டு வெளியேற விரும்பினார். அவரால் அந்த நகரத்தை இனி பொறுத்துக்கொள்ள முடியாது. எந்த நகரமும் அவருக்குப் பிடிக்கவில்லை. பாரிஸ் வேண்டுமானால் ஒரு விதிவிலக்காக இருக்கலாம். பரபரப்பு, சத்தம், இடைவிடாத சந்திப்புகள் – இவையெல்லாம் அவர் எழுத்துப் பணிக்கு முட்டுக்கட்டைப் போட்டன. அவர் எப்போதுமே பெரிய நகரங்களை வெறுத்தார். அதனால்தான் அவர் வியென்னாவை விட்டுவிட்டு சால்ஸ்பர்க்கில் குடியேறினார். கூடிய சீக்கிரத்தில் அவர் லண்டனிலிருந்து வெகு தூரத்தில் இருக்கும் பாத் நகருக்குக் குடிபெயர்ந்துவிடுவார்.

அவர் இங்கிலாந்தை விட்டும் வெளியேற நினைத்தார். அமெரிக்கா போகவா? இருக்கலாம். இங்கே, போகட்டும் என்று விட்டு வைத்திருக்கிறார்கள். பிரதமர் சேம்பர்லின் மீது அவருக்கு நம்பிக்கை இல்லை. அதே சமயம் அவரால் நியூயார்க்கைச் சமாளிக்க முடியுமா? அங்கு அவர் இருந்திருக்கிறார். ஆனால், குடியேறுவது என்பது வேறு விஷயம். ஒருவேளை அவர் ராபர்ட்டை சந்திக்கலாம். காஃப்காவைப் பற்றிப் பேசலாம். அவரைப் பற்றி மேலும் தெரிந்துகொள்ள ஆசை இருந்தது. இப்போது பிரியப்போகும் நேரம் வந்துவிட்டது. ராபர்ட் ஹோட்டலுக்குத் திரும்பிப் போனான். திரும்பிப் போகும் வழியில், இந்தச் சந்திப்பை எப்படி எடுத்துக்கொள்வது என்று சிந்தித்தான். வியென்னா எழுத்தாளர் வெறுக்கத்தக்கவர் அல்ல. நிச்சயமாக அவர் மிகவும் புத்திசாலி. ஆனால் ஏதோ ஒன்று அவனுக்கு நெருடலாக இருந்தது. அவரது ஆர்ப்பாட்டமான பேச்சு, எளிமைத் தன்மைக்குப் பின்னால் தனக்கு எல்லாம் தெரியும் என்ற நினைப்பு – இவையெல்லாம்தான் அந்த நெருடலுக்குக் காரணம். அவர் கலகலப்பாக நடந்துகொள்ள வேண்டுமென்ற எண்ணத்திற்குப் பின் ஏதோ ஒரு மனவலி தோன்றுவது தெரிந்தது.

அவன் அடிவானத்தையும் ஒளியால் மின்னிய கடலையும் கண்டு ரசிக்கிறான். கீழ்த்தளத்திற்குச் சென்று மக்கள் கூட்டத்தோடு கலந்து சிரிக்கவும், பாடவும், அழவும் விரும்புகிறான். இன்னும் பத்து நாட்களில் நியூயார்க் வந்துவிடும். அவனது வாழ்க்கையின் ஒரு பெரும்பகுதி முடிவுக்கு வந்துவிடும். காஃப்காவின் நாவலை நினைத்துக்கொள்கிறான். 'அமெரிக்கா' எனும் படைப்பில் முதல் வாக்கியங்களை அவனுக்கு மனப்பாடமாகத் தெரியும். அவற்றைத் தனக்குள் முணுமுணுக்கிறான்:

> *"பதினாறு வயதில், இளம் கார்ல் ரோஸ்மேனை அவனுடைய பெற்றோர்கள், பாவம், நாடு கடத்தினார்கள். ஏனென்றால், ஒரு வேலைக்காரி அவனை மயக்கி தந்தையாக்கிவிட்டாள். அவன் ஏற்கனவே மெதுவாகச் சென்ற கப்பலில் நியூயார்க் துறைமுகத்தில் நுழைந்த போது, அவன் வெகு நேரமாகக் கவனித்த லிபர்ட்டி சிலை*

திடீரென ஒளிமயமாகத் தோன்றியது. அதைப் பார்த்தவர் வாளைச் சுழற்றிய கரம் உடனே எழுந்தது என்றும், சுதந்திர காற்று அந்தப் பெரிய உடலைச் சுற்றி வீசியது என்றும் கூறியிருப்பார்."

அவன் தூரத்தைக் கூர்ந்து பார்க்கிறான். அடிவானத்தில் தரை எதுவும் தென்படவில்லை. காற்று அவன் முகத்தைத் தாக்குகிறது. சுதந்திரக் காற்று அவனது உடலில் வீசுவதை அவன் உணர்கிறான்.

மார்ச் 15, 1939

ஓட்லா

“இன்று காலை ஆறு முப்பது மணிக்கு, ஜெர்மன் துருப்புகள் எல்லையைத் தாண்டின. அவர்கள் இப்போது பிராகா மீது அணிவகுத்து வருகின்றனர். அமைதியாய் இருங்கள். அவரவர் உங்கள் வேலைக்குச் செல்லவும். குழந்தைகளை அவர்கள் பள்ளிக்கு அனுப்பவும்...”

அறையில், பக்கவாட்டில் வைக்கப்பட்டிருந்த வானொலி அருகில் ஒரு நாற்காலியில் உட்கார்ந்து, அமைதியாகவும், அசைவற்றும் ஓட்லா செய்திகளைக் கேட்கிறாள்.

“உன் கண்களில் கண்ணீர் வருகிறது, நீ அழுகிறாயா?” என்று அவளிடம் கேட்டான் அவளது கணவன், குடியிருப்பை விட்டு வெளியேறும் முன். “நான் அறிவுறுத்தல்களை மதிக்கிறேன். வேலைக்குப் போகிறேன். போய் வருகிறேன், ஓட்லா.”

“போய் வரவும்” என்றாள் ஓட்லா.

சில சமயங்களில் செய்தி வாசிப்பாளரின் குரலுக்குப் பதிலாக நீண்ட கிரீச்சிடும் சத்தம் வரும். அவள் வானொலிப் பெட்டியில் ஒரு பொத்தானைத் திருப்புகிறாள். மற்றொன்றை மாற்றுகிறாள். முதலில் அது அதன் அசல் நிலைக்குத் திரும்புகிறது. இறுதியாக கிரீச் சத்தம் நிற்கிறது.

“நான் மீண்டும் சொல்கிறேன்: ஜெர்மன் துருப்புகள் இன்று காலை ஆறு முப்பது மணிக்கு எல்லையைத் தாண்டிவிட்டன. இப்போது அவர்கள் பிராகாவை நோக்கை நகர்கிறார்கள்...”

கடைக்காரன் சாதனம் ஒழுங்காக வேலை செய்யும் என்று அவளுக்கு உறுதியளித்தான். இது “ஓர் அற்புதம், ஒரு

‘பிரௌன்’. இதைவிடச் சிறந்ததைப் பார்க்க முடியாது” என்று அவர் கூறினான். “இது ஒரு ஃபோனோ சூப்பர் 1937. ஃபிரேம் மரத்தைப் பாருங்கள். அதன் தரத்தைத் தொட்டுப் பாருங்கள். ஹிட்லரைப் பற்றி எது வேண்டுமானாலும் சொல்லலாம். ஜெர்மானியர்களுக்குத் தொழில் நுணுக்கங்கள் தெரியும். இது தேவையில்லை என்றால் ‘நோரா’வுடைய எலெக்ட்ரா இருக் கிறது. ஆனால், அதில் கிராமபோன் வசதியில்லை. ரொம்ப நேரம் தாமதிக்காதீர்கள். அள்ளிக்கொண்டு போய்விடுவார்கள்.”

அன்ஸ்க்லஸ்ஸுக்குப் பிறகு வியென்னாவின் யூதர்கள் அவர் களின் வானொலிப் பெட்டிகளைத் திரும்பப் பெற வரவழைக்கப் பட்டது அவள் நினைவுக்கு வந்தது. இது ஒரு வருடத்திற்கு முன்பு, கிட்டத்தட்ட இதே நாளில் மார்ச் 12, 1938 அன்று நடந்தது என நினைவுக்கு வந்தது. அவளுக்கு மீண்டும் ஃபியூரரின் படங்கள் நினைவுக்கு வருகின்றன. ஹெல்டன்ப்ளாட்ஸை அவர் ஆரவாரமாகச் சென்றார். ஒரு லட்சம் பேர் கை நீட்டினார்கள். பல மாதங்களாக, அவள் நண்பர்களிடமிருந்து அவளுக்குச் செய்திகள் வரவில்லை.

ரேடியோ வாங்கியது அவள் கணவனுக்கும் அவளுக்கும் இடையில் சர்ச்சையை ஏற்படுத்தியது. ஜோசப்பின் மனதில், அதைப் பொறுத்திருந்து வாங்கியிருக்கலாம். தினசரி பேப்பர் வாங்குவதே போதுமானதைவிட அதிகமாக இருந்தது. ஆனால், அவளுக்கு அந்தக் கருத்தில் உடன்பாடு இல்லை. அவள் அரிதாகவே அவனுடன் ஒத்துப்போவாள். இது அவர்கள் இணைந்ததிலிருந்தே நீடித்து வருகிறது. பல ஆண்டுகளாகவே அவர்கள் கருத்து வேறுபாடு மோசமடைந்து வந்திருக்கிறது. “எனக்குப் புரிகிறது நீ அவரிடமிருந்து விலகி இருக்க வேண்டு மென நினைக்கிறாய்” என்று ஏற்கனவே ஃபிரான்ஸ் காஃப்கா அவளுக்குக் கடிதம் எழுதியிருக்கிறார். “நாங்கள் உன்னை எச்சரிக்கவில்லை என்று சொல்ல முடியாது” என்று அவள் தந்தையும் கூறினார். ஜோசப் அவளுக்குத் துரோகம் செய்தான். அது நிச்சயம். அவள் அவனை இன்னும் காதலித்தாளா? அவளுக்கு அது தெரியாது. இதற்கு முன்னும் அவள் அவனைக் காதலித்தாளா? இருபது வயதில், ஒருவருக்கு, தான் என்ன

செய்கிறோம் என்று தெரியுமா? வாழ்க்கை என்றால் என்ன வென்று தெரியுமா? இருபது வயதில், அவளது வாழ்க்கை அவளுக்கு ஒரு சவாலாக இருந்தது. இன்று அவள் மகள் வேராவுக்கு பத்தொன்பது வயதாகிறது. ஹெலினாவுக்கு பதினாறாகிறது. விரைவில் அவளே அரை நூற்றாண்டு வாழ்ந் திருப்பாள். அவளுக்கு இருபது வயதாக இருந்தபோது, அது ஒரு நித்தியம்போல் தோன்றியது. இன்று அவளுக்கு இன்னும் எதையும் அனுபவிக்காததுபோல் தெரிந்தது.

ஒரு பெரிய கடையில் இரண்டு தம்பதிகள் கடைசியாக மீந்திருந்த பிரௌன் ரேடியோ செட்டை ஆவலோடு பார்த்துக் கொண்டிருந்தார்கள். அவள் ஜோசஃபிடம் அதை அதிக விலை கொடுத்து வாங்கவைத்திருந்தாள். அவனும் அதற்கு சம்மதம் தெரிவித்திருந்தான். இருந்தாலும், அவன் எப்போதும் எதையும் தயக்கத்துடன்தான் ஒப்புக்கொள்வான். இருபது வயதில், நாங்கள் எதையும் செய்கிறோம்.

வேரா இன்று காலை பள்ளிக்கு புறப்பட்டுச் சென்றுவிட்டாள். ஹெலினா பள்ளிக்குப் போகாமல் தங்கிக்கொள்ள வேண்டும் என்று சொன்னதைக் கேட்டுக்கொண்டாள்.

ஓட்லா இரவு முழுதும் வானொலி கேட்பதிலேயே கழித் தாள். ஃபியூரர், செக் ஜனாதிபதியும் சந்திப்பது பற்றி விரி வாகப் பேசினார்கள். எமில் ஹச்சா, ஹிட்லருக்கு எதையும் விட்டுக்கொடுக்க மாட்டார் என்று அழுத்தம்திருத்தமாகச் சொன் னார்கள். பிரான்சும், இங்கிலாந்தும் மியூனிக்கிலிருந்து பாடம் கற்றுக்கொண்டார்கள். 'கிறிஸ்டல் நைட்' நாஜி ஆட்சியின் இயல்பு பற்றி அவர்கள் கண்களைத் திறந்து விட்டது. அந்த இரவில் நாஜிக்கள் ஜெர்மனியிலேயே ஏராளமான யூதர்களைக் கொன்று குவித்தார்கள். ஜனநாயக நாடுகள் இனிமேல் பின் வாங்கப் போவதில்லை.

செய்திகளைக் கேட்கும்போது, அவள் தன் நண்பர்களான ஃபிஷர் குடும்ப உறுப்பினர்களை நினைத்துப் பார்க்கிறாள். ஏப்ரல் மாதம், வியென்னா யூதர்கள் அவர்களின் குடியிருப்பில் இருந்து கட்டாயமாக வெளியேற்றப்பட்டார்கள். புறநகரில் குடியேற்றப்பட்டார்கள். ரேடியோவில் விமர்சகர் தொடர்கிறார்:

"மேலும், இங்கிலாந்தை நம்ப முடியாது, ஏனென்றால், சேம்பர்லைன் இழிவு, கோழைத்தனம் ஆகியவற்றில் நிலை பெற்றுவிட்டார். ஃபிரான்ஸ் இதை நடக்க விடாது. ஃபிரான்ஸ் தலைவர் தலாதியே சேம்பர்லைன் அல்ல, ஃபிரான்ஸ் 1924லிருந்து நமது நட்பு நாடாக இருந்து வருகிறது. கையொப்பமிடப்பட்ட ஒப்பந்தங்கள் நம்மை பிணைத்தன. அவளுக்கு ஒன்று நினைவுக்கு வருகிறது. பல ஆண்டுகளுக்கு முன், அவளுடைய தந்தை, சமையலறையில் அமர்ந்து செய்தித்தாள் படிப்பதில் மூழ்கி இருந்தார். அப்போது அவர் செக்கோஸ்லாவியத் தலைவர் பெனெஸும், பிரெஞ்சு அரசாங்கமும் கையெழுத்திட்டிருக்கும் பிராங்கோ-செக் ஒப்பந்தத்தைப் பற்றி அவள் என்ன நினைக் கிறாள் என்று கேட்கிறார். அவள் தந்தை அவளிடம் பேசிக் கொண்டிருந்த - ஃபிரான்ஸ் உயிரோடிருந்த – அந்தக் காலத்திற்கு அவள் மீண்டும் செல்ல விரும்பினாள். ஆனால் காலம் கடந்து விட்டது. அது உயிருள்ளவர்களையும் ஒப்பந்தங்களையும் கொண்டுசென்றுவிட்டது. தந்தை ஹெர்மனும், தாய் ஜூலியும் இறுதி காலத்தைக் கடந்துவிட்டனர். அவர் மனவருத்தத்தால் சித்திரவதைக் குள்ளானார். அவள் கவலையால் மனமுடைந்து விட்டாள். இருவரும் மரணமே மேல் என்று நினைக்கத் தொடங் கினர். எதிலுமே அவர்களுக்கு ஆர்வமில்லை. துன்பத்தில் உறைந்தார்கள். ஃபிரான்ஸ் காஃப்கா நினைவு வந்து வந்து போயிற்று. வாழ்க்கையில் எந்த சுகமோ, மகிழ்ச்சியோ இல்லை. ஏதோ ஒரு மனவலி அவர்களை வாட்டியது. எல்லையில்லா சோகம் சூழ்ந்துவிட்டது. மரணத்தை எதிர்நோக்கிக் காத்துக் கொண்டிருந்தனர்.

எப்போதிலிருந்து அவர்கள் கல்லறையில் அவள் கால் எடுத்து வைக்காமல் இருக்கிறாள்?

"மேடம், ப்ளீஸ்."

"என்ன எல்ஸ்?"

"இரவு சாப்பாடு நாலு பேருக்குச் சமைக்கவா?"

"ஆமாம்."

"நன்றி, மேடம்."

இன்று காலை அவள் கண்விழித்தபோது செக்கோஸ்லோவாக்கியா இல்லை. இரவில், பெர்லினில் ஃபியூரர் (ஹிட்லர்) பழைய ஜனாதிபதியை மணிக்கணக்கில் காத்திருக்க வைத்தும், உடல்ரீதியாக அச்சுறுத்தியும் தன் வழிக்குக் கொண்டு வந்துவிட்டார். ஜனாதிபதி வயதானவர். சோர்வின் விளிம்பில் இருந்தார். ஆகவே எந்த வித நிபந்தனையுமின்றி ஃபியூரர் கேட்டதற்கெல்லாம் தலையசைத்துவிட்டார். இன்று காலை முப்பது மணிக்கு, ஜெர்மன் துருப்புக்கள் எல்லையைக் கடந்து விட்டன. பழைய ஜனாதிபதியின் பேச்சு அறை முழுதும் ஒலிக்கிறது.

"ரரைச் அதிபருடனான நேர்காணலுக்குப் பிறகு, நிலைமையை அவதானித்து, நம் செக் நாட்டின் தலைவிதியையும், செக் அரசின் தலைவிதியையும் ஜெர்மன் மக்கள் தலைவரின் கையில் ஒப்படைக்க முடிவு செய்தேன்."

தேசத்தின் தலைவிதி, அந்த விதிக்கான திறவுகோல்கள், தன் மக்களுக்கான தீர்வுகள் அனைத்தும் இப்போது ஹிட்லரின் கைகளில் உள்ளன. அவள் நினைத்துப் பார்க்கிறாள். வியென்னாவில் ஜெர்மானியர்களின் வருகையின்போது பழைய வியென்னா யூதர்கள் துன்புறுத்தப்பட்டுத் தரையில் உருண்டார்கள். யூதப் பெண்கள்மீது காறித் துப்பினார்கள். இதெல்லாம் நடந்து சரியாக ஒரு வருடம் ஆகிறது. ஜெர்மானியர்கள் வியென்னாவுக்குள் நுழைந்ததைத் தொடர்ந்து ஒரு மாபெரும் படுகொலை நிகழ்ந்தது. இப்போது பிராகாவுக்கும் அதே நிலைமை. நகரமன்றச் சதுக்கத்தில் மக்கள் வீடு வாசலின்றி நிற்பார்கள். வியென்னாவைக் கைப்பற்றியதைத் தொடர்ந்து, ஆறு மாதங்களுக்குப் பிறகு, அவள் மீண்டும் 'கிறிஸ்டல் நைட்' படங்களைப் பார்க்கிறாள். ஜெப ஆலயங்களில் தீப்பிழம்புகள் கூரையை எரித்தன. ஆயிரக்கணக்கான யூதர்கள் அடைத்து வைக்கப்பட்டனர். ஜெர்மானியப் படைகள் பிராகாமீது அணிவகுத்து வருகிறார்கள், அவளுடைய மகள் தெருவில் நிற்கிறாள். ஜெர்மானியர்கள் நகரத்தில் இருக்கும்போது, அவளுடைய மகள் பிராகா தெருக்களில் என்ன செய்கிறாள்? இருபது வயதில், மக்கள் என்ன வேண்டுமானாலும் செய்யக்கூடும். வானொலி இப்போது ஹிட்லரின் உரை ஒன்றை ஒலிபரப்புகிறது. அது கடந்த நவம்பரில் முனிக் ஒப்பந்தங்களின்

போது ஆற்றிய உரை என்று செய்தி வாசிப்பவர் விளக்குகிறார். செக் ஜனாதிபதி நகரின் சாவியையும் செக் நாட்டின் தலை விதியையும் அவரிடம் ஒப்படைத்தபோது நியூரம்பெர்க்கில் ஓர் ஆரவாரமான கூட்டத்தின் முன் ஃபியூரர்ஆற்றிய உரை:

> *"நான் இப்போது செக்கோஸ்லோவாக்கியாவைப் பற்றி பேசுவேன். இந்த நாடு ஒரு ஜனநாயகம், அதாவது ஜனநாயகக் கொள்கைப்படி நிறுவப்பட்டது. இதில், பெரும்பான்மையான மக்கள் அவர்களுடையது ஒப்புதல் இல்லாமலேயே அதன் கட்டுமானத்தில் பங்கேற்கக் கட்டாயப்படுத்தப்பட்டனர். அந்த நாட்டில் தூய ஜன நாயகமாகத் தொடங்கி, பெரும்பான்மையினரை ஒடுக்கு வதற்கும், தவறாக நடத்துவதற்கும், அவர்களின் முக்கிய உரிமைகளைக் கேள்விக்குறியாக்குவதற்கும் துணிந்தனர். அப்படி ஒடுக்கப்பட்ட தேசிய இனங்களில் மூன்றரை மில்லியன் ஜெர்மானியர்களை நான் பார்க்கிறேன். ஜெர்மானியர்கள் கடவுளின் உயிரினங்கள். அவர்கள் வெர்சாய்ஸ் உடன்படிக்கையின் மூலம் ஒரு வெளிநாட்டு சக்தியின் கீழ் வாழ உருவாக்கப்படவில்லை. அதே சமயம் ஏழு மில்லியன் செக் மக்கள் ஜெர்மானியர்களை ஒடுக்கி வைப்பதற்காகவும் அவர்கள்மீது வன்முறையை அவிழ்த்து விடுவதற்காகவும் உருவாக்கப்படவில்லை."*

கேட்டதுபோதும் என்று அவள் எழுந்து, ஜன்னலைத் திறக்கிறாள். எப்பொழுதும்போல் இந்த நேரத்திலும் சாலை யோரங்களில் மக்கள் கூட்டம் அலைமோதுகிறது. பெரும் திரளாக ஆண்களும், பெண்களும் வேலைக்குச் செல்கிறார்கள். சாம்பல் நிற உடைகள், வசந்தகால ஆடைகள், பல்வேறு விதத் தொப்பிகள் அவள் காலடியின் கீழ் அணிவகுத்துச் செல்கின்றன. குழந்தைகள், கையில் பள்ளிப் பைகளோடு, வரிசையாக ஒழுங்கு முறையோடு கடந்து செல்கின்றனர். அவர்களைப் போக்கு வரத்துக் காவல்துறை அதிகாரி ஒருவர் அதிகாரம் தொனிக்கும் சைகைகளுடன் வழிநடத்திக்கொண்டிருக்கிறார். கார்கள் வழிப் போக்கர்கள் அடைத்துக்கொண்டு போகும் பாதையினூடே புகுந்து சென்றுகொண்டிருக்கின்றன. இளைஞர்கள் சைக்கிளில் போகிறார்கள். எல்லாமே அமைதியாகவும் ஆர்வமாகவும் தெரி

கின்றது. மார்ச் 15, 1939 புதன்கிழமை எப்போதும்போல் ஒரு சாதாரணமான நாள். அவள் தெருவைப் பற்றி சிந்திக்கிறாள், அவளுடைய கண்களை அவளாலேயே நம்ப முடியவில்லை. தெருவில் அவசரமாகப் போய்கொண்டிருக்கும் இந்த மக்கள், நவ நாகரிகமாக உடுத்திக்கொண்டு செல்லும் இந்த மனிதர்கள், ஒய்யார உடையணிந்த இந்தப் பெண்கள், அமைதியாகச் செல்லும் இந்தக் குழந்தைகள் – இவர்கள் அனைவரும் அவர்களுக்கு என்ன காத்திருக்கிறது என்று தெரியுமா? ஆனால் ஏதோ ஒரு மாற்றம் தென்பட்டது. பொதுவாக, இந்த நேரத்தில், நகரத்திலிருந்து ஒரு பரபரப்பான ஆரவாரம் எழும். இன்று காலை, தெரு கிட்டத்தட்ட அமைதியாக இருக்கிறது. மக்கள் ஓர் ஊமைப் படத்தில் நடிக்கும் நடிகர்கள்போல் இருக்கிறார்கள். பயம் அவர்கள் மனதை ஆட்கொண்டுவிட்டது. இது ஒரு புதிய காலகட்டத்தின் அதிகாலைப் பொழுது.

அவள் ஜன்னலை மூடுகிறாள், அலமாரிமீது வைக்கப்பட்டிருந்த பத்திரிகை ஒன்றை எடுத்துக்கொண்டு சோபாவில் அமர்கிறாள். அவள் மனதைத் தெளிவுபடுத்திக்கொள்ள வேண்டும். ஜெர்மானியர்கள் அவளைப் புறக்கணிப்பார்கள் என்ற கருத்தை ஏற்க மறுக்கிறாள். எஸ்.எஸ்., அச்சுறுத்தலின் கீழ் அவள் நகரமன்ற சதுக்கத்தில் அலைய நேரிடும் என்ற எண்ணத்தைக் கைவிட நினைக்கிறாள். மற்ற நாட்களைப் போலவே இன்றும் ஒரு நாள் என்று நம்ப விரும்புகிறாள். தினமும்போல பிரிதோம்னோஸ்ட் பத்திரிகையில் சில பக்கங்கள் படிப்பாள். அவள் அப்பத்திரிகையின் ஒரு பிரதியைக் கூடத் தவறவிட்டதில்லை. குறிப்பாக, அவர்களின் தலையங்கங்களையும், கரேல் கேபெக்கின் நாடக விமர்சனங்களையும் பாராட்டுவாள். அதிலும் குறிப்பாக மிலேனாவின் நாட்குறிப்புகளை ஒருபோதும் தவறவிட மாட்டாள்.

மிலேனா ஜெசென்ஸ்காவின் கட்டுரைகளைப் படிப்பது அவளோடு கடந்தகாலத்தை மீண்டும் இணைக்க உதவின – அது வலிமிகுந்த கடந்தகாலமாக இருந்தாலும்! அவற்றைப் படிக்கும்போது தன் சகோதரன் மிலேனாவை வியென்னாவுக்குச் சென்று பார்ப்பது பற்றி தன்னிடம் ஆலோசனை கேட்பதும்,

அவனுடைய தேவைகளையும், பிரிவுகளையும் அவளுடன் மனம் விட்டுச் சொல்வதையும் மீண்டும் கேட்பதுபோல் இருக்கும். அவர்களிடையே எந்த இரகசியமும் இருந்ததில்லை. அவளுக்கும் அவனுக்கும் இடைய இருந்த சகோதர பந்தம் இதுவரை எவரிடமும் இருந்திருக்காது.

மிலேனாவைப் படிப்பது சாத்தியமற்ற காதல்களின் புயல் சத்தத்தை மீண்டும் கேட்பதுபோலாகும்.

> "ஏற்கனவே தாமதமாகிவிட்டது, மிலேனா, எப்படியோ சற்றுச் சோகமாக இருந்தபோதும், இந்த நாள் முடிவுக்கு வரப்போகிறது. நாளை, அநேகமாக உன்னிடமிருந்து கடிதம் வராது. சனிக்கிழமையன்று நீ எழுதியது என்னிடம் உள்ளது; ஞாயிற்றுக்கிழமை கடிதம் நாளை மறுநாள் மட்டுமே வந்துசேரும். இன்று உன் கடிதத்தின் நேரடித் தாக்கம் இருக்காது. உன் கடிதங்கள் என் கண்களை எவ்வாறு மறைக்கின்றன என்று நினைக்கும்போது வியப்பாக இருக்கிறது. மிலேனா, அதுதான் உன்னுடைய ஆற்றல். என்னிடமிருந்து ஏதோ ஒன்றை மறைக்கிறாய் என்று உணரும்போது நான் பதற்றமடைவதற்குப் பதிலாக, அமைதியாக இருக்கிறேன். அந்த அளவுக்கு நான் உன்மீது நம்பிக்கை வைத்திருக்கிறேன். நீ என்னிடமிருந்து ஏதாவது மறைத்து வைத்தால், அதில் ஒரு காரணம் இருக்கும்."

அவள் மிலேனாவை ஒரு தெருவில், ஒரு ஓட்டலின் மொட்டை மாடியில் தற்செயலாகச் சந்திக்க நேர்ந்தது. பிராகா ஒரு கிராமம். ஒருவரையொருவர் வாழ்த்திக்கொண்டார்கள். ஒருவருக்கொருவர் சமீபத்திய செய்திகளைப் பகிர்ந்துகொண் டார்கள். ஃபிரான்ஸ் மரணத்திற்குப் பிறகு நடந்த சந்திப்புகளில், மிலேனா எர்ன்ஸ்ட் பொல்லாக்கிடமிருந்து விவாகரத்துப் பெற்றாள் என்பதும், பின்னர் வெளிநாட்டில் உயர்குடியில் பிறந்தும் கம்யூனிஸ்டாக இருந்த ஒரு வேடிக்கையான மனிதனுடம் வாழ்ந்தாள் என்பதும் அவளுக்குத் தெரியவந்தது. அவனிட மிருந்து பிரிந்து, அவள் பிராகா நகரில் வாழும்போது, ஒரு கட்டடக் கலைஞரை மணந்தாள். ஒரு பெண் குழந்தையும் பெற்றாள். ஆனால் இருவருமே இறந்தவரின் நினைவை எழுப்ப

வலிமை பெற்றில்லை. ஃபிரான்ஸ் இறந்தபோது மிலேனா எழுதினாள்:

“அவர் ஒரு மனிதராகவும் கலைஞராகவும் இருந்தார். மற்றவர்களும், காது கேளாதவர்களும், தவறாக, தாங்கள் பாதுகாப்புடன் இருந்ததாக உணர்ந்துகொண்டிருந்தபோது அவர்தான் உண்மையை உணர்ந்தவர்.”

அவள் மார்ச் 8 தேதியிட்ட ப்ரிடோம்னோஸ்ட்டைத் திருப்பு கிறாள். மிலேனா ஜெசென்ஸ்காவின் கட்டுரை வருகிறது. கட்டுரையின் தலைப்பு ‘நல்ல அறிவுரை’.

முனிச்சில் இருந்து, பல விஷயங்கள் மாறியுள்ளன. நாளடைவில், இந்த உண்மை என்னைக் கொஞ்சம் சோர் வடையச் செய்தது. இந்த உண்மையை அடிப்படை யாகக் கொண்டுவரும் கட்டுரைகளையெல்லாம் எப்போது நிறுத்துவார்கள் என்று பொறுமையின்றி எதிர்நோக்கு கிறேன். எல்லோரும் ஒன்றைப் புரிந்துகொண்டிருப் பார்கள்: என்ன நடந்ததோ அதை நாங்கள் விரும்ப வில்லை. இருந்தும், அது நடந்துவிட்டது. அதன் விளைவைத்தான் நாம் இப்போது சந்திக்கிறோம்... ஒருநாள் வரக்கூடும். அன்று முனிச்சை நம் சதையில் ஏற்றிருக்கும் நமக்கு மட்டுமல்ல, வெளிநாட்டிலிருந்து நம்மைக் கவனிக்கும் அனைவருக்கும் இங்கு எல்லாம் தலைகீழாக மாற்றப்பட்டுவிட்டது என்பது புரியும். செக்கோஸ்லோவாக்கியாவின் மூன்றில் ஒரு பகுதி துண்டிக்கப்பட்டுவிட்டது. அதன் லட்சக்கணக்கான குடி மக்கள் எல்லையின் மறுபுறம் இருக்கிறார்கள்... இருப் பினும், சமீபத்திய மாதங்களில் பல இடர்பாடுகளை அனுபவித்த நமது குட்டி நாடு, இந்த உலகத்தின் கவனத்தை ஈர்த்துக்கொண்டுதான் இருப்பதுபோல் தெரிகிறது.

கட்டுரையைக் கடைசிவரைப் படிப்பதற்கு அவளுக்கு மனம் இல்லை. முந்தைய வாரத்தில் எழுதப்பட்ட கட்டுரைதான், ஆனால் வெகு காலத்துக்கு முன் எழுதப்பட்டதுபோல் தெரிந்தது. “நமது குட்டி நாடு”ம் இப்போது இல்லை என்பதை நினைத்தாள். தொலைபேசி ஒலித்தது. அவள் அதை எடுக்கச் சென்றாள்.

அவள் சகோதரி வல்லி மறுமுனையில் இருக்கிறாள். செய்திகள் பயமுறுத்துகின்றன. என்ன செய்வது என்று கேட்கிறாள். “நாம் எங்கே போக வேண்டும், ஓட்லா? நீ எப்பவுமே எல்லாவற்றையும் முன்கூட்டியே நினைக்கிறவள், இதைப் பற்றி யோசித்தாயா? குறைந்தபட்சம் ஒரு யோசனையாவது உன்னிடம் இருக்கிறதா? யூதர்கள் உண்மையில் நாஜிகளால் அச்சுறுத்தப்படுகிறார்களா, அல்லது அது வெறும் பிரச்சாரமா?”

“பீதி அடைய வேண்டாம்” என்று அவள் பதிலளிக்கிறாள். அவள் குரலில் தென்பட்ட அமைதி அவளையே வியக்க வைக்கிறது. “ நாம் ஆஸ்திரிய யூதர்கள் அல்ல. நாம் ஜெர்மானிய யூதர்கள் அல்ல.”

“ஆனால் நாம் யூதர்கள்களாயிற்றே!” என்று வல்லி கோப மாகச் சொல்கிறாள். “யூதர்களைத்தானே ஹிட்லர் எதிரிகளாக நடத்துகிறார். யூதர்களைத்தானே அவர் தீர்த்துக் கட்ட விரும்பு கிறார்!”

“வார்த்தைகளுக்கும் செயல்களுக்கும் இடையே ஓர் உலகமே உள்ளது.”

“நீ அப்படி நினைக்கிறாயா?

“ஆம், அப்படித்தான் நினைக்கிறேன்.”

அப்படிப் பொய் சொல்வது அவளைச் சமாதானப்படுத்துகிறது.

“ஹிட்லர் ஏன் ஜெர்மானிய யூதர்களையும், வியென்னா யூதர் களையும் தாக்குகிறார், பிராகா யூதர்கள்மீது கைவைப்பதில்லை?”

“எனக்குத் தெரியாது,” என்று அவள் பதிலளிக்கிறாள்.

“உனக்குத் தெரியாது என்று எப்படிச் சொல்கிறாய், ஓட்லா? இப்போது உனக்குத் தெரியாது, சற்று முன்பு, உனக்குத் தெரியும். இதில் எது சரி ஓட்லா! இல்லையென்றால், நான் எப்படி உறுதி யாக இருக்க முடியும், சொல். நான் உறுதியாக இல்லை யென்றால், பைத்தியமாகிவிடுவேன். பொதுவாக உன்னிடம் எல்லாவற்றிற்கும் பதில் இருக்கும். இப்போது தெரியாது என்று சொல்கிறாய். உனக்கு எப்படித் தெரியாமல் போகும்? உன் னிடம் இதுபற்றிக் குறைந்தபட்சம் ஒரு யோசனையாவது

இருக்கும். நினைத்துப் பார். எல்லாவற்றிலும் உனக்கு எப்போதும் ஒரு யோசனை இருந்திருக்கிறது! வெளிப்படையாகச் சொல்ல வேண்டுமானால், உனக்கு இது எளிதானது. ஓட்லா, உன் கணவர் யூதர் இல்லை. உன் குழந்தைகளோ பாதி யூதர்கள். யூத எதிர்ப்பு சட்டங்கள் பாதி யூதக் குழந்தைகளுக்கு அவ்வளவு கடுமையாக இருக்காது. மிஷ்லிங்கே, என்று அவர்கள் கூறுகிறார்கள். கற்பனை செய்து பார். அவர்கள் உன் குழந்தைகளை விவரிக்க ஒரு பெயரைக் கண்டுபிடித்திருக்கிறார்கள். உன் குழந்தைகள் பாதி யூதக் குழந்தைகள். ஆனால் நாங்கள், என் குழந்தைகள், என் கணவர், ஏன் நான்கூட, நூறு சதவிகிதம் யூதர்கள், எங்களைப் பாதுகாக்க எதுவும் இல்லை. நாங்கள் என்ன செய்யப் போகிறோம்? உன்னால் சொல்ல முடியுமா? சொல், ஓட்லா? நீ “எனக்குத் தெரியாது” என்று சொல்லிவிட்டாய், ஆனால், உனக்கு நன்றாகவே தெரியும். ஃபிராங்ஃபோர்ட்டில், கிரம்பெர்குக்கு என்ன நடந்தது என்பது உனக்கு நன்றாகத் தெரியும். எல்சா கிரம்பெர்க், ஆர்தர் சிறையில் அடைக்கப்பட்ட சிறிது நேரத்திலேயே தற்கொலை செய்துகொண்டார் என்று சொல்லிவிட்டார்கள். ஆர்தர் கிரம்பெர்க் எதற்காகத் தற்கொலை செய்துகொள்ள வேண்டும்? மீண்டும் பிறந்து வேறொரு வாழ்க்கை வாழ வேண்டுமென்ற மகிழ்ச்சியிலா? இதெல்லாம் உனகுத் தெரியும். ஆனால் தெரியாது என்று நீ சொல்கிறாய்! நம்மில் நீதான் எப்பொழுதும் தைரியசாலியாகவும், வலிமையானவளாகவும் இருந்தாய். ஜெர்மானியர்கள் பிராகாவிற்குள் நுழையப்போகிறார்கள்! இப்போது நீ எதுவும் சொல்லவில்லை.

“வல்லி, மேக்ஸ் பிராடிடமிருந்து எனக்குச் செய்தி வந்தது.”

“நீ எதற்காக அதிலிருந்து தொடங்கக் கூடாது? என்னைப் பைத்தியமாக்கிவிடுவாய் போலிருக்கிறது. மேக்ஸால் ரயில் ஏறிவிட முடிந்ததா?”

“நேற்று இரவு, கடைசியாக வில்சன் ஸ்டேஷனில் இருந்து கிராகோவிற்கு புறப்பட்ட ரயிலில் கிளம்பினான். அவன் கான்ஸ்டான்சாவிலிருந்து டெல் அவிவ் நகரை அடையலாம் என்று நினைக்கிறான். புனித பூமிக்காக ஆங்கிலேயர்கள் வழங்கிய ஆயிரம் விசாக்களில் ஒன்றை அவன் பெற்றிருந்தான்.

ஆயிரம் விசாக்கள் மட்டுமே. நீ கற்பனை செய்து பார். பல்லாயிரக்கணக்கானோர் விண்ணப்பம் செய்திருக்கிறார்கள் என்று கூறுகிறார்கள். ஆங்கிலேயர்கள் நம்மை கொஞ்சம் கொஞ்சமாகத்தான் காப்பாற்றுகிறார்கள். எல்லைக்கு அருகில் உள்ள ஒரு கிராமத்திலிருந்து மேக்ஸ் அழைத்தான். ஜெர்மானி யர்கள் எல்லையை மூடுவதற்கு முன்பே அவன் எல்லையைத் தாண்டிவிட்டான்."

"நல்லது, நல்லது. ஓ, இறுதியாக ஒரு நல்ல செய்தி.! மேக்ஸ் தப்பித்துக்கொண்டான்! உன்னால் எப்ப வேணுமானாலும் நல்ல செய்தி கொடுக்க முடியும்! தெரிகிறதா?... சொல், ஓட்லா. மேக்ஸைப் போல நாங்களும் செய்திருக்க வேண்டுமா? நாங் களும் வெளியேறியிருக்க வேண்டுமா?

"நாம் என்ன செய்ய வேண்டும் என்று யார் சொல்ல முடியும்? உண்மையில், நாம் வெளியேறிவிட முடியுமா? எந்த நாடு நம்மை ஏற்றுக்கொள்ளும்? இங்கிலாந்து அதன் கதவுகளையும், பாலஸ்தீனத்தின் கதவுகளையும் மூடுகிறது."

"நீ பிரான்ஸை மறந்துவிட்டாய், நான் பிரான்சுக்குப் போக விரும்புகிறேன்! அல்லது இன்னும் தூரமாக, அமெரிக்கா செல்ல விரும்புகிறேன்!"

"நடைமுறையில், அமெரிக்கா இனி விசாக்களை வழங்கப் போவதில்லை."

"உன்னால் பேரழிவுகளை எப்படி அறிவிக்க வேண்டும் என்று மட்டுமே தெரிகிறது... நாங்கள் என்ன செய்யப் போகிறோம்? செல்வதற்கு ஒரு நாடும்இல்லாதபோது!"

"தெரியாது வல்லி."

"நீ மீண்டும் அதையே சொல்ல ஆரம்பித்துவிட்டாய், ஓட்லா! நீ என்னைப் பைத்தியமாக்கத் தொடங்கிவிட்டாய்! நான் உன்னைப் பிறகு அழைக்கிறேன். நான் என் கணவர் சொல் வதைக் கேட்கப் போகிறேன். அவர் ஜெர்மானியர்கள் பிராகா விற்குள் நுழைய முடியாது என்கிறார். அவர்கள் திரும்பிப் போய் விடுவார்கள் என்கிறார். உலகம் நம்மை அவர்களின் கையில் ஒப்படைத்து விடாது என்கிறார். ஓட்லா, நீ ஏன் ஒன்றும் சொல்ல

மாட்டேன் என்கிறாய்? என்னை இப்படியே கைவிட்டு விடாதே. நான் உன்னைப்போல் இல்லை. நான் பலவீனமானவள். என்னால் தெரிந்துகொள்ளாமல் இருக்க முடியாது."

ஓட்லா பல மாதங்களாக ஒரு திட்டம் போட்டுக்கொண்டிருந்தாள். அவளது மகள்கள் பாதுகாப்பாக உள்ளனர். திட்டம் மிகவும் எளிமையானது. அது அவள் கணவனுடன் விவாகரத்து பற்றியது. அவளுடைய கணவன் யூதன் அல்ல. அவள் தன் மகள்களை அவரிடம் விட்டுவிடுவாள். பாதி யூதர்களாக இருக்கும் பெண்களுக்கு முழு யூதர்களுக்கு ஏற்படக்கூடிய பாதிப்பு இருக்காது. அவள் தனக்குள் சொல்லிக்கொண்டாள்: "நான் என் குடும்பத்தில் இருக்கும் யூதப் பகுதியை முழுவதுமாக அகற்றினால், அதாவது என்னையே அகற்றிக்கொண்டால் எஸ்.எஸின் கவனம் என் குடும்பத்தின் மீது இருக்காது. என் குடும்பத்தைக் காப்பாற்றிவிடுவேன்." அவளைப் பொறுத்த வரையில், அவள் மறைந்துவிட்டால் போதும்.

அவள் தப்பித்துப்போகும் மேக்ஸைப் பற்றி நினைக்கிறாள். தொலைபேசியில் பேசும்போது, அவன் ஃபிரான்ஸின் கையெழுத்துப் பிரதிகள் அனைத்தையும் தன்னுடன் கொண்டு சென்றதாகச் சொன்னான். இரண்டு டிரங்குகள் முழுக்க ஆவணங்கள்தான். ஃபிரான்ஸுடனான கடிதங்கள், கடிதத் தொடர்புகள்,

குறிப்பேடுகள், நாவல்களின் அசல்கள் – இப்படி மேக்ஸ் சேகரிக்க முடிந்ததையெல்லாம் காப்பாற்றப்பட்டுவிட்டன... டோராவின் அப்பாவித்தனத்தினால், ஏற்கனவே எடுத்துக் கொண்டுபோய்விட்ட பொக்கிஷத்தின் எச்சங்களை மேக்ஸ் மீண்டும் கெஸ்டபோவை எடுத்துச்செல்ல அனுமதிக்க மாட்டான். மேக்ஸ் எல்லையைக் கடந்துவிட்டான். ஃபிரான்ஸின் படைப்புகள் காப்பாற்றப்பட்டுவிட்டன. ஃபிரான்ஸின் நினைவுகள் சேமிக்கப்பட்டுவிட்டன. ஓ, இன்று அவள் தன் சகோதரனை எவ்வளவு இழந்திருக்கிறாள்! அவன் இருந்தால் எவ்வளவு சௌகரியமாக இருந்திருக்கும்! அவன் முடிவு என்னவாக இருக்கும்?

"அம்மா?"

“என்ன, ஹெலினா?”

“வேரா இன்னும் வீட்டிற்கு வரவில்லையா?”

“அவள் தாமதிக்க மாட்டாள். வந்துவிடுவாள். கவலைப் படாதே, செல்லம்.”

“ஓ, நான் கவலைப்படவில்லை, ஆனால்...”

“ஆனால் என்ன, சொல்லடி செல்லம்?”

“ஆனால் ஜெர்மானியர்கள் பிராகாவில் நுழைகிறார்கள், இல்லையா?”

“இந்த முட்டாள்தனத்தை நம்ப வேண்டாம், செல்லமே.”

“அவர்கள் நுழையப் போவதில்லையா?”

“இருக்கலாம், ஆனால் நமக்கு எதிராக அவர்களால் என்ன முடியும்?”

“என் பள்ளியில் மறுபடியும், மறுபடியும், சிக்ஃப்ரீட் என்ன சொல்கிறான் தெரியுமா?”

“சிக்ஃப்ரீடோடு பழக வேண்டாம் என்று நான் ஏற்கனவே சொன்னேன்.”

“நான் பழகவில்லை, ஆனால், அவன்தான் எல்லோரிடமும் விரைவில் இங்கே ரைக் இருக்கும் என்றும், ஜெர்மனியில் உள்ள யூதர்களுக்கு அவர்கள் என்ன செய்தார்களோ அதையே அவர்கள் இங்கும் செய்வார்கள் என்றும் சொல்கிறான். மேலும், அவன் அது நியாயம்தான் என்கிறான், ஏனென்றால், நீண்ட நாட்களாக இங்கு யூதர்கள் ஆட்சிசெய்கிறார்களாம், அத்துடன், பிராகாவில் ஜெர்மானியர்களை ஒடுக்கவும் செய்கிறார்களாம்.”

“நீ ஏற்கனவே ஒரு ஜெர்மானியனை ஒடுக்கி இருக்கிறாயா? உன் மாமா ஃபிரான்ஸ் அல்லது உன் தாத்தா ஹெர்மன் ஏற்கனவே ஒரு பிராகா ஜெர்மானியனை ஒடுக்கி இருக்கிறார்களா?”

“கண்டிப்பாக இல்லை.”

“அப்போது நீ எதற்காகப் பயப்படுகிறாய், செல்லம்?... தயவுசெய்து, சிக்ஃப்ரீட் சொல்வதைக் கேட்காதே.”

“நான் கேட்கவில்லை, ஆனால், அவன் வகுப்பில் மற்றவர்களிடம் நான் ஒரு கேடுகெட்ட யூதப் பெண் என்று சொல்வதைக் கேட்காமல் இருக்க முடியவில்லை. ஒரு நாளைக்கு நானும் தண்டனைக்குத் தகுதியாகி விடுவேனாம்.”

“சிக்ஃஃப்ரீட் ஒரு குப்பை. நீயோ உலகின் மிகப்பெரிய மகிழ்ச்சிக்கு மட்டுமே தகுதியானவள், தெரியுமா?”

“நன்றி அம்மா. ஆனால், நான் ஒரு ‘கேடுகெட்ட யூதப் பெண்’ இல்லை என்று எத்தேல், கிரேட்டி தவிர மற்றவர்களிடம் விளக்குவதற்குக் கஷ்டமாக இருக்கிறது.”

“நீங்கள் எதுவும் விளக்கத் தேவை இல்லை, ஹெலினா. எதையும் நியாயப்படுத்தி உன் நேரத்தை வீணாக்காதே.”

“சத்தியமாக, அம்மா... நாளைக்கு என்னால் பள்ளிக்குப் போக முடியுமா, சொல்?”

“முடியும். இன்று மட்டும்தான் நீ வீட்டில் இருக்க வேண்டுமென்று விரும்பினேன்.”

“ஏன், ஜெர்மானியர்கள் பிராகாவில் நுழைவார்கள் என்று நீ பயந்தாயா?”

“நாம் எதற்கும் பயப்படவேண்டியதில்லை. கவலைப்பட வேண்டாம். நீ உன் அறைக்குப் போய் படி. நீ தவறவிட்ட வகுப்புகளை ஈடு செய்ய படிக்க வேண்டும்.”

எல்சே அறைக்குள் நுழைகிறாள். அவள் தூசி தட்ட வந்திருக்கிறாள். அச்சமயம், வானொலியில் ஒரு சிம்போனிக் கவிதை ஒளிபரப்பாகிறது. ஸ்மேடனாவின் இசை என்பது தெரிகிறது. திடீரென இசை நின்றுவிடுகிறது. தேசிய வானொலியின் நிருபர் ஃபிராண்டிசெக் கொக்குரெக் குரல் கேட்கிறது. தான் வின்செஸ்லாஸ் சதுக்கத்தில் இருப்பதாகச் சொல்கிறார்.

“மணி எட்டு முப்பத்தைந்து. ஜெர்மானியர்கள் பிராகாவில் நுழைந்திருக்கிறார்கள். இதெல்லாம் ஒரு பயங்கரமான கனவு போன்றிருக்கிறது. ஒரு வாரத்திற்கு முன்பு இப்படி ஒரு அணிவகுப்பு பிராகா, வென்செஸ்லாஸ் சதுக்கத்தில் நடைபெறும் என்று நம்மில் யார்தான் நம்பி இருப்பார்கள்? ‘வெர்மாக்ட்’

இராணுவத்தினர் வருகைக்குப் பிறகு மோட்டார் பிரிவினர் வருவதைக் காண முடிகிறது. பீரங்கிகளை ஏற்றிச் செல்லும் இராணுவ வாகனங்கள் ராட்சத விமான எதிர்ப்பு துப்பாக்கி களோடு வருகின்றன. வரலாற்றின் சக்கரம் சுழல்கிறது, யாரும் அதைத் தடுக்க முடியாது..."

"மேடம்."

"என்ன எல்சே?"

"இன்றைக்குக் கொஞ்சம் சீக்கிரம் கிளம்பலாமா?"

"நிச்சயமாக. இன்று வேறு ஒரு விசேஷமான நாள்."

"இன்றைக்குக் காலை, கிளம்பும் போது, என் அப்பா ஜெர்மானியர்கள் நாட்டிற்குள் நுழைந்ததாக என்னிடம் சொன் னார். ஹிட்லர் இன்றைக்குப் பிற்பகலிலேயே எங்கள் வெற்றியைக் கொண்டாடலாம் என்பது அவரது கருத்து. எப்படியிருந்தாலும், அன்று இரவு பிராகா ஜெர்மானியர் வட்டங்களில் என் தந்தை உறுப்பினராக இருந்த கட்சியில் பேசப்பட்டது இதுதான். என் தந்தை மேலும் ஒன்று சொன்னார்: இன்று பிற்பகல் ஹிட்லர் பிராகா வந்தால் அவர் வென்செஸ்லாஸ் கோட்டையில் அல்லது சதுக்கத்தில் உரையாற்றுவார். அத்துடன் ஃபூரரைப் பார்ப்பதற் கான சந்தர்ப்பம் தினந்தோரும் கிடைக்கப் போவதில்லை. ஆகையால், எக்காரணத்தைக் கொண்டும் அதைத் தவற விடக் கூடாது என்று சொன்னார்..."

"சரி, சரி எல்சே."

"நான் என் வேலையை நிரந்தரமாக விட்டுவிடவேண்டி யிருக்கும். அதை என் அப்பா இன்று காலை வேலைக்குப் போகும் போது சொன்னார். பிராகா ரைக்சின் ஒரு பகுதியாக மாறும் என்றும், பல ஆண்டுகளாக, சட்டம் ஆரியர் ஒருவர் யூதரிடம் வேலைசெய்வதைத் தடை செய்துள்ளது... நாங்கள் ஆரியர்கள். அனைத்து ஆதாரங்களின்படி - அதுபற்றி நீங்கள் குறிப்பிடுவதில்லை என்றாலும் – நீங்களெல்லாம் யூதர்கள். ஆதலால் நாங்கள் சட்டத்தை மதிக்க வேண்டும்."

"எனக்குப் புரிகிறது, எல்சே."

“நன்றி மேடம். நான் போகலாமா?”

“போகலாம். நீங்கள் வீட்டைவிட்டு வெளியேற வேண்டும் என்றுதான் விரும்புகிறேன்.”

“நீங்கள் என்னை பணிநீக்கம் செய்கிறீர்களா? பணி நீக்கம் செய்தால் என் தந்தை கோபப்படுவார். நான் இதுவரையில் துரத்திவிடப்பட்டதில்லை.”

“எல்லாவற்றுக்கும் ஒரு ஆரம்பம் இருக்கிறது என்று உங்கள் தந்தையிடம் சொல்லிவிடுங்கள்.”

“ஆனாலும்...”

“இனி ‘ஆனாலும்’ என்று சொல்வதற்கு எதுவும் இல்லை, எல்சே நீங்கள் போய்விடலாம்.”

எல்சே அப்படியே திரும்பி அறையை விட்டு வெளியேறு கிறாள். வானொலியில், ஃபிராண்டிசெக் கொக்குரெக் நேற்றிரவு, சுடெடென் பகுதியில், டெப்லிட்ஸ் ஜெப ஆலயம் தீ வைத்துக் கொளுத்தப்பட்டது பற்றி விளக்கிக்கொண்டிருக்கிறார். பிராகா நகரில் உள்ள அனைத்து ஜெப ஆலயங்களையும் அவள் நினைத்துப்பார்க்கிறாள். பிங்காஸ் ஜெப ஆலயத்தில் அவளது சகோதரன் பக்தியுள்ள ஹசிடிமின் மகிழ்ச்சியான பாடல்களை விரும்பிக் கேட்பது வழக்கம். ஆல்ட் நியூ ஜெப ஆலயத்தில் அவன் பார் மிட்ஸ்வா நடந்தது. இவற்றையெல்லாம் கொளுத்தி விடப் போகிறார்களா?

வானொலியை நிறுத்திவிட்டு, அவள் ஜன்னலுக்குத் திரும்பு கிறாள். தெரு இப்போது கிட்டத்தட்ட வெறிச்சோடிவிட்டது. பிராகா மக்கள் சிதறிவிட்டனர் – ஒரு துப்பாக்கிச் சூடு கேட்டதும் மரக்கிளையிலிருந்த அனைத்துச் சிட்டுக்குருவிளும் சிதறுவதுபோல்! அவள் தன் மகள்களைப் பற்றி, அவளுடைய சகோதரிகளைப் பற்றி, அவர்களின் எதிர்காலத்தைப் பற்றி நினைக்கிறாள். அவர்கள் எதிர்காலம் வென்செஸ்லாஸ் சதுக் கத்தில் எஸ் எஸ் பட்டாலியன்களால் அழிக்கப்படப்போகிறது. அவளது ஒரு வெட்கக்கேடான நிம்மதி என்னவென்றால் வியென்னா யூத முதியவர்களின் கதியைத் தன் தாய் தந்தை அறிய வேண்டியதில்லை என்பதுதான்.

அவள் தனக்கு ஒரு கணம் ஓய்வு கொடுக்க விரும்புகிறாள், சுதந்திரத்தின் இறுதி காற்றைச் சுவாசிக்க விரும்புகிறாள். அவள் தன் சகோதரனை நினைக்கிறாள். அப்போது ஃபிரான்ஸ் அவளுடன் இருப்பதுபோல் ஓர் உணர்வு. அவன் அவளிடம் சில ஆறுதல் வார்த்தைகளை முணுமுணுக்கிறான். காயமடைந்த அவளது ஆன்மாவை குணப்படுத்துகிறான். அதனால், பிராகா மீண்டும் பிராகாவாக மாறிவிடுகிறது. எல்லாம் அமைதியாகி விட்டது. அவள் சகோதரன் அவளுடன் இருக்கிறான், கடந்த காலத்தைப் போலவே உலகம் அவர்களுக்குச் சொந்தமானது. அதில் மனம்விட்டுச் சிரித்துக்கொண்டிருந்தார்கள். சத்தம் எதுவும் கேட்கவில்லை. அவளுடைய சகோதரன் அவளைக் கவனித்துக் கொள்கிறான், அவளுக்கு பயப்பட எதுவும்இல்லை.

அவள் வானத்தைப் பார்த்து காரணமில்லாமல் புன்னகைக் கிறாள்.

1941

டோரா

பிற்பகல் இறுதியில், வேலையெல்லாம் முடிந்ததும், அவள் இந்த உயரமான இடத்திற்குச் செல்வதை விரும்பினாள். அவள் கொண்டுவர அனுமதிக்கப்பட்ட போர்வையில் வசதியாக அமர்ந்திருந்தாள். ஒட்டுப் போட்டுத் தைத்திருந்த அந்தப் போர்வையை, அவள் வேலை செய்த ஹோட்டலில் வாடிக்கை யாளர்கள் யாரும் விரும்புவதில்லை. இந்தக் குறுகிய புல் வெளியில், காற்று அவள் முகத்தைத் தழுவிச் சென்றது. குன்றின் அடிவாரத்தில் அலைகள் வந்து மோதுவதைப் பார்த்து ரசித்தாள். கீழே, போர்ட் எரினின் பிரதான வீதி நெடுகிலு மிருந்த வசீகரமான சிறிய வீடுகளின் அழகான அணிவகுப்பு, இந்த அழகான மூலையை அவளுக்கு வழங்கி இருந்தது.

பகலின் மங்கலான வெளிச்சத்தில், மூடுபனி குன்றுகளின் கீழே இறங்கி வந்தது. அடிவானம் ஆழமடைந்தது, காற்று குளிர்ச்சியாக இருந்தது. டெர்ன் பறவை ஒன்று வானத்தைக் கடந்து சென்றது. மற்ற பெரிய வெள்ளை பறவைகள் திடீரென்று அலைகளில் மூழ்கி பின்னர் நுரைகளிலிருந்து கிழிந்து வந்தது போல் ஒளியைச் சென்றடைடைந்தன.

பின்னர் தன்னை இங்குக் கொண்டுவந்த படகின் பயணத்தை நினைத்துப்பார்த்தாள். பொங்கி எழும் அலைகள், அந்தப் பழைய படகின் மூன்றாவது வகுப்பு அறைகள், அவளும் அவளுடைய மகளும் நூற்றுக்கணக்கான பிற யூத அகதிகள் மத்தியில் பிரித்தானியர்களின் கடுமையான மேற்பார்வையின் கீழ் மேற்கொண்ட பயணம் எல்லாம் மனக்கண் முன் தோன்றின.

அவள் கற்பனையில் மாஸ்கோவிலிருந்து மேற்கொண்ட பயணத்தை நினைவுபடுத்திப் பார்த்தாள். அவள் தான் அதிர்ஷ்ட சாலி என்று நினைத்து ஆறுதல் அடைந்தாள். அவளுடைய அதிர்ஷ்டம் ஒரு மகத்தான அதிர்ஷ்டம், அற்புதமான அதிர்ஷ்டம் - விதியின் விளையாட்டில் நம்பமுடியாத தொடர் சம்பவங்கள்! எல்லோருக்கும் இப்படி அமைந்துவிடுவதில்லை என்று தனக்குள் சொல்லிக்கொண்டாள். அவள் பெட்சின் நகரைப் பற்றியும், போரின் தொடக்க நாள் பற்றியும், ஜெர்மன் துருப்புகளின் வருகையைப் பற்றியும் நினைத்துப் பார்த்தாள். பிறர் சொல்லக் கேட்டபோது, அவள் அது சாத்தியமில்லை என்று நினைத்தாள். அப்படி இருக்காது என்று தனக்குள் சொல்லிக் கொண்டாள். அத்தகைய கொடூரத்தை ஜெர்மானியர்களால்கூட அரங்கேற்ற முடியாது என்று நினைத்தாள். ஆயினும், ஜெர்மானி யர்களால் எப்படிப்பட்ட குற்றங்கள் செய்ய முடியும் என்பதை பெர்லினில் கண்கூடாகப் பார்த்துவிட்டாள். அப்படிப்பட்ட கொடூரத்தை அவள் கற்பனை செய்தும் பார்க்கவில்லை. பல மாதங்கள் கழித்து இன்றும்கூட அந்த மோசமான கொடுஞ் செயல்களை ஏராளமான ஆதாரங்கள் உறுதிபடுத்துகின்றன. இப்படியெல்லாம் நடக்குமென்று அவளால் நம்ப முடிய வில்லை. அவள் குடும்பம் முழுவதும் எரிக்கப்பட்டதை அவளால் ஏற்றுக்கொள்ள முடியவில்லை. 1939 செப்டம்பர் 8-9 இரவில் அவள் பெட்சினுக்கு வந்தாள். அவள் வந்த சில நாட்களில் ஜெர்மானியர்கள் நகரத்தின் பெரிய ஜெப ஆலயத்தில் இருநூறு யூதர்களைக் குவித்தனர். அங்கு அவள் சகோதர சகோதரிகளும், தன் தந்தையின் இரண்டாவது மனைவியின் பிள்ளைகளும், டைமண்ட் குடும்பத்தில் இவளைத் தவிர மற்ற உறுப்பினர்களும் இருந்தனர். ஜெர்மானியர்கள் கதவை இறுக மூடினார்கள். பின்னர் அந்த இடத்திற்குத் தீ வைத்தார்கள். முழு குடும்பமும் தீயில் கருகி மடிந்தது. அவளுடைய ஒரே ஆறுதல் அவனுடைய தந்தை ஜெர்மானியர்கள் வருவதற்கு ஒரு வருடம் முன்பு இறந்துவிட்டார். அவர் குழந்தைகளை அழைத்துக் கொண்டு பிரார்த்தனைக்குப் போகும் ஜெப ஆலயத்தில் வைத்துக் கொளுத்தப்பட்டு இறக்கவில்லை. செப்டம்பர் 8 - 9, 1939 இரவு, போர் தொடங்கியபோது பெட்சினில் ஜெர்மானியர்கள்

அவளது குடும்பம் முழுவதையும் தீயில் கொன்றதை நினைத்து இப்படித்தான் அவள் தன்னைத்தானே ஆறுதல் படுத்திக்கொண்டாள்.

ஐரிஷ் கடல் நடுவில் இந்தப் பாழடைந்த நிலத்தில்கூட, அவளால் வருத்தப்பட்டுக்கொள்ளமுடியவில்லை. என்.கே.வி.டி. அவளைக் கைது செய்வதற்கு முன்பே அவள் சோவியத் ஒன்றியத்தைவிட்டு வெளியேற தெரிந்திருந்தாள். அவள் தன் மகளுடன், முன்பு பெர்லினை விட்டு வெளியேறியது போலவே, சோவியத் யூனியனை விட்டும் வெளியேறிவிட்டாள். தப்பித்து ஓடிக்கொண்டே இருப்பதுதான் வாழ்க்கையா?

செபாஸ்டோபோலில் இருந்து கிளம்பி, அவள் அடுத்தடுத்து பல ரயில்கள் ஏறி வந்திருந்தாள். எல்லையற்ற நிலப்பரப்பு களைக் கடந்திருக்கிறாள். கிரிமியா, ருமேனியா, செர்பியா, குரோஷியா, இத்தாலி ஆகியவற்றைத் தாண்டி வந்திருந்தாள். சுவிட்சர்லாந்துதான் அவளது இறுதி இலக்காக இருந்தது. சுவிட்சர்லாந்துதான் அமைதியின் புகலிடம். சுவிட்சர்லாந்தில், மரியானும் அவளும் - அம்மாவும் மகளும், பாதுகாப்பாக இருக்கலாம். சுவிட்சர்லாந்தில் தாங்கள் தப்பி ஓடுவதை நிறுத்தி விடலாம்.

ஜெனிவா ஏரியிலோ அல்லது ஆல்ப்ஸ் மலையிலோ அவர்கள் வாழ்க்கை மீண்டும் தொடங்கும். இறுதியாக தூய காற்றை அவர்கள் சுவாசிப்பார்கள். ஆனால், சுவிஸ் மக்கள் தாயையும் மகளையும் திருப்பி அனுப்பினார்கள். சுவிட்சர்லாந்து தன் பங்கிற்கு ஏற்கனவே ஏராளமான யூத அகதிகளை அனு மதித்துவிட்டது. மீண்டும் அவர்கள் ஃபிரான்ஸ் நோக்கி தள்ளப்பட்டார்கள். ஃபிரான்ஸ் ஒரு புகலிட நாடு. அங்கு சுதந்திரம் செழித்தோங்கும். ஆனால், அவள் அங்குத் தங்கக் கூடாது என்பதை முன்கூட்டியே உணர்ந்தாள். அவள் ரைக்கின் செயல்பாட்டைப் பார்த்திருக்கிறாள். ரைக் பிரான்சையும் வளைத்துவிடும் என்ற உள்ளுணர்வு அவளுக்கிருந்தது. இங்கி லாந்து செல்லும் யோசனையுடன் அவள் டன்கிர்க்கை நோக்கி ஓடினாள். ஐரோப்பிய அலைக்கழிப்புக்கு இங்கிலாந்து ஒரு முற்றுப்புள்ளி வைக்கும் என்று எதிர்பார்த்தாள்.

டன்கிர்க்கிலிருந்து, ஐந்து முறை, அவள் இங்கிலாந்தில் ஊடுருவ முயன்றாள். ஒவ்வொரு முறையும் அவள் திருப்பி அனுப்பப்பட்டாள். மேற்கொண்டு யூதர்களை அவர்களின் மண்ணில் ஏற்றுக்கொள்ள முடியாது என்று ஆங்கிலேயர்கள் விளக்கம் அளித்தனர். அதிகப்படியான பெருந்தன்மை, மாஸ்லி என்பவரின் 'ப்ரோ நாஜி' கட்சி வளர வழிவகுத்துவிடும் என்றனர். தங்கள் அதிகார வரம்பில் ஒரு நாஜி சார்பு கட்சி உருவாவதைத் தவிர்க்க இங்கிலாந்து யூதர்களை ஒதுக்கி வைத்தது. டோரா மீண்டும் எல்லைகளைத் தாண்டி ஹாலந்து நோக்கிச் சென்றாள். அவள் கணவன் லூட்ஸின் சகோதரி ஆம்ஸ்டர்டாமில்தான் வசித்து வந்தாள். கொஞ்சம் மூச்சு விடுவதற்கான நேரம் அவள் அங்குத் தங்கி இருக்கலாம்.

பிரான்சை விட்டு வெளியேறவேண்டிய அவசியம் இருந்தது போல், அவள் ஆம்ஸ்டர்டாமையும், ஐரோப்பாவையும் விட்டும் வெளியேறிவிட வேண்டுமென்று உறுதியாக இருந்தாள். பிரான்சைப் போலவே ஹாலந்தும் சுலபமாக ரைக்குக்குப் பலியாகக்கூடும் என்ற முன்னுணர்வு அவளுக்கு இருந்தது. பெட்ஜினில் அவள் சகோதர சகோதரிகளைப் போலவே, ஆம்ஸ்டர்டாமின் பெரிய ஜெப ஆலயத்தில் அவளும் அவள் மகளுடன் எரிந்து சாம்பலாகிவிடுவோமோ என்ற பயம் இருந்தது.

இந்நிலையில், *1939*ஆம் ஆண்டு மார்ச் *16*இல், பிராகா மீது படையெடுப்புக்கு மறுநாள், ஒட்லா பற்றிய கவலை தோய்ந்த நினைவு வந்தது. பிரிட்டிஷ் குடிவரவு சேவைகளின் போது, ஐந்து முறை நிராகரிக்கப்பட்ட பிறகு, இறுதியாக டோரா பிரிட்டிஷ் எல்லைக்குள் நுழைய அனுமதிக்கப்பட்டாள்! அவளுக்கு அது ஒரு பெரிய வெற்றி. அவளுடைய பிடிவாதம் ஆங்கிலேயர்கள் பிடிவாதத்தை தோற்கடித்தது. அவள் ரெச்சின் பிடியிலிருந்து தப்பித்தாள். ஹிட்லருக்கும் அவளுக்கும் இடையில் இங்கிலிஷ் சேனல் இருந்தது. ஒருபோதும் ஜெர்மானியர்கள் சேனலை கடக்க மாட்டார்கள். அவளால் மூச்சுவிட முடிந்தது.

செப்டம்பர் *3* அன்று, அவளுக்கு பிரிட்டீஷ் அரசரின் வாயிலிருந்து ஒரு நல்ல செய்தி கிடைத்தது. சுதந்திர உலகம்

ஜெர்மனியுடனான போரை அறிவிக்கிறது. இது ஹிட்லருக்குத் தோல்வி. பிரான்ஸும் இங்கிலாந்தும் போர் தொடுக்கப் போகின்றன.

ஆனால், அரசனின் உரைக்குப் பிறகு சில நேரம் கழித்து அவள் காவல் நிலையத்திற்கு அழைக்கப்பட்டாள். அங்கு ஒரு புதிய சட்டத்தை அறிவித்தார்கள். அது எழுபத்தைந்தாயிரம் ஜெர்மானிய அல்லது ஆஸ்திரிய அகதிகளுக்கு – அவர்களில் குறிப்பாக அதிகப் பெரும்பான்மையினராக இருந்த யூத அகதிகளுக்குப் பொருந்தும் என்றார்கள். அவளது பாஸ்போர்ட்டில் 'அந்நிய எதிரி' என்ற வார்த்தைகள் முத்திரையிடப்பட்டன.

அந்நிய எதிரிகளில் மூன்று பிரிவுகள் இருந்தன. அவள் 'பி' யில் வகைப்படுத்தப்பட்டாள். அதாவது, அவள் "விரும்பத்தகாத வெளிநாட்டினர்" வகை. இந்த வகை 'ஏ' வகையைவிட குறைவான ஆபத்தானது. ஆனால் 'சி'-ஐவிட அதிக அச்சுறுத்தலானது. அவர்கள் தொடர்ந்து கண்காணிப்பில் இருக்க வேண்டும்.

1940ஆம் ஆண்டு மே 15-இல், ஹவுஸ் ஆஃப் லார்ட்ஸ் சட்டத்தை கடுமையாக்கியது. அந்நிய எதிரிகளையும், 'ஏ' பிரிவில் உள்ளவர்களையும் அயர்லாந்து கடலின் நடுவில் உள்ள ஒரு தீவில் நாடுகடத்த முடிவு செய்தது.

மே 30 அன்று, அவளும் அவள் மகளும் மூவாயிரம் பெண்களுடனும் – அவர்கள் பெரும்பாலும் ஜெர்மன் யூதர்கள் – வலுக்கட்டாயமாகப் பயணத்தைத் தொடங்க ஒரு படகில் அழைத்துச் செல்லப்பட்டனர். ஐரிஷ் கடல், ஒரு கரடுமுரடான கடல். படகு ஐல் -ஆஃப்- மேன் திசையில் சென்றது. தீவின் தெற்கே பெண்களுக்கான முகாம் அமைக்கப்பட்டிருந்தது.

மேலும் வடக்கில் மற்ற மூன்று முகாம்களில், அதாவது 'ஹட்சின்சன்', 'ஓஞ்சன்' 'பெவரில்' என்ற முகாம்களில், பி வகையைச் சேர்ந்த ஆண் நபர்களையும், ஏ வகையைச் சேர்ந்த அச்சுறுத்தலானவர்களையும் நாடு கடத்தினர்.

வரிசையாக நடப்பட்ட முள்வேலிகள் அகதிகளை ருஷென் முகாமை விட்டு வெளியேறுவதைத் தடுத்தன. அல்லது அந்தத் தடைகள் ஹட்சின்சன், ஓஞ்சன், பெவெரில் முகாம்களைச்

சேர்ந்த ஆண்கள், பெண் கைதிகளுடன் உடலுறவு கொள்வதைத் தடுக்க அமைக்கப்பட்டன.

ஆனால் அவளை சரியாக நடத்தினார்கள். அவள் எந்தத் தண்டனையையும் அனுபவிக்கவில்லை. அவளிடம் குறை சொல்ல எதுவும் இல்லை. அப்படிச் சொன்னால் அவள் மிகவும் நன்றிகெட்டவளாக இருந்திருப்பாள். டோரா டைமண்ட் எப்படி வேண்டுமானாலும் இருக்கலாம், ஆனால், நன்றி கெட்டவாளாக மட்டும் இருக்க மாட்டாள்.

அவளுடைய கடந்தகாலத்தைப் பற்றி கேட்டபோது, அவள் பொய் சொன்னாள். அவள் மாஸ்கோவில் தங்கியிருந்ததையோ, அல்லது கே.பி.டி.யில் இருந்ததையோ ஒருபோதும் குறிப்பிட வில்லை. இங்கே, கிட்டத்தட்ட நாஜிகளைப் போலவே கம்யூனிஸ்டுகளையும் வெறுத்தார்கள். நான் ஒரு தாய், குடும்பத் தலைவி, பெர்லினைவிட்டு ஓடி வந்தேன், எந்த வேலை கொடுத்தாலும் செய்வேன் என்று மட்டும்தான் சொன்னாள்.

அவளுடைய உண்மைக் கதையை வேறு யார்தான் நம்பியிருக்க முடியும்? கெஸ்டபோ அவளைத் துரத்திக்கொண்டிருந்தது. காரணம் அவள் யூதப் பெண். 'என்கேவிடி' அவளைத் துரத்திக் கொண்டிருந்தது, காரணம் அவள் ட்ரொட்ஸ்கிஸ்ட். ஆங்கில இராணுவத்தினர் அவளைத் துரத்திக்கொண்டிருந்தார்கள், காரணம், ஜெர்மானியப் பெண் என்ற முறையில் அவள் பிரிட்டிஷ் அரசிற்கு அச்சுறுத்தலாக இருந்தாள். அதனால்தான் அரசாங்கத்தின் உத்தரவுப் படி, அவள் தன் மகளுடன் நாடு கடத்தப்பட்டு, முள் வேலிகளுக்குப் பின் போடப்பட்டாள்.

அவள் பெர்லினில் பல முறை சந்தித்த மருத்துவரும் எழுத்தாளருமான எர்ன்ஸ்ட் வெயிஸ் பாரிஸில் உள்ள ஒரு ஹோட்டலில் தலையில் சுட்டுக்கொண்டு தற்கொலை செய்து கொண்டார் என்பதை அவர் சமீபத்தில் அறிந்திருந்தாள். ஃப்ரான்ஸின் நண்பரான அவர் ஃபிரான்ஸ் தலைநகரில் ஜெர்மானி யர்கள் நுழைந்த நாள், அவர்கள் கையில் தன் வாழ்க்கை முடியாமல் இருக்க அந்த முடிவை எடுத்துவிட்டார். அதே போன்ற காரணங்களால் வால்டர் பெஞ்சமின் ஸ்பானிஷ் எல்லைக்கு அருகில் தற்கொலை செய்துகொண்டார்.

சில நாட்கள் அவளுக்குப் பிரச்சினை வருவதற்குக் காரணம் தான் வாழ்க்கையைப் பற்றி அதிகம் கற்றுக்கொண்டதுதான் என்று தனக்குள் சொல்லிக்கொண்டாள். துயரத்தைப் பற்றிய அதிகப்படியான உணர்வு உலகத்தோடு ஒன்றி வாழ்வதற்கு இடையூறாக இருந்தது.

இந்நிலையில், நல்ல செய்தி ஒன்று கிடைத்தது. லண்டனில் சில மாதங்களுக்கு முன் சந்தித்த ஒருவர் மூலம் ராபர்ட் பாது காப்பாகவும், ஆரோக்கியமாகவும் இருந்தான் என்பதை அறிந்தாள். அமெரிக்கா செல்லும் அவன் நோக்கம் அசாத்திய மான முறையில் வெற்றிபெற்றது.

ராபர்ட் தப்பித்துக்கொண்டான் என்று மூடுபனியினூடே அடிவானத்தைப் பார்த்துச் சிந்தித்தாள். அவளுக்கு ஓட்லா நினைவு ஒரு கணம் வந்தது. பிராகா நகரிலிருந்து பயங்கரமான வதந்திகள் வந்தன. பெர்லினைப் போல், வியென்னாவைப் போல், பிராகாவிலும் யூதர்கள் துடைத்தெறியப்பட்டார்களாம். ஹிம்லர் ஹிட்லருக்கு ஓர் உறுதி கூறி இருக்கிறானாம். அதன்படி 1941ஆம் ஆண்டின் இறுதிக்குள் ரைக்கின் மூன்று பெரிய தலைநகரங்களிலும், அதாவது பெர்லின், வியென்னா, பிராகா ஆகியவற்றில் இனி ஒரு யூதர்கூட இருக்க மாட்டார்களாம். அத்தகைய அசுரத்தனத்தை நம்பாமல் இருப்பது நல்லது என்று நினைத்தாள். நிகழ்வுகள் மக்களை மதி இழக்கச் செய்கின்றன. அந்த பயங்கரங்களை நம்பாமலிருக்க விரும்பினாள். சில சமயங்களில், பெட்சின் போர் முடியட்டும் என்று காத்துக் கொண்டு அவள் குடும்பம், அவளது சகோதர சகோதரிகள் எல்லாம் மகிழ்ச்சியான நாட்களைக் கழித்தனர் என்று கற்பனை செய்யும் அளவிற்கு அவள் சென்றதுமுண்டு.

அவள் ஐரிஷ் கடலின் நடுவில் பிரிட்டிஷ் வீரர்களின் கடுமை யான மேற்பார்வையின் கீழ் தான் தனது மகளுடன், இரண்டு விரும்பத்தகாதவர்களாக பாதுகாப்பாகவும், ஆரோக்கியமாகவும் இருந்தாள்.

சில மாலை வேளைகளில், அவளுக்குத் தன் தலைவிதியை நினைத்து அழ வேண்டும்போல் தோன்றினால், ஒரு சிறிய குரல் அவளிடம் கிசுகிசுத்தது: “உன் அதிர்ஷ்டத்தை நினைத்துப்

பார், டோரா. நீ பெர்லினில் தங்கியிருந்தால், உன்னை நாடு கடத்தியிருப்பார்கள். நீ பெட்ஜினை விட்டு வெளியேறாமல் இருந்திருந்தால், நீ தீயிடப்பட்டு இறந்திருப்பாய். நீ மாஸ் கோவில் தங்கியிருந்தால், உன்னை சைபீரியாவுக்கு அனுப்பி இருப்பார்கள்."

அவள் எப்போதும் தன் காதலன் ஃபிரான்ஸுக்குச் சொந்த மான பிரஷைத் தன் வசம் வைத்திருந்தாள். அத்துடன்தான், அவள் கியெர்லிங்கிலிருந்து பெர்லின் வரை - பெர்லினிலிருந்து மாஸ்கோ வரை - மாஸ்கோவிலிருந்து டன்கிர்க் வரை – பின்னர் சேனலைக் கடந்து லண்டன் வரை – கடைசியில் ஐரிஷ் கடல்வரை பயணம் செய்திருந்தாள். மிகவும் கடினமான நேரங்களில், அவள் தன் கையை தன் பையில் வைத்து பிரஷின் கைப்பிடியை விரல்களுக்கு இடையே அழுத்துவாள். ஃபிரான்ஸ் அவள் பக்கத்தில் இருந்தால், அவன் கையை அப்படித்தான் அழுத்தி இருப்பாள்.

"உங்கள் அருகில் உட்காரலாமா?"

பின்னால் இருந்து வந்த ஓர் பெண்ணின் குரல் அவளைத் திடுக்கிட வைத்தது. அது அவள் பணியாற்றிய ஹோட்டலின் உரிமையாளரான திருமதி சி.யின் குரல்.

அவள் தலையசைத்தாள். அவளுக்கு திருமதி சி.யைப் பிடிக்கும்.

அவளுடன் பேசும் வாய்ப்பு அரிதாகத்தான் கிடைத்தது. பெரும்பாலான நேரம், நரை முடி கொண்ட அந்த வயதான பெண்மணி ஹோட்டலை இரும்புக்கரம் கொண்டு பார்த்துக் கொண்டாள். ஓர் உத்தரவு போடுவதற்கு அல்லது அவளது வேலையின் தரம் குறித்து ஒரு கருத்து தெரிவிப்பதற்கு மட்டுமே அவர் அவளிடம் வருவார். தூசி மட்டுமே அவரை எப்போதும் ஆக்கிரமித்துக்கொண்டிருந்த கவலை. தூசி தட்டும் வேலையை எப்போதும் அவர் குறைசொல்லிக்கொண்டிருப்பார். "வந்து பாருங்கள், டோரா, அங்கும் இங்கும், இந்தத் தடயங்களைப் பாருங்கள். அவற்றைத் துடைப்பது அவ்வளவு அது சிக்கலான வேலைஇல்லை. உங்களது வேலை தூசி இல்லாமல் பார்த்துக்

கொள்வதுதான். ஆனால், நீங்கள் எதிர்மாறாக செய்கிறீர்கள். தூசியை விட்டுவைப்பதுதான் உங்கள் வேலைபோல் தெரிகிறது. அதற்குத்தான் உங்களுக்குப் பணம் கொடுக்கிறார்கள் போன்ற அபிப்ராயம் ஏற்படுகிறது. உங்களுக்கு ஒரு சாதாரணமான தொகை தான் கொடுக்கிறார்கள். அதை நான் ஒப்புக்கொள்கிறேன். இருந்தபோதிலும், இது போர்க்காலம், இல்லையா? நீங்களும் மற்றவர்களைப் போல ஒரு பணியாள் இல்லை. எல்லா வற்றிற்கும் மேலாக, உங்களை வரச் சொன்னது நாங்கள் அல்ல. பிரித்தானிய அரசு உங்களை வைத்திருக்க எனக்கு ஐந்து ஷில்லிங் கொடுக்கவில்லையென்றால் நான் உங்களை இந்த ஹோட்டலில் வரவேற்றிருக்க மாட்டேன். தூசி இருப்பதற்கு, நீங்கள் மீண்டும் ஒரு சாக்கு சொல்வீர்கள். ஆனால் உங்கள் சாக்குகளைப் பற்றி நான் கவலைப்படவில்லை. அதனால் தூசித் தடயங்களை மறையப் போவதில்லை. வாருங்கள், நான் காட்டுகிறேன்... இங்கெல்லாம் நீங்கள் தூசியைப் பார்க்க வில்லையா? அதை நீக்குவது அவ்வளவு கஷ்டமா? சரி, நீங்கள் இதற்குமுன் என்ன தொழில் பார்த்தீர்கள்?... நடிகை! நடிப்பது ஒரு தொழிலா? சரி, உங்களிடம் ஒரு கேள்வி கேட்கிறேன். ஒரு நடிகை இதுபோல் தூசித் தடயங்கள் விட்டுச் செல்வாளா? நிச்சயமாகச் செய்ய மாட்டாள். மிகப் பெரிய நடிகை – பயங்கர திறமை கொண்ட நடிகை என்றால் அப்படிச் செய்யக் கூடும். ஆனால் மற்றவர்கள் யாரும் அப்படிச் செய்ய மாட்டார்கள். நீங்கள் சிரிக்கிறீர்கள். சிரிப்பதை நான் கண்டுபிடித்தேன். உள்ளுக்குள் நீங்கள் என்ன சொல்லிக்கொள்கிறீர்கள் தெரியுமா? இந்த ஹோட்டல் உரிமையாளர் ஒரு சிடுமூஞ்சி. அவளுக்கு நகைச்சுவை உணர்வே கிடையாது என்றுதானே நினைக்கிறீர்கள். இருந்தாலும், டோரா, நீங்கள் அடிக்கடி சிரிப்பதை நான் பார்க்க விரும்புகிறேன். ஆனால், இங்கே உங்கள்மீது திணிக்கப்பட்டது மிகவும் மகிழ்ச்சியான வேலையில்லை என்றுதான் சொல்ல வேண்டும்."

இப்படித்தான் திருமதி சி. டோராவிடம் சில சமயங்களில் பேசுவார்.

"நான் இங்குக் கொஞ்சம் உட்காரலாமா?" அன்று அவர் மீண்டும்மீண்டும் கேட்டார்.

தடாகம் | 317

“தாராளமாக” என்றாள் டோரா, சற்றுக் குழப்பத்துடன். அமர்ந்திருந்த துணி விரிப்பில் சற்று நகர்ந்துகொண்டு, அவருக்கு இடம் அளித்தாள்.

“இங்கிருந்து பார்க்கும்போது இயற்கைக் காட்சிஅற்புதமாகத் தெரிகிறது,இல்லையா?”

“நிச்சயமாக,” டோரா ஒப்புக்கொண்டாள்.

“உங்கள் தோழி ஹானி தீவை விட்டு வெளியேறுகிறார் என்று நீங்கள் வருத்தமாக இருக்கிறீர்கள் என்று நினைக்கிறேன். அவள் உங்கள் சிநேகிதி,இல்லையா?” திருமதி சி. சொன்னாள்.

இல்லை, மாறாக ஹானியும், நூற்றுக்கணக்கான பிற அகதிகளும் புறப்படுவதால் தான் மகிழ்ச்சியடைவதாகச் சொன்னாள். ஏனென்றால், ஹானி அவளுடைய தோழியாக இருந்ததால், அவளுக்கு நல்லதை மட்டுமே அவள் விரும்பினாள். ஹானியும் அவளது கணவரும் ஒருவாறாக லண்டனை அடைய முடியும் என்பதால் அவள் மிகுந்த மகிழ்ச்சி அடைந்தாள். விசாரணை நீண்ட நாள் நடந்தது. என்ன நடக்கப் போகிறதோ என்று பயந்திருந்தார்கள். ஆனால், அதன் முடிவில் அவர்கள் எல்லா சந்தேகங்களிலிருந்தும் விடுபட்டு ‘அந்நிய எதிரி வகுப்பு பி’யில் ‘அந்நிய எதிரி வகுப்பு சி’ க்கு மாறுகிறார்கள்.

“ஆனால் ஹானிஇல்லாமல், நீங்கள் தனிமையை உணரப் போகிறீர்கள், இல்லையா?”

நிச்சயமாக நாங்கள் சிரிப்பு, கண்ணீர் போன்ற நிறைய விஷயங்களைப் பகிர்ந்துகொண்டிருக்கிறார்கள், ஆனால் இன்று ஹானி சுதந்திரமாக இருக்கிறாள். வேறு எதுவும் முக்கியமில்லை. மேலும் டோராவும் தனியாகஇல்லை. அவளோடு அவள் பெண் மரியான் இருந்தாள்.

“ஆம், நிச்சயமாக,” திருமதி. சி. ஒப்புக்கொண்டார், “உங்களிடம் மரியான் இருக்கிறாள்... ஆனால் நீங்கள்,அதாவது, உங்கள் கோப்பின் பரிசீலனையில் ஏதாவது முன்னேற்றம் இருக்கிறதா? நீங்கள் இறுதியாக ‘சி’ வகுப்புக்கு மாற வாய்ப்பு உள்ளதா?”

ஒரு வாய்ப்பு இருக்கிறது, குறைந்த வாய்ப்புதான், இருந் தாலும், அது ஒரு வாய்ப்புதான் என்று பதிலளித்தாள்.

“அது என்ன குறைந்த வாய்ப்பு?”

“சரி,” டோரா விளக்கினாள். “நான் பதினேழு ஆண்டு களுக்கு முன்பு ஒரு எழுத்தாளரை மணந்தேன் என்று உங்களிடம் சொன்னேன் அல்லவா?”

“ஆம், சொன்னீர்கள். ஒரு நடிகையும், ஒரு எழுத்தாளனும்... சுவாரசியமான கதை. தொடருங்கள்.”

டோரா விளக்கினாள். அவளைச் சமீபத்தில் லண்டனில் இருந்து ஒரு இலக்கிய மாணவி தொடர்புகொண்டிருக்கிறாள். அவள் பெயர் இல்சே ஸ்ராவிட்ஸ். அந்த மாணவி எழுத்தாளர் ஃபிரான்ஸ் காஃப்காவைப் பற்றிய தனது ஆய்வறிக்கையை எழுதிக்கொண்டிருந்தாள்.

இந்த 1941 ஆண்டு கோடையில், ஏதோ ஒரு வழியாக இது நடப்பதை சிலர் அற்புதம் என்று அழைக்கக் கூடும்.இல்சே ஸ்ராவிட்ஸ் ஃபிரான்ஸ் காஃப்காவின் மனைவி ஐல்- ஆஃப்- மேனில் அடைக்கப்பட்டிருப்பதாக அறிந்தாள். அப்பெண் மணிக்கு எப்படியாவது உதவி செய்ய வேண்டும் என்று உறுதி பூண்டாள். அவளுடைய தத்துவப் பேராசிரியை அகதிகளை வரவேற்கும் பணியில் பல ஆண்டுகள் ஈடுபட்டிருந்திருக்கிறாள். அவளைஇல்சே ஸ்ராவிட்ஸ் பயன் படுத்தத் திட்டமிட்டாள். இல்சே ஸ்ராவிட்ஸும், அவள் பேராசிரியையும் அதிகாரிகளை அணுக எண்ணினார்கள். அவர்கள் நடவடிக்கைகள் வெற்றி பெறுமா என்பது வேறொரு விஷயம்.

“வெற்றி பெறும் என்று நான் உறுதியாக நம்புகிறேன்!” என்றார் திருமதி சி., உற்சாகமாக. “ஒரு விதத்தில், நான் எல்லாவற்றையும் சரியாகப் புரிந்துகொண்டால், இதெல்லாம், உங்கள் முதல் கணவன் ஆசீர்வாதத்தால்... அவர் பெயர் என்ன சொன்னீர்கள்?”

“காஃப்கா, ஃபிரான்ஸ் காஃப்கா.”

"ஆம், அது ஃபிரான்ஸ் காஃப்காவும், அவர் அந்த மாணவியிடம் தூண்டிவிட்ட ஆர்வத்தாலும் உங்களுக்கும், உங்கள் மகளுக்கும் சுதந்திரம் கிடைக்கப் போகிறது... இது ஓர் அழகான கதை, உங்களுடையது கதை அசாரணமானதும்கூட. உங்களுக்கு அப்படித் தோன்றவில்லையா?"

டோராவால் ஒரு வார்த்தை கூட பேச முடியவில்லை. அவளது கன்னங்களில் கண்ணீர் வழிந்துகொண்டிருந்தது. திருமதி சி. ஒரு கைக்குட்டையை எடுத்து மெதுவாக அவள் கண்ணீரைத் துடைத்தார்.

"நீங்கள் அழலாம், டோரா. எந்தத் துயரத்திற்கும் எப்போதும் ஒரு முடிவு உண்டு. உங்களுக்குத் தெரியுமா?"

நிறைவுரை

1972

ராபர்ட்

மருத்துவமனையில் அனுமதிக்கப்பட்ட ஜாக் ஆர். ஃபார்ஸ்டரின் அறிக்கையின் கீழ் அவன் கையெழுத்திட்டான். மூச்சுக்குழாய்க் கட்டியின் இடம், அளவு குறித்து சிரமங்கள் இருந்தாலும், அறுவைச் சிகிச்சை திருப்திகரமாக நடந்தேறியது. அவனது மயக்க மருந்து நிபுணர் சாமுவேல் லெவின் நன்றாகவே வேலை செய்திருந்தார். அவர் சேவை உதவியாளர் இர்வின் செலிக்மேனைப் பொறுத்தவரை, அவரை 'புரூக்ளின் படைவீரர் நிர்வாக மருத்துவமனை'யில் மார்பு அறுவைச் சிகிச்சை பிரிவில் இரண்டாம் இடத்தைப் பிடிக்க வைத்திருந்ததைப் பற்றி பெருமை பட்டான்.

"பேராசிரியர் குளோப்ஸ்டோக்," என்று சொல்லிக்கொண்டே திருமதி கிளாடிஸ் அவன் அறைக்குள் நுழைந்தாள். சில நிமிடங்களுக்கு முன் தானே தயார் செய்த காஃபியைக் கீழே வைத்தாள். "அந்த எளிய விழா, முப்பது நிமிடத்தில், வகுப் பறையில் நடைபெறும் என்பதை உங்களுக்கு நினைவூட்டு கிறேன்."

"நன்றி, கிளாடிஸ், குறித்துக்கொள்கிறேன்."

"இன்னும் சர்க்கரை இல்லாமலா?"

"எப்போதுமே சக்கரை இல்லாமல்," என்று அவன் பதிலளித் தான். அவள் வாசலுக்குத் திரும்புவதற்குள்:

"திருமதி கிளாடிஸ், உங்களிடம் ஒரு கேள்வி கேட்கலாமா?" என்றான்.

"நீங்கள் பொதுவாக அனுமதி கேட்க மாட்டீர்களே!"

“உங்கள் மூலம் எனக்கு ஒன்று தெரிய வேண்டும்: இத்தனை ஆண்டுகளில் நான் உங்களிடமெல்லாம் கடுமையாக நடந்துகொண்டிருக்கிறேனா?”

“கடுமையாகவா? நீங்களா! தெய்வமே! கிடையவே கிடை யாது பேராசிரியர் குளாப்ஸ்டாக்! திருமதி ஹட்டிங்டன் அப்படி நினைத்திருக்கலாம். உங்களிடம் அதைச் சொல்லியும்கூட இருக்கலாம் என்று எனக்குத் தெரியும். ஆனால், அப்படி யில்லை. நீங்கள் அந்தத் தவறான எண்ணத்தோடு மருத்துவ மனையை விட்டுப் போக வேண்டாம். நீங்கள் ஒரு சிறந்த அறுவைச் சிகிச்சை நிபுணர். உங்கள் நோயாளிகள், உங்கள் சக ஊழியர்கள், உங்கள் மாணவர்கள் எல்லாம் உங்கள் மேல் பாசம் வைத்திருக்கிறார்கள். நீங்கள் சில சமயம் கண்டிப்பாக இருப்பீர்கள். உண்மைதான், ஆனால், கொஞ்சம் கண்டிப்புதான்! மேலும், உங்களுக்கே தெரியும், இங்குள்ள அனைவரும் உங்க ளைப் பாராட்டுகிறார்கள் என்று.”

“திருமதி ஹட்டிங்டன் தவிர?”

“ஒருவேளை சாமுவேல் லெவின் கூட...” என்றாள் கலகலப் பான சிரிப்புடன். “உங்களிடம் மேலும் கேள்விகள் இல்லை என்றால், நான் திரும்பிப் போய் உங்கள் ஆவணங்களைத் ஒழுங்குபடுத்தி வைக்கிறேன். அது எல்லாவற்றையும் வரிசைப் படுத்துவது ஒரு பெரிய வேலை. நூலகத்தையும் ஒழிக்கவா?

“வேண்டாம். கிளாடிஸ். புத்தகங்கள் இருக்கட்டும். இர்வின் தேவையானதை தேர்ந்தெடுத்துக் கொள்ளட்டும்... ஆவணங் களைக் காலை முழுதும் பார்த்துக்கொண்டிருக்க வேண்டாம். நான் ஏற்கனவே சொன்னபடி, அந்தப் பழயை ஆவணங்கள் அனைத்தையும் தூக்கி எறிந்துவிடலாம்.”

“உங்கள் விருப்பப்படியே.”

பின்னர் அவள் கதவை மூடிவிட்டுப் போய்விட்டாள்.

சுவரில் இருந்த கடிகாரம் ஆறு முறை அடித்தது. இன்னும் அரை மணி நேரத்தில், அவன் நிச்சயமாக தொண்டை அறுவைச் சிகிச்சை பிரிவை விட்டு வெளியேறுவான். அதனை அவன் பல

தசாப்தங்களாக வழிநடத்திக்கொண்டிருந்தான். ஆயிரக்கணக் கான நோயாளிகளுக்கு அறுவைச் சிகிச்சை செய்திருந்தான். அவனது தொழில்நுட்பங்களைப் பின்தொடர்பவர்கள் உலகம் முழுவதும் பலர் இருந்தனர். அவன் காச நோய்ப் புண்கள் சிகிச்சையில், உலகின் தலைசிறந்த நிபுணர்களில் ஒருவனாக ஆகிவிட்டான். அவனுக்கு அனைத்துவித விருதுகளும் கிடைத்து விட்டன. வெவ்வேறு கருத்தரங்குகளுக்கு அவனை அழைத் தார்கள். இத்தனை ஆண்டுகள் அறுவைச் சிகிச்சை அறையின் நான்கு சுவர்களுக்குள் அறுவைக் கத்தியுடன் அடைந்து கிடந்தது போன்ற எண்ணம் அவனுக்கு ஏற்பட்டது. இப்போது அவன் அமைதியாக, அவனது நியூயார்க், 60 மேற்கு, 57வது தெரு குடியிருப்பில், ஜிசெல்லுடன் தன் வாழ்நாளை கழிக்க முடியும்.

“ஒருவாறாக உன்னால் இனிமேல் எழுத முடியும்” என்று அவனது நண்பன் மெல்வின் மேயர்சன் அவனிடம் சொல்லிக் கொண்டே இருந்தான்.

“நான் ஏற்கனவே நிறைய எழுதியிருக்கிறேன், மெல்வின்.”

“உன் அறிவியல் கட்டுரைகளைப் பற்றி நான் பேசவில்லை, ராபர்ட், நான் சொல்வது உன் வாழ்க்கை புத்தகம், உன் சந்திப்புகள் பற்றிய புத்தகம். உன்னுடைய கதையைப் பற்றி, ராபர்ட்!”

அவன் தனது கதையை எழுத விரும்பவில்லை. அவனது கடந்தகாலத்தை அவன் திரும்பிப் பார்க்கும் விருப்பம் அவ னிடம் இருந்ததில்லை. எழுபத்து மூன்று வயது ஆகப் போகும் இந்நேரத்தில் அதைத் தொடங்கப் போவதில்லை. அதனால்தான், திருமதி கிளாடிஸ் எவ்வளவோ வற்புறுத்தியும் நினைவுகள் சிதறிக்கிடந்த அந்த அலுவலகத்திலிருந்து எதையும் எடுத்துச் செல்ல விரும்பவில்லை.

வேலையை ஒப்படைப்பதற்கு முன் நீண்ட நேரம் காத்திருந் தானா? அவன் வருடங்களின் கனத்தை உணர்ந்ததில்லை. அவன் மேற்கொண்ட சிகிச்சை ஒவ்வொன்றையும் - கடைசி சிகிச்சை வரை, அதுபோல் தான் நோய்க்கு எதிராகவும் தனக்கு எதிராகவும் நடத்திய ஒவ்வொரு போராட்டத்தையும்தான்

தன் வாழ்க்கையாகப் பாவித்தான். அவன் பிரிவில் இறந்த ஒவ்வொரு நோயாளியாலும் ஒரு தோல்வியின் முத்திரை பதிந்து விடும். ஒவ்வொரு குணமடைவும், வெற்றியின் வாசனையை வெளிப்படுத்தும் – அவனால் அதனைச் சுவைக்க நேரம் இல்லை யென்றாலும்கூட!

மெல்வின் மேயர்சன் அவனிடம் கூறினான்:

“உனக்கு உடல்நிலை நன்றாக இருக்கிறது. எழுத்தாளன் ஆவதற்கு வயது வரம்பு இல்லை.”

மெல்வின் எது வேண்டுமானாலும் சொல்லலாம்! உண்மையில் அதற்கும் ஒரு வயது இருக்கிறது. காஃப்கா இறப்பதைப் பார்த்தவன் என்ற முறையில் அவனால் உறுதியளிக்க முடியும்: ஒருவர் எழுத்தாளராகப் பிறந்து, எழுத்தாளராக இறக்கிறார். மேலும், அவன் தான் எழுத்தாளனாக வேண்டாம் என்று தெரிவு செய்யவில்லை. அப்படி ஆவதைத் தள்ளிப்போட்டுக் கொண்டும் இல்லை. எழுத்தாளனாக இருந்திருந்தால் ஒரு கையால் எழுதிக்கொண்டும், ஒரு கையால் அறுவைச் சிகிச்சை செய்து கொண்டும் இருந்திருப்பான். காஃப்கா தவறு செய்துவிட்டார். அவன் தஸ்தோயேவ்ஸ்கியின் சீடனாகவோ, கிறிஸ்துவின் சீடனாகவோ இல்லை. சில நேரங்களில், ஒரு அறுவைச் சிகிச்சைக்குப் பிறகு அவனது கைகள் அற்புதங்கள் செய்வதாகச் சொல்லப்பட்டலும்கூட! ஐம்பதுகளில் அவன் ஜிசேலுடன் சேர்ந்து, ஃபிரான்ஸ் வெர்ஃபெலும், ஆல்ஃபிரட் டாப்ளினும் செய்ததுபோல் மதம் மாறி தன்னுடைய யூத மார்க்கத்தைத் துறந்த போதும்கூட!

அவன் இனி தன்னை யூதனாக உணர விரும்பவில்லை. ஹிட்லர் ஐரோப்பாவின் யூதர்களை அழித்தான். பெர்லின், வியென்னா, பூடபெஸ்ட், பிராகா யூதர்களை ஒன்றுமில்லாமல் ஆக்கிவிட்டான். போலந்து யூதர்களை அடியோடு ஒழித்து விட்டான். நான்கு இலட்சம் ஹங்கேரிய யூதர்களைப் போர் முடிவதற்கு சில மாதங்களுக்கு முன்பு துடைத்தெறிந்துவிட்டான். ஹிட்லர் நேச நாடுகளுக்கு எதிரான போரில் தோற்றான், ஆனால், யூதர்களுக்கு எதிரான போரில் ஹிட்லர் வெற்றி பெற்று விட்டான். தானும் ஜிசேலும் மதம் மாறியது தைரியத்தின்

குறியீடா, அல்லது கோழைத்தனத்தின் குறியீடா? நாங்கள் அந்தக் கதையை விட்டுவிடலாம் – அது முடியாது என்று தெரிந்தும்கூட!

அவன் ஐரோப்பாவில் தனது கடந்தகால வாழ்க்கையைத் திரும்பிப் பார்த்தால், அது ஒரு மயானமாகத் தெரிந்தது. பெர்லினில் அவன் நண்பர்கள் கொல்லப்பட்டனர். புடாபெஸ்டில் அவனது உறவினர்கள் கொல்லப்பட்டனர். மேட்லியாரி சானடோரியத்தில் அவன் சந்தித்த மிஸ் கால்கன், ஆஸ்விட்ச் விஷவாயுவால் கொல்லப்பட்டாள். ஃபெலிஸ் பாயரின் தோழி கிரேட்டா ப்ளாஸ் அதே கதியை அனுபவித்தாள். அவள்தான் ‘விசாரணை’ நாவலில் வரும் பர்ஸ்ட்னருக்கு மாதிரியாக இருந்தாள். ஸ்டெஃபான் ஸ்வைக் தற்கொலை செய்துகொண் டான். அதுபோல்தான் பெர்லினில் அதிகம் பேசப்பட்ட பெஞ்சமினும். வெல்ட்ச் வீட்டில் நடந்த கூட்டத்தில் பங்கு கொண்ட பெரும்பாலானோர் கொல்லப்பட்டுவிட்டதாகவும் ராபர்ட் அறிந்தான். வல்லி, எல்லி காஃப்கா ஆகியோர் பிராகா நகரிலிருந்து யூதர்கள் நாடு கடத்தல் தொடங்கியபோது அவர் களும் ‘லாட்ஸ் கெட்டோ’வுக்குத் நாடு கடத்தப்பட்டுத் திரும்பி வரவில்லை. அவன் மிகவும் நேசித்த ஓட்லாவைப் பொறுத்த வரை, தன் மகள்களை காப்பாற்றும் நம்பிக்கையில் கணவனிடம் இருந்து விவாகரத்து செய்த பிறகு நீண்ட காலமாக தப்பித்து வந்தாள். ஆனால், 1942ஆம் ஆண்டு ஆகஸ்ட் மாதம் நடந்த தேடலில் பிடிபட்டு, நாடுகடத்தப்பட்டு தெரேசியன்ஸ்டாட்டில் தங்க வைக்கப்பட்டாள். அது பிராகாவிலிருந்து சுமார் ஐம்பது கிலோமீட்டர் தொலைவில் உள்ள ஒரு கோட்டை நகரம். அதை முகாமாக மாற்றிவிட்டார்கள். ஆயிரக்கணக்கான வாகனத் தொடரணிகள் யூதர்களை அங்குக் கொண்டுவந்து இறக்கின. அது ஒரு எறும்புப் புற்று. அங்குப் பசியால் வாடும் மக்கள் கூட்டமாக வந்துசேர்ந்தனர். அவர்களெல்லாம் எஸ் எஸ் பயத்திலும், டைபஸ் தொற்றுநோய் அழிவுகளிலும் வாழ்ந்தனர். ஆனால் அங்கு நன்றாக வாழ்வதுபோன்ற ஒரு தோற்றத்தைப் பாதுகாத்து வைத்திருந்தார்கள், ஏனெனில் ஒரு முகாமின் சிறிய பகுதியைக் காட்சி பெட்டியாக அமைப்பதற்கு அர்ப்பணிக்கப் பட்டிருந்தது. அங்கு ஜெர்மன் மக்களின் அதிகப்படியான செலவில் முகாம்களிலுள்ள யூதர்கள் அமைதியாகவும் அழகாகவும்

வாழ்கிறார்கள் என்று காட்டப்பட்டது. இந்தக் கொடூர நாடகத்தின் கட்டாய நடிகர்களான ஆண்கள், பெண்கள், குழந்தைகள், முதியவர்கள், வாகனத்தொடரணிகளில் ஆஷ்விட்ஸ் கொண்டு செல்லப்பட்டுத் தீர்த்துக்கட்டப்பட்டனர். பின்னர் முகாம்கள் புதுப்பிக்கப்பட்டன.

ஓட்லா முகாமின் அனாதை இல்லத்தில் செவிலியராக பணி புரிந்தாள். 1943 ஆண்டு ஜூலை 3ஆம் தேதி, ஃபிரான்ஸ் காஃப்காவின் அறுபதாவது பிறந்த நாளன்று ஒரு நிகழ்வு ஏற்பாடு செய்யப்பட்டது. அது பற்றி ராபர்ட் பல சாட்சியங்களி லிருந்து தெரிந்து கொண்டான். ஜெர்மானியர்கள், ஒரு கொடூரமான திட்டத்தோடு, சில நிகழ்ச்சிகளை ஏற்பாடு செய்ய அங்கீகாரம் அளித்திருந்தனர். காஃப்காமீது அதீத மதிப்பு வைத்திருந்த நார்பர்ட் ஃபிரைட் என்னும் பேராசிரியர், எழுத்தாளரை நினைவு கூர்ந்து ஒரு சொற்ப்பொழிவாற்றினார். ‘விசாரணை’ என்னும் நாவலிலிருந்து ஒரு பகுதியை நாடகமாக அரங்கேற்றினார். பல சாட்சியங்களின்படி அன்றைய தினம் ஓட்லா அங்கிருந்தாள். பேராசிரியர் அவளைக்கூப்பிட்டு அவள் சகோதரனின் வாழ்க்கையைப் பற்றி பேசச் சொன்னார். அது தேவையில்லை என்று அவள் மறுத்துவிட்டாள்.

1943 ஆகஸ்ட் நடுப்பகுதியில், ஆயிரம் போலந்து யூதக் குழந்தைகள் முகாமில் வந்து இறங்கினர். அவர்கள் நேச நாடுகளுடன் ஒரு கற்பனை பேரத்தில் பகடைக் காய்களாகப் பயன் படுத்தவிருந்தனர். அவர்கள்தான் போலந்தில் கடைசியாக எஞ்சியிருந்த யூதக் குழந்தைகள். அவர்கள் குளிக்கப் போகும் இடத்திற்குப் போக மறுத்தனர். அது பயங்கரம் என்பது அவர்களுக்குத் தெரிந்தது. அதை நினைத்தாலே உடல் நடுநடுங்கியது.

குழந்தைகள் தெரேசியன்ஸ்டாட்டில் பல வாரங்கள் கழித் தனர். அவர்கள் விலைமதிப்பற்ற பொருளாக நடத்தப்பட்டனர். அதற்கு அவர்கள் பழகிக்கொண்டனர். ஆனால், நேச நாடுகள் கடைசி ஆயிரம் போலந்து யூத குழந்தைகளுக்கு விலை கொடுக்க மறுத்துவிட்டன. பேச்சுவார்த்தைகள் தோல்வியில் முடிந்தன. ஆகவே, நாஜிக்கள் அவர்களை அகற்ற முடிவு செய்தனர். அவர்களை இடமாற்றம் செய்ய உதவியாளர்கள் கோரப்பட்டனர்.

ஒட்லா காஃப்கா முன்வந்தாள். அக்டோபர் 5, 1943 அன்று, ஆயிரத்து இருநூற்று அறுபது போலந்து யூத குழந்தைகளும், ஒட்லா காஃப்கா உட்பட ஐம்பது மூன்று காப்பார்களும், ஆஷ்விட்சுக்கான போக்குவரத்துத் தொடரணியின் ஒரு பகுதி யாக இருந்தனர். அவர்கள் அங்கு போனவுடன் அனைவரும் வாயு செலுத்திக் கொல்லப்பட்டனர்.

இந்தக் கதை சொல்லப்படும் பக்கத்தைத் திருப்பிவிட விரும்பினான். ஆனாலும்

அதன் பூர்வீகத்தை புனித நீரால் கழுவிவிட முடியுமா? உண்மையில், அது அவனுக்குத் தெரியவில்லை.

கிளாடிஸ் கதவைத் தட்டாமல் அறைக்குள் நுழைந்தாள்.

“மன்னிக்க வேண்டும், பேராசிரியரே, இதையும் நீங்கள் தூக்கி எறியப் போகிறீர்கள் அல்லவா?” என்று அவள் ஆவேசமானத் தொனியில் பேசினாள்.

தட்டச்சு செய்யப்பட்ட சில தாள்களை அவன் எதிரே வைத்து விட்டு, அவன் முன் கைகட்டிக்கொண்டு நின்றாள். அவள் முகத்தில் குற்றச்சாட்டு தெரிந்தது.

அவன் முதல் தாளைப் பார்த்தான். பின்னர், மற்ற இரண் டையும் பார்த்து, புன்னகையை அடக்க முடியாமல் சொன்னான்

“நீங்கள் சொல்வது சரிதான், கிளாடிஸ், அவற்றை நான் வைத்துக் கொள்கிறேன்.”

“நானும் அதைத்தான் விரும்புகிறேன்!” என்று சொல்லி விட்டு வெளியேறினாள்.

நெடுநேரம் கண்களுக்குக் கீழே மூன்று கடிதங்களும் அப்படியே இருந்தன. அவை நீண்ட நாட்கள் அவன் அலு வலகச் சுவர்களில் மாட்டப்பட்டிருந்தன. அவன் அவற்றை ஒரு வெற்றிச் சின்னமாகக் கருதவில்லை, ஆனால், அவை ஒன்றை நினைவுபடுத்தின. அதாவது, ஓர் உயிர் எப்படி ஒரு நூலிழையில் தொங்க முடியும் என்பதை! அவனுடைய உயிர் அந்த மூன்று கடிதங்களில்தான் தொங்கியது. அவன் முதல் கடிதத்தைப் பொறுமையாகப் பார்த்தான். அதனடியில் இருந்த

கையெழுத்தையும், அங்குக் குறிப்பிட்டிருந்த பிரின்ஸ்டன் என்ற வார்த்தையையும் பார்த்தான். பல வருடங்களாக அவன் அதைப் பார்க்கவில்லை. அதைச் சற்றுப் பொறுமையாகப் படித்துப் பார்த்தான்:

பேராசிரியர் எட்கர் மெயெர் கவனத்திற்கு

470 பார்க் அவின்யு

நியூயார்க்

அன்புள்ள மெயெர் அவர்களுக்கு,

நீங்கள் நமது நண்பர் குளோப்ஸ்டோக்மீது அன்பும், அக்கறையும் காட்டுகிறீர்கள் என்று பேரா. தாமஸ் மான் மூலம் தெரிந்துகொண்டேன். என் பங்கிற்கு, நான் ஒன்று கேட்டுக் கொள்கிறேன். அவர் தன் மருத்துவக் கோட்பாட்டு ஆய்வுக்காக ஒரு பல்கலைக் கழகத்தில் வேலை தேடி அலைகிறார். உங்கள் செல்வாக்கைப் பயன்படுத்தி அவருக்கு அப்படி ஒரு வேலை கிடைக்க உதவி செய்ய முடியுமா?

டாக்டர் குளோப்ஸ்டோக் இன்றுவரை தனது அனைத்து ஆராய்ச்சிகளிலும் இது போன்ற அத்தியாவசியமானதும், முக்கியமானதுமான பிரச்சனைகளை கையாண்டு வரு கிறார். அவர் புதுவகை முயற்சிகளில் ஈடுபடுகிறார் என்று அவர் துறை சார்ந்த வல்லுநர்கள் எனக்கு உறுதி படுத்தியிருக்கிறார்கள். அதில் அவர் அறிவியல் திறனையும், கல்வித் திறனையும் வெளிப்படுத்தி வருகிறார். இதை யெல்லாம் ஒரு பல்கலைக்கழகம் பயன்படுத்திக் கொள்ளும் வாய்ப்பை நழுவ விடாதிருப்பது நால்லது என்று நினைக்கிறேன்.

துரதிர்ஷ்டவசமாக, இப்போதுள்ள பல்வேறு சூழ்நிலை களைக் கணக்கில் எடுத்துக்கொண்டால், அவசராமாக ஏதாவது ஒன்றைக் கண்டுபிடிக்கவேண்டியது அவசிய மாகிறது.

இந்தக் கடிதம் அந்த வகையில் உங்களுக்கு உதவுமானால் அதைப் பயன்படுத்த நான் உங்களை அனுமதிக்கிறேன்.

எனது மனமார்ந்த வணக்கங்களுடனும் நன்றியுடனும்

கடிதத்தில் கையெழுத்திட்டிருப்பவர் ஆல்பெர்ட் ஐன்ஸ்டின்! 1938ஆம் ஆண்டு எழுதப் பட்ட அந்தக் கடிதம் அவனுக்கு ஆதரவையும், ஒரு வேலையையும் தந்து அவனை வாழ வைத்தது. அமெரிக்காவில் குடியேற விழையும் ஒருவனை அமெரிக்க அதிகாரிகள் ஏற்றுக் கொள்வதற்கு – குறைந்தபட்சம் உதறித்தள்ளாமல் இருப்பதற்கு – தேவையானதெல்லாம் அதில் இருந்தது.

முப்பது ஆண்டுகளுக்கும் மேல் ஆகிவிட்டபோதும், அவன் அதை எப்போதும் ஆச்சரியத்துடன் பார்ப்பது வழக்கமாயிற்று. ஐன்ஸ்டீன் அவனை ரைக் நோக்கிப் போய்விடாமல் இருக்க உதவினார். ஹங்கேரிய யூதர்களுக்கு என்ன நடந்தது என்பதைக் கருத்தில் கொண்டால், ரைக் நிச்சயமாக அவனுக்கு மரண தண்டனை விதித்திருக்கும்.

அவன் பெர்லினில் டோராவின் முன் மீண்டும் தன்னைக் கற்பனை செய்து பார்த்தான். அவன் ஐன்ஸ்டீன் தாமஸ் மன் பெயர்களை உச்சரித்தபோது அந்த இளம் பெண்ணை ஆட் கொண்ட சிரிப்பை இன்னும் அவனால் கேட்க முடிந்தது. அந்த சந்திப்பின் சரியான தேதி அவனுக்கு ஞாபகம் வரவில்லை. ஒரு மொட்டை மாடியில் இருந்த மேசைகள், ஒரு பேண்ட்ஸ்டாண்ட் ஆகியவைதான் அவனுக்கு ஞாபகம் வந்தது. அந்த சந்திப்புதான் கடைசிச் சந்திப்பாக இருக்கும் என்று அவனுக்கு ஏற்பட்ட எண்ணமும் அவனுக்கு ஞாபகம் வந்தது.

பல ஆண்டுகளாக அவனுக்கு அவளைப் பற்றி எந்த செய்தியும் இல்லை. அவளும் கொலைசெய்யப்பட்ட மற்ற தோழர்கள் கூட்டத்தில் சேர்ந்துவிட்டாள் என நினைத் திருந்தான். ஆனால், ஒரு நாள், போருக்குப் பிறகு, அவனுக்கு ஒரு கடிதம் வந்திருந்தது. டோரா உயிர்பிழைத்திருந்தாள். அவனது தடயத்தைக் கண்டுபிடித்துவிட்டாள். ஓர் அசாத்திய மான தொடர் சம்பவங்களால் அவள் உயிர் பாதுகாக்கப் பட்டுவிட்டது. அவள் கெஸ்டபோ, 'என்கேவிடி'. ஆகியவற்றி லிருந்தெல்லாம் தப்பித்துவிட்டாள். ஒரு பிரிட்டிஷ் தீவில் கொஞ்ச நாள் அடைக்கப்பட்ட பிறகு, அவள் லண்டனுக்குச் சென்று போரின் முடிவுவரை அங்கேயே தங்கி இருந்தாள்.

பின்னர், அவ்வப்போது அவள் அவனுக்கு செய்திகள் அனுப்பிக் கொண்டிருந்தாள். அவள் ஃபிரான்ஸின் நினைவைப் பாதுகாப்ப தற்குப் பாடுபட்டுக்கொண்டிருந்தாள். மொழிபெயர்ப்பாளர் களையும் ஆராய்ச்சியாளர்களையும் சந்தித்தாள். 1950களின் தொடக்கத்தில், அவள் டெல் அவிவில் இருந்தாள். அங்கிருந்து அவனுக்கு எழுதியிருந்தாள். அங்கு அவள் தொடர் சொற்பொழி வாற்ற கௌரவ விருந்தினராக வந்திருந்தாள். நகரின் பெரிய தியேட்டர் இயக்குநரான மேக்ஸ் ப்ராடை அங்கே அவள் சந்தித்திருக்கிறாள். டைல் ரோஸ்லர் என்பவளையும் சந்தித் திருக்கிறாள். அவள் ஒரு தோழி. அவள் மூலமாகத்தான் காஃப்கா அவளுக்கு அறிமுகமானார். பல மாதங்கள் இஸ்ரேலில் தங்கிவிட்டு மீண்டும் லண்டனுக்கு வந்துவிட்டாள். ஆனால், இஸ்ரேலுக்குத் திரும்பி வந்து தன் கடைசி நாட்களை கலீலி யாவில் ஒரு கிபூட்ஸில் கழிப்பதென்று உறுதிபூண்டிருந்தாள். அது அவளுடைய இருபதாவது வயதில் ஃபிரான்ஸ் காஃப்கா வோடு கண்ட கனவு. ஆனால், அவள் தன் கனவை நனவாக்காமல் தனது ஐம்பத்து நான்கு வயதில், லண்டனில் காலமாகிவிட்டாள். அவளுடைய கடைசி கடிதத்தில் அவள் ஒன்றைச் சொன்னாள்: கிப்புட்ஸ் ‘ஐன் ஹரோடி’ல், காஃப்காவுக்குச் சொந்தமான பிரஷை ஒரு தாயத்துபோல் விட்டுவிட்டு வந்திருந்தாள். அது தொடர்ந்து அவன் மனதை வருத்தப்படுத்திக்கொண்டிருந்தது. இத்தனை ஆண்டுகளாக அந்த பிரஷ் அவளை விட்டுப் பிரியாமலேயே இருந்திருக்கிறது.

அவனால் அவன் நண்பனைக் காச நோயிலிருந்து காப்பாற்ற முடியவில்லை. ஆனால், அவன் அந்நோயிலிருந்து காப்பாற்றிய ஆயிரக் கணக்கான நோயாளிகள் அவருக்குச் செய்யும் வெகு மதியாக இருக்கலாம். ‘என்னைக் கொன்றுவிடுங்கள், இல்லையேல் நீங்கள் கொலைகாரர்கள்’ என்றார் அவர். அவன் வாழ்க்கை முழுவதும் கடந்து வந்தபோது ஒரு கற்பனைத் தவறுக்கு ஒரு சிறு பிராயச்சித்தம் தேடியதுபோல் இருந்திருக்குமா?

ஃபிரான்ஸ் காஃப்காவைச் சுற்றி மூன்று பேரின் வாழ்க்கைகள் சுழன்றன: தன் வாழ்க்கை, டோராவின் வாழ்க்கை, ஓட்லாவின் வாழ்க்கை. அவற்றில் ஏற்பட்ட சோகங்கள் முன்பு ஏதோ ஒரு

எதார்த்தமற்ற கடந்தகாலத்தில் ஏற்பட்டதுபோல் இருந்தன. அவர்கள் வாழ்ந்த மூன்று இடங்களையும் அவன் கடந்து வந்திருக்கிறானா? அந்த மூன்று பேரையும் சந்தித்திருக்கிறானா? பூடபெஸ்ட் மருத்துவமனைத் தாழ்வாரங்கள், மட்லியாரி பனி மலை உச்சிகள், கியெர்லிங் சானடோரியம் அமைந்திருந்த குன்றுகள், பிராகா நகர வீதிகள், சாரிட்டி மருத்துவமனை அறுவைச் சிகிச்சைப் பிரிவுகள், நாஜிக் கொடிகள் பறந்த பெர்லின் பெரு வீதிகள், 1938இல் பெருங்கடல் கப்பல், வானளாவிய மான்ஹாட்டன் கட்டடங்கள் – இவையெல்லாம் அவன் வாழ்க்கையின் பின்புலனாகி விட்டனவா? வாழ்க்கை முற்றிலுமாக கற்பனை செய்யப்பட்ட ஒரு வரலாறுபோல் ஆகிவிட்டது.

அவன் கண்ணெதிரே இருந்த மற்ற இரண்டு கடிதங்களும் தாமஸ் மானிடமிருந்து வந்தவை. முதல் கடிதத்தைப் படிக்கத் தொடங்கினான்:

அன்புள்ள பேராசிரியர் மெயர்,

டாக்டர் ராபர்ட் குளோப்ஸ்டோக் ஒரு அன்பான நண்பர். ஜெர்மனியில் டாக்டர் குளோப்ஸ்டோக் மிகவும் திறமையான மற்றும் நம்பிக்கைக்குரிய மருத்துவர்களில் ஒருவராக அறியப் பட்டார். பின்னர் பெர்லினில் பேராசிரியர் சாவர்ப்ரூக்குடன் ஒருங்கிணைந்து பணியாற்றினார். பெர்லின் (பீட்ஸ்-சோமர் ஃபெல்ட்) நகரில் காசநோய் சிறப்பு மருத்துவமனையின் ஒரு துறைக்கு அவர் பொறுப்பு ஏற்றிருந்தார்.

நுரையீரல் அறுவைச் சிகிச்சையில் திறமையும், காசநோய்க் கான உள்சிகிச்சையில் திறமையும் வாய்ந்ததோடுமல்லாமல், அந்தத் துறையில் வெற்றிகரமாக தனிப் பட்ட முறையில் ஆய்வில் ஈடுபடும் மருத்துவர்கள் மிகக் குறைந்த அளவிலேயே இருக்கிறார்கள் என்று கேள்விப்படுகிறேன்.

டாக்டர் குளோப்ஸ்டோக் அதிகம் படித்தவர். அறிவு கூர்மை மிக்கவர். அவர் மருத்துவப் பேராசிரியராக நிச்சயமாக வெற்றி பெறுவார் என்று நம்புகிறேன்.

ஒரு பல்கலைக் கழகத்திலோ, பல்கலைக்கழக மருத்துவ மனையிலோ ஓர் ஆசிரியராக அல்லது ஆராய்ச்சி உதவியாளராக பணியொன்றை அவருக்கு அவசரமாகக் கண்டுபிடிப்பது கட்டாய மாகிறது. டாக்டர் குளோப்ஸ்டோக் ஒரு சுற்றுலா விசாவோடு வந்திருக்கிறார். அவர் தனது குடியேற்றத்தை முறைப்படுத்து வதற்கு அனைத்து முயற்சிகளும் மேற்கொள்ள வேண்டும். அப்போதுதான் அவரைப் பயிற்சி செய்ய அனுமதிக்கும் தேர்வு எழுத முடியும். மேலும் அனுமதி நிபந்தனைகள் மாற உள்ளன.

அன்புள்ள பேராசிரியர் மெயர்,

உங்கள் பெரும் செல்வாக்கைப் பயன்படுத்தி உங்கள் சொந்த துறையில் அல்லது உங்கள் நண்பர்கள் மத்தியில் ஓர் இடம் கிடைக்கச் செய்தீர்களானால் நான் உங்களுக்கு மிகவும் நன்றிக்கடன் பட்டிருப்பேன். அவர் வெற்றி வாய்ப்பு பெறும் வகையில் அவர் எங்கு விண்ணப்பிக்க வேண்டும் என்று எனக்கு ஆலோசனை வழங்கக் கேட்டுக் கொள்கிறேன். தேவையானால் பேராசிரியர் ஐன்ஸ்டீனும் எனது முயற்சியில் சேர தயாராக இருக்கிறார்.

உங்கள் உதவிக்கு எனது மனமார்ந்த நன்றியை ஏற்றுக் கொள்ளுங்கள்.

மிகவும் அன்புடன் உங்களுடைய,

டாக்டர் தாமஸ் மான்

அவன் கடைசிக் கடிதத்திலிருந்து ஒரு பத்தியைப் படித்தான்:

திறமை வாய்ந்த இளம் ஜெர்மன் எழுத்தாளர் ஃபிரான்ஸ் காஃப்கா மூலம் நான் டாக்டர் குளோப்ஸ்டோக்கைச் சந்தித்தேன். டாக்டர் குளோப்ஸ்டோக் எழுத்தாளரின் மரணத்திற்கு முன் அவருக்குத் தொழில் ரீதியாகவும் மனதளவிலும் நிறைய உதவி செய்திருந்தார்.

டாக்டர் குளோப்ஸ்டோக்கை நான் அறிந்த நாள் முதல், அவரது நேர்மை, விசுவாசம் இலட்சிய மார்க்கம் ஆகிய வற்றிற்காகவும் அவருடைய தொழில் திறன்களுக்காகவும் அவரைப் பாராட்டுகிறேன்.

ஐரோப்பாவில் இவ்வளவு புத்திசாலித்தனத்துடனும், அர்ப்பணிப்புடனும் அவர் ஆற்றிய பணியை அமெரிக்காவிலும் தொடர்வதற்கு அவருக்குத் தேவையான உதவிகளைச் செய்தால் நான் மிகவும் மகிழ்ச்சியடைவேன்

மிகவும் அன்புடன் உங்களுடைய,

தாமஸ் மான்

மூன்று கடிதங்களையும் ஓர் உறைக்குள் போட்டு, உறையை அவனுடைய பையின் அடிப்பகுதியில் வைத்தான். பின்னர் ஜன்னல் ஓரம் போய் நின்றான். வெள்ளை கோட் அணிந்த மூன்று இளைஞர்கள் முற்றத்தைக் கடந்து சென்றுகொண்டிருந்தனர். வேகமாகவும், முகத்தில் புன்னகையுடனும், மனதில் நம்பிக்கையுடனும் அவர்கள் நடந்தார்கள். அவர்களுக்கு முன்னால் இன்னும் வாழ்க்கை இருக்கிறது என்று அவன் நினைத்தான்.

"திறமை வாய்ந்த இளம் ஜெர்மன் எழுத்தாளர் ஃபிரான்ஸ் காஃப்கா மூலம் நான் டாக்டர் குளோப்ஸ்டோக்கைச் சந்தித்தேன். டாக்டர் குளோப்ஸ்டோக் எழுத்தாளரின் மரணத்திற்கு முன் அவருக்குத் தொழில் ரீதியாகவும் மனதளவிலும் நிறைய உதவி செய்திருந்தார்" என்ற தாமஸ் மான் வாக்கியத்தை அவன் தனக்குத்தானே திரும்பத்திரும்பச் சொல்லிக் கொண்டான். அந்தப் பொய்யைப் பார்த்து சிரித்தான். அவரைக் காப்பாற்ற அவன் உதவி செய்தான் என்பதே உண்மை என்று தனக்குத்தானே கூறிக்கொண்டான்.

காஃப்காவை அவருடைய பயங்கரமான மரணத்திலிருந்து அவனால் காப்பாற்ற முடியவில்லை. சந்தேகத்திற்கு இடமின்றி அது சாத்தியமற்றது. ஆனால், ஒருவேளை காஃப்காவுடனான அவனது சந்திப்பு அவன் தன்னையே காப்பாற்றிக்கொள்ள உதவியிருக்குமா?

எப்படியிருப்பினும், அவன் தன்னால் முடிந்ததைச் செய்து விட்டான்.

அவன் மனதிற்குள் தன் நண்பரை மீண்டும் நினைவு படுத்திப் பார்த்தான். அவர் வலியோடு படுக்கையில் கிடந்தார். அவருக்கு மார்ஃபினின் கடைசிச் சொட்டை செலுத்தியபின் அவர் முகத்தில் புன்னகை - கிட்டத்தட்ட ஒரு தெய்வீகப் புன்னகை – மலர்ந்தது. தான் அந்த மனிதனுக்கு எவ்வளவு நன்றிக்கடன்பட்டிருக்கிறான் என்று நினைத்தான். அவன் சென்ற பாதையில் அத்தகைய சிந்தனைச் சின்னத்தை - மனித நேயத்தின் உச்சியை விதி கொண்டுவந்து நிறுத்தியது அவனது பாக்கியம் என்று நினைத்தான். அந்தச் சந்திப்பு அவன் வாழ்க்கைக்கு ஓர் அர்த்தத்தையும், ஒரு மாற்றத்தையும் கொண்டு வந்ததற்கு இறைவனுக்கு நன்றி சொன்னான்.

அதன் பிறகு கதவு வழியாகத் திருமதி கிளாடிஸ் குரல் கொடுத்ததைக் கேட்டான். அவனுக்காக ஏற்பாடு செய்திருந்த ஓர் எளிமையான விழாவிற்காக வகுப்பறைக்குச் செல்லும் நேரம் வந்துவிட்டது.

அந்த இடத்தைவிட்டு அகன்று, எல்லோரிடமிருந்தும் விடை பெற்றுக்கொள்ளச் சென்றான்.